आपल्या स्नेहीजनांना पुस्तके भेट द्या

ए का सै ता नी वि षा णू ची द ह श त!

# द सैटन बग

ऑलिस्टर मॅक्लीन

अनुवाद
अशोक पाध्ये

मेहता
पब्लिशिंग
हाऊस

**THE SATAN BUG** by ALISTAIR MACLEAN

© Alistair MacLean, 1964

Originally Published by HarperCollins Publishers Ltd., London
Translated into Marathi Language by Ashok Padhye

**द सटन बग / अनुवादित कादंबरी**

अनुवाद : अशोक पाध्ये, ४३, स्वप्ननगरी, २०, कर्वे रस्ता,
पुणे - ४११ ००४ ✆ : (०२०)२५४४ ४०६५

मराठी अनुवादाचे व प्रकाशनाचे हक्क मेहता पब्लिशिंग हाऊस, पुणे ३०.

प्रकाशक : सुनील अनिल मेहता, मेहता पब्लिशिंग हाऊस,
१९४१, सदाशिव पेठ, माडीवाले कॉलनी, पुणे - ४११०३०.

मुखपृष्ठ : चंद्रमोहन कुलकर्णी

प्रथमावृत्ती : ऑक्टोबर, २००९ / पुनर्मुद्रण : सप्टेंबर, २०१४

ISBN 978-81-8498-071-4

*बिल कॅम्पबेल यास....*

# वाचण्यापूर्वी

ॲलिस्टर मॅक्लीनच्या यापूर्वी प्रसिद्ध झालेल्या अनुवादांना वाचकांनी भरघोस प्रतिसाद दिला. त्याच्या कादंबऱ्या या वेगळ्या विश्वात नेणाऱ्या असतात. समुद्रावरचे जग, नौदल, युद्ध, सरकारी पातळीवरील कारवाया, गुन्हेगारांच्या कारवाया अशा विश्वात नेमके काय चालते ते सामान्य मराठी वाचकाला कळत नाही. जे काही थोडेफार कळते ते इंग्रजी चित्रपट पाहून; पण त्यातूनही अवघे ६० टक्केच समजते. इंग्रजी उच्चार नीट न समजल्याने कथानक अर्धवटच कळते. परिणामी प्रेक्षक अर्धतृप्त रहातो; परंतु ॲलिस्टर मॅक्लीनच्या पुस्तकांचे मराठी अनुवाद वाचल्यावर मात्र वाचकाला १०० टक्के त्या कलाकृतीचा आस्वाद घेता येतो. मला येत असलेल्या पत्रांवरून हे नेहमी समजत आलेले आहे.

ॲलिस्टर मॅक्लीनने २ ते २॥ वर्षे नौदलात काढलेली असल्याने त्याला त्या वातावरणातील कथा, कादंबऱ्या लिहायला सोपे गेले असेल; परंतु या लेखकाला रहस्यमय कादंबऱ्याही चांगल्या लिहिता येतात.

आपल्याकडे रहस्यकथा म्हटल्या की, कोणाचा तरी खून घडवायचा व त्याची उकल करायची, एवढेच केले जाते; परंतु मोठमोठ्या सरकारी, लष्करी, खासगी अशा जगड्व्याळ प्रकल्पांवर ज्या काही गूढ घटना घडतात त्यांचा मागोवा घेण्यास आपले लेखक अगदीच कमी पडतात, किंबहुना असमर्थच ठरतात. अशा लिखाणासाठी लागणारा अनुभव, माहिती, ज्ञान, बहुश्रुतपणा इ. गोष्टींचा अभाव दुर्दैवाने आपल्या लेखकाकडे असतो. त्यामुळे आपल्या वाङ्मयात प्रेमकहाण्या, आत्मचरित्रे, आपण भोगलेले हाल इ. गोष्टींचीच चलती असते. याशिवाय दुसऱ्या कशाची निर्मिती सहसा होत नाही. याला काही अपवाद आहेत, अन् तेही फार थोडे आहेत. अशा परिस्थितीत आपल्या वाचकाला अनोख्या विश्वाचे दर्शन घडवून आणण्यासाठी व त्यातील घटना सांगण्यासाठी जगातील उत्तमोत्तम व विविध कादंबऱ्या वाचणे एवढाच मार्ग उपलब्ध असतो; परंतु सर्वच भारतीय माणसांना इंग्रजी भाषा येत नाही. ज्यांना कामचलाऊ इंग्रजी येते त्यांनाही इंग्लिश कादंबऱ्यांचे वाचन करता येत नाही.

अशा वेळी इंग्रजीतील उत्कृष्ट व निवडक ग्रंथांचा मातृभाषेत अनुवाद होणे गरजेचे ठरते.

ही कादंबरी म्हणजे एक रहस्यकथा आहे, हे तर खरेच; परंतु केवळ एखादा गुन्हा कादंबरीचा विषय केल्याने फारसे काही साध्य होत नाही. अशा कादंबऱ्या वाचल्यानंतर माणूस काही दिवसांत विसरून जातो. जर रहस्यकथेत नवीन किंवा अज्ञात गोष्टींचे दर्शन असेल तर मात्र त्या अनोख्या दर्शनाचा प्रभाव वाचकाच्या मनावर पडतो. त्यात गुन्हेगारी विश्वाचे दर्शन, गुन्हेगारांची मानसिकता, गुन्ह्यांची पद्धत, त्या जगातील वेगळी नीतिमत्ता इ. गोष्टी नागरिकांना अज्ञात असतात.

ॲलिस्टर मॅक्लीन आपल्या कादंबरीत असेच अनोखे दर्शन वाचकाला घडवतो. एका बुद्धिमान गुन्हेगाराने सर्वोच्च संस्थेला, म्हणजे सत्ताधाऱ्यांना दिलेले आव्हान आणि त्याचा मुकाबला करणारी एखादी व्यक्ती असा संघर्ष नेहमी दाखवला जातो. 'द गोल्डन गेट' कादंबरीत मॅक्लीनने असाच सुरेख संघर्ष चित्रित केला आहे. तसाच प्रकार याही कादंबरीत आहे. येथे तर लंडनचे अर्धा कोटी लोक मृत्युमुखी पडण्याची शक्यता दर्शवली आहे. सरकार भयग्रस्त होऊन हताश झालेले आहे. अशा वेळी अवघ्या तीन दिवसांत ज्या घटना घडतात, त्या पाहिल्यावर थक्क व्हायला होते. भारतातील पोलीस यंत्रणा व पाश्चात्त्य देशातील पोलीस यंत्रणा यात जरी फरक असला तरी खात्यापेक्षा व्यक्तीच्या कार्यक्षमतेवरती बरेच काही अवलंबून असते.

या कादंबरीतील पहिला ४० टक्के भाग हा भारतीय वाचकाला नीरस वाटू शकेल. त्यातून जर तो वाचक उतावीळ असेल तर त्याला रागच येईल; परंतु नंतरच्या ६० टक्के भागातील थरार नीट अनुभवायचा असेल तर आधीचा ४० टक्के भाग वाचणे आवश्यक आहे. मग पुढे पुढे घटना अशा वेगाने घडतात की, सतत पारडे दोन्ही बाजूला खालीवर होत राहिल्याने वाचकाचा जीव टांगणीला लागतो. सांगण्यापेक्षा याचा अनुभव प्रत्यक्षच घेणे अधिक उत्तम!

नेहमीप्रमाणे याही कादंबरीत वाचकांना ॲलिस्टर मॅक्लीनचे आणखी काही वेगळे पैलू जाणवतील व ही कादंबरी आवडेल, असा मला ठाम विश्वास वाटतो.

— **अशोक पाध्ये**

# एक

मी माझ्या स्वत:च्या ऑफिसात शिरलो.

त्या दिवशी सकाळी मला कोणतेही टपाल आले नव्हते; परंतु त्यात विशेष असे काही नव्हते. गेल्या तीन आठवड्यांत मला एकही पत्र पोस्टाने आले नव्हते. लंडनमधील ऑक्सफोर्ड स्ट्रीटजवळ मी एका इमारतीमधील दुसऱ्या मजल्यावरील जागा भाड्याने घेऊन माझे ऑफिस थाटले होते. दोन खोल्यांची ती जागा तशी छोटीच होती. बाहेरची खोली ८ फूट लांब व १० फूट रुंद होती. मी त्या खोलीत शिरलो. माझ्या मागे दार लावून टाकले आणि पुढे गेलो. एका छोट्या टेबलाला वळसा घालून पुढे गेलो. काही दिवसांनी याच टेबलापाशी एक स्वागतिका बसलेली असेल. जर माझी 'कॅव्हेल इन्व्हेस्टिगेशन्स' ही डिटेक्टिव्ह कंपनी भरभराटीला पोचली तर ती गोष्ट शक्य होणार होती. मी आतल्या खोलीचे दार ढकलले. त्या दारावर 'खासगी' अशी पाटी मी लावून टाकली होती.

आतल्या खोलीत कॅव्हेल इन्व्हेस्टिगेशन्सच्या प्रमुखाचे ऑफिस होते. त्याचे नाव होते 'पिएरी कॅव्हेल'. माझेच नाव होते ते. अन् मीच या कंपनीचा मालक होतो. मी नुसता कंपनीचा प्रमुख नव्हे तर कंपनीमधील सर्व कर्मचाऱ्यांचा साहेब आहे, असे मी मनातल्या मनात स्वत:शी म्हणत असे. आतली खोली बाहेरच्या खोलीपेक्षा मोठी होती. मोजमापे घेतल्यावर माझी तशी खात्री पटली होती. एखाद्या वास्तुविशारदाला मात्र हीच गोष्ट साध्या नजरेने ध्यानात आली असती.

मी काही सुखलोलुप व्यक्ती नाही की एखादा चैनी, खुशालचेंडू माणूस नाही. पण ती जागा किंवा त्या दोन खोल्या तशा उदास वाटणाऱ्या होत्या. भिंतींना पांढरा डिस्टेम्पर रंग दिलेला होता. त्या रंगात किंचित पिवळसर झाक होती. जमीन व छत यांना करड्या रंगाची छटा आलेली होती. तशी छटा ही फक्त लंडनच्या धुक्याला असते किंवा एखाद्या पृष्ठभागाकडे अनेक वर्षे दुर्लक्ष केले की तशी छटा किंवा कळा येते. एका भिंतीच्या खिडकीमधून पलीकडे

असलेले धुळकट अंगण दिसे. ती खिडकी अरुंद होती व तिची उंची मात्र भरपूर होती. तिच्या काचा आतल्या बाजूने नेहमी पुसल्या जायच्या. तिथेच शेजारी एक कॅलेन्डर लटकलेले होते. जमिनीवरती एक लिनोलियम घातलेले होते. त्यावरती एक चौकोनी टेबल होते. टेबलामागे एक झकास, स्वत:भोवती फिरू शकणारी खुर्ची होती. मात्र ती खूप जुनी खुर्ची होती. मी त्यावर बसत असे. टेबलाच्या अलीकडे एक कातड्याने मढवलेली खुर्ची होती. त्या खुर्चीखाली एका जाड टॉवेलसारख्या कापडाचा तुकडा अंथरलेला होता. माझ्या अशिलाने पाय खाली ठेवले तर खालच्या थंड फरशीमुळे ते गार पडू नयेत म्हणून ही काळजी मी घेतली होती. कोपऱ्यात एक हॅट रॅक होती आणि एक-दोन हिरव्या रंगाची पोलादी कपाटे फायली ठेवण्यासाठी होती. आतमध्ये काहीही नव्हते ही गोष्ट वेगळी. बस्स! एवढेच तिथले सामानसुमान होते. आणखी सामान ठेवायला तिथे आता जागाच नव्हती.

मी ऑफिसात येऊन खुर्चीत नुकताच बसत होतो. तेवढ्यात मला बाहेरच्या खोलीत वाजलेली दरवाजावरची घंटा ऐकू आली. त्या पाठोपाठ दाराच्या बिजागऱ्यांचा आवाज ऐकू आला. मी सर्वांत बाहेरच्या दारावर एक पाटी लावून ठेवली होती-

RING & ENTER.

घंटी वाजवा व प्रवेश करा.

ती पाटी वाचून कोणीतरी घंटी दाबून आत आले असावे. मी माझ्या टेबलाचे डावीकडचे सर्वांत वरचे ड्रॉवर झटकन उघडले, आतली कागदांची एक चळत बाहेर काढली. ते कागद व काही कागदी पाकिटे टेबलावर विखरून ठेवली. आत आलेल्या व्यक्तीला मी कामात आहे असे मला भासवायचे होते. माझ्या टेबलाला खाली एक बटन होते. ते गुडघ्यानेच दाबले आणि मी उठून उभा राहिलो. ती व्यक्ती आतल्या दारापाशी आलेली होती.

आत प्रवेश केलेली व्यक्ती उंच, सडपातळ आणि नीटनेटके कपडे केलेली होती. इटालियन फॅशनचा काळा सूट त्या व्यक्तीने अंगावर चढवलेला होता. डाव्या हातात हातमोजा चढवलेला होता. त्या हातात उजव्या हाताचा हातमोजा धरलेला होता आणि एक ब्रीफकेस पकडली होती. उजव्या हातात एक छत्री धरलेली होती. त्या छत्रीची गुंडाळी अगदी चापूनचोपून केलेली होती. त्याचा चेहरा उभट व अरुंद होता, पांढरट गोऱ्या रंगाचा होता. त्याने डोक्यावरचा भांग मधोमध पाडलेला होता. पण सारे केस त्याने मागे वळवलेले होते. चोचीसारखे

नाक, नाकावर चष्मा होता. ओठांवरती मिशीची एक बारीक रेघ होती. पण ती रेघ बारकाईने पाहिले तरच कळून येत होती. त्याने स्वत:जवळ अचूक व लहान अंतराची मापे मोजणारा मायक्रोमीटर बाळगलेला असावा, इतकी त्या मिशीची लांबी दोन्ही बाजूंना बिनचूक होती. त्याचा व्यवसाय एखाद्या टॉप अकौन्टन्टचा असावा असे वाटत होते.

"एक्सक्यूज मी! मी असा थेट आत शिरलो म्हणून मला माफ करा," एवढे बोलून तो थोडासा हसला. त्याच्या वरच्या दातांमधल्या तीन दातांना सोन्याची टोपणे बसवली होती. मग तो अर्धवट आपल्या मागे वळून म्हणाला, "पण तुमची सेक्रेटरी तिथे–"

"असू दे, असू दे. या, आतमध्ये या," मी म्हणालो. तो माणूस बोलत होता तेही एखाद्या अकौन्टन्टसारखेच बोलणे होते. अगदी संयमी, सकारात्मक, थोडेसे जादा अचूकपणा दाखवणारे असे त्याचे बोलणे होते. त्याने आपला हात पुढे करून माझ्याशी हस्तांदोलन केले. त्याचे हस्तांदोलन झटपट उरकणारे, जपून केले जाणारे आणि काहीही हेतू प्रकट न करणारे होते.

त्याने आपली ओळख करून देत म्हटले, "मी, मार्टिन. हेन्री मार्टिन. आपणच पिएरी कॅव्हेल ना?"

"होय. प्लीज बसा."

"थॅन्क यू!" तो उत्साहाने बसला, ताठ बसला. आपले दोन्ही पाय त्याने शिस्तीत जुळवून ठेवले. त्याने आपल्या मांडीवरती हातातील ब्रीफकेस काळजीपूर्वक ठेवली. मग त्याने हळूहळू सभोवताली नजर टाकली. त्याच्या नजरेतून काहीही निसटत नव्हते. अगदी बारीकसारीक गोष्टीसुद्धा त्याने निरखून पाहिल्या. मग त्याच्या चेहऱ्यावरती एक सूक्ष्म हसू उमटले. तो म्हणाला, "सध्या धंदा मिळणे खूप अवघड झालेले आहे. हो ना मिस्टर कॅव्हेल?"

कदाचित हा माणूस अकौन्टन्ट नसावा. अकौन्टन्ट मंडळी ही सर्वसाधारणपणे नम्र वागतात, अदबशीर असतात, उच्च संकेत पाळतात. अन् कोणावर सहसा टीका, आरोप करत नाहीत. पण तो जर अकौन्टन्ट नसेल तर त्याला आता काही वेगळेच वाटत असावे. येथले तुटपुंजे ऑफिस पाहून त्याची प्रतिक्रिया वेगळीच झाली असावी. खासगी डिटेक्टिव्हकडे जो माणूस येतो त्याची मानसिकता नेहमीपेक्षा वेगळीच असते.

मी माझ्या दरिद्री ऑफिसबद्दल त्याला म्हटले, "मी येथे नेहमी असेच गबाळे दृश्य ठेवतो. त्यामुळे माझा धंदा चालत नाही अशी इन्कमटॅक्स इन्स्पेक्टरची दिशाभूल होते." मग थोडे थांबून त्याला मी विचारले, "बोला आता मिस्टर मार्टिन. तुम्हाला माझ्याकडून कोणती सेवा हवी आहे?"

"तुम्ही मला तुमच्याबद्दल काही माहिती दिलीत तर मला मदत होईल." त्याच्या चेहऱ्यावरती आता हसू नव्हते व त्याचे डोळे भिरभिरत नव्हते.

"माझ्या स्वत:बद्दल?" मी जरा तीव्र आवाजात विचारले. पण राग येईल एवढ्या तीव्रपणे मी बोललो नाही. ज्या माणसाकडे गेल्या तीन आठवड्यांत एकही अशील फिरकले नाही अशा भूमिकेतून मी ते बोललो होतो. मी पुढे म्हणालो, "मिस्टर मार्टिन, कृपा करून तुम्हाला जे काही सांगायचे आहे त्या मुख्य मुद्द्यावरती आलात तर बरे पडेल. मला दुसरी बरीच कामे करायची आहेत," असे म्हणून मी रहस्यकथेतील डिटेक्टिव्हप्रमाणे उगाचच निरर्थक चाळे केले. म्हणजे आपला पाईप स्वच्छ करणे, तो शिलगावणे किंवा वर्तमानपत्र चाळणे.

तो म्हणाला, "मला माफ करा, पण मला तुमच्याबद्दलच माहिती हवी आहे. माझ्याकडे एक नाजूक आणि अवघड कामगिरी आहे, मिशन आहे, अन् त्यासाठी तुम्हीच माझ्या दृष्टीने यथायोग्य आहात. पण मला तशी खात्री आधी पटवून घ्यायची आहे. मला वाटते की, म्हणून माझी विनंती आपल्याला आक्षेपार्ह वाटणार नाही."

"कामगिरी? मोहीम?" असे म्हणून मी त्याच्याकडे पाहू लागलो. हा माणूस चक्रम असावा अशी मला शंका येऊ लागली आणि मी त्याच नजरेने नकळत त्याच्याकडे पाहू लागलो. हा माणूस मला शेवटी आवडणार नाही हे मला जाणवू लागले. मी त्याला स्पष्ट शब्दांत म्हणालो, "आय डोन्ट कॅरी आऊट एनी मिशन. आय कॅरी आऊट इन्व्हेस्टिगेशन. मी फक्त माग काढणे, तपास करणे, शोध घेणे असली कामे करतो."

"अर्थातच! जेव्हा शोध घ्यायचा असेल, तपास करायचा असेल तेव्हा तुम्ही तो करणारच." त्याच्या या बोलण्यात अत्यंत तटस्थ भाव होता. त्यामुळे त्याचे बोलणे मनावर घेता येत नव्हते. तो पुढे म्हणाला, "कदाचित तुमच्याबद्दल माझ्याजवळ जी माहिती आहे ती तुम्हाला मी आधी द्यायला हवी. वाटल्यास ती मी आत्ता देतो. मिस्टर कॅव्हेल, माझ्या या आगळ्यावेगळ्या पद्धतीबद्दल तुम्हाला विचित्र वाटेल. पण थोडा वेळच सहन करा. तुम्हाला त्याबद्दल खेद वाटणार नाही याची मी ग्वाही देतो." मग त्याने आपल्या ब्रीफकेसमधून एक फोल्डर बाहेर काढले. त्यातून एक जाड कागद काढून तो वाचू लागला. कागदावर लिहिलेला मजकूर न वाचता तो थोडक्यात त्या मजकुराचा सारांश सांगत गेला. तो सांगत होता, "पिएरी कॅव्हेल! लिसॉक्समध्ये जन्म. वडील इंग्लिश. ते सिव्हिल इंजिनियर होते. त्यांचे पहिले नाव जॉन. हॅम्पशायर परगण्यातील किन्जक्लेअर गावचे. आई फ्रेंच. तिचे पहिले नाव ॲनी-मेरी. तिचे आईवडील फ्रेंच-बेल्जियम. लिसेली नावाची एक बहीण. ते तिघेही हवाई हल्ल्यात मारले गेले. मग तुमचे

एका मासेमारीच्या बोटीतून पलायन. नंतर तुम्ही हेरगिरीत भाग घेतला. १४-१५ वयाचे असताना सहा वेळा त्यासाठी फ्रान्समध्ये पॅराशूटने उतरलात. प्रत्येक वेळी फार मोलाची माहिती तुम्ही आणली. नॉर्मंडीवरती दोस्त फौज उतरण्याच्या आधी दोन दिवस तुम्ही तिथे गेला होता. युद्ध संपल्यावर तीन ब्रिटिश व दोन फ्रेंच व एक बेल्जियम सन्मानपदके तुम्हाला द्यावीत अशा शिफारशी केल्या गेल्या.''

हेन्री मार्टिनने थोडे थांबून वर पाहिले, चेहऱ्यावर किंचित हसू आणले व मग तो परत पुढे वाचू लागला, ''तुमच्या विरोधात गेलेली पहिली गोष्ट. तुम्हाला ती शौर्यपदके नाकारण्यात आली. त्यासाठी जी जी कारणे दिली गेली त्यापैकी एक असे, युद्धामुळे तुम्ही प्रौढ झाल्यासारखे वागू लागलात. आता तुम्ही लष्करातील सामुग्री हाताळायला लायक राहिला नाहीत. मग तुम्ही सरळ ब्रिटिश सैन्यात नोकरी धरली. लष्कराच्या हेर खात्यात तुम्ही मेजरच्या हुद्द्यापर्यंत चढलात. MI-6 या हेर संस्थेबरोबर प्रति-घातपाती दलाला तुम्ही सहकार्य दिलेत असे मला वाटते. मग तुम्ही पोलीसदलात सामील झालात. पण मिस्टर कॅव्हेल, तुम्ही सैन्यातून का बाहेर पडलात?''

या माणसाला नंतर मी लाथ मारून बाहेर फेकून देण्याचे ठरवले; परंतु त्याच्याकडे आपल्याबद्दल आणखी काय काय माहिती आहे हे जाणून घेण्यासाठी मी त्याला म्हणालो, ''तिथे बढतीची संधी फारशी नसते म्हणून.''

मग तो हसत म्हणाला, ''नाही, तसे नाही. तुम्हाला सैन्यातून काढून टाकण्यात आले. जेव्हा तुम्ही ज्येष्ठ अधिकाऱ्यावर मात करू पहाता, बढती मिळवू पहाता, तेव्हा ती व्यक्ती फिल्ड रॅन्कच्या खाली असावी लागते. पण तुम्ही तर एका मेजर-जनरलच्या अंगावर धावून गेलात. नंतर तुम्ही मेट्रोपॉलिटन पोलीसदलात सामील झालात. तिथे तुमच्या बढत्या भराभर होत गेल्या. तिथे तुमच्यातली बुद्धिमत्ता खरोखर चमकून निघाली. तुम्ही इन्स्पेक्टरच्या पदावर पोचलात. गेल्या दोन वर्षांत तुम्ही स्पेशल ड्यूटी मागून घेतली. त्याचे स्वरूप ठाऊक नाही. पण आम्ही त्याचा तर्क करू शकतो. मग त्यानंतर तुम्ही राजीनामा दिलात. बरोबर?''

''बरोबर.''

''तुमच्या रेकॅार्ड कार्डावरती 'राजीनामा' असा शब्द असला तरी 'हकालपट्टी' हा शब्द तिथे योग्य ठरला असता. अजून चोवीस तास जरी तुम्ही त्या नोकरीत राहिला असता तर हा शब्द तुमच्या रेकॉर्डवरती नक्की आला असता. असे दिसते की, तुम्ही वरिष्ठांशी उद्धटपणे वागण्यात वाकबगार होता, विशेषत: असिस्टंट कमिशनरशी. पण तरीही तुम्हाला मित्र आहेत, फार बडी धेंडेही तुमचे मित्र आहेत. तिथून राजीनामा दिल्यावर आठवड्याभरात तुम्ही मरडॉन संस्थेत

सुरक्षा व्यवस्थेचे प्रमुख म्हणून नोकरीला लागू शकलात.''

मी माझ्या टेबलावरील कागद नीट जुळवून त्यांचा एक गठ्ठा करून ठेवत होतो. मी ते काम एकदम थांबवले आणि शांतपणे त्याला म्हटले, ''नक्की कुठे पहायचे हे ज्याला कळते, त्याला भूतकाळातील माझ्या नोकरीची सर्व कागदपत्रे सहज पहायला मिळू शकतात. पण तुम्ही जी शेवटची माहिती सांगितलीत ती मिळवण्याचा हक्क तुम्हाला अजिबात नाही. लष्कराची विल्टशायर परगण्यात द मरडॉन 'मायक्रोबायॉलॉजिकल रिसर्च एस्टॅब्लिशमेण्ट' नावाची एक संस्था आहे. त्यांच्या सुरक्षा व्यवस्थेचा भेद करून तुम्ही तिथली माहिती मिळवू शकलात, तर तुम्हाला रशियातल्या क्रेमलिनच्या राजवाड्यातली माहिती आणणे अधिक सोपे वाटेल. एवढी मरडॉनमधली सुरक्षा व्यवस्था कडक आहे.''

''मिस्टर कॅव्हेल, मला ते ठाऊक आहे आणि त्याचे भान आहे. माझ्याजवळ नको तितकी माहिती जमलेली आहे. मरडॉन संस्थेत तुम्ही जरी सुरक्षाप्रमुख होता तरीही तिथून तुम्हाला काढून टाकण्यात आले होते. असेच दुसऱ्या एका ठिकाणीही तुमच्या बाबतीत घडले. मी येथे येण्यामागचे तेच खरे कारण आहे. तुम्हाला तेथून का काढून टाकण्यात आले ते मला ठाऊक आहे.''

ती समोरची व्यक्ती अकौन्टन्ट आहे हा माझा अंदाज चुकला हे मला आता कळून चुकले. माझे असे जर अंदाज चुकू लागले तर माझा धंदा भरभराटीला कसा येणार? त्या माणसाचा नक्की व्यवसाय कोणता असावा याचा मी तर्क करू लागलो. पण मला तसे करणे अजिबात जमेना. हेन्री मार्टिन हा अकोन्टन्ट नक्की नव्हता. त्याला एखादे वार्षिक ताळेबंद पत्रक दिले असते तरी ते ओळखता आले नसते.

तो सांगू लागला, ''मरडॉनमधून तुम्हाला काढून टाकण्याचे मुख्य कारण तुमच्या जिभेवर तुमचा ताबा नव्हता. नको तिथे तुम्ही बोलत रहायचा. अर्थात जे बोलायचात त्यात सुरक्षेचा भंग होईल असे काहीही नसायचे, हेही तितकेच खरे आहे.'' त्याने आपला चष्मा काढून तो विचारपूर्वक पुसून साफ केला. ''तुमच्या व्यवसायात पंधरा वर्षांनंतर तुम्हाला जे काही ठाऊक झाले त्यातील निम्मे तरी तुम्हाला नक्कीच आठवणार नाही; परंतु तुम्ही टॉप शास्त्रज्ञ, संचालक अशा उच्चपदस्थ व्यक्तीशी मरडॉन संस्थेत बोलत होतात. त्या वेळी तिथे चाललेल्या कामाबद्दलची तुमची खासगी मते तुम्ही बेधडक व्यक्त करत असत. पार्लमेन्टमध्ये त्या संस्थेचा उल्लेख 'मरडॉन हेल्थ सेंटर' असा केला जायचा. कारण तिथले काम हे गुप्त स्वरूपाचे होते आणि वॉर ऑफिसकडून त्यावर नियंत्रण ठेवले जायचे. त्या गुप्त कामाबद्दल आणि त्या संस्थेबद्दलची तुमची कडवट मते स्पष्टपणे बोलून दाखवणारे तुम्ही पहिलेच होता. युद्धामध्ये जंतूंचा वापर एक

हत्यार म्हणून करण्यासाठी काही विशिष्ट गुणधर्मांचे जंतू निर्माण करण्याचे काम ती संस्था करीत असे. तिथे निर्माण झालेले जंतू बॉम्बने विमानातून टाकले की, त्या साऱ्या भूभागातील जीवसृष्टी जंतूंमुळे नष्ट होऊ शकत होती. शत्रूचा प्रदेश किंवा देश येथे हे काही बॉम्ब टाकले की त्याविरुद्ध आपण युद्ध जिंकलेच. पण अशा भयानक बॉम्बचा वापर अजाण व निष्पाप लोकसंख्येविरुद्ध वापरायला तुमचा विरोध होता. मरडॉन संस्थेमध्ये अनेक ठिकाणी आणि अनेक व्यक्तींपाशी तुम्ही तुमचे हे विचार बोलून दाखवलेत. म्हणून तुम्ही आज एक खासगी डिटेक्टिव्ह झाला आहात.''

''आयुष्यात अन्याय हे होत असतातच.'' असे म्हणून मी उठलो, दारापाशी गेलो, त्याचे लॅचचे कुलूप लावून किल्ली खिशात टाकली आणि परत आलो. मी त्याला म्हटले, ''मिस्टर मार्टिन, तुम्ही फार बोललात. नको तितके बोललात. इतके बोलू नये हे तुम्हाला समजायला हवे होते. मरडॉनमधील माझ्यासंबंधातील माहिती तुम्ही कुठून मिळवली हे मला समजल्याखेरीज मी तुम्हाला येथून जाऊ देणार नाही.''

यावर मार्टिनने एक उसासा सोडला व आपला चष्मा परत नाकावर चढवला. तो म्हणाला, ''वाऽ! तुम्ही अगदी नाट्यपूर्ण कृती केलीत आणि तसेच बोलत आहात. पण असे काही करण्याची अजिबात गरज नाही. मिस्टर कॅव्हेल, तुम्ही मला काय एखादा मूर्ख माणूस समजता? का मी तसा दिसतो? मी जे काही तुम्हाला सांगितले ते केवळ तुमच्याकडून सहकार्य मिळवण्यासाठी सांगितले. मी माझी बाजू, माझे सर्व पत्ते तुमच्यासमोर उघड करून ठेवतो. अगदी शब्दशः! मग मग तर झाले?'' एवढे बोलून त्याने आपल्या खिशातून पैशाचे पाकीट बाहेर काढले व ते उघडून त्यातून एक कागदी चौकोन त्याने घेतला. ते त्याचे व्हिजिटिंग कार्ड होते. माझ्यासमोर टेबलावर ठेवीत तो म्हणाला, ''यामुळे तरी तुम्हाला बोध होईल अशी मी आशा करतो.''

ते वाचताच काहीतरी मोठा धंदा आपल्याकडे चालून येतो आहे असे मला जाणवले. त्या व्हिजिटिंग कार्डच्या मध्यभागी मोठ्या अक्षरात छापलेले होते :

Council for World Peace

त्या कार्डाच्या खाली उजव्या कोपऱ्यात बारीक अक्षरात त्याचे नाव होते :

Henry Martin, London Secretary.

मार्टिनने आपली खुर्ची टेबलाजवळ ओढली व आपले हात त्याने पुढे वाकून टेबलावरती ठेवले. त्याचा चेहरा आता खूपच गंभीर झाला होता. काहीतरी अपेक्षा तो करीत होता. तो म्हणाला, ''आमची संघटना म्हणजे जगाच्या भल्यासाठी असलेली एक फार मोठी शक्ती आहे. कदाचित तुम्हाला ही अतिशयोक्ती

वाटेल, पण तरीही हे एक सत्य आहे हे निश्चित! आमच्या संघटनेत सर्व धर्मातील, पंथातील, मानववंशातील आणि राजकारणातील व्यक्ती सामील झाल्या आहेत. खुद्द पंतप्रधान व बरेच मंत्री आमच्या संघटनेत असल्याचे तुमच्या कानावर आले असेलच. मी त्यावर अधिक काही बोलणार नाही. पण मी तुम्हाला एवढेच सांगतो की, ब्रिटनमधील बहुतेक सर्व चर्चचे प्रतिनिधी आमचे सभासद झालेले आहेत. सर्व चर्चचे म्हणजे प्रॉटेस्टंट, कॅथॉलिक, ज्युईश वगैरे वगैरे. आमच्याकडे इतके मान्यवर लोक आले आहेत की, त्यांची यादी छापणे म्हणजे एखादा छोटा कोश तयार करण्यासारखे आहे. परराष्ट्र खात्याला तर देशात काय चालले आहे ते सर्व ठाऊक असते आणि ते खातेही आमच्या बाजूला उभे आहे. देशातील सर्व चांगली माणसे, हुषार माणसे, बलवान माणसे आमच्या पाठीशी उभी आहेत. अन् मिस्टर कॅव्हेल,'' तो किंचित हसून म्हणाला, ''एवढेच काय, पण मरडॉनमधील बरेच वरिष्ठ आमचे सभासद आहेत.''

त्याने जे जे काही म्हटले ते सारे खरे असू शकते. फक्त मरडॉनमधील वरिष्ठांच्या बाबतीत तो जे बोलला ते चुकीचे होते. मी त्याच्या संघटनेचा सभासद नव्हतो आणि महत्त्वाच्या सभासदांच्या नावांच्या यादीत माझे नाव कधीच येऊ शकणार नव्हते. मला एवढेच ठाऊक होते की, 'कौन्सिल फॉर वर्ल्ड पीस' ही एक म्हटले तर गुप्त स्वरूप धारण करणारी संस्था होती. राजकीय संबंध हे वृत्तपत्रीय माध्यमाद्वारे उघड करू नयेत हे त्या संस्थेला चांगले समजत होते. अखेर मानवासाठी जागतिक शांतताच महत्त्वाची आहे अशी विचारधारा पाश्चात्त्य जगात आता हळूहळू प्रसारित होत चालली होती.

मार्टिनने आपले व्हिजिटिंग कार्ड परत घेऊन आपल्या पाकिटात ठेवले आणि तो म्हणाला, ''मला आपल्याला एवढेच पटवून द्यायचे आहे की, मी एक सभ्य व सुसंस्कृत माणूस असून एका सुसंस्कृत संस्थेचे प्रतिनिधित्व करतो.''

''आपल्या सांगण्यावर मी विश्वास ठेवतो.''

''थॅन्क यू,'' असे म्हणून त्याने आपल्या ब्रीफकेसमध्ये हात खुपसला आणि आतून एक पोलादी चपटी बाटली बाहेर काढली. पॅन्टच्या मागच्या खिशात ठेवायची क्वार्टर साईझची ब्रॅन्डीची बाटली जशी असते तशीच ती बाटली होती. तो म्हणाला, ''मिस्टर कॅव्हेल, या देशात काही वरिष्ठ अधिकाऱ्यांचा एक गट असा आहे की, त्या गटाची आम्हाला फार धास्ती वाटते. या गटाकडून आपली सर्व स्वप्ने, आशा व आकांक्षा उद्ध्वस्त केल्या जातील याची खात्री वाटते. ही माणसे वेडी आहेत, पिसाट आहेत. रशियाशी युद्ध करण्याची धमकी ते रोज अधिकाधिक मोठ्याने उच्चारून दाखवित आहेत. त्यांच्या मनात रशियाशी एक प्रतिबंधात्मक जंतुयुद्ध छेडायचे आहे. या मार्गाने यश मिळण्याची शक्यता फारच थोडी आहे. पण ते

पत्करत असलेला मार्ग एवढा चमत्कारिक आहे की, त्यांनी तसे काही करू नये म्हणून आपण अत्यंत सावध राहिले पाहिजे.'' त्याने आपले म्हणणे अशा रितीने उच्चारले की, या आधी त्याने शेकडो वेळा ते पाठ केले असावे.

त्याची पोपटपंची पुढे चालू झाली. तो म्हणत होता, ''त्या जंतुयुद्धाविरुद्ध कोणताही प्रतिकार करता येत नाही. त्या चमत्कारिक जंतूविरुद्ध किंवा विषाणूविरुद्ध एक प्रतिबंधात्मक लस गेल्या दोन वर्षांत मोठ्या परिश्रमाने तयार करण्यात आली आहे अन् त्याचा साठा फक्त मरडॉन संस्थेतच आहे.'' एवढे बोलून तो काही क्षण थांबला व नंतर कचरत त्याने टेबलावरील ती धातूची चपटी बाटली माझ्यापुढे सारली. मग तो गंभीरपणे म्हणाला, ''ही बाटली आम्ही मरडॉनमधून तीन दिवसांपूर्वीच मिळवली. यातील द्रवाचे जैविक वर्धन केले तर जगातील प्रत्येक राष्ट्राला ती लस पुरेशा प्रमाणात सहज उपलब्ध होऊ शकेल. मिस्टर कॅव्हेल, आम्ही आमच्या शेजारी राष्ट्रांशी बंधुभाव बाळगणारे आहोत.''

मी त्याच्याकडे टक लावून पहात राहिलो. पण त्याच्या बोलण्यावर एकही शब्द बोललो नाही.

तो पुढे सांगत गेला, ''प्लीज, ही बाटली पोलंडमधल्या वॉर्सा शहरातील या पत्त्यावर ताबडतोब नेऊन पोचवा.'' मग त्याने तो पत्ता लिहिलेला एक कागदाचा तुकडा माझ्यापुढे ठेवला व आपले बोलणे पुढे चालू ठेवले, ''तुम्हाला तेवढ्यासाठी आत्ता १०० पौंड आम्ही देऊ, शिवाय प्रत्यक्ष येणारा सर्व खर्च देऊ आणि परत आल्यावर आणखी १०० पौंड देऊ. मला कल्पना आहे की, तुम्हाला सांगितली जाणारी ही कामगिरी तशी नाजूक आहे, जोखमीची आहे आणि बरीच धोक्याची आहे. पण तुम्ही ती कामगिरी पार पाडण्यास सक्षम आहात. कारण मिस्टर कॅव्हेल, आम्ही तुमची पूर्ण चौकशी अत्यंत काळजीपूर्वक केली आहे. लंडनच्या रस्त्यांची नीट माहिती एखाद्या टॅक्सी ड्रायव्हरला जशी असते, तशा तुम्हाला युरोपमधल्या सर्व आडवाटा ठाऊक आहेत, अशी तुमची ख्याती आहे. त्यामुळे देशांच्या सरहद्दी ओलांडताना तुम्हाला कसलीही अडचण येणार नाही.''

''अन् माझी युद्धविरोधी भूमिका? ती यात कुठे आड येत नाही ना?''

''अर्थात, अर्थात,'' त्याच्या बोलण्यात थोडासा अस्वस्थपणा प्रथमच प्रगट झाला. ''आम्हाला तोही मुद्दा विचारात घ्यावा लागला. आमचे काम पार पाडण्यास तुम्ही अगदी यथायोग्य आहात. फक्त तुम्हीच ही कामगिरी पार पाडू शकता.''

मग मी हळूच म्हणालो, ''तुम्ही माझी वाजवीपेक्षा जास्त स्तुती करीत आहात. पण जे काही बोलत आहात ते खूपच इंटरेस्टिंग आहे.''

यावर तो घाईघाईने म्हणाला, ''तुम्हाला काय म्हणायचे आहे ते मला समजत नाही. पण मिस्टर कॅव्हेल, तुम्ही कराल ना एवढे आमचे काम?''

“नाही!”

“नाही?” त्याचा चेहरा एकदम निर्विकार झाला. “तुम्ही ‘नाही’ म्हणता? आपल्या देशबांधवांसाठी काम करून दाखवण्याची एक उत्कृष्ट संधी तुमच्यासमोर आपण होऊन चालून आलेली आहे. मरडॉनमध्ये तुम्ही व्यक्त केलेली मते–”

“तुम्ही मघाशी म्हणाला होतात की, माझा व्यवसाय तितकासा ऊर्जितावस्थेला पोचला नाही. गेल्या तीन आठवड्यांत माझ्याकडे एकही अशील फिरकलेले नाही आणि अजून तीन महिने तरी कोणी मजकडे फिरेल असे वाटत नाही. तेव्हा माझी पत व लायकी कशी असेल ते समजू शकते. अन् असे असताना तुम्ही या कामाला मीच फक्त लायक आहे, असे कसे काय म्हणू शकता?”

“म्हणजे तुमचा नकार हा ‘ठाम नकार’ नाही तर!”

“होय.”

“मग किती पैसे पाहिजेत तुम्हाला?”

“जाताना २५० पौंड व आल्यावर २५० पौंड.”

“याच्यापेक्षा कमी नाही का करता येणार?”

“नाही.”

“मिस्टर कॅव्हेल, मी आपणास काही बोललो तर चालेल का?” त्याचा हळूहळू तोल चालला होता.

“नाही चालणार. तुमची ती भाषणे आणि नीतिमत्तेच्या कल्पना या तुमच्या कौन्सिलसाठी तुमच्यापाशीच राहू द्या. आपण आत्ता फक्त व्यावसायिक व व्यावहारिक बोलणे करीत आहोत.”

काही क्षण त्याने माझ्याकडे रोखून पाहिले. चष्म्याच्या जाड काचांआड असलेल्या त्या डोळ्यांत शत्रुत्वाची भावना उमटली. मग त्याने पुन्हा आपल्या ब्रीफकेसमध्ये हात घातला आणि आतून नोटांचे पाच गठ्ठे बाहेर काढले. ते टेबलावर ठेवून तो माझ्याकडे पाहू लागला व म्हणाला, “बरोबर दोनशे पन्नास पौंडांची ही रक्कम आहे.”

“कदाचित तुमच्या कौन्सिलचा सेक्रेटरी, म्हणजे तुम्ही स्वत: बदलण्याची वेळ आली असेल. या जादा १५० पौंडाच्या रकमेमुळे तुम्ही तुमच्या कौन्सिलशी बेईमानी तर करत नाही ना? ही जादा रक्कम मंजूर करण्याचे हक्क तुम्हाला कसे पोचले? का कौन्सिलने यापेक्षाही मोठी रक्कम मंजूर केली असून, तुम्ही मला कमी रक्कम देऊन मधल्यामध्ये माझ्या नावावर काही रक्कम काढून तर घेत नाही ना?”

त्याचे डोळे आता निर्विकार बनले. तो थंडपणे म्हणाला, “तसले काहीही नाही. आम्ही तुम्हाला एक वाजवी रक्कम देऊ केली. पण या कामगिरीचे महत्त्व ओळखून आम्ही तुमची भरमसाठ मागणीही मान्य करायला तयार झालो आहोत.

तुमचे हे पैसे घ्या! घ्या ते!''

"त्या नोटांच्या गड्ड्यांचे रबरबॅन्ड्स काढल्यावर आणि त्या सर्व नोटा तुम्ही माझ्या डोळ्यांसमोर मोजून दाखवल्यावरच मी त्या पैशांना हात लावेन.''

"माय गॉड!'' त्याच्यातील थंडपणा जाऊन त्या जागी आता हिंस्रपणा येत चालला होता. तो म्हणाला, "तुम्हाला प्रत्येक नोकरीतून का काढून टाकले याचे आता मला आश्चर्य वाटत नाही.'' मग त्याने रबरबॅन्ड्स काढले, सर्व नोटांचा मिळून एक गठ्ठा केला आणि प्रत्येक नोट सुटी करून ते पैसे तो मोजू लागला. त्यानंतर तो म्हणाला, "हे घ्या. पाच-पाच पौंडाच्या पन्नास नोटा आहेत. आता तरी तुमचे समाधान झाले ना?''

"होय,'' असे म्हणून मी टेबलाचा उजवा ड्रॉवर उघडला. त्या नोटा, पत्त्याचा कागद व ती चपटी बाटली एवढ्या गोष्टी उचलून ड्रॉवरमध्ये टाकून दिल्या. मार्टिन आपल्या ब्रीफकेसचे पट्टे नीट लावू लागला. पण वातावरणात काहीतरी बदल झाल्याचे त्याला जाणवले. माझ्या बाजूला नको तितका निश्चलपणा अवतरल्याचे त्याला जाणवले असावे. त्याने चमकून मान वर करून माझ्याकडे पाहिले. मग मात्र तो माझ्यासारखाच निश्चल झाला, स्तब्ध झाला, पार गोठून गेला. त्याचे डोळे मात्र विस्फारत गेले व मोठे झाले.

मी त्याला आश्वासन देत म्हणालो, "काही नाही, माझ्या हातात हे पिस्तूल आहे. जपानी बनावटीचे आहे, ऑटोमॅटिक आहे व त्यात नऊ गोळ्या बसतात. याचा सेफ्टी कॅचही मी मागे ओढून ठेवला आहे. पिस्तुलाच्या नळीच्या तोंडावरती एक चिकटपट्टी जरी असली तरी ती पट्टी भेदून गोळी सहज बाहेर पडते. यातील यंत्रणा नाजूक असल्याने आत किडे, धूळ जाऊ नये म्हणून मी ती चिकटपट्टी लावली होती. बाहेर पडणारी गोळी ही सहज तुमच्या शरीरात घुसेल व बाहेर पडून तुमच्या मागे कोणी असेल तर त्याच्याही शरीरात ती घुसेल. तुमचे कोपरापर्यंतचे हात नीट टेबलावर पालथे ठेवा बरं.''

मी सांगितल्याप्रमाणे त्याने केले. तो स्तब्ध रहाण्याचा प्रयत्न करीत होता. तीन फूट अंतरावरून जेव्हा कोणी समोर रोखलेल्या पिस्तुलाच्या नळीकडे पहातो, तेव्हा जसे त्याचे होते, तसेच त्याचे झाले होते; परंतु त्याचे भयभीत झालेले डोळे एकदम नेहमीसारखे झाले. तो फारसा घाबरला नव्हता. अन् त्याचे हे लक्षण मला चांगले वाटले नाही. असे काही झाले की, ती व्यक्ती अधिक धोकादायक बनते असा माझा अनुभव होता. हेन्री मार्टिन हाही तसाच धोकादायक बनला असावा.

तो म्हणाला, "मिस्टर कॅव्हेल, धंदा करण्याची तुमची ही पद्धत भलतीच वेगळी आहे असे दिसते.'' त्याच्या आवाजात कसलाही कंप नव्हता, फक्त आपला अपमान झाल्याची भावना होती. तो पुढे म्हणाला, "हा काय प्रकार

आहे? मला लुबाडण्याचा तर प्रकार नाही ना?''

''असले मूर्ख प्रश्न विचारू नका. माझ्याकडे तुमचे पैसे आले असताना मी तुम्हाला कशाला लुबाडेन? मघाशी तुम्हीच मला म्हणाला होतात की, 'मी काय मूर्ख वाटतो आहे का?' त्या वेळी तुमच्या या प्रश्नाला उत्तर देण्यास योग्य परिस्थिती व वेळ नव्हती. पण आता मी त्या प्रश्नाचे उत्तर देतो. तुम्ही खरोखरीच एक मूर्ख माणूस आहात. मी मरडॉनमध्ये काम केलेले आहे हे तुम्हाला ठाऊक असतानाही तुम्ही तो प्रश्न मला विचारलात म्हणून तुम्ही मूर्ख आहात. मी त्या संशोधन संस्थेत सुरक्षाप्रमुख होतो अन् सुरक्षाप्रमुखाचे पहिले काम हे असते की, खुद्द आपल्याच संस्थेत काय काय विरोधी गोष्टी घडत आहेत त्यांचा वेध घेणे.''

''तुम्ही काय बोलत आहात ते मला समजत नाही.''

''समजेल. ही जी लस येथे आणून दिली ती एका विशिष्ट विषाणूविरुद्ध प्रतिकारशक्ती पुरवणारी आहे. कोणता तो विषाणू?''

''मी फक्त कौन्सिल फॉर वर्ल्ड पीससाठी काम करणारा एक कार्यकर्ता आहे, मध्यस्थ आहे, एजन्ट आहे. मला तांत्रिक तपशील कळत नाही.''

''त्यामुळे फारसे काही बिघडत नाही. तुमच्या माहितीसाठी सांगतो की, मरडॉन संशोधन संस्थेत ज्या ज्या लसी निर्माण होतात त्या ताबडतोब तेथून हलवून एसेक्स परगण्यातील होर्डर हॉल येथे ठेवल्या जातात. फक्त तिथेच ठेवल्या जातात. आजवर; अगदी आत्तापर्यंत अशीच प्रथा पाळली जात आहे. त्यामुळे तुम्ही जी लस भरलेली बाटली मला दिलीत त्यामध्ये अजिबात लस नाही किंवा त्यात असलेच तर कोणते तरी भलतेच विषाणू भरलेले असतील.'' थोडे थांबून मी पुढे म्हणालो, ''दुसरे असे की, अशी काही तेथील महत्त्वाची गोष्ट पळवून आणणे हे कोणाही व्यक्तीला अशक्य असते. मग भले ती व्यक्ती कौन्सिल फॉर वर्ल्ड पीस संस्थेची सहानुभूतीदार असो वा नसो. मरडॉनमधून एवढी महत्त्वाची लस कोणत्याही हुषार माणसाला पळवून आणणे कालत्रयी अशक्य आहे. जेव्हा कामे संपवून शेवटचा माणूस प्रयोगशाळेतून निघून जातो तेव्हा चौदा तासांचे घड्याळ चालू होते. त्या घड्याळाचे कुलूप प्रयोगशाळेला लागते. आत जर कोणी एखादा लपून बसला असेल, चोरून घुसला असेल तर तो आतच अडकून पडतो. ते घड्याळाचे कुलूप १४ तासांनी आपोआप खुले होते. ते बंद असताना कसे उघडायचे याची माहिती फक्त दोनच माणसांना ठाऊक असते. जर कोणी बळजबरीने, धाक दाखवून किंवा ते कुलूप फोडून काही चोरी केली तर लगेच ते समजून येते व पुढील कारवाई सुरू होते.'' माझ्या बोलण्याचा त्याच्यावरती काय परिणाम होतो आहे हे मी थोडेसे थांबून पाहिले. मग परत माझे बोलणे सुरू करून मी म्हणालो, ''तिसरे असे की, परराष्ट्र खात्याचे ऑफिस तुमच्या बाजूने ठामपणे उभे आहे असे तुम्ही म्हणालात. जर तसे

असेल तर मग ती लस पोचवण्याचे कृत्य तुम्ही गुपचूपपणे का करीत आहात? सरळ परराष्ट्र खात्यातील राजनैतिक बॅगेतून ही बाटली सहज पाठवता येईल.''

तो माझ्या बोलण्यावर गप्प बसला होता. त्याच्याकडे या प्रश्नांची उत्तरे नसावीत किंवा तो घाबरला असावा. मी पुढे म्हणालो, ''अन् शेवटचे असे की, तुमच्या हातून एक फार मोठी चूक झालेली आहे, माय फ्रेन्ड. मी काही काळ दहशत-प्रतिबंधक कामगिऱ्यांमध्ये भाग घेतला होता, हे तुम्ही लक्षात घेतलेले नाही. जेव्हा एखादी नवी संस्था ब्रिटनमध्ये स्थापन होते तेव्हा ताबडतोब तिच्यावर सरकारची नजर जाते. ते गुपचूप कसून तपासणी करतात. जेव्हा कौन्सिल फॉर वर्ल्ड पीस या संस्थेचे मुख्य ऑफिस येथे स्थापन झाले तेव्हाही सरकारची कडक नजर या ऑफिसवरती पडली होती. त्या वेळी या संस्थेचा एक सभासद हा वयस्कर होता, दणकट होता, त्याला टक्कल पडले होते आणि त्याला ऱ्हस्व दृष्टीचा चष्मा होता. थोडक्यात तो तुमच्या अगदी विरुद्ध दिसणारा होता. त्याचे नाव हेन्री मार्टिन होते. त्या वेळी तो कौन्सिलच्या लंडनमधील शाखेचा सेक्रेटरी होता. तो एक खराखुरा हेन्री मार्टिन होता.''

यावर त्याने बराच वेळ माझ्याकडे पाहिले. त्याचे भांडे मी फोडले होते. तरीही तो यत्किंचितही घाबरला नव्हता. टेबलावर ठेवलेले त्याचे हात तसेच स्थिर होते. मग तो शांतपणे मला म्हणाला, ''मला वाटते की, आता आणखी काही सांगण्याजोगे तुमच्याकडे उरले नसावे. हो ना?''

''होय.''

''मग आता तुम्ही काय करणार?'' त्याने विचारले.

''मी तुम्हाला स्पेशल ब्रॅन्चच्या हवाली करणार. त्यांना मी आपल्या संभाषणाची ध्वनिमुद्रित टेप देणार. ती एक माझी नेहमीची खबरदारी आहे. जेव्हा कोणी माझ्याकडे येतो तेव्हा मी माझा टेपरेकॉर्डर गुपचूप चालू करतो. ती टेप हा कोर्टात पुरावा म्हणून धरला जाणार नाही, हे मला ठाऊक आहे. पण त्या टेपबरोबर ती चपटी बाटली, तुमच्या बोटांचे ठसे उमटलेल्या २५० पौंडाच्या नोटा आणि तो पत्ता लिहिलेला कागद हेही मी देणार आहे.''

''तुमच्याविषयी मी काही चूक केली आहे असे मला वाटत नाही. पण आपण एक समझोता करू.''

''मी विकला जाणारा माणूस नाही. निदान २५० पौंड रकमेला तर नक्कीच नाही.''

थोडे थांबून त्याने हळू आवाजात विचारले, ''मग ५०० पौंड चालतील?''

''नाही.''

''हजार? एक हजार पौंड मिस्टर कॅव्हेल. मी तुम्हाला ते एका तासात हजर

करून देतो.''

''गप्प बसा,'' असे म्हणून मी फोनचा रिसिव्हर उचलून टेबलावर ठेवला व डाव्या हाताच्या बोटाने नंबर फिरवू लागलो. तिसरा आकडा फिरवीत असतानाच खोलीच्या दारावरती कोणीतरी जोरात ठोठावल्याचे मला ऐकू आले.

मी नंबर फिरवणे सोडून तसाच उठलो, अजिबात आवाज न करता उठलो. जेव्हा मार्टिन माझ्या खोलीत आला होता तेव्हाच, कॉरिडॉरमध्ये बाहेर उघडणारे दार आतून बंद झालेले होते. ते दार जर उघडायचे असेल तर कॉरिडॉरमध्ये उभे राहून कोणीतरी घंटीचे बटण दाबायला हवे होते. तसे केले तरच ते दार आपोआप उघडले जाण्याची व्यवस्था केलेली होती. पण मला तर घंटीचा आवाज ऐकू आला नव्हता. कोणीतरी बाहेरच्या खोलीत आले होते हे नक्की. कदाचित मार्टिनबरोबर येऊन ती व्यक्ती तिथेच थांबून राहिली असावी.

मार्टिनच्या चेहऱ्यावरती आता किंचित हसू उमटले होते. मला ते आवडले नाही. मी माझ्या पिस्तुलाने कोपऱ्याची दिशा दाखवित त्याला हळू आवाजात म्हटले, ''त्या तिकडे कोपऱ्यात तोंड करून उभे रहा. दोन्ही हात उचलून मागे मानेवरती ठेवा.''

यावर तो शांतपणे म्हणाला, ''त्याची काहीही गरज नाही. आपल्या दोघांचा एक मित्र बाहेर आला आहे.''

''मुकाट्याने मी सांगितले तसे करा.'' त्याने त्याप्रमाणे केले. मग मी दारापाशी गेलो व आतून ओरडून विचारले, ''बाहेर कोण आहे?''

''कॅव्हेल, पोलीस आले आहेत. प्लीज, दार उघडा.''

''पोलीस?'' मी म्हणालो. बाहेरच्या व्यक्तीचा आवाज मला ओळखीचा वाटत होता. पण कोणत्याही माणसाचे हुबेहूब आवाज काढून बोलणारे अनेकजण मला ठाऊक होते. तसाच प्रकार येथे असावा, असे समजून मी म्हणालो, ''तुमचे आयडेन्टिटी कार्ड दरवाजाच्या खालून आत सारा.'' नंतर मी मार्टिनकडे पाहिले. त्याची स्थिती बदलली नव्हती.

दारापलीकडे काहीतरी हालचाल झाली. मग एक कार्ड आत सारले गेले. त्यावर D. H. Hardanger असे नाव होते. टेलिफोन नंबर होता. त्या कार्डावरती बाकी काहीही नव्हते. कसलेही खात्याचे नाव नव्हते, बोधचिन्ह नव्हते, की आणखी काही तपशील छापलेला नव्हता; परंतु पोलीस सुपरिन्टेन्डन्ट हार्डेन्जर तसले व्हिजिटिंग कार्ड हे बिनदिक्कत आपले ओळखपत्र म्हणून वापरीत होता. माझ्यासारख्या फारच थोड्याजणांना हे ठाऊक होते. ते कार्ड आणि तो आवाज यावरून बाहेरची व्यक्ती ही नक्कीच हार्डेन्जर आहे हे मी मानले. मी मुकाट्याने दार उघडले.

सुपरिन्टेन्डेन्ट हार्डेन्जर सहा फुटांपेक्षा जास्त उंचीचा होता. त्याची देहयष्टी भव्य होती. चेहरा लालसर होता. अंगात विटक्या खाकी कापडाचा गणवेश होता. त्याचा जबडा बुलडॉगसारखा होता. गेली अनेक वर्षे मी हार्डेन्जरला असाच पहात आलो होतो. त्याच्याबरोबर आणखी एक लहान वाटणारा माणूस होता. तोही तशाच विटक्या खाकी कपड्यात होता. मी त्याच्याकडे ओझरती नजर टाकली. आपला ११२ किलो वजनाचा देह सावरीत हार्डेन्जरने खोलीत पाऊल टाकले. त्यामुळे मला थोडे मागे हटावे लागले.

हार्डेन्जर किंचित हसत म्हणाला, ''ठीक आहे कॅव्हेल, ते पिस्तूल आता खाली करा. तुम्हाला आता कसलाही धोका नाही.'' हार्डेन्जरच्या निळ्या डोळ्यांत मिस्कील भाव होते.

मी त्यावर म्हणालो, ''सॉरी! आधी या कोपऱ्यातील माणसाची झडती घ्या. त्याखेरीज मी माझे पिस्तूल बाजूला ठेवणार नाही. मी आता तुमच्या खात्यात काम करीत नाही. अन् या पिस्तुलाच्या वापराचा मी परवाना काढला आहे.''

हेन्री मार्टिन अद्यापही आपले हात मागे ठेवून उभा होता. तो आता हळूहळू वळला. आमच्याकडे त्याने तोंड केले. त्याने हार्डेन्जरकडे हसून पाहिले. हार्डेन्जरनेही त्याला हसून प्रतिसाद दिला व त्याला म्हटले, ''जॉन, मी तुमची झडती घेऊ का?''

''रादर नॉट सर! मला त्या वेळी किती गुदगुल्या होतात हे तुम्हाला माहिती आहे.''

मी त्या दोघांकडे आळीपाळीने पहात राहिलो आणि मग सावकाश माझे पिस्तूल मी खाली केले. मी म्हणालो, ''ठीक आहे. हा सारा काय प्रकार आहे त्याचा खुलासा करता का मला?''

''कॅव्हेल, मी त्याबद्दल तुमची मनापासून माफी मागतो,'' हार्डेन्जर आपल्या घोगऱ्या आवाजात म्हणाला, ''पण हे आम्हाला करणे भाग पडले. कारण ते तसेच जरुरीचे होते. किती जरुरीचे होते त्याचा मी तुम्हाला खुलासा करेनच. या व्यक्तीचे आडनाव खरोखरीच मार्टिन आहे. पण पहिले नाव हेन्री नसून जॉन आहे. ते स्पेशल ब्रॅन्चमध्येच काम करतात. इन्स्पेक्टर आहेत. कॅनडातील टोरोन्टोहून नुकतेच ते परतले आहेत. त्यांचे आयडेन्टिटी कार्ड तुम्हाला पहायचे आहे का? का माझा शब्द पुरेसा आहे?''

मी माझ्या टेबलाकडे आलो. हातातले पिस्तूल ड्रॉवरमध्ये ठेवले. मग ती चपटी बाटली, २५० पौंडाच्या नोटा व तो पत्त्याचा कागद काढून टेबलावर ठेवला. माझ्या चेहऱ्यावर राग प्रकट झाला होता. पण मी मोठ्या संयमाने माझा आवाज शांत ठेवला.

मी मार्टिनला शांतपणे म्हणालो, ''मिस्टर मार्टिन, तुमचे प्रस्ताव आणि

तुम्ही देऊ केलेल्या सर्व गोष्टी घ्या आणि येथून ताबडतोब निघा. अन् हार्डेन्जर, तुम्हीसुद्धा निघा. हा कसला मूर्ख पोरखेळ आहे का तमाशा आहे? अन् कशासाठी अशी चेष्टा चालवली? चला, चालते व्हा आधी! या उंदीर मांजराच्या खेळात मला उगीच उंदीर बनवू नका. मग भले तसला खेळ स्पेशल ब्रॅन्चने केला तरी!''

हार्डेन्जर निषेधाच्या सुरात म्हणाला, ''कॅव्हेल, जरा शांत व्हा. हे असे करणे अत्यंत गरजेचे होते आणि–''

''थांबा, जरा मला बोलू द्या त्यांच्याशी,'' असे म्हणून खाकी कपड्यातील तो छोटा माणूस हार्डेन्जरला वळसा घालून माझ्या पुढे आला. मी प्रथमच त्याला नीट पाहू लागलो. तो एक लष्करातील अधिकारी होता. नक्कीच कॅप्टनच्या वरच्या पदावरचा होता. त्याच्या वागण्यात अधिकारपदाचा आव होता. असे लोक मला अजिबात आवडत नाहीत. तो मला म्हणाला, ''मी मेजर-जनरल क्लिव्हडेन. मी आपल्याला–''

मी त्याचे वाक्य तोडून म्हणालो, ''मेजर-जनरलच्या हुद्द्यावरील एका अधिकाऱ्यावर मी धावून गेलो म्हणून मला सैन्यातून काढून टाकले होते, हे लक्षात घ्या. आता मी एक सिव्हिलियन आहे. पुन्हा तसे करायला मी कचरणार नाही. तेव्हा तुम्हीसुद्धा माझ्या ऑफिसातून ताबडतोब चालते व्हा.''

''ते कसे आहेत याची मी तुम्हाला पूर्वकल्पना दिली होती,'' हार्डेन्जर त्याला पुटपुटत म्हणाला. मग त्याने आपले रुंद खांदे उडवले व आपला हात खिशात घालून एक मनगटी घड्याळ बाहेर काढले. ''ठीक आहे, कॅव्हेल. आम्ही जातो. पण जाण्याआधी ही वस्तू तुम्ही ताब्यात घ्या. हे घड्याळ तुमच्याजवळच ठेवून द्या. लंडनमध्ये दुरुस्तीसाठी ते आले होते. तिथून ते काल जनरल साहेबांच्या ऑफिसकडे पाठवून देण्यात आले होते.''

मी तीव्रपणे म्हणालो, ''तुम्ही काय बोलता आहात?''

''मी क्लॅन्डनबद्दल बोलतो आहे. मरडॉनमध्ये तुमच्यानंतर तुमच्या जागेवर आलेला सिक्युरिटी चीफ. तुमचा तो एक जवळचा मित्र होता असे मी धरून चालतो.''

त्याने पुढे केलेल्या घड्याळाला मी स्पर्श केला नाही. मी म्हणालो, ''काय म्हणालात? 'मित्र होता'? म्हणजे काय? क्लॅन्डनबद्दलच बोलता आहात ना?''

''होय. क्लॅन्डन. आता ते नाहीत. मरण पावलेत. त्यांचा खून झाला. काल रात्री कोणीतरी मरडॉनच्या प्रयोगशाळेत शिरले. तर आज सकाळी ते कळले....''

मी त्या तिघांकडे आळीपाळीने पाहिले आणि मग खिडकीबाहेर पाहिले. बाहेर धुके जमू लागले होते. थोड्या वेळाने मी त्यांना म्हणालो, ''तुम्ही तिघेही नीट बसून बोला.''

मरडॉन संशोधन संस्थेत रात्री गस्त घालणाऱ्या एका सुरक्षारक्षकाला रात्री

दोन वाजता क्लॅन्डनचा मृतदेह दिसला. 'ई' ब्लॉक इमारतीमध्ये एका अवजड पोलादी दरवाजापाशी तो देह कॉरिडॉरमध्ये पडला होता. क्लॅन्डन मृत पावल्याचे नि:संशय कळत होते. पण तो कशामुळे मरण पावला ते अद्याप समजत नव्हते. कारण त्या देहाचा ताबा संस्थेत रहाणाऱ्या डॉक्टरांनी घेतला होता. क्लॅन्डनच्या मृतदेहाजवळ ते कोणालाही जाऊ देत नव्हते. त्या बाबतीत काही कठोर नियम केलेले होते. ते नियम कसोशीने पाळले जात होते. जेव्हा संस्थेत धोक्याची घंटा वाजू लागली तेव्हाच ही केस स्पेशल ब्रॅन्चच्या अखत्यारित आली. फक्त स्पेशल ब्रॅन्च. बाकी कोणाचाही या केसवर अधिकार नव्हता.

मग ताबडतोब सीनिअर पहारेकऱ्याला स्पेशल ब्रॅन्चच्या माणसांनी बोलावले. तो लगेच आला व जैविक संसर्गाच्या धाकामुळे मृतदेहापासून सहा फूट अंतरावर येऊन थांबला. त्याने आपल्या जबानीत सांगितले की, क्लॅन्डनसाहेब हे मृत्यूपूर्वी खूप आजारी होते. क्लॅन्डनला मरताना झटके आले असावेत आणि खूप यातना झाल्या असाव्यात. ती सर्व लक्षणे ही पूर्वी त्याला झालेल्या प्रुसिक ॲसिडच्या विषबाधेची होती. प्रुसिक ॲसिड या विषाला कडू बदामाचा वास येतो. जर तसा वास जवळ आलेल्या एखाद्या पहारेकऱ्याला आला असता तर तात्पुरते का होईना, पण आजाराचे निदान खात्रीपूर्वक झाले असते, पण तसे घडणे हेही अशक्य होते. कारण गस्त घालणाऱ्या सर्व पहारेकऱ्यांना स्पेस-सूट सारखा एक सूट वापरावा लागत होता. त्यामुळे बाहेरच्या हवेशी त्यांचा बिलकूल संपर्क येऊ शकत नव्हता. त्या सूटमध्येच ऑक्सिजन सिलिंडर अंतर्भूत होता. त्या जैविक संशोधन संस्थेत कसलाही घातक संसर्ग हवेतून होऊ नये किंवा कोणीही घातक वायू सोडून गस्तीवरच्या पहारेकऱ्यांना बेशुद्ध करू नये किंवा ठार करू नये म्हणून तशी खबरदारी घेतलेली होती.

त्या सीनिअर पहारेकऱ्याला आणखी वेगळेच काही दिसले होते. समोरच्या पोलादी दाराला घड्याळावर चालणारे कुलूप घातलेले होते. १४ तास दार बंद ठेवणाऱ्या त्या कुलपाची वेळ संध्याकाळी ६ ते दुसऱ्या दिवशी सकाळी ८ वाजेपर्यंत असायची. त्याऐवजी त्या कुलपाचे घड्याळ हे रात्री १२ ला लावून ठेवले होते. म्हणजे दुसऱ्या दिवशी दुपारी २ वाजेपर्यंत ते दार उघडले जाणार नव्हते. जर कोणाला त्या कुलपाचे सांकेतिक नंबर ठाऊक असेल तरच ते कुलूप उघडता येणार होते. आता ती एक नंबरची प्रयोगशाळा उद्यापर्यंत बंदच रहाणार होती.

वरील सर्व माहिती हार्डेन्जरने मला सांगितली नाही. त्याच्याबरोबर आलेल्या त्या मेजर-जनरलने ती माहिती मला सांगितली. मी ती सर्व माहिती ऐकून घेतली व त्याला विचारले, "पण तुम्ही का हे सांगता? या प्रकरणात तुम्ही का रस घेता आहात?"

यावर हार्डेन्जरने खुलासा केला. तो म्हणाला, ''रॉयल आर्मी मेडिकल कोअरमध्ये मेजर-जनरल हे सेकंड-इन-कमांड आहेत. त्यामुळे आपोआपच मरडॉन संशोधन संस्थेचे ते डायरेक्टर बनले आहेत.''

''पण मी त्या संस्थेत असताना ते तिथे नव्हते,'' मी माझी शंका प्रगट केली.

मेजर-जनरल यावर म्हणाला, ''माझे वरिष्ठ नुकतेच सेवानिवृत्त झाल्याने मला डायरेक्टरच्या पदावरती पाठवण्यात आले. माझ्या वरिष्ठांनी प्रकृतीच्या कारणावरून लवकर सेवानिवृत्ती पत्करली होती. मी लंडनमध्ये असताना मरडॉनमध्ये रुजू होण्यास जात होतो. अशा वेळी ती घटना घडली व त्याचा पहिला अहवाल मला कळवण्यात आला. मग मी पोलीस खात्याला, म्हणजे हार्डेन्जर यांना ताबडतोब सारे काही कळवले. नंतर ऑक्सिॲसिटिलीन फ्लेम वापरणाऱ्या तुकडीला मी ताबडतोब घटनास्थळी जाऊन तो दरवाजा ॲसिटिलीनच्या ज्योतीने कापून काढायला सांगितला. स्पेशल ब्रॅन्चच्या देखरेखीखाली ते काम चालू होईल.''

ऑक्सिजन व ॲसिटिलीन वायू यांची बनलेली ज्योत ही अत्यंत प्रखर असते. त्यात एवढी उष्णता निर्माण होते की, त्यापुढे कोणताही धातू वितळतो. मी मेजर-जनरलकडे रोखून पहात म्हटले, ''काय, वेड लागले काय तुम्हाला?''

''मला समजले नाही, तुम्हाला काय म्हणायचे आहे?''

''तो दरवाजा ज्योतीने कापून काढायचा प्रयत्न ताबडतोब थांबवा. तसा तो दरवाजा काही तासांत कापला जाईल खरे, पण खुद्द तो दरवाजा म्हणजे एक संकट आहे. दरवाजाच्या पोटात एक स्टील प्लेट असून, तिच्यामधून दोन हजार व्होल्टचा विजेचा प्रवाह खेळता ठेवला आहे. शिवाय दरवाजाच्या पोटात एका अत्यंत घातक वायूचा साठा ठेवला आहे. तुम्ही दरवाजा कापायला गेलात तर तो वायू मुक्त होईल. पुढचे मी सांगायला नको.''

''मला हे ठाऊक नव्हते. मी नुकताच या पदावरती आलो आहे,'' मेजर-जनरल पडत्या आवाजात म्हणाला.

मी पुढे गंभीर आवाजात बोलू लागलो, ''आता मी हे सांगितल्यावरती तुम्ही खबरदारी घेऊन दरवाजा कापालही. पण पुढे काय करणार? आत जाणार? आत गेल्यावर काय घडेल याची कल्पना आहे तुम्हाला?'' मेजर-जनरल काहीच बोलेना. मग मी माझा आवाज खाली आणून बोललो, ''मेजर-जनरल, दार कापल्यानंतर तुम्ही काय कराल ते अजून तुम्ही ठरवले नाही. कारण तुम्ही आत जाण्यासाठी घाबरत आहात. हो ना? याचे कारण आत कोणीतरी दडून बसले असेल असे तुम्हाला वाटते आहे. जी कोणी व्यक्ती आत असेल ती व्यक्ती निष्काळजी असेल. मग ती व्यक्ती प्रयोगशाळेतील एखाद्या कंटेनरला अडखळून पडली असेल किंवा एखादे काचपात्र तिच्याकडून फुटले असेल किंवा कोणत्या

तरी घातक द्रवपदार्थाच्या भांड्याला तडा गेला असेल. मग त्यातून ते घातक वायू, संसर्गजन्य विषारी जंतू, जिवाणू वगैरे गोष्टी बाहेर पडून आतल्या वातावरणात पसरल्या असतील. अशा वेळी दार कापल्यानंतर आत कसे शिरावे? असा भीतिदायक प्रश्न तुमच्या मनात उभा आहे. जर वातावरणात ते घातक विषाणू पसरले असतील तर त्यांचे ऑक्सिडेशन होण्यासाठी किमान बारा तास तरी लागणार. मगच ते निष्क्रिय होणार. त्याआधीच आत शिरले तर त्या विषाणूचा संपर्क होऊन माणूस मरून जाईल. तेव्हा आज दुपारपर्यंत तरी त्या प्रयोगशाळेचा दरवाजा कापून आत कोणीही शिरू नये ही गोष्ट मेजर-जनरल तुमच्या कशी लक्षात आली नाही? प्रुसिक ॲसिडची विषबाधा झाल्यावर जी लक्षणे दिसतात तशीच बॉट्युलिनस जंतुबाधेची लक्षणे दिसतात. त्या दोन्ही पहारेकऱ्यांची तपासणी केली तुम्ही? त्यांना बाधा झाली आहे की नाही हे पाहिले तुम्ही? ज्या सीनिअर पहारेकऱ्याने तुम्हाला फोन केला, त्याने आपल्या तोंडावरचा मुखवटा दूर करताच त्याला जंतुबाधा अगर विषाणूबाधा होईल. तशी ती त्याला बाधा झाली आहे की नाही हे पाहिले तुम्ही? जर त्याला बाधा झाली असेल तर तो एव्हाना मरायला हवा. बाधा झाल्यापासून एका मिनिटात मृत्यू होतो.''

आता मेजर-जनरल आणखी घाबरला, हादरला. त्याच्या हातापायांना कंप सुटला. त्याने फोन उचलून कोणता तरी नंबर डायल करायला सुरुवात केली.

मी हार्डेन्जरला म्हणालो, ''तर आता सुपरिन्टेन्डन्ट महाशय, मला खुलासा करा.''

''कोणता खुलासा? मार्टिनला तुमच्याकडे पाठवल्याचा ना?''

''होय.''

''त्यासाठी दोन कारणे आहेत. पहिले कारण म्हणजे तुम्ही संशयित नंबर एक आहात.''

''काय म्हणालात? पुन्हा ते बोला बरे.''

''याचे कारण तुम्हाला मरडॉनमधून काढून टाकले होते.'' तो बेधडक सांगत गेला. ''काढून टाकताना तुमच्या बाबतीत गूढता होती. संशयाचे धुके होते. तुमची मरडॉन संस्थेबाबतची मते प्रसिद्ध होती. त्यातून कायदा आपल्या हातात घेण्याची वृत्ती तुमच्यामध्ये आहे.'' मग तो हसून पुढे म्हणाला, ''मलाही त्याचा पुरेपूर अनुभव तुमच्याकडून आला आहे.''

''ह्या एवढ्या कारणावरून मी माझ्या सर्वांत जवळच्या मित्राचा खून करेन असे वाटले तुम्हाला?'' मी हिंस्रपणे म्हणालो.

''मरडॉनमधील संपूर्ण सुरक्षेच्या रचनेची तपशीलवार माहिती ठाऊक असलेले तुम्हीच एकमेव अशी बाहेरची व्यक्ती आहात. फक्त तुम्हीच एकटे. त्या जागेत

शिरून सहीसलामत बाहेर पडणे हे तुम्हा एकट्यालाच जमण्याजोगे आहे.'' एवढे म्हणून हार्डेन्जर सूचकपणे काही क्षण थांबला. मग तो सावकाश म्हणाला, ''तिथल्या प्रयोगशाळांच्या भक्कम दरवाजांची कुलपे उघडण्याचे सांकेतिक नंबर फक्त तुम्हालाच ठाऊक आहेत. बाकी कोणालाही ठाऊक नाहीत. ते सांकेतिक नंबर हे फक्त ती दारे ज्या कारखान्यात बनवली तिथेच बदलता येतात. तुम्हाला काढून टाकल्यावर ते नंबर बदलण्याची खबरदारी कोणीही घेतली नाही. तशी जरुरी कोणालाच वाटली नाही.''

''मला एकट्यालाच ते नंबर ठाऊक होते असे नाही. सिव्हिलियन डायरेक्टर डॉ. बॅक्स्टर यांनाही ते ठाऊक आहेत.''

''पण डॉ. बॅक्स्टर हे गायब झाले आहेत. कुठेच सापडत नाहीत. त्यांना झटपट शोधून काढायला हवे. त्यामुळे आम्हाला तुमच्याकडे येणे भाग पडले. तुम्ही आज सकाळी घरून बाहेर पडल्यावरती लगेच आम्ही तुमच्या घरी गेलो व तुमच्या पत्नीकडे तुमची चौकशी केली. ती म्हणाली–''

''तुम्ही माझ्या घरी गेलात?'' मी त्याच्याकडे रोखून पहात चिडून म्हणालो, ''मेरीला प्रश्न विचारलेत? तिला त्रास दिलात? मला वाटते की तुम्ही फारच–''

''एवढा त्रास करून घेऊ नका,'' हार्डेन्जर रुक्षपणे म्हणत होता. ''मी स्वत: तुमच्या घरी गेलो नाही. मी एका ज्युनिअर ऑफिसरला तुमच्या घरी पाठवले. तरीही माझे चुकलेच. दोन महिन्यांपूर्वी लग्न झालेल्या बाईला तिच्या नवऱ्याविरुद्ध प्रश्न विचारणे हे चूकच आहे. मात्र, काल रात्रभर तुम्ही घरीच होता, बाहेर कोठेही गेला नाहीत, असे तिने सांगितले.''

मी काहीही न बोलता त्याच्याकडे रोखून पाहिले. तो म्हणत होता, ''आता यावर तुमच्या मनात असाही विचार आला असेल की, मेरीने अद्याप आपल्याला फोन कसा केला नाही? किंवा मेरीने काही खोटेनाटे तर पोलिसांना सांगितले नाही ना? पण तुमची पत्नी मेरी खोटे बोलणारी नाही. मी तिला किती चांगले ओळखतो हे तुम्ही विसरला आहात. दुसरी गोष्ट, 'तिने तुम्हाला फोन केला नाही,' असे म्हणण्यापेक्षा 'ती फोन करू शकली नाही' असे म्हणणे योग्य ठरेल. कारण तुमच्या घरचे फोन कनेक्शन आम्ही तोडले होते. तसेच येथलेही फोन कनेक्शन तात्पुरते तोडले होते. तुम्ही मार्टिनशी जे जे बोलला ते ते मी बाहेर उभे राहून सर्व ऐकले आहे. थोडा वेळ का होईना, पण तुम्ही मला काळजी करायला लावलीत; परंतु मार्टिनने आपली भूमिका फार छान बजावली. अवघ्या बारा मिनिटांत त्याने सत्य काय ते बाहेर काढले. त्याच्या या भूमिकेबद्दल त्याला खरोखरीच एखादे ऑस्कर अॅवार्ड द्यायला हवे. ते असो. परंतु आम्हाला हे सारे नाटक करणे भागच होते. त्याला आमचा खरोखरीच नाईलाज होता.''

“नाईलाज होता? वाऽ! काय पण मार्ग शोधलात? काल रात्री मी मरडॉनमध्ये नव्हतो याची खातरजमा करून घेण्यासाठी तुम्हाला तुमची माणसे तिकडे पाठवता आली असती. टॅक्सी स्टॅन्ड, रेस्टॉरन्ट्स, थिएटर्स वगैरेमध्ये चौकशी करून मी तिथे काल होतो की नाही याची खातरजमा करून घेता आली असती,” मी चिडून म्हणालो.

“होय; परंतु जर तुम्ही मरडॉनमध्ये शिरून गुन्हा केला असेल तर तुमच्या देशभक्तीची परीक्षा करूनही ते ठरवता आले असते. म्हणून आम्ही हे नाटक रचून तुम्हाला ती खोटी ऑफर दिली. पण तुम्ही त्या गुन्ह्यात नाही, अजिबात नाही, याची आम्हाला खात्री पटली आहे. दुसरे असे की, या मार्गाने फारसा वेळ न घालवता आम्हाला खरे काय ते जाणून घेता आले. अन् तिसरे असे की, जर तुम्ही तो खून केला नसेल तर खरा खुनी शोधण्यासाठी आम्हाला तुमची मदत लागणारच. कारण क्लॅन्डन मरण पावले आहेत व बॅक्स्टर हरवले आहेत. मरडॉनची सुरक्षाव्यवस्था संपूर्णपणे जाणणारे तुम्हीच फक्त उरलेला आहात. तुमचे सहकार्य आम्हाला मिळवावेच लागणार. त्याआधी आमची शंका आम्हाला फेडून घ्यायची होती. तर असा हा सारा गुंतागुंतीचा मामला बनला होता. आमचा निर्णय होत नव्हता. फक्त तुम्हीच हे रहस्य सोडवू शकाल किंवा त्याच्यावर काही ना काही प्रकाश पाडाल असा मला विश्वास आहे.”

“क्लॅन्डन मृत्यू पावला आहे आणि बॅक्स्टर गायब झाला आहे, अन् तुम्हाला ते दार उघडायचे आहे. तेव्हा तुम्हाला माझ्याखेरीज दुसरा पर्याय नाही. म्हणून तुम्ही माझी मदत घेत आहात,” मी रागावून म्हणालो.

“हं, हाही एक मुद्दा आहेच,” त्याने ते मान्य करीत म्हटले.

“हाही एक मुद्दा आहेच,” मी त्याची नक्कल करीत म्हणालो. “खरे तर एवढेच तुम्हाला माझ्याकडून साधायचे आहे. जेव्हा ते दार मी उघडून देईन तेव्हा माझे महत्त्व संपेल. मला तुम्ही घालवून द्याल. हो ना?”

“असे पहा, आम्ही हे सारे तुमच्या मर्जीवर सोपवतो. मग तर झाले?”

“तेवढ्याने ही समस्या सुटणार नाही. यापेक्षा काहीतरी अधिक केले पाहिजे.”

“होय. त्यासाठी आम्ही तुम्हाला स्वातंत्र्य देतो. तुम्ही जे काही कराल ते आम्हाला मान्य आहे,” हार्डेन्जर काकुळतीला येऊन म्हणाला.

“पण हे तुमच्या सर्वोच्च वरिष्ठांना, त्या जनरल साहेबांना आवडणार नाही.” हार्डेन्जरच्या वरिष्ठ साहेबाचा उल्लेख नावाने न करता नुसताच ‘जनरल’ अशा शब्दाने करीत. बऱ्याचजणांना तर त्यांचे खरे नाव ठाऊकही नव्हते.

हार्डेन्जर म्हणाला, “मी ही बाब जनरलबरोबर बोलून आधीच पक्की केली आहे. तुमचे म्हणणे बरोबर आहे. त्यांना तुमच्या हातात केस द्यायला आवडले नाही.

माझा असा संशय आहे की, त्यांना तुम्ही आवडत नसावेत.'' मग कडवटपणे हसत तो पुढे म्हणाला, ''त्यांना त्यांचे नातेवाईकही असेच आवडत नाहीत.''

''म्हणजे तुम्ही हे सगळे आगाऊ ठरवूनच माझ्याकडे आलात. ठीक आहे. त्याबद्दल थॅन्क्स!'' मी म्हणालो.

''कारण तुम्ही त्या वेळी 'संशयित नंबर एक' होतात. पण मला तुमचा संशय कधीही आला नाही. आत्ताचा तुमच्याबद्दलचा संशय फेडून घेण्याचा प्रसंग सोडून द्या. त्याचे एवढे काही मनावर घेऊ नका. गेल्या काही वर्षांत आमची कित्येक चांगली माणसे त्यामुळे खात्यातून निघून गेली आहेत.''

''ठीक आहे! मग कधी निघायचे? आत्ता?'' एव्हाना त्या मेजर-जनरलने फोनवरचे बोलणे संपवून रिसिव्हर खाली ठेवला होता. पण त्याच्या हाताला सुटलेला कंप मला अजूनही कळत होता.

''तुम्ही तयार असाल तर निघू या.''

''त्या आधी मला एक छोटे काम उरकू द्या.'' मी कोणते काम करणार याची हार्डेन्जरला कल्पना होती. पण त्याने आपल्या चेहऱ्यावरती अजिबात तसले भाव दर्शवले नाहीत. चेहरा निर्विकार ठेवण्यात तो वाकबगार होता. पण तरीही त्याच्या डोळ्यांत एक प्रकारची उत्सुकता मला दिसली. ती मात्र त्याला लपवता आली नाही.

मी मेजर-जनरलला विचारले, ''मरडॉनला केलात फोन? तिथली सुरक्षा व्यवस्था काय म्हणते आहे? नवीन काही बातमी?''

''तिकडे सारे काही ठीक आहे. असे दिसते की, जंतू किंवा विषाणूमुळे क्लॅन्डनचा मृत्यू झाला नाही. सर्व प्रयोगशाळा बंद करून त्यावरती चोहोबाजूने पहारा ठेवला आहे.''

''आणि डॉ. बॅक्स्टर यांची काही बातमी?''

''कसलाही सुगावा अजून लागला नाही. ते–''

''कसलाही सुगावा अजून लागला नाही? म्हणजे याचा अर्थ आपण दोन माणसे गमावली. हाही एक योगायोग समजायचा का?''

''तुम्ही काय म्हणता ते मला काही समजत नाही,'' मेजर-जनरल थोडासा त्रासून म्हणाला.

''माझ्या आधी माझ्या जागेवर ईस्टन डेरी होते. दोन महिन्यांपूर्वीच ते नाहीसे झाले. माझ्या लग्नाला ते हजर राहिले होते. त्यानंतर सहाच दिवसांनी ते गायब झाले. अजूनही ते परतले नाहीत किंवा त्यांचा काही मागमूस लागला नाही. तुम्हाला हे ठाऊक असेलच म्हणा,'' मी म्हणालो.

''मला कसे हे ठाऊक असेल?'' मेजर-जनरल थोडासा उसळून म्हणाला. हा बुटका माणूस चिडखोर आहे हे आता मला कळून चुकले. रॉयल आर्मीमध्ये

डॉक्टर असलेला हा मेजर-जनरल सैन्यातच आहे म्हणून बरे. जर त्याने सैन्यात न जाता स्वतंत्रपणे आपला डॉक्टरी व्यवसाय सुरू केला असता आणि मी त्याचा पेशंट असतो तर? पण तसे काही नाही म्हणून मला बरे वाटले. तो पुढे म्हणाला, ''माझी नेमणूक झाल्यापासून मी आत्तापर्यंत फक्त दोनदाच मरडॉनमध्ये गेलो आहे.... बरं, ते असो. तर ते मिस्टर बॅक्स्टर. ते हरवले आहेत. ते आल्फ्रिंगहॅमपाशी एका निवांत बंगल्यात आपल्या विधवा बहिणीबरोबर रहात होते. तो बंगला आल्फ्रिंगहॅमपासून पाच मैलांवरती आहे. 'काल रात्री ते घरी परतले नाही,' असे त्यांच्या बहिणीने सांगितले. तसे ते नेहमीपेक्षा उशिरा बाहेर पडले होते.'' मग तो हार्डेन्जरकडे वळून घाई करीत म्हणाला, ''सुपरिन्टेन्डन्ट, आपल्याला तिकडे ताबडतोब जायला हवे.''

''होय अन् आपल्याबरोबर मिस्टर कॅव्हेल हेही येतील.''

''ते ठीकच होईल,'' असे त्याने माझ्याकडे वळून न पहाता म्हटले. त्याला माझे येणे हे आवडले नसावे. पण त्याबद्दल मी त्याला दोष देत नाही. सैन्यात शिरल्यावर मेजर-जनरलच्या पदावर पोचेपर्यंत त्याचे मन हे 'सैनिकी' बनले होते. त्या सैनिकी मनानुसार सारे जग हे कसे नीटनीटके, नियमबद्ध व आखीव असते. त्यात खासगी डिटेक्टिव्ह लोकांना जागा नसते; परंतु तो माझ्याशी जमेल तितके नम्रपणे वागू पहात होता. समोरची परिस्थिती जमेल तेवढी सुधारण्याचा प्रयत्न करीत होता. तो म्हणाला, ''आम्ही शक्य तितकी मदत तुमच्याकडून नक्कीच घेऊ. मग निघायचे आता?''

''त्या आधी मला माझ्या बायकोला फोन करून काय झाले आहे ते कळवू द्या– अर्थातच तिचा तोडलेला फोन पुन्हा जोडलेला असेल तरच...'' हार्डेन्जरने यावर आपली मान डोलावली. मग मी फोनचा रिसिव्हर उचलून घेण्यास हात पुढे केला.

पण त्या आधीच मेजर-जनरलचा हात फोनवर पडला होता. त्याने रिसिव्हर दाबून धरला होता. तो म्हणाला, ''मिस्टर कॅव्हेल, प्लीज फोन करू नका. या बाबतीत आपण कडक सुरक्षितता पाळली पाहिजे. मरडॉनमध्ये काय घडले याची बातमी बाहेर पडता कामा नये. ती बातमी कोणालाही, अगदी कोणालाही, समजता कामा नये.''

मी त्याचे मनगट धरून त्याचा हात बाजूला केला. पण तरीही त्याच्या हातून रिसिव्हर सुटला नव्हता. मग मी तो रिसिव्हरही त्याच्या हातून काढून घेतला आणि हार्डेन्जरला म्हटले, ''प्लीज, त्यांना नीट समजावून सांगा.''

हार्डेन्जरला तसे करणे जिवावर आल्यासारखे वाटत होते. जेव्हा मी नंबर फिरवू लागलो तेव्हा तो मेजर-जनरलला उद्देशून म्हणाला, ''मिस्टर कॅव्हेल आता सैन्यातील नोकरीत नाहीत आणि स्पेशल ब्रॅन्चच्या हुकमतीखालीही ते येऊ

शकत नाहीत. त्यातून–अंऽ – ते सहसा कुणाचे हुकूम मानीत नाहीत. हुकमांची त्यांना एक प्रकारची ॲलर्जी आहे असे समजा.''

''पण ऑफिशियल सीक्रेट्स ॲक्टनुसार आपण–''

''सॉरी,'' हार्डेन्जर आपले डोके हलवित बोलला, ''काही गोपनीय माहिती, संबंधित सरकारी अधिकाऱ्याने जर एखाद्या नागरिकाला आपण होऊन उघड केली, तर त्यातली गोपनीयता आपोआप रद्द होते. कॅव्हेल यांनी आपल्याला काहीही विचारलेले नसताना आपण त्यांना सारी माहिती दिली आहे. त्यांच्यावर आपले कसलेही बंधन नाही, की ते त्यासाठी उपकृत नाहीत. अन् आपल्याला त्यांच्याकडून सहकार्य मिळवायचे आहे.''

मग मी घरी बायकोला फोन केला. तिला सांगितले की, 'मला अटक वगैरे काहीही झाली नसून मी आता मरडॉनमध्ये जाण्यासाठी निघत आहे. नंतर दिवसभरात परत कधीतरी फोन करेन.'

मग फोन खाली ठेवून मी माझा कोट अंगावर चढवला. कोटाच्या आतल्या खिशात माझे पिस्तूल ठेवले. ते जपानी पिस्तूल बऱ्यापैकी मोठे होते. पण माझा कोटही तसा ढगळ असल्याने आत बरीच जागा होती. हार्डेन्जर निर्विकारपणे माझी कृती पहात होता, तर मेजर-जनरल मात्र नापसंतीने पहात होता. त्याने दोनदा काहीतरी बोलायचा प्रयत्न केला. पण ऐन वेळी न बोलणेच पसंत केले. त्याच्या दृष्टीने सारे काही नियमबाह्य चाललेले होते.

पण तो खूनही तसा नियमबाह्यच होता ना!

# दोन

मरडॉन संस्था ही लष्कराची संशोधन संस्था होती. त्यामुळे आमच्यासाठी सैन्याचे एक खास हेलिकॉप्टर वाट पहात होते; परंतु धुके एवढे दाट पडले होते की, हेलिकॉप्टरचा वापर करण्यात अर्थ नव्हता. म्हणून आम्ही एका मोठ्या जग्वार मोटारीतून निघालो. साध्या वेषातील पोलिसांचा एक ड्रायव्हर ती गाडी चालवित होता. धुक्यातून गाडी चालवणे जोखमीचे होते. तो आपल्या शरीराचा भार ॲक्सिलेटरवर टाकीत असे व योग्य वेळी सायरनचे बटण दाबीत असे. त्याचे ड्रायव्हिंग मात्र लाजवाब होते. काही वेळाने धुके विरून गेले, रस्ते स्वच्छ दिसू लागले आणि लवकरच आम्ही मरडॉनला पोचलो.

मरडॉन जैविक संशोधन संस्थेच्या इमारती उगाचच अति मोठ्या होत्या. तिथल्या आसपासच्या सुंदर निसर्गावरती त्या इमारती बट्टा लागल्यासारख्या वाटत होत्या. त्या इमारतीच्या रचनाकाराने – जर तो खरेच एखादा वास्तुरचनाकार असेल तर – एकोणिसाव्या शतकातील तुरुंगाला आदर्श समजून ती वास्तुरचना केली असावी असे वाटत होते. याच्यापेक्षा जास्त कुरूप व जुनाट रचना कोणालाही करता येणार नव्हती. प्रत्यक्षात त्या इमारती अवघ्या दहा वर्षांच्या होत्या.

ऑक्टोबर महिन्यातील गडद आकाशाखाली मरडॉन संस्थेच्या इमारती ह्या गूढ, उदास व करड्या रंगाच्या दिसत होत्या. चार समांतर रांगांमध्ये बुटक्या व ठोकळ्यासारख्या त्या इमारती तीन मजली होत्या. त्या इमारतींमध्ये चैतन्य नव्हते. जिवंतपणाची हालचाल अगर खुणा तिथे जाणवत नव्हत्या. जणू काही त्या इमारती म्हणजे एका मोठ्या शहरातल्या बकाल वस्तीचा भाग होता. पण बाहेरून दिसणारा बकालपणा हाच आतील हालचाली, घडामोडी व महत्त्वाचे संशोधन यांना ढाल म्हणून ठरत होता.

त्या इमारतींची प्रत्येक ओळ ही पाव मैल लांबीची होती. दोन ओळींमध्ये सुमारे ५०० फुटांचे अंतर होते. सर्व जागेचे कुंपण व इमारती यामध्ये सुमारे

१५०० फुटांचे अंतर होतेच आणि ती जागा पूर्णपणे उघडी होती, रिकामी होती. तिथे कसलीही छोटी-मोठी रचना, झाडे-झुडपे वगैरे काहीही नव्हते. एखाद्या झुडपामागे कोणी लपून बसू शकेल या भीतीमुळे तसे केले असावे. तिथे होते ते फक्त गवत. दोन इंच उंचीचे गवत! त्या मागे लपता येणे नक्कीच शक्य नव्हते. कुंपण म्हणजे भिंत नव्हती. कारण भिंत म्हटली की, तिच्यामागे कोणी लपण्याची शक्यता आली. काटेरी तारांची दोन कुंपणे सर्व जागेभोवती होती, ती कुंपणे एवढी परिपूर्ण होती की, दुसऱ्या महायुद्धातील कॉन्सन्ट्रेशन कॅम्पच्या अधिकाऱ्यांनीही ती पाहून वाखाणणी केली असती. अशी कुंपणे आपल्या भोवती असतील तर आतील सुरक्षा अधिकाऱ्यांना रात्री निवांत झोप सहज लागू शकेल.

सर्वांत बाहेरचे काटेरी तारांचे कुंपण हे १५ फूट उंचीचे होते. ते कुंपण मुद्दाम बाहेरच्या बाजूला झुकलेले दिसेल असे तिरपे बांधलेले होते. सर्वांत वरची तार ही सर्वांत खालच्या तारेपासून सुमारे ४ फूट बाहेर होती. त्या कुंपणाच्या आतले कुंपण हेही तसेच होते; फक्त ते आतल्या बाजूला तिरपे केलेले होते. दोन्ही कुंपणांच्या मध्ये २० फूट रुंदीचा पट्टा होता. त्या पट्ट्यावरून रात्री अल्सेशियन व डॉबरमन कुत्री घेऊन पहारेकरी गस्त घालीत. त्या कुत्र्यांना माणसांना पकडण्याचे प्रशिक्षण दिलेले होते. शिवाय जरूर वाटली तर पहारेकऱ्याने विशिष्ट इशारा करताच ती कुत्री माणसाला फाडून ठार करू शकत होती. त्यांना हाताळणाऱ्या पहारेकऱ्यांखेरीज अन्य कोणीही त्या कुत्र्यांना शिक्षा करू शकत नव्हते. ती कुत्री फक्त आपल्याला हाताळणाऱ्याचाच हुकूम मानणारी होती. आतल्या कुंपणाच्या आतल्या बाजूला जमिनीवरच्या तीन फूट रुंदीच्या पट्ट्यात दोन नाजूक वायर्स लपवून ठेवल्या होत्या. त्यांना किंचित जरी धक्का लागला तरी मुख्य सुरक्षागृहात ताबडतोब धोक्याची घंटा खणखणू लागे. त्याच्या पुढे १० फूट अंतरावरती आणखी एक छोटे कुंपण होते. त्या कुंपणाला फक्त पाच उघड्या वायर्स लावलेल्या होत्या व त्या काँक्रीटच्या खांबावरील वीजप्रतिबंधक इन्शुलेटर्सवरून गेल्या होत्या. त्या तारांमधून वीजप्रवाह खेळवला होता. एखाद्या दणकट माणसाला बेशुद्ध पाडण्याइतपत त्या वीजप्रवाहात ताकद होती.

ही कुंपणाची रचना सर्वांना ठाऊक व्हावी म्हणून बाहेरच्या कुंपणावर दर तीस फुटांवरती पाट्या लावलेल्या होत्या. त्या पाट्यांचे पाच प्रकार होते. त्यातल्या चार पाट्या या काळ्या पार्श्वभूमीवर पांढऱ्या रंगात रंगवलेल्या होत्या:

DANGER, KEEP OUT;
WARNING : GUARD DOGS IN USE;
PROHIBITED PLACE;
ELECTRIFIED FENCE

धोका, दूर रहा; इशारा : कुत्र्यांसह गस्त चालू आहे; वर्जित क्षेत्र; विजेचे कुंपण. अशा अर्थाच्या पाट्यांनंतर जी पाचवी पाटी होती त्यावरती तांबडी अक्षरे पिवळ्या पार्श्वभूमीवर लिहिलेली होती. त्यावर लिहिलेले होते-

WAR DEPARTMENT'S PROPERTY.
TRESPASSERS WILL BE SHOT

युद्धखात्याचे क्षेत्र. घुसखोरांना गोळी घातली जाईल.

अशा अर्थाची पाटी वाचल्यावर मग कोणाचीही ते कुंपण भेदून आत शिरण्याची छाती होणार नाही. इतकेही करून जर कोणी तसा प्रयत्न केलाच तर ती व्यक्ती वेडी तरी असेल किंवा निरक्षर असेल.

मरडॉन संस्थेच्या सर्व आवाराभोवतालून एक सार्वजनिक रस्ता जात होता. त्याच्या दोन्ही बाजूच्या रिकाम्या जागेत फक्त पिवळी फुले व काटे असलेली झुडपे माजलेली होती. तो रस्ता शेवटी पाव मैल अलीकडे वळून मरडॉन संस्थेच्या मुख्य प्रवेशद्वाराकडे गेला होता. आमची गाडी त्या दाराच्या अडथळ्याच्या दांड्यापर्यंत जाऊन थांबली. मग ड्रायव्हरने सर्व खिडक्यांच्या काचा खाली केल्या. एक सार्जंट गाडीपाशी आला. त्याच्या हातात एक ऑटोमॅटिक पिस्तूल होते व त्याचा रोख जमिनीकडे नव्हता. त्या पिस्तुलाच्या दस्त्याला बांधलेली दोरी त्याच्या खांद्यात अडकवलेली होती.

जेव्हा त्या सार्जंटने मेजर-जनरलला आतमध्ये पाहिले तेव्हा त्याने आपले पिस्तूल खाली केले व कुठेतरी पाहून एक खूण केली. ज्याला पाहून खूण केली ती व्यक्ती आम्हाला दिसली नाही. मग तो अडथळ्याचा दांडा उचलला गेला व आमची गाडी आत शिरली. काही अंतरावरती एक पोलादी आडवे दार होते. त्याला 'क्रॅश गेट' म्हणत. कोणतीही गाडी कितीही वेगात येऊन त्यावर आदळली तरी ते दार कोलमडू शकत नव्हते. ड्रायव्हरने आमची गाडी तिथेच जवळ थांबवली. आम्ही गाडीतून बाहेर उतरून एका बाजूच्या पोलादी दारातून आत गेलो. जवळच एकमजली इमारत होती. तिकडे आम्ही गेलो. त्या इमारतीवरती लिहिले होते :

RECEPTION.

आमची वाट पहात तिथे तीन माणसे थांबली होती. त्यातले दोघेजण मला ठाऊक होते. एकजण होता तो कर्नल वेब्रिज. तो संस्थेत डेप्युटी कमांडंट होता.

दुसरा होता तो डॉ. बॅक्स्टर यांचा चीफ असिस्टंट. 'ई' इमारतीमध्ये तो काम करे. वेब्रिज हा मेजर जनरल क्लिव्हडेन यांच्या हाताखाली असला तरी तोच खरा मरडॉन संस्थेचा बॉस होता. उंचापुरा, तजेलदार चेहरा, डोक्यावर काळे केस आणि ओठांवर उठून दिसणाऱ्या करड्या मिशा असा तो दिसे. इतरांपेक्षा तो एक हुषार डॉक्टर होता. मरडॉन संस्था हे त्याचे जीवन बनले होते. तो संस्थेच्या आवारातच राही आणि लोक असे म्हणत की, वर्षातून फक्त दोनदाच तो फाटकाबाहेर जाई. दुसरा माणूस हा ग्रेगरी होता. तोही उंचापुरा, धिप्पाड, रापलेल्या रंगाचा व काळे डोळे असलेला माणूस होता. मूळचा तो इटालियन होता. तुरीन शहरात तो औषधीशास्त्र महाविद्यालयात शिकवायचा. एक श्रेष्ठ मायक्रोबायॉलॉजिस्ट म्हणून त्याची ख्याती शास्त्रज्ञांमध्ये होती. तिसरा माणूस हा जाडजूड, स्थूल, आकारहीन होता. त्याने अंगात ट्वीडचा कोट घातला होता. इंग्लंडमधल्या एखाद्या शेतकऱ्यासारखा वाटणारा हा माणूस साध्या कपड्यातला व त्या भागातील पालीस अधिकारी आहे असे मला कळले. त्याचे नाव होते इन्स्पेक्टर वायली.

क्लिव्हडेन व वेब्रिज यांनी एकमेकांना आपली ओळख करून दिली. येथून पुढे वेब्रिजला क्लिव्हडेनच्या हाताखाली काम करायचे होते. यानंतर हार्डेन्जरने त्या छोट्या सभेचे नेतृत्व आपल्याकडे घेतले. आताच्या केसचा संपूर्ण ताबा कोणाकडे जाणार हे हार्डेन्जरने स्पष्ट केले.

तो परखडपणे म्हणाला, "इन्स्पेक्टर वायली, तुम्ही या स्थानिक भागातले असल्याने तुमचा या उच्चस्तरीय अशा लष्करी प्रकरणाशी कोणताही संबंध येत नाही. खरे म्हणजे तुम्हाला येथल्या फाटकातूनही आत शिरण्याचा कायदेशीर हक्क नाही. तुम्हाला हे ठाऊक आहे की नाही याची मला शंका आहे. पण जर हे ठाऊक असेल तर तुमच्या आत्ताच्या इथल्या उपस्थितीला तुम्ही जबाबदार नसावात. मग खरे कोण जबाबदार आहे?"

"मी," कर्नल वेब्रिज शांतपणे म्हणाला. परंतु त्याने बचावात्मक पवित्रा घेतल्याचे त्याच्या आवाजावरून जाणवत होते. तो पुढे म्हणाला, "कारण आत्ताची परिस्थिती ही अत्यंत अपवादात्मक व वेगळीच आहे."

इन्स्पेक्टर वायली म्हणाला, "काय झाले ते मी नीट सांगतो. आमच्या हेडक्वार्टरला काल रात्री एक फोन आला. त्या वेळी रात्रीचे ११॥ वाजले होते. इथल्या पहारेकऱ्यांच्या ऑफिसमधून तो फोन आला होता. इथल्या सिक्युरिटीच्या जीपमधील कर्मचाऱ्यांपैकी – रात्री इथल्या जीपची बाहेरच्या रस्त्यावर गस्त चालू असते ना – त्यापैकी कुणीतरी तो फोन केला होता. फोनवर सांगण्यात आले की, रस्त्यावर एका स्त्रीचा पाठलाग चालू आहे आणि ती व्यक्ती त्या स्त्रीची छेड काढून तिच्यावर हल्ला करत होती. पण हा मामला इथल्या आवाराबाहेरचा

असल्याने लष्कराच्या अखत्यारित ते प्रकरण येत नव्हते. म्हणून त्यांनी आम्हाला फोन केला. मग रात्री बारा वाजता आमच्याकडचा एक ड्यूटी सार्जंट व एक कॉन्स्टेबल येथे पोचले. पण त्यांना कोणीही सापडले नाही किंवा आक्षेपार्ह असे काहीही दिसले नाही. मी सकाळी कामावर आल्यावर मला ते सारे कळले. मग मी इथे आलो. इथे मला कुंपण तोडलेले दिसले. तेव्हा रात्रीचा प्रकार व हा कुंपण तोडण्याचा प्रकार यांचा एकमेकांशी संबंध असावा असा मी अंदाज केला.''

"कुंपण तोडले?'' मी मधेच बोललो, "हद्दीवरचे कुंपण? अशक्य आहे.''

यावर वेब्रिज गंभीरपणे म्हणाला, "मिस्टर कॅव्हेल, दुर्दैवाने ते खरे आहे.''

"पण मग पहारेकऱ्यांच्या गस्तीच्या गाड्या काय करत होत्या?'' मी निषेध व्यक्त करीत बोलू लागलो, "ती कुत्री, त्या धोक्याच्या घंटा, विजेच्या तारा याबद्दल काय बोलणार?''

"तुम्ही स्वत:च ते आता पहाल. कुंपण तोडले गेले आहे, हे सत्य आहे,'' वेब्रिज शांतपणे म्हणाला. परंतु त्याच्या चेहऱ्यावरचा शांतपणा खरा नव्हता. तो आणि मायक्रोबायॉलॉजिस्ट ग्रेगरी हे दोघेही मनातून खूप हादरलेले आहेत हे मी ओळखले.

इन्स्पेक्टर वायली शांतपणे सांगत गेला, "असो. तर मी मरडॉनच्या गेटवरती चौकशी केली. कर्नल वेब्रिज यांना मी तिथेच भेटलो. मग त्यांनीच मला संपूर्ण चौकशी करण्याची विनंती केली. शिवाय डॉ. बॅक्स्टर यांचा छडा लावण्याचीही विनंती केली.''

"तुम्ही असे त्यांना म्हणालात?'' हार्डेन्जरने वेब्रिजला विचारले. हार्डेन्जरच्या आवाजात तटस्थपणा होता, पण हव्या त्या उत्तराची अपेक्षा होती. तो पुढे म्हणाला, "तुम्हाला तुमच्या स्टॅन्डिंग ऑर्डर्स ठाऊक नाहीत का? सर्व प्रकारच्या चौकशा, शोध घेणे वगैरे गोष्टी तुमच्या सुरक्षा खात्याकडून किंवा लंडनमधील स्पेशल ब्रॅन्चच्या माझ्या ऑफिसकडून केल्या जाव्यात, हे तुम्हाला ठाऊक नाही काय?''

"पण क्लॅन्डन यांचा मृत्यू झाला होता आणि–''

"ओह्, गॉड!'' काडकन चाबूक ओढल्यासारखा आवाज करीत हार्डेन्जर ओरडून म्हणाला, "म्हणजे आता इन्स्पेक्टर वायली यांना क्लॅन्डन मरण पावल्याचे ठाऊक झाले. का तुम्हाला आधीच ही बातमी ठाऊक होती, इन्स्पेक्टर?''

"नाही, सर.'' इन्स्पेक्टर वायली म्हणाला.

"पण आता ठाऊक झाली. कर्नल वेब्रिज, आणखी किती जणांपाशी तुम्ही ही बातमी बोलला आहात?''

"बाकी कोणापाशीही नाही,'' वेब्रिज हळू आवाजात म्हणाला. त्याचा चेहरा पडला होता.

"नशीब आमचे! कर्नल, मी फार टोकाला जातो आहे असे समजू नका. पण सुरक्षेला फार फार महत्त्व आले आहे. मग भले त्याबद्दल तुम्हाला काहीही वाटो किंवा मला काही वाटो. आपले वरिष्ठ याबद्दल काय म्हणतील याचा विचार करा. त्यांच्याकडून आपल्याला हुकूम येतात व ते आपल्याला पाळावे लागतात. आत्ताच्या प्रसंगासारख्या आणीबाणीसाठी ठरवून दिलेल्या सूचना अगदी स्वच्छ आहेत. हे संपूर्ण प्रकरण फक्त आमच्या अखत्यारित आहे, तुमच्या नाही. अर्थातच मला तुमचे सहकार्य हवे आहे. पण ते सहकार्य माझ्या अटीनुसार हवे आहे."

आता मेजर-जनरल क्लिव्हडेन थोडासा चिडून बोलला, "हार्डेन्जर साहेबांना असे म्हणायचे आहे की, प्राथमिक, ढोबळ किंवा हौशी पद्धतीने घेतलेला शोध चालणार नाही. मग मी जरी तसे केले तरी चालणार नाही. हो ना?" शेवटचा प्रश्न त्याने हार्डेन्जरला विचारला होता.

यावर हार्डेन्जर म्हणाला, "आधीच माझे काम अवघड झाले आहे, आता तुम्ही ते आणखीन अवघड करू नका."

"बिलकूल नाही, सर," मेजर-जनरल बोलू लागला, "परंतु इथला कमांडर म्हणून मी आपल्याला असे विचारतो की, या प्रकरणात जी काही प्रगती होईल ती जाणून घेण्याचा हक्क आम्हाला आहे असे वाटते. तसेच 'ई' इमारतीमधील प्रयोगशाळेचे ते दार उघडण्याच्या वेळी आम्हाला हजर रहाण्याचाही हक्क आहे असे मी धरून चालतो."

"ठीक आहे. त्यात काहीही आक्षेपार्ह नाही," हार्डेन्जर संमती देत म्हणाला.

मे. जनरल क्लिव्हडेनने यावर विचारले, "पण ते दार केव्हा उघडले जाणार?"

मग हार्डेन्जरने माझ्याकडे पहात म्हटले, "बोला आता. तुम्ही सांगितलेले ते बारा तास संपलेले आहेत. कधी दार उघडायचे?"

"तसे एकदम सांगणे कठीण आहे." मग मी त्या मायक्रोबायॉलॉजिस्ट शास्त्रज्ञाकडे पहात म्हणालो, "एक नंबरच्या प्रयोगशाळेतील हवा खेळवण्याची यंत्रणा चालू केली?"

"अर्थातच नाही. त्या जागेजवळ अद्याप कोणालाच जाऊ दिलेले नाही. अगदी कडक पहारा आम्ही ठेवला आहे."

मग मी काळजीपूर्वक म्हणालो, "जर आत कोणी असेल, ती व्यक्ती कशाला तरी अडखळली आणि काहीतरी फुटले, मोडले किंवा सांडले असेल तर? मग बाहेर सुटलेले ते भयानक विषाणू किंवा ती लस हवेतील ऑक्सिजनशी संपर्क येऊन एव्हाना निरुपयोगी बनली असेल?"

"मला त्याबद्दल शंकाच आहे. कारण आतली हवा ही खेळती नाही. म्हणजे

बाहेरच्या हवेशी तिचा संपर्क नाही. शिवाय ती आतमध्ये स्तब्ध आहे.''

मग मी हार्डेन्जरकडे वळून म्हणालो, ''सर्व प्रयोगशाळांमधील हवेचे आतल्या आत अभिसरण केले जाते. तसे करताना ती हवा एका खास फिल्टरमधून गाळली जाते. ती यंत्रणा सुरू करावी असे मला वाटते. मग कदाचित तासाभरात आपल्याला दार उघडायचा प्रयत्न करावयास हरकत नाही.''

हार्डेन्जरने मान हलवून माझे म्हणणे मान्य केले. जाड काचेच्या चष्म्याआड असलेल्या त्या शास्त्रज्ञाच्या डोळ्यांत काळजी उमटलेली होती. त्याने फोनवरून भराभरा सूचना दिल्या आणि तो तिथून गेला. त्याच्याबरोबर वेब्रिज आणि मेजर-जनरल हे दोघेही गेले. मग हार्डेन्जर इन्स्पेक्टर वायलीकडे वळला. तो त्याला म्हणाला, ''असे दिसते की तुम्हाला नको ती माहिती समजलेली आहे. त्या बाबतीत तुम्हाला नेहमीची गंभीर सूचना मुद्दाम देण्यात काही अर्थ नाही.''

इन्स्पेक्टर वायली किंचित हसून म्हणाला, ''मला माझे काम आवडते, माझी नोकरी आवडते. अन् मी आपल्याला सुचवू इच्छितो की, प्लीज, त्या कर्नल वेब्रिज यांना धारेवर धरू नका. ती मंडळी मूळची डॉक्टर आहेत, वैद्यकीय व्यवसायातील आहेत. त्यांची मानसिकता सुरक्षिततेसाठी तेवढी अनुकूल नाही. ती साधी सरळसोट वागणारी आहेत.''

''हंऽऽ म्हणजे माझ्या मार्गात खूप अडचणी आहेत, अडथळे आहेत. ही अशी माणसेही मला अडचणी निर्माण करू शकतात,'' हार्डेन्जर विषादाने म्हणाला. मग थोडे थांबून त्याने विचारले, ''बॅक्स्टर यांचे काय? त्यांच्याबद्दल काही माहिती मिळाली?''

इन्स्पेक्टर वायली म्हणाला, ''असे दिसते की ते येथून संध्याकाळी ६॥ वाजता बाहेर पडले. पण मी गोळा केलेल्या माहितीवरून मला असे समजते की, येथून बाहेर पडल्यावर रोजच्याप्रमाणे त्यांच्या हालचाली झाल्या नाहीत. आल्फ्रिगहॅमला जाणारी खास बस त्यांना पकडता आली नाही.''

''म्हणजे ते येथून नक्की बाहेर पडले. असेच ना?'' मी विचारले. मरडॉनमधून बाहेर पडणाऱ्या प्रत्येक शास्त्रज्ञाला एका रजिस्टरमध्ये आपली बाहेर पडण्याची वेळ नोंदवून सही करावी लागते. त्याचबरोबर अंगावर बाळगावा लागणारा सिक्युरिटीचा पासही परत करावा लागतो. डॉ. बॅक्स्टर यांनी तसे केले असणारच.

''ते बाहेर पडले हे तर नक्कीच आहे. ती खास बस चुकल्यामुळे त्यांना एरवीची ६:४८ला जाणारी बस घ्यावी लागली. बसचा कंडक्टर आणि दोन प्रवाशांना आम्ही विचारल्यावरती त्यांनी 'तशा वर्णनाची एक व्यक्ती ही रस्त्याच्या शेवटी बसमध्ये चढली,' असे सांगितले. परंतु 'आल्फ्रिगहॅम फार्म' या स्टॉपला मात्र कोणीही उतरले नाही असे तो ठामपणे सांगतो. डॉ. बॅक्स्टर तिथेच रहात

असल्याने ते त्या स्टॉपला उतरत असत. याचा अर्थ ते पार शेवटी बसचा मार्ग संपतो तेथवर गेले असणार.''

''हंऽऽ, म्हणजे ते सरळ सरळ अदृश्य झाले तर,'' हार्डेन्जर निराशेने आपली मान हलवित म्हणाला. मग इन्स्पेक्टर वायलीला त्याने विचारले, ''मिस्टर वायली, या केसवर काम करायची तुमची इच्छा आहे का?''

''जरूर आहे. त्यामुळे माझ्या नेहमीच्या कामात तेवढाच बदल होईल. पण या बाबतीत आमचे साहेब म्हणजे चीफ कॉन्स्टेबल, यांचे वेगळे मत असू शकेल.'' वायली म्हणाला.

''त्याची काळजी करू नका. त्यांचे मन वळवता येईल. तुमचे ऑफिस आल्फ्रिंगहॅमला आहे ना? मी तिथे तुम्हाला फोन करेन.''

इन्स्पेक्टर वायली निघून गेला!

तो दारातून बाहेर पडत असताना एक लेफ्टनंट उगवला होता व उघड्या दरवाजावरती टकटक करण्यासाठी त्याने आपला हात वर उचलला होता. हार्डेन्जरने त्याच्याकडे तिरप्या नजरेने पाहिले आणि म्हटले, ''या, आत या.''

आत शिरल्यावर त्याने म्हटले, ''मॉर्निंग सर, मॉर्निंग मिस्टर कॅव्हेल.'' तो एक भुरे केस असलेला तरुण लेफ्टनंट होता. जरी तो दमलेला दिसत असला तरी त्याच्या आवाजात उत्साह होता व तो झटपट उत्तरे देत होता. तो म्हणाला, ''मी विल्किन्सन. काल रात्रीच्या पहाऱ्यावर माझी देखरेख होती. कर्नलसाहेब म्हणाले की, कदाचित मला चौकशीसाठी बोलावले जाईल.''

''कर्नलसाहेब योग्य तेच म्हणाले. मी हार्डेन्जर. सुपरिन्टेन्डन्ट ऑफ स्पेशल ब्रॅन्च. ग्लॅड टू मीट यू. काल रात्री क्लॅन्डनसाहेब मरून पडल्याचे तुम्हीच प्रथम पाहिले ना?''

''नाही, मी नाही. पर्किन्स या पहारेकऱ्याला ते प्रथम दिसले. त्याने मग मला बोलावले. मी फार जवळ न जाता त्यांना पाहिले. नुसते पाहिले. मग मी ताबडतोब 'ई' इमारत बंद ठेवली. चारी बाजूने तिच्यावर पहारा ठेवला. कर्नलसाहेबांना बोलावून घेतले आणि त्यांनीही त्या घटनेची खात्री करून घेतली.''

''छान केलेत,'' हार्डेन्जर म्हणाला, ''त्याकडे आपण नंतर वळणारच आहोत. कुंपणाच्या तारा तोडल्याचे तुम्हाला कळवले गेले असेलच.''

''अर्थातच. क्लॅन्डनसाहेब मरण पावल्यावर सर्व जबाबदारी माझ्यावरतीच आली. कुंपण तोडल्याचे कळल्यावर आम्ही क्लॅन्डनसाहेबांना शोधू लागलो. मग आम्हाला ते मरून पडलेले सापडले.''

''कुंपण तोडल्यानंतर तुम्ही ते कसे तोडले गेले याचा शोध घेतला असेलच ना?''

"नाही, सर.''

"नाही? का नाही? हे तुमच्या कर्तव्यात नक्की बसते ना?''

"नाही, सर. हे काम तज्ज्ञांचे आहे.'' त्याच्या दमलेल्या चेहऱ्यावर एक अर्धस्फुट स्मित उमटले व तो पुढे म्हणाला, "सर, आम्ही ऑटोमॅटिक शस्त्रे बाळगतो, सूक्ष्मदर्शक यंत्रे बाळगत नाही. शिवाय त्या वेळी ठार काळोख होता आणि पहारेकऱ्यांच्या बुटांनी तिथली जागा पार तुडवली गेली होती. त्यामुळे बुटांचे, पावलांचे ठसे शोधणे आणि तारा कशाने कापल्या यांचा शोध घेणे दुरापास्तच होते. पण सर, मी ताबडतोब तिथे चार पहारेकरी ठेवले. कुंपण तोडलेल्या जागेपासून प्रत्येकजण ३० फुटांवर राहील असे पाहिले. दोघेजण कुंपणाच्या आतल्या बाजूला, तर दुसरे दोघेजण बाहेरच्या बाजूला ठेवले. त्या ठिकाणी कोणालाही येऊ देऊ नका, असे कडक हुकूम मी त्यांना दिले.''

"शाबास, सैन्यात अशी हुषारी दाखवलेली मी कधीही पाहिली नाही. फार छान काम केले, यंग मॅन.'' हार्डेन्जर त्याचे कौतुक करीत म्हणाला.

त्या प्रमुख पहारेकऱ्याच्या चेहऱ्यावर तेवढ्या कौतुकामुळे थोडासा तजेला आला. त्याने आपला आनंद लपवायचा आटोकाट प्रयत्न केला तरी तो आनंद समजून येत होता.

हार्डेन्जरने पुढे विचारले, "आणखी काय काय तुम्ही केलेत?''

"तुमच्या तपासाला मदत होईल असे फारसे काही केले नाही. मग मी आणखी एक जीप पाठवली. साधारणपणे तीन जीप्स गस्त घालत असतात. त्या संपूर्ण परिसराभोवती फिरून पहाणी करीत असतात. पण काल एकच जीप गस्तीवरती होती. जो कोणी इसम एका बाईची छेड काढीत होता त्याचा पाठलाग जीपमधील माणसांनी उतरून केला होता. जीपमधून बाहेर पडून असले काम करणाऱ्या माणसाला मी झापले. 'पुढच्या वेळी तुझे हे स्त्रीदाक्षिण्य दाखवू नकोस. कोणी कितीही उद्युक्त केले तरी आपली जीप सोडायची नाही,' अशी सक्त सूचना मी आमच्या त्या माणसाला दिली.''

"त्या तरुण बाईची छेडछाड काढण्याचा प्रसंग हा एक बनावट प्रकार होता, असे तुम्हाला वाटले का? म्हणजे, तुमचे लक्ष तिकडे वेधून दुसऱ्याला त्या वेळी कुंपण तोडण्यास मदत होईल, अशी योजना यामागे असू शकेल?''

"दुसरे काय असू शकणार सर?''

"खरे आहे, दुसरे काय असू शकणार!'' हार्डेन्जर सुस्कारा सोडीत म्हणाला. "लेफ्टनंट, 'ई' इमारतीमध्ये नेहमी कितीजण काम करीत असतात?''

"पंचावन्न ते साठ.''

"आणि डॉक्टर्स?''

"त्या सर्वांमध्ये तेही आहेत. डॉक्टर्स, मायक्रोबायॉलॉजिस्ट, रसायनशास्त्रज्ञ, तंत्रज्ञ, सैन्यातील काही माणसे आणि सैन्याबाहेरची काही माणसे, असा तो एक मोठा गट आहे. त्यांच्याबद्दल नक्की माहिती मला ठाऊक नाही. त्यांच्याशी बोलायला बंदी नाही, पण प्रश्न विचारण्यासाठी आम्हाला उत्तेजन दिले जात नाही."

"परंतु 'ई' इमारत बंद केली आहे. तेव्हा ही सारी माणसे आता कुठे आहेत?"

"ते सर्वजण कॅन्टीनच्या बाहेर जमले आहेत. त्यातल्या काहीजणांना घरी जावेसे वाटते आहे. पण कर्नल वेब्रिज यांनी त्यांना थांबवून धरलेले आहे."

"ते बरोबरच आहे. आता तुम्ही एक काम करा. मला दोन माणसे द्या. ऑर्डर्ली किंवा शिपाई अशी कोणीही चालतील. निरोपे म्हणून मला ती हवी आहेत. एक माणूस माझ्या दिमतीला, तर दुसरा मार्टिन यांच्यासाठी हवा आहे. आम्ही सांगू त्या माणसाला बोलावून आणण्याचे काम त्यांना सांगू. मार्टिनसाहेबांना काहीजणांना प्रश्न विचारायचे आहेत. तेव्हा तशी तरतूद करा. जर तुमची काही अडचण असेल तर तसे सांगा. तुमचे साहेब मरण पावल्याने आता तुमच्यावरच सारी जबाबदारी पडली आहे. तुम्हाला मी पूर्ण अधिकार देतो; परंतु प्रथम तुम्ही आमच्याबरोबर चला. जिथे ते कुंपण तोडले ती जागा दाखवा. तुमच्या सर्व पहारेकऱ्यांना, काल रात्री जीप चालवणारे व त्यातून जाणारे, कुत्री घेऊन पहारे करणारे वगैरे सर्वांना नंतर वीस मिनिटांनी रिसेप्शन रूममध्ये बोलवा. रात्री १२ च्या आधी जे जे कोणी ड्यूटीवर होते त्या सर्वांशी मला बोलायचे आहे."

पाच मिनिटांनी मी व हार्डेन्जर हे जिथे कुंपण तोडले होते त्या जागी गेलो. त्या जागी आम्ही फक्त दोघेच होतो. पहारेकऱ्यांना ऐकू जाणार नाही एवढ्या अंतरावरती आम्ही त्यांना ठेवले होते.

सर्वांत बाहेरच्या कुंपणाची एक तार जिथे कॉन्क्रीटच्या खांबाला चिकटून गेली होती तिथे तोडली होती. त्या कुंपणाला एकूण ३० तारा होत्या. दोन तारांमध्ये सुमारे सहा इंचांचे अंतर सोडले होते. खालून चौथी तार व पाचवी तार या दोन्ही तोडल्या होत्या. त्या दोन्ही तारांचे तुकडे एकमेकांना करड्या रंगाच्या दोऱ्याने परत जोडलेले होते. त्यामुळे अतिबारकाईने पाहिले तरच त्या तारा तोडल्याचे लक्षात येत होते.

गेले तीन दिवस या भागात पाऊस पडला नव्हता. त्यामुळे कुठेही पावले उमटलेली आढळली नाहीत. जमिनीत तसा थोडासा ओलावा होता, पण तो पहाटेच्या दवामुळे आला असावा. अन् पहाटेपूर्वीच ते तारा तोडण्याचे कृत्य झाले होते.

हार्डेन्जर मला म्हणाला, "माझ्यापेक्षा तुमची दृष्टी तीक्ष्ण आहे असे दिसते.

त्या तारा हॅकसॉने कापून तोडल्या का पिरगळून तोडल्या?''

''त्या पकडीने किंवा कटरने कापल्या असाव्यात. जिथे कापल्या तिथला कापण्याचा कोन बघा. तसा तो थोडासाच कोन आहे, पण तो कळू शकतो.''

हार्डेन्जरने एका तारेचे टोक हातात घेतले व तो निरखून पाहू लागला.

काही वेळाने तो पुटपुटत म्हणाला, ''पुढच्या बाजूने डावीकडून कट सुरू झाला, तो मागच्या बाजूला उजवीकडे संपला. याचा अर्थ कोण्या डावखुऱ्या व्यक्तीचे ते कृत्य असावे.''

''बरोबर. डावखुरा माणूस.'' मी दुजोरा दिला. ''किंवा तसे नसलेल्या एखाद्या माणसाने मुद्दाम आपली दिशाभूल करण्यासाठी डाव्या हाताने पक्कड धरून तार कापली किंवा त्या माणसाचा डावा हात व उजवा हात तेवढेच समर्थ असावेत.''

हार्डेन्जरने माझ्याकडे त्रासून पाहिले व तो सावकाश आतल्या कुंपणाकडे वळला. आतले विजेचे कुंपण हे तीन ठिकाणी तोडलेले होते.

त्या विजेच्या तारा कापताना कोणी आपल्याला पाहील अशी धास्ती कापणाऱ्याला नसली पाहिजे. कारण या पट्ट्यात कुत्री बरोबर घेतलेल्या पहारेकऱ्यांची गस्त चालू असताना त्याने हे काम निवांतपणे केले कसे?

त्या विजेच्या कुंपणाच्या वरच्या दोन तारा तशाच होत्या; लोंबकळत नव्हत्या. ज्याने कोणी ते विजेच्या तारांचे कुंपण कापले तो विजेचा धक्का न बसल्याने सुदैवी असला पाहिजे किंवा त्याला त्या तारांची नेमकी जागा ठाऊक असली पाहिजे. ती व्यक्ती नशिबावरती हवाला ठेवणारी असेल असे मात्र मला वाटले नाही.

त्या तारा कशा कापल्या हे पाहिल्यावर मात्र ती व्यक्ती किती खबरदारी घेणारी हे मला समजले. नेहमी अशा कुंपणाच्या वरच्या तारेतून फक्त वीजप्रवाह खेळवला जात असतो. पण येथे सर्व तारांमध्ये वीज सोडलेली होती. या तारांपैकी कोणतीही एक तार तोडली किंवा तिला कोणाचा स्पर्श झाला तर ताबडतोब धोक्याची घंटा वाजू लागते. पण त्या व्यक्तीने जिथे तार कापायची त्याच्या अलीकडे बरोबर आणलेल्या एका नवीन तारेचे टोक जोडले. या नवीन तारेवर विद्युतरोधक वेष्टण होते. मग ती तार लांब नेऊन पुन्हा त्याच उघड्या विजेच्या तारेला जोडली. त्यानंतर मधली उघडी विजेची तार दोन ठिकाणी त्याने कापली. त्याच्याजवळ रबराचे आवरण असलेली तार कापणारी पक्कड असली पाहिजे. विजेच्या प्रवाहाला वेगळी वाट करून दिल्याने धोक्याची घंटा वाजली नाही. मग तो सहज विजेच्या कुंपणाखालून रांगत पलीकडे गेला.

''बेटा, हुषार दिसतो आहे. त्याला येथली आतली सारी माहिती असली पाहिजे,'' हार्डेन्जर म्हणाला.

''किंवा त्याच्या मदतीला कुंपणाबाहेर कोणी तरी प्रभावी दुर्बीण घेऊन पहारेकऱ्यांवर

नजर ठेवीत असले पाहिजे. बाहेरचा रस्ता सार्वजनिक असल्याने कोणीही एखाद्या मोटारीत बसून आरामशीरपणे कुंपणावर नजर ठेवू शकते. त्या विजेच्या तारा कोणत्या व कशा प्रकारच्या आहेत हे दुर्बिणीतून सहज कळू शकते. दिवसा सूर्यप्रकाशात तर त्या चमकणाऱ्या तारा सहज कळून येऊ शकतात.''

हार्डेन्जर जड आवाजात म्हणाला, ''मला वाटते की, आता येथील कुंपणाची पहाणी पुरी झाली. आता परत फिरावे आणि सिक्युरिटीच्या माणसांकडे चौकशी सुरू करावी.''

रिसेप्शन हॉलमध्ये हार्डेन्जरने बोलावलेले सर्वजण जमलेले होते. हॉलमध्ये भिंतीलगत अनेक बाके मांडलेली होती. त्यावर ते बसले होते व अस्वस्थपणे हालचाली करीत होते. त्यातल्या काहीजणांच्या डोळ्यांत झोप उतरली होती, ते पेंगुळले होते. पण सर्वजण भीतीच्या छायेखाली होते, हे स्पष्ट दिसत होते. प्रत्येकाची मानसिक स्थिती कशी आहे हे हार्डेन्जरला बघताक्षणीच कळले व तो त्या दृष्टीने त्या व्यक्तीला प्रश्न विचारणार होता. हार्डेन्जरने तसेच केले. तो एका टेबलामागे खुर्चीवर जाऊन बसला. आपल्या केसाळ भुवयांखालील भेदक डोळ्यांनी तो समोर बोलावलेल्या व्यक्तीची तपासणी करू लागला. त्याच्या बरोबर इन्स्पे. मार्टिनही होता.

हार्डेन्जर म्हणाला, ''ठीक आहे, प्रथम काल रात्री जीपमधून गस्त घालणारे लोक. ज्यांनी कोणी रस्त्यावरच्या माणसाचा पाठलाग केला त्यांनी पुढे यावे.''

तीन माणसे सावकाश उठून उभी राहिली. त्यात एक कार्पोरल होता व बाकीचे प्रायव्हेट पदावरचे दोघेजण होते. हार्डेन्जरने आपले लक्ष त्या तिघांकडे वळवून त्यांना समोर बोलावले.

ते जवळ आल्यावर कार्पोरलला त्याने विचारले, ''आपले नाव?''

''मुरीफिल्ड, सर.''

''जीपमधून गस्त घालण्याच्या टीमचे काल रात्री तुम्हीच प्रमुख होता का?''

''येस, सर.''

''काल रात्री काय काय घडले ते मला सांगा.''

''येस, सर. आम्ही बाहेरच्या त्या रिंग रोडवरती एक संपूर्ण चक्कर पुरी केली. मग थांबून आम्ही 'सर्व काही ठीक आहे' असे मुख्य फाटकावर सांगितले व परत दुसरी चक्कर मारण्यास निघालो. त्या वेळी रात्रीचे ११:१५ झाले होते. एखाद-दुसरे मिनिट कमी-अधिक असेल. फाटकापासून आम्ही सात-आठशे फुटांवर गेल्यावर आम्हाला हेडलाईटच्या प्रकाशात एक बाई पळत जाताना दिसली. तिचे केस मोकळे सुटलेले होते, पिंजारलेले होते. ती भयभीत झालेली होती. ती अर्धवट ओरडत होती. मी जीप चालवित होतो. जीप थांबवून मी बाहेर उडी मारली. बाकीचेही एकामागोमाग जीपमधून बाहेर पडले. मी त्यांना आतच

बसून रहायला सांगायला पाहिजे होते–''

"काय करायला पाहिजे होते ते बाजूला ठेवा. जे काही घडले तेवढे सांगत रहा.''

"वेल, मग आम्ही तिच्याजवळ पोचलो. तिच्या चेहऱ्यावर चिखल लागलेला होता आणि तिच्या अंगातील कपडे फाटलेले होते. मी म्हणालो–''

"यापूर्वी तिला कधी पाहिले होते?''

"नाही, सर.''

"परत जर ती दिसली तर तिला तुम्ही ओळखाल?''

मग तो जरासे कचरत म्हणाला. "तशी मला शंकाच वाटते. तिच्या चेहऱ्यावर फार चिखल माखलेला होता.''

"ती तुमच्याशी बोलली?''

"होय, सर. ती म्हणाली–''

"तिचा आवाज तुमच्या लक्षात राहिला आहे? तुम्हा तिघांच्यापैकी कोणी तिचा आवाज आता परत ओळखू शकेल? अगदी नक्की?''

त्या तिघांनी आपापल्या माना नकारार्थी हलवल्या.

ते तिचा आवाज परत ओळखू शकणार नाहीत याची हार्डेन्जरला खात्री पटली.

हार्डेन्जर कंटाळून म्हणाला, "ठीक आहे, शेवटी त्या बाईने 'एक तरुणी संकटात सापडली आहे', अशी बतावणी केली असणार. मग एका बेसावध क्षणी कोणीतरी पळून जाण्याचे नाटक सुरू केले. मग तुम्ही सारेजण त्या माणसाच्या मागे धावू लागलात. त्या माणसाला ओझरता तरी पाहिला का?''

"होय, फक्त ओझरताच पाहिला. अंधारात झर्रकन तो नजरेसमोरून नाहीसा झाला. तो कोण होता व कसा दिसत होता हे आत्ता सांगणे कठीण आहे.''

"मग तो एका मोटारीतून पळून गेला ना? म्हणजे पुन्हा एकदा तुम्ही त्याची गाडी ओझरतीच पाहिली असणार. हो ना?''

"येस, सर. पण ती मोटार नव्हती, ती एक बंदिस्त अशी व्हॅन होती. बेडफोर्ड कंपनीचे ते मॉडेल होते.''

"अस्सं!'' एवढे म्हणून हार्डेन्जर थांबला व नंतर त्याच्याकडे रोखून पहात म्हणाला, "बेडफोर्ड! पण नेमके बेडफोर्डचे मॉडेल तुम्हाला कसे कळले? तुम्ही तर म्हणाला होतात की त्या वेळी काळोख होता.''

तो कॉर्पोरल यावर ठामपणे म्हणाला, "ती व्हॅन नक्कीच बेडफोर्ड होती. त्याचे इंजीन मी कुठेही ओळखतो. मी पूर्वी गॅरेजमध्ये मेकॅनिक होतो.''

मग मीच मध्ये पडून म्हणालो, "सुपरिन्टेन्डन्ट, तो बरोबर सांगतो आहे.

बेडफोर्डच्या इंजिनाचा आवाज अगदी वैशिष्ट्यपूर्ण असतो.''

''मी आलोच परत,'' असे म्हणून हार्डेन्जर उठला व जाऊ लागला.

तो जवळच्या फोनकडे जात आहे हे ओळखायला अडचण नव्हती. जाता जाता त्याने माझ्याकडे दृष्टिक्षेप केला, बसलेल्या कर्मचाऱ्यांकडे पाहून मान हलवली व तो निघून गेला.

मग मी जराशा उत्साहातच त्या माणसांना विचारले, ''तुमच्यापैकी कुत्रा घेऊन नंबर एकमध्ये काल रात्री गस्त घालणारा कोण आहे?'' दोन काटेरी तारांच्या कुंपणांमध्ये असलेला पट्टा हा चार भागांत विभागला होता. दोन विभागांमध्ये लाकडी अडथळे निर्माण केलेले होते. त्यातल्या नंबर एकच्या विभागात ते कुंपण तोडलेले होते. ''तुम्ही, फर्ग्युसन?'' मी एकाकडे बोट दाखवून विचारले.

एक रापलेल्या वर्णाचा धिप्पाड रक्षक उठला. तो पंचविशीच्या आसपासचा असावा. तो प्रथमपासून सैन्यात होता. तो खरोखरीच एक जन्मजात सैनिक वाटत होता. शरीराने दणकट, आक्रमक वृत्तीचा आणि फारसा बुद्धिमान नसलेला तो होता.

''होय, मीच एक नंबरमध्ये गस्त घातली होती.'' त्याच्या आवाजात थोडासा उद्दामपणा प्रगट झाला होता. कशाची तरी अपेक्षा घेऊन तो बेधडक तोंड द्यायला तयार झाला होता.

''तुम्ही काल रात्री सव्वा अकरा वाजता कोठे होता?''

''एक नंबरमध्ये. माझ्याबरोबर 'रोलो' हा अल्सेशियन कुत्रा होता.''

''आता कॉर्पोरलने जी रस्त्यावरची घटना सांगितली ती तुम्ही पाहिली?''

''अर्थातच पाहिली.''

''फर्ग्युसन, ही तुमची पहिली थाप आहे. तुम्ही आता दुसरी थाप मारा, मग बघा आज संध्याकाळच्या आत तुमच्या रेजिमेन्टकडे तुमची परत पाठवणी होते की नाही.''

''मी खोटे सांगत नाही,'' त्याचा चेहरा एकदम विकृत दिसू लागला. तो पुढे म्हणाला, ''मिस्टर कॅव्हेल, तुम्ही अशा पद्धतीने माझ्याशी बोलू शकत नाही. तुम्ही मला धमकीही देऊ शकत नाही. तुम्हाला येथून काढून टाकले आहे हे आम्हा सर्वांना ठाऊक आहे.''

मग मी ताबडतोब ऑर्डर्लीकडे वळून म्हणालो, ''कर्नल वेब्रिज यांना ताबडतोब इकडे यायला सांगा. ताबडतोब! समजले ना? पळा आता.''

तो ऑर्डर्ली जाण्यासाठी वळला. पण तेवढ्यात दुसरा एक मोठा सार्जंट उठला व त्याने ऑर्डर्लीला थोपवले. तो म्हणाला, ''सर, त्यांना बोलवायची गरज नाही. फर्ग्युसन हा एक गाढव माणूस आहे. खरे काय ते बाहेर पडणारच आहे. तो काल स्वीचबोर्डपाशी सिगारेट फुंकत थांबला होता. एक कप कोको पीत तो एक नंबरच्या

फाटकापाशी असलेल्या छोट्या टपरीमध्ये होता. त्या वेळी गस्तीवर माझी देखरेख होती, हुकूमत होती. मी त्याला नंबर एकच्या विभागात कधीही पाहिले नाही. तो आपला कुत्रा सरळ त्या विभागात सोडून देतो. तो कुत्रा माणसांवर झेप घेऊन एकदम ठारच करतो. त्यामुळे फर्ग्युसन त्या विभागात दिसला नाही तर मला विशेष वाटत नाही. तिथे कुत्रा असल्याने तो विभाग सुरक्षित रहातो.''

''तसा तो विभाग काल सुरक्षित नव्हता. थँक्स! तर मिस्टर फर्ग्युसन, तुमची ही कुत्रा मोकळा सोडून आराम करण्याची सवय जुनीच आहे ना?''

फर्ग्युसनचा चेहरा एकदम पडला. तो चाचरत म्हणाला, ''नाही... म्हणजे... काल रात्रीच मी फक्त तसे केले... पहिल्यांदाच केले.''

''फर्ग्युसन, तुम्ही 'प्रायव्हेट' या पदावर काम करत आहात. त्याच्याही खाली जर एखादे पद असेल तर त्या पदावरती तुम्ही उरलेले दिवस काढाल. तुमच्याकडे थोडीशी अक्कल असेल तर ती आता वापरा. तुमची गस्तीची वेळ आणि तुमचा कुत्रा मोकळा सोडण्याची सवय ही ज्याला ठाऊक आहे त्यानेच ते कुंपण तोडले. त्याखेरीज त्याला ही गोष्ट साध्य करणे शक्यच नव्हते. जेव्हा तुम्ही एक नंबरमध्ये येणार नाही याची त्या माणसाला खात्री पटली तेव्हा त्याने पकडीने कुंपणाच्या तारा तोडल्या. तुमचे साहेब, मिस्टर क्लॅन्डन यांनी जेव्हा आपली ११ वाजताची मुख्य फाटकाची पहाणी करण्याची फेरी संपवली त्यानंतर सरळ तुम्ही फाटकाशेजारच्या टपरीत गेलात. तिथे तुम्ही सिगारेट फुंकलीत आणि थर्मासमधील कोको प्यायलात. ही तुमची रोजचीच सवय होती. हो ना?''

तो आगाऊ पहारेकरी आता खाली मान घालून जमिनीकडे पहात राहिला. कोणीच बोलत नव्हते. सर्वत्र शांतता पसरली होती. शेवटी तो मघाचा सार्जंट तीव्रपणे फर्ग्युसनला म्हणाला, ''फर्गी, अरे बाबा, भानावर ये. जरा डोके ताळ्यावर ठेवून बोलत जा. तुझ्या कामाच्या तऱ्हा इथल्या सर्वांना ठाऊक आहेत.''

फर्ग्युसन यावर काहीही बोलला नाही. पुन्हा तिथे शांतता पसरली. पण यावेळी त्याने मान हलवून आपला पराभव स्वीकारला होता.

''ठीक आहे. तर आत्ता तुम्ही येथे आला आहात. त्याआधी तुमचा तो 'रोलो' कुत्रा मागेच ठेवला आहे ना?''

''येस सर,'' फर्ग्युसन खालच्या आवाजात म्हणाला. त्याचा उद्दामपणा नाहीसा झाला होता.

''तो कुत्रा कसा आहे?''

''तो आता कोणावरही चाल करून जातो व त्या माणसाचा गळा पकडतो. फक्त माझ्या अंगावर तो येत नाही.''

''काल रात्री त्याने कोणाचाही गळा पकडला नाही? असे कसे काय घडले?''

मी मुद्द्यावर बोट ठेवून म्हणालो.

"त्याने कोणाला तरी पकडले असावे," फर्ग्युसन बचावात्मक पवित्रा घेत बोलला.

"म्हणजे काय? कोणाला तरी पकडले असावे याचा काय अर्थ होतो? कुत्र्याला परत नीट बंदोबस्तात त्याच्या पिंजऱ्यात ठेवताना तुम्ही त्याचे निरीक्षण केले होते का?"

"निरीक्षण? अर्थातच नाही. मी कशासाठी त्याची तपासणी करायची? जेव्हा बाहेरचे कुंपण तोडलेले आम्ही पाहिले तेव्हा आम्ही विचार केला की कोणीतरी तसा प्रयत्न केला; परंतु रोलो तिथे धावत आलेला पाहून त्या व्यक्तीने घाबरून पळ काढला असणार. यात काय चुकले माझे? जर–"

"काय चुकले? ताबडतोब त्या कुत्र्याला येथे हजर करा." मी त्याचे बोलणे तोडीत म्हणालो. तो गप्प बसलेला पाहून मी पुढे म्हटले, "त्या कुत्र्याचे नाक, तोंड प्रथम बांधा, मगच इकडे आणा."

तो निघून गेल्यावर हार्डेन्जर आला. एव्हाना मला जे काही कळले ते मी त्याला सांगितले. तसेच, कुत्र्यालाही येथे हजर करायचा हुकूम दिल्याचे सांगितले.

हार्डेन्जरने विचारले, "त्या कुत्र्याकडून तुम्हाला काय कळणार? त्याची तपासणी करून काहीही समजणार नाही, असे मला वाटते. त्याला क्लोरोफॉर्मच्या बोळ्याने बेशुद्ध केले असेल किंवा तसल्याच काही पद्धती वापरल्या असतील. त्याच्या खुणा थोड्याच त्याच्या अंगावर उमटतील? आता बेशुद्ध करण्याचे नवीन उपाय निघाले आहेत. रसायनाने माखलेला छोटा बाण किंवा सुई कशातून तरी फेकून मारली की, ताबडतोब बेशुद्धी येते. तसलेच काहीतरी त्याच्याकडे फेकले गेले असणार. नुसती एक असली सुई टोचली की झाले काम."

"पण मला जे वाटते ते वेगळे आहे. मला जरी कोणी हिरे-माणके दिली तरी मी क्लोरोफॉर्मचा बोळा त्या कुत्र्यापुढे धरण्याची हिंमत करणार नाही. अन् ती जी नवीन प्रकारची झटकन बेशुद्ध पाडणारी रसायने निघाली आहेत, ती लाखात एका माणसाच्या हातात पडणे हे अत्यंत कठीण असते. शिवाय तो छोटा बाण अथवा सुई हे अंधारात नेम धरून, अन् तेही अत्यंत वेगाने धावणाऱ्या व जाड कातडीच्या कुत्र्यावर मारता येणे ही केवळ अशक्य गोष्ट आहे. काल रात्रीच्या त्या घुसखोराजवळ हे असले कौशल्य अजिबात नसणार. त्यातून त्याला आपला कार्यभाग साधणे हे महत्त्वाचे वाटत असल्याने तो नेम चुकण्याची जोखीम कधीच घेणार नाही."

दहा मिनिटांत फर्ग्युसन परतला. त्याच्याबरोबर 'रोलो' कुत्रा होता. कातडी पट्ट्यांनी तयार केलेल्या एका मुखवट्यात त्याचे तोंड बांधले गेले होते. तो आता तोंड उघडू शकत नसल्याने भुंकू शकत नव्हता की चावू शकत नव्हता; परंतु तो

कधी नव्हे एवढा अस्वस्थ झाला होता की, त्याला आवरायला साऱ्या रक्षकांना खूप धडपड करावी लागत होती. त्याला काहीतरी झाले होते हे नक्की. लांडग्यासारख्या हिंस्र असणाऱ्या त्या कुत्र्याला काबूत ठेवण्यासाठी एकटा फर्ग्युसन पुरा पडू शकत नव्हता. त्याच्या जवळ जे कोणी जाऊ पाहील त्या माणसावर तो त्वेषाने हल्ल्याचा पवित्रा घेई. त्याचे तोंड बांधलेले असले तरीही त्याचे उग्र रूप व दंगा पाहिल्यावर मलाही त्याची मनातून भीती वाटू लागली होती. माणसाच्या नरडीचा घोट घेणारे ते जनावर आहे हे कोणालाही पटावे.

मी फर्ग्युसनला विचारले, "हा कुत्रा नेहमी असेच करतो का?"

"नाही, नेहमी असे तो कधी करीत नाही," फर्ग्युसन गोंधळून म्हणत होता, "पूर्वी तो कधीही असा वागला नव्हता. जोपर्यंत माझ्या हातात त्याच्या वाद्या आहेत तोपर्यंत तो नीट वागतो. पण एकदा का मी त्याला मोकळा केला की, नंतर मात्र तो जवळच्या कोणत्याही माणसावर तुटून पडतो. आज दुपारपासून तो माझ्यावरही चाल करून बघू लागला आहे. त्याचे नक्कीच काहीतरी बिनसलेले आहे."

रोलोच्या अस्वस्थतेचे कारण शोधायला फारसा वेळ लागला नाही. त्याचे डोके खूप दुखत होते, भयंकर दुखत होते. डोळ्यांच्या जरा वरती असलेली कपाळाची कातडी फुगलेली होती. ती सुजलेली होती. जेव्हा मी त्या भागाला बोटाने स्पर्श करायचा प्रयत्न केला तेव्हा त्या कुत्र्याने एवढा थयथयाट केला की, त्याला पकडून धरावयास चारजणांना प्रयत्न करावे लागले. त्याच्या थैमानामुळे तिथे असलेले सर्वजण हादरून गेले होते. मी त्याच्या गळ्यावरील दाट केस हाताने बाजूला करून शोध घेऊ लागलो. लवकरच मला तिथे दोन त्रिकोणी जखमा सापडल्या. तिथली कातडी फाटलेली होती. त्या जखमा खोलवर गेल्या होत्या व ते दृश्य कुरूप वाटत होते. दोन्ही जखमांमध्ये तीन इंचांचे अंतर होते.

मी फर्ग्युसनला म्हणालो, "तुझ्या या दोस्ताला दोन-तीन दिवस कसलेही काम देऊ नका. त्याच्या जखमेत जंतुनाशक औषधे भरा. ती औषधे भरताना मात्र काळजी घ्या. तो चवताळून हल्ला करेल. त्याला आता घेऊन जा."

जेव्हा त्या हॉलमध्ये मी व हार्डेन्जर एकटेच होतो तेव्हा तो मला म्हणाला, "हंऽऽ! म्हणजे क्लोरोफॉर्म नाही की नवीन विषारी रसायनेही नाहीत. त्या जखमा कशाच्या आहेत?"

"अर्थातच कुंपणाच्या काटेरी तारेच्या! दुसऱ्या कशाच्या असणार? तारेवरचे काटे हे एकमेकांपासून तीन-तीन इंच अंतरावर असतात. कोणीतरी त्याचे पुढचे पाय कुंपणापलीकडून पकडले आणि त्याचे डोके दोन तारांच्या मध्ये दाबून धरले. खालच्या काटेरी तारांनी त्याच्या गळ्याला जखमा झाल्या. त्या कुत्र्याला आपले डोके फार वर करता येत नव्हते. कारण वरती तार आड यायची. तो त्या वेळी भुंकला

नाही. कारण या कुत्र्यांना न भुंकण्याचे प्रशिक्षण दिलेले असते. दोन तारांमध्ये अडकवून ठेवलेल्या त्याच्या डोक्यावर मग कोणीतरी जड वस्तूचा आघात केला व त्याला बेशुद्ध पाडले. किती सोपी गोष्ट होती ती. एक जुनीच युक्ती वापरली गेली. एक थेट पद्धत, पण अत्यंत परिणामकारक! नंतर कुंपण तोडून आत प्रवेश मिळवणे फार सोपे गेले. ज्याने कोणी ती युक्ती वापरली ती व्यक्ती खूप हुषार असली पाहिजे. आपल्याला त्या व्यक्तीच्या मागावरती जायचे आहे.''

''ती व्यक्ती त्या कुत्र्यापेक्षा नक्कीच हुषार आहे.'' हार्डेन्जरनी माझ्या मताला दुजोरा देत म्हटले.

# तीन

आम्ही 'ई' इमारतीकडे गेलो. तिथे बाकीचे सारे आमची वाट पहात होते. मे. जनरल क्लिव्हडेन, गस्तीच्या पथकाचा प्रमुख विल्किन्सन, कर्नल वेब्रिज वगैरे सर्वजण माझी व हार्डेन्जर यांची वाट पहात होते. विल्किन्सनने आपल्या खिशातून तिथल्या अवजड लाकडी दाराच्या किल्ल्या बाहेर काढल्या.

''क्लॅन्डन यांच्या मृत्यूनंतर कोणीही आत गेले नाही याची तुम्हाला खात्री आहे?'' हार्डेन्जरने त्याला विचारले.

''सर, मी त्याची गॅरंटी देतो. चारही बाजूला मी पहारेकरी ठेवले आहेत. तेव्हापासून आत्तापर्यंत पाळीपाळीने सतत त्यांचा पहारा चालू आहे.''

''पण कॅव्हेल यांनी आतली हवा खेळवण्याची यंत्रणा सुरू करायला सांगितले होते. आत गेल्याखेरीज ते काम कसे करता येईल?'' हार्डेन्जरने विचारले.

''सर, आणखी जादा बटणे छपरावरती ठेवलेली आहेत. तिथे प्रत्येक यंत्रणेची बटणे, खटके, फ्युजेस आहेत. आत न जाता छपरावर जाऊन आतली यंत्रणा चालू किंवा बंद करता येते. मेन्टेनन्सच्या लोकांना व इलेक्ट्रिशियन्सना आत जाण्याची जरुरी पडत नाही.''

''तुम्ही लोकांनी सर्व गोष्टींचा आगाऊ विचार करून ठेवलेला दिसतो आहे,'' हार्डेन्जर कौतुकाने म्हणाला.

क्षणभर थांबून तो पुढे गंभीर आवाजात म्हणाला, ''ठीक आहे. उघडा ते दार, ओपन अप, प्लीज!''

दार उघडले. आपल्या बिजागरीवरती ते सावकाश वळत गेले. मग आम्ही सारेजण एकामागोमाग एकेक करीत आत शिरलो. आत डाव्या बाजूला एक लांबलचक कॉरिडॉर होता. उजव्या बाजूच्या कॉरिडॉरमध्ये शेवटी ती नंबर एक प्रयोगशाळा होती. आमच्यापासून ती निदान ६०० फूट अंतरावर असावी. तेथवरचे अनेक अडथळ्यांचे अंतर कापणे भाग होते. या ब्लॉकमध्ये प्रवेश

करण्यासाठी फक्त एकच दार होते नि भोवती अत्यंत कडक सुरक्षा व्यवस्था होती. आम्ही त्या प्रयोगशाळेकडे जाऊ लागलो. वाटेत आम्हाला सात-आठ दारांमधून जावे लागले. काही दारे फोटो-इलेक्ट्रिक सेलमुळे आपोआप उघडली जात होती, तर काही दारे सव्वाफुटी हॅन्डल हाताने फिरवून उघडावी लागली. दोन्ही हातांनी काही महत्त्वाची किंवा काचेची वस्तू धरली तर नुसत्या कोपरांनी ही हॅन्डल्स दाबली की ती दारे उघडली जायची. शास्त्रज्ञांच्या सोयीसाठी ती लांबलचक हॅन्डल्स दारांना बसवली होती.

शेवटी आम्ही एक नंबरच्या प्रयोगशाळेपाशी गेलो. इथेच सिक्युरिटीचा प्रमुख क्लॅन्डन मरून पडला होता. त्याच्या मागे ते प्रयोगशाळेचे भक्कम पोलादी प्रवेशद्वार होते. क्लॅन्डन हा उंचापुरा, धिप्पाड, कनवाळू व विनोद करीत बोलणारा आयरीश माणूस मला आठवत होता. पण आता तो तसा दिसत नव्हता. त्याच्या प्रेताकडे पाहिल्यावर तो एक हातपाय आक्रसून पोटापाशी घेतलेला लहानखुरा माणूस वाटत होता. एवढेच नव्हे, तर त्याचा चेहरासुद्धा चमत्कारिक दिसत होता. त्याचे डोळे नको इतके वटारलेले होते. शहाणा माणूस भयाने वेडा व्हावा तसा त्याचा चेहरा विकृत झालेला दिसत होता. त्याने आपले ओठ दातावरून मागे क्रूरपणे आवळून घेतले होते. त्याची दातखिळी बसली होती. मरताना त्याला अत्यंत यातना झाल्या असल्याचे त्यावरून जाणवत होते. त्याचे हातपाय वेडेवाकडे झालेले होते. इतके क्रूर व यातनामय मरण कोणालाही येऊ नये असे त्याच्याकडे पाहिल्यावर प्रत्येकाला वाटले. त्याच्या चेहऱ्याकडे दुसऱ्यांदा पहाण्याचे प्रत्येकजण टाळीत होता.

प्रत्येकजण माझ्याकडे पाहून मी काय करतो आहे ते बघत होता. मला त्या सर्वांच्या नजरांची जाणीव फारच थोडी होत होती. पण काय करायचे ते मला चांगलेच ठाऊक होते. मी पुढे झालो व क्लॅन्डनच्या प्रेतावर वाकून वास घेतला. मग कोठून आपण असे केले असा पश्चात्ताप मला झाला. कारण मला जो दुर्गंधीयुक्त वास आला त्याने माझे नाक व तोंड घाण झाल्यासारखे वाटले. मला उलटीची भावना होऊ लागली. माझ्या कपाळावरती आपोआपच आठ्या पडल्या. आपल्या स्वत:च्या मृत्यूला क्लॅन्डन अजिबात जबाबदार नव्हता. मी कर्नल वेब्रिजकडे पाहिल्यावर तो माझ्यापाशी आला. क्षणभर त्याने वाकून क्लॅन्डनच्या प्रेताकडे पाहिले व तो परत सरळ उभा राहिला. त्याने माझ्याकडे पहात म्हटले, "तुम्ही म्हणालात ते बरोबर आहे. सायनाईड! मृत्यूचे दुसरे कारणच नाही."

मी माझ्या खिशातून दोन कापडी हातमोजे बाहेर काढले. हार्डेन्जरच्या एका मदतनिसाने छायाचित्र घेण्यासाठी आपला फ्लॅश कॅमेरा उंचावून धरला. मी ताबडतोब त्याच्या हाताला बाजूला सारीत म्हटले, "नाही, फोटो घ्यायचे नाहीत. कोणत्याही शवागारात क्लॅन्डनचा फोटो लावला जाता कामा नये. फोटो घेण्यास

खूप उशीर झालेला आहे. हे काम करण्याऐवजी तुम्ही बोटांचे ठसे घेण्याचे काम करा.'' पलीकडे असलेल्या प्रयोगशाळेच्या पोलादी दरवाजाकडे बोट दाखवून मी म्हटले, ''तिथे तुम्हाला बरेच ठसे मिळतील. त्यातला एक ठसा नक्कीच चांगला येणार नाही.''

हार्डेन्जरच्या दोन्ही मदतनिसांनी हार्डेन्जरकडे पाहिले. हार्डेन्जरला काय म्हणावे ते सुचेना. शेवटी त्याने आपले खांदे उडवले व कचरत आपली मान हलवून माझ्या म्हणण्याला संमती दिली. मग मी क्लॅन्डनच्या खिशातील वस्तू काढून घेतल्या. पैशांचे पाकीट, सिगारेट केस, आगपेटीच्या काड्यांचे धोटे, पुस्तकांसारखे जुडगे, कोटाच्या डाव्या खिशात काही पारदर्शक कागदात गुंडाळलेली बटरस्कॉच चॉकलेट अशा नेहमीच्याच वस्तू होत्या.

मी म्हणालो, ''तर क्लॅन्डन अशा रितीने मरण पावला. ही सर्व चॉकलेट्स सायनाईड विषाने भरलेली आहेत. त्याच्या डोक्यापाशी तो खात असलेल्या चॉकलेटचा तुकडा पडलेला आहे. कर्नल, तुमच्याकडे असलेला एखादा शास्त्रज्ञ या चॉकलेट्सची रासायनिक तपासणी करू शकेल काय?''

''अर्थातच करू शकेल,'' कर्नल म्हणाला.

''ती चॉकलेट्स किंवा त्यांना गुंडाळलेला पारदर्शक कागद यांना किंवा यापैकी एखाद्याला नक्कीच सायनाईड लावलेले आढळेल. पण एक गोष्ट लक्षात घ्या. तुमच्या त्या शास्त्रज्ञाला चिकट पदार्थ बोटाला लागला तर बोट तोंडात घालून स्वच्छ करायची सवय नाही याची आधी खात्री करून घ्या. ज्याने कोणी क्लॅन्डनवर असा विषप्रयोग केला त्याला क्लॅन्डनची चॉकलेटची आवड व सवय ठाऊक असली पाहिजे. त्याला क्लॅन्डनही ठाऊक असला पाहिजे किंवा असेही म्हणता येईल की, क्लॅन्डनला ती व्यक्ती चांगलीच ठाऊक असेल. अन् इतकी चांगली ठाऊक असेल की, ती व्यक्ती येथे आढळल्यावर क्लॅन्डनला आश्चर्य न वाटता त्याने दिलेली चॉकलेट क्लॅन्डनने बिनदिक्कत स्वीकारली असली पाहिजे. ज्याने कोणी क्लॅन्डनला विषप्रयोग करून ठार मारले ती व्यक्ती मरडॉन संस्थेतील कर्मचारी असली पाहिजे आणि या इमारतीमध्ये नेहमी काम करणारी असली पाहिजे. जर तसे नसते तर 'ही व्यक्ती येथे कशी?' असा संशय क्लॅन्डनला आला असता व त्याने देऊ केलेली चॉकलेट्सही मग नाकारली असती. यामुळे चौकशीचा रोख आता एकदम एका विशिष्ट गोष्टीभोवती केंद्रित झाला आहे. त्या खुन्याने एक पहिली चूक केली आणि ती एक मोठी चूक ठरली.''

हार्डेन्जर घोगरट आवाजात म्हणाला, ''कदाचित काही गोष्टी व घटक तुम्ही धरून चालत असल्याने तुमच्याकडून हा तर्क जरा जादाच सोपा केला जात असावा. तुम्ही खूप गृहीते धरलीत. क्लॅन्डनला येथेच मारले असे कशावरून

तुम्ही धरून चालता? तुम्ही नुकतेच म्हणाला होता की, 'आपण एका हुषार गुन्हेगाराच्या मागावरती आहोत.' अशी व्यक्ती क्लॅन्डनला दुसरीकडे मारून नंतर आपला गोंधळ व्हावा, चौकशीची दिशा चुकीची धरली जावी, म्हणून ती हुषार व्यक्ती क्लॅन्डनचे प्रेत येथे फरफटत आणून टाकू शकते. तसेच, जर क्लॅन्डन अचानक भेटला तर त्याला देण्यासाठी खुन्याच्या खिशात आधीपासून कसे काय विषारी चॉकलेट असू शकेल?''

मी यावर बोलू लागलो, ''तुमच्या दुसऱ्या मुद्द्यावर मी आत्ता काही बोलू शकत नाही. क्लॅन्डन हा कोणाहीबद्दल अत्यंत संशयी होता असे मी गृहीत धरले होते. त्यामुळे त्याला रात्री येथे दिसलेल्या व्यक्तीबद्दल संशय आला असला पाहिजे. मग भले ती व्यक्ती कोणी का असेना. पण क्लॅन्डन याच जागी मरण पावला, हे मात्र मी खात्रीपूर्वक सांगू शकतो.'' मग मी सिक्युरिटीचा नवीन प्रमुख व संस्थेचा प्रमुख वेब्रिज यांच्याकडे पहात विचारले, ''सायनाईड पोटात गेल्यावर किती वेळात त्याचा परिणाम होऊ लागून मृत्यू येतो?''

''अगदी 'तत्काळ' म्हटले तरी चालेल.''

''म्हणजे येथेच त्याने ते विषारी चॉकलेट खाल्ले आणि तो येथेच मरण पावला. त्या भिंतीवरच्या प्लॅस्टरवरती मला दोन अस्पष्ट ओरखडे उमटलेले दिसत आहेत. त्यासाठी क्लॅन्डनच्या नखाची प्रयोगशाळेत परीक्षा करण्यात काहीही अर्थ नाही. ती परीक्षा फार वरवरची ठरेल. क्लॅन्डनच्या 'परिचित' व्यक्तीने त्याला विषारी चॉकलेट दिले. म्हणून तर मला क्लॅन्डनच्या खिशातील सटरफटर वस्तू महत्त्वाच्या वाटतात. हजारात एक असलेली शक्यता अशी आहे की, त्या परिचित व्यक्तीने क्लॅन्डनला सिगारेट किंवा आगपेटी हेही देऊ केले असेल किंवा क्लॅन्डन मरण पावल्यावर त्याच्या खिशातील पाकीट बाहेर काढून त्या व्यक्तीने ते तपासले असेल. तशी शक्यता हजारात एक असली तरी ती मी तेवढी गंभीरतेने स्वीकारत नाही. पण त्या समोरच्या पोलादी दरवाजावरचे बोटांचे ठसे मात्र मला महत्त्वाचे वाटतात. त्यातून नक्की काहीतरी माहिती प्रगट होईल. ज्यांना त्या दारातून आत जायची परवानगी आहे अशाच व्यक्तीच्या बोटांचे ठसे आपल्याला त्यावरती मिळतील. मला असे पहायचे आहे की, त्या दाराच्या हॅन्डलवर, त्याच्या आसपास, दारावरच्या टाइम-लॉकच्या आसपास येथल्या जागांवरचे ठसे कोणी मुद्दाम पुसले आहेत का? तिथे ठसे सापडायलाच हवे असताना जर तिथे काहीही मिळाले नाही तर ती जागा गुन्हेगाराने मुद्दाम स्वच्छ केली असे समजता येईल.''

हार्डेन्जर माझ्या मताशी सहमत होत मान डोलवत म्हणाला, ''मला तुमचा हा तर्क बरोबर वाटतो. जर कोणीतरी इथल्या माणसानेच ते कृत्य केले असेल

तर ते यावरून कळून यायला हरकत नाही. आतला माणूस का बाहेरचा माणूस याचा सोक्षमोक्ष मग लागेलच.''

''क्लॅन्डनच्या हाताचेही ठसे कदाचित त्या दारावर सापडतील. अद्याप त्याचे प्रेत येथे आहे. तेव्हा त्याचे बोटांचे ठसे घेऊन ठेवा. तेच ठसे दारावर सापडल्यावर त्यातून काही अर्थ काढता येईल.''

माझ्या या म्हणण्यावर हार्डेन्जरने आपली मान डोलावली आणि ठसे गोळा करणाऱ्या आपल्या माणसांकडे पाहिले.

तेवढ्यात एक सैनिक तेथे आला. त्याच्या हातात फायबर ग्लासची मोठी पेटी आणि कापडाने झाकलेला एक छोटा पिंजरा होता. त्या दोन्ही वस्तू त्याने वाकून खाली ठेवल्या व सरळ ताठ उभे राहून सर्वांना एक कडक सलाम ठोकून तो तेथून निघून गेला.

मेजर-जनरल क्लिव्हडेनने माझ्याकडे प्रश्नार्थक नजरेने पाहिले. मी खुलासा करू लागलो. ''या छोट्या पिंजऱ्यात एक उंदीर आहे. तो घेऊन मी एकटाच ते समोरचे पोलादी दार उघडून आत जाणार. माझ्या अंगावरती तो घट्ट सूट असेल. सुटाच्या आत श्वासोच्छ्वासासाठी शुद्ध हवा पुरवण्याची यंत्रणा आहे. उच्छ्वासातील हवा शुद्ध करून पुन्हा वापरली जाते. त्यामुळे प्रदूषित हवेशी किंवा बाहेरच्या हवेतील जंतू, विषाणू आदींचा संसर्ग होऊ शकणार नाही. प्रयोगशाळेतील हवा कितपत दूषित आहे, संसर्गजन्य आहे किंवा विषाणूबाधित आहे ते मला ठाऊक नाही. त्यासाठी मी हा उंदराचा पिंजरा घेऊन आत शिरेन. ते मोठे पोलादी दार कसे उघडायचे ते मला ठाऊक आहे. मी आत शिरल्यावर माझ्या मागे ते दार लावून टाकेन. आणखी एक दार पुढे आहे, ते मी उघडेन. मगच मी प्रयोगशाळेत पाऊल टाकू शकतो. प्रथम मी तो पिंजरा आत ठेवेन आणि उंदराचे निरीक्षण करेन. जर आतली हवा बाधित असेल तर त्याचा परिणाम उंदरावरती होणारच. काही मिनिटांनी तो उंदीर जर जिवंत राहिला तर आतली हवा बाधित नाही असा निष्कर्ष मी काढेन.''

''उंदीर?'' हार्डेन्जर दारापासून माघारी फिरला व जमिनीवर ठेवलेल्या पिंजऱ्यापाशी आला. त्याने पिंजऱ्यावरचे कापड काढून पाहिले. ''बिचारा उंदीर! इतक्या सोयीस्करपणे हा प्राणी झटपट कुठून मिळवला?'' त्याने विचारले.

मी सांगू लागलो, ''मरडॉन संस्थेत पाहिजे तो प्राणी प्रयोगासाठी जितक्या झटपट मिळवता येईल तितक्या झटपट मिळवणे सबंध इंग्लंडमध्ये जमणार नाही. येथून हाकेच्या अंतरावर तुम्हाला हवे तेवढे उंदीर प्रयोगासाठी राखून ठेवलेले आढळतील. तिथेच तुम्हाला डुकरे, ससे, माकडे, पोपट वगैरे बरेच प्राणी आढळतील. आल्फ्रिंगहॅम येथल्या फार्मवरती हे प्राणी वाढवले जातात. मग

तिथून येथे जशी मागणी असेल तसा पुरवठा केला जातो. त्या फार्मवरतीच डॉ. बॅक्स्टर एका छोट्या बंगलीत रहातात. इंग्लंडमधील समस्त जीवदया मंडळे त्या फार्मवर जायला मिळाले तर हर्षभरित होतील. संशोधनासाठी प्राण्यांची हत्या व हाल त्यांना मंजूर नसते ना! परंतु 'ऑफिशियल सीक्रेट्स ॲक्ट'मुळे मरडॉनमधील सबंध प्रकल्पाला संरक्षण मिळाल्यामुळे ती 'जीवदया मंडळे' काहीही करू शकत नाही. तुम्हाला ठाऊक आहे का, की गेल्या वर्षभरात मरडॉन संस्थेत कित्येक लाख प्राणी मारले गेले आहेत. त्या बहुतेकांचे प्रयोगामध्ये हाल केले गेले होते.'' मग मी हार्डेन्जरला उद्देशून म्हणालो, ''तुम्ही त्या उंदराला उद्देशून म्हणालात ना, 'बिचारा उंदीर!' त्या बिचाऱ्या उंदरांचे आयुष्य खूप कमी असते आणि त्यांचे उपद्रवमूल्य जास्त असते. म्हणून त्यांच्यावर प्रयोग झाले तरी काही बिघडत नाही, असाही एक मतप्रवाह आहे.''

मेजर-जनरल ते ऐकून थंडपणे म्हणाला, ''प्रत्येकाला आपापली मते ठरवण्याचा हक्क आहे. तुमच्याशी मी पूर्णपणे असहमत आहे, असे मी म्हणत नाही.'' मग तो हसून म्हणाला, ''पण अशी भावनाप्रधान मते जरी योग्य स्थळी व्यक्त केली, तरी ती अयोग्य वेळी केली गेली आहेत.''

यावर मी नुसतीच मान हलवली. त्याने त्याचा अर्थ 'माझी सहमती आहे' असा घेतला, किंवा 'दखल घेतली' असा घेतला, किंवा 'माफी मागितली' असा घेतला हे कळायला काही मार्ग नव्हता.

शेवटी मी ती फायबर ग्लासची पेटी उघडली. आतमध्ये अंगावर चढवायचा तो खास सूट होता. तो बाहेर काढीत असतानाच कोणीतरी माझा दंड पकडला. डॉ. ग्रेगरी या शास्त्रज्ञाने तो पकडला होता. त्याच्या चष्म्याच्या जाड काचेमागे त्याचे काळे डोळे खूप व्याकूळ झालेले दिसत होते. त्याचा चेहरा काळजीने ओतप्रोत भरलेला होता.

तो म्हणत होता, ''मिस्टर कॅव्हेल, प्लीज तुम्ही आत जाऊ नका.'' तो खालच्या आवाजात, पण अत्यंत कळकळीने बोलत होता. ''प्लीज! प्लीज, आत जाऊ नका.''

मी यावर काहीच बोललो नाही. त्याच्याकडे नुसते पहात राहिलो. मला हा शास्त्रज्ञ आवडायचा. तसा तो सर्वांनाच आवडायचा. पण केवळ सर्वांना हवाहवासा वाटणारा माणूस म्हणून त्याला मरडॉन संस्थेत आणण्यात आले नव्हते. सबंध युरोपातील तो एक सर्वांत बुद्धिमान मायक्रोबायॉलॉजिस्ट होता, सूक्ष्मजीवशास्त्रज्ञ होता. मूळचा तो मेडिसीन विषयातील प्राध्यापक होता. ह्या इटालियन शास्त्रज्ञाला मरडॉनमध्ये येऊन अवघे आठ महिने झाले होते. एका थोर शास्त्रज्ञाला आपल्या संस्थेत आणण्याचे काम फार कठीण होते. पण मरडॉन संस्थेने ते काम यशस्वी

करून दाखवले होते. त्यासाठी एक मंत्रिमंडळ स्तरावरील खास समिती नेमली होती. त्या समितीने जोरदार शिफारस केल्यावर ब्रिटिश सरकारने इटालियन सरकारला विनंती केली. ती विनंती मानल्यावर मग डॉ. ग्रेगरी शेवटी इटलीहून मरडॉन संस्थेत काम करण्यासाठी आले. एवढा हा थोर शास्त्रज्ञ आता मला आत जाण्यासाठी चांगल्या हेतूने का होईना, पण आडकाठी करू लागल्याने मी पेचात पडलो व मी नाराज झालो.

"त्यांनी का आत जाऊ नये?" हार्डेन्जर डॉ. ग्रेगरीला विचारू लागला. "त्यासाठी तुमच्याकडे काही तरी तसलीच जबरदस्त कारणे असली पाहिजेत असे मी धरून चालतो."

डॉ. ग्रेगरीच्या ऐवजी मे. जनरल क्लिव्हडेन बोलू लागला. तो म्हणाला, "नक्कीच डॉ. ग्रेगरी यांच्याकडे तशी कारणे असणार." मे. जनरलचा आवाज आणि चेहरा गंभीर झाला होता. "डॉ. ग्रेगरी यांच्याइतकी एक नंबरच्या प्रयोगशाळेची माहिती दुसऱ्या कोणालाही नसेल. काही वेळापूर्वीच आम्ही दोघे त्याबद्दल बोलत होतो. डॉ. ग्रेगरी हे खूपच हादरले असून, त्यांनी जे काही मला सांगितले ते ऐकून मीही घाबरलो आहे. जर डॉ. ग्रेगरी यांना त्या प्रयोगशाळेत प्रवेश करायचा असेल तर प्रयोगशाळेच्या मागच्या भिंतीला भोक पाडून ते आत शिरतील. पण त्या आधी आपल्यामागे पाच फूट जाडीची कॉन्क्रीटची भिंत उभी करून ते भोक बंद करण्याची, कायमचे बंद करण्याची व्यवस्था ते करतील. त्यांच्या मते ही प्रयोगशाळा आहे तशीच बंद अवस्थेत किमान एक महिनाभर तरी ठेवायला हवी."

हार्डेन्जरने मे. जनरल क्लिव्हडेनकडे नेहमीच्याच मख्खपणे पाहिले. मग आपली नजर डॉ. ग्रेगरीकडे वळवली आणि नंतर आपल्या दोन मदतनिसांकडे पाहून त्यांना म्हटले, "तुम्ही बाकीचे सर्वजण या कॉरिडॉरमधून आमच्यापासून दूर जा. आमचे बोलणे अजिबात ऐकू येणार नाही एवढ्या अंतरापर्यंत जा. तुम्हाला या प्रकरणातील जितके कमी कळेल तितके तुमच्या दृष्टीने ते चांगले होईल. लेफ्टनंट विल्किन्सन, तुम्हीही त्यांच्याबरोबर जा. प्लीऽज!" ते सर्वजण पुरेशा अंतरावर पोचल्यावर हार्डेन्जरने डॉ. ग्रेगरीकडे प्रश्नार्थक मुद्रेने पाहिले आणि म्हटले, "डॉ. ग्रेगरी, ही प्रयोगशाळा उघडू नये असे तुमचे म्हणणे आहे. पण त्यामुळे माझ्या संशयितांच्या यादीत तुम्हीही याल आणि तुमचे नाव पहिल्या नंबरवरती राहील, याची तुम्हाला कल्पना आहे का?"

"हा तुमचा विनोद असला तर मी आत्ता हसण्याच्या मन:स्थितीत नाही. अन् आत्ता इथे यावर चर्चा करण्याचीही माझी मन:स्थिती नाही." मग क्लॅन्डनच्या प्रेताकडे एक दृष्टिक्षेप करून आपली नजर चटकन दुसरीकडे वळवित डॉ. ग्रेगरी

पुढे म्हणाला, "मी काही पोलीस खात्यातील नाही की सैन्यातील नाही. ही असली दृश्ये पहाण्याची मला सवय नाही. त्यातून मला थोडेसे मळमळल्यासारखे वाटू लागले आहे."

"ठीक आहे, ठीक आहे," हार्डेन्जरने म्हटले व जवळच्या एका दाराकडे बोट दाखवून विचारले, "या खोलीत काय आहे?"

"तिथे एक छोटेसे स्टोअर आहे."

"चला, आपण तिकडे आत जाऊन बोलू या." हार्डेन्जर म्हणाला. त्या खोलीला कुलूप नव्हते. दार उघडून सर्वजण आत गेले. तिथे NO SMOK-ING अशी पाटी होती. पण तरीही ग्रेगरीने सिगारेट काढून पेटवली व तो तिचे झुरके घाईघाईने एकामागोमाग एकेक घेऊ लागला.

थोड्या वेळाने डॉ. ग्रेगरी सांगू लागला, "मी तुमचा वेळ वाया घालवणार नाही. जितके जमेल तितके थोडक्यात मी तुम्हाला सांगेन. पण तुमची खात्री पटवण्यासाठी मात्र मी आटोकाट प्रयत्न करेन." एवढे बोलून तो थोडेसे थांबला. अन् मग तो सावकाश सांगत गेला. तो म्हणाला, "हे एक अण्वस्त्रांचे युग आहे. अणुयुद्धाच्या धास्तीखाली कोट्यवधी लोक जगत आहेत. भीतीच्या त्या दडपणाखाली रोज ही माणसे कामावर जातात. त्यांना ठाऊक आहे कधी ना कधी तरी, अन् बहुधा लवकरच, तो दिवस उजाडेल. त्या दिवशी अणुयुद्ध सुरू होऊन आपल्या डोक्यावर अणुबॉम्ब पडेल. त्या अणुस्फोटात आपण, आपले सारे कुटुंबीय, नातेवाईक, मित्रमंडळी व सभोवतालचा समाज होरपळून खाक होऊन जाईल. ज्यांना हे मनोमन पटले आहे त्यांना रात्री नीट झोप लागत नाही. याचे कारण ही मनोहर व हिरवीगार पृथ्वी, हे सुंदर जग आणि खेळकर बालके यांच्यावर त्यांचे प्रेम आहे, लोभ आहे. अन् हे सारे विनाश पावणार म्हणून ते हादरलेले आहेत."

तो क्षणभर बोलायचे थांबला. सिगारेटचे थोटूक त्याने खोल झुरका घेऊन खाली टाकले व पायाने चिरडून टाकून विझवले. मग दुसरी सिगारेट पेटवून ती तो ओढू लागला. सिगारेटच्या धुरातून तो बोलू लागला, "पण मला अशा अणुयुद्धाची भीती वाटत नाही आणि मला रात्री नीट झोप लागते. याचे कारण असले अणुयुद्ध कधीच होणार नाही याची मला खात्री पटली आहे. रशियन सरकारच्या अग्निबाणांच्या चाचण्या मला समजतात तेव्हा मी मनात हसतो. तशाच चाचण्या जेव्हा अमेरिका करते तेव्हाही मी हसतो. याचे कारण ही दोन्ही बलाढ्य राष्ट्रे आपल्या तलवारी नुसत्याच आपल्या म्यानातून अर्धवट उपसून परत आत घालीत असतात. दोन पहिलवानांनी कुस्ती न करता उगाचच खडाखडी करावी तसला तो प्रकार आहे. कित्येक मेगॅटन शक्तीच्या अणुबॉम्बच्या धमक्या एकमेकांना त्या महासत्ता देत असल्या, त्यासाठी आपापली क्षेपणास्त्रे जय्यत

तयार असल्याचे ते सांगत असले, तरीही तसे करण्याचे त्यांच्या मनातही नसते. त्या महासत्तांना 'ब्रिटिश काय करीत आहेत?' असा प्रश्न या पार्श्वभूमीवर नेहमी पडलेला असतो. आपण येथे मरडॉन संस्थेत नेमके काय करतो आहोत यामध्ये त्यांना जास्त रस आहे अन् आपणही त्यांच्या अणुबॉम्बवरती येथे उत्तर शोधत आहोत असे भासवतो आहोत. खरे म्हणजे ते 'उत्तर' नसून तो एक 'पर्याय' आपण शोधलेला आहे. तो पर्याय म्हणजे ते एक सर्वांत 'शेवटचे अस्त्र' आहे व ते आपल्या हातात आलेले आहे. या भिंतीपलीकडे असलेल्या एक नंबरच्या प्रयोगशाळेत तो पर्याय, ते अस्त्र ठेवलेले आहे. ते अस्त्र एवढे भयानक आहे की, ते वापरल्यानंतर नक्कीच शांतता पसरेल. 'शेवटचे अस्त्र' हा शब्दप्रयोग आजवर मुक्तपणे वापरला गेला आहे. त्यामुळे त्यातला खरा अर्थ उडून गेला आहे. परंतु आपल्याजवळ या भिंतीपलीकडे असलेल्या अस्त्राला मात्र तो अर्थ खराखुरा लागू पडतो. अगदी १०० टक्के अचूक लागू पडतो. 'शेवटचे अस्त्र' या शब्दप्रयोगामध्ये 'शेवटचे' हा शब्द त्या अस्त्राची भयानकता दर्शवतो. शेवटचे म्हणजे संपूर्ण विनाश. एवढा संपूर्ण विनाश, की त्यानंतर विनाश करण्यासाठी जीवमात्र उरणारच नाहीत.''

एवढे बोलून तो थोडा थांबला. त्याच्या चेहऱ्यावर विषाद प्रगटला.

तो पुढे सांगू लागला, ''मी हे जे तुम्हाला सांगतो आहे ते कदाचित तुम्हाला अतिशयोक्तीपूर्ण अथवा अतिरंजित असे वाटेल. पण तरीही, जेन्टलमेन, मी काय म्हणतो आहे त्याकडे तुम्ही काळजीपूर्वक लक्ष द्या आणि मी जे काही सांगणार आहे त्याचा अर्थ नीट समजून घ्या. हे मी मेजर-जनरल आणि कर्नल वेब्रिज यांना उद्देशून बोलत नाही. पण तुम्हाला, सुपरिन्टेन्डन्ट हार्डेन्जर यांना आणि मिस्टर कॅव्हेल यांना उद्देशून सांगत आहे.'' एवढे म्हणून त्याने हार्डेन्जर व माझ्याकडे पाहिले. उत्सुकता ताणण्याचा हा प्रकार तर नाही ना अशी शंका माझ्या मनात येऊन गेली.

डॉ. ग्रेगरी सांगू लागला, ''या मरडॉन संस्थेमध्ये आम्ही ४० प्रकारचे प्लेगचे नवीन जंतू निर्माण केले आहेत. यातील फक्त दोन जंतूंबद्दल मी येथे सांगतो. एक जंतू आहे तो बॉट्युलिनस जंतूंच्या विषारी द्रवापासून बनलेला आहे. हा जंतू दुसऱ्या महायुद्धाच्या काळात निर्माण केला होता. जाता जाता म्हणून सांगतो की, त्या काळात इंग्लंडमधील २॥ लाख सैनिकांना या जंतूंविरुद्ध लस टोचलेली होती. दोस्त राष्ट्रांनी मिळून जर्मनीविरुद्ध जे मोठ्या प्रमाणात आक्रमण केले, त्या 'डी-डे' दिवसाच्या आदल्याच दिवसाची ही घटना आहे. आजपर्यंत ही माहिती अद्याप बाहेर पडलेली नाही. आम्ही ते 'विषारी द्रव' शुद्ध करून त्याचेच जणू काही एक अफलातून व जबरदस्त हत्यार बनवले. याच्यापुढे तो महाभयंकर

हैड्रोजन बॉम्ब म्हणजे नुसते खेळणे वाटेल. या विषारी द्रवाचे फक्त १७० ग्रॅम इतके थोडे द्रव जर जगात सर्वत्र सारखे वाटून पसरवले तर जगातील एकूणएक स्त्री, पुरुष व लहान मूल मृत्युमुखी पडेल. ही पृथ्वी निर्मनुष्य बनून जाईल. मी सांगतो आहे यात कोणतीही अतिशयोक्ती करीत नाही की, कसलाही कल्पनाविलास करीत नाही.'' डॉ. ग्रेगरी प्रत्येक शब्दावरती जोर देऊन बोलत होता. त्याचा चेहरा गंभीर व उदास झाला होता. तो पुढे म्हणाला, "हे एक साधे सत्य आहे. मला एक विमान द्या. मग जेव्हा वारा पडलेला असेल तेव्हा त्या विमानातून मी लंडन शहरावरती एक चक्कर मारेन. माझ्या जवळ बॉट्युलिनसचा विषारी द्रव अवघा एक ग्रॅम असेल. तो द्रव मी सर्व लंडनभर विखरून टाकून देईन. संध्याकाळपर्यंत लंडनमधील ७० लाख लोक मृत्युमुखी पडलेले असतील. जर मी तेवढाच विषारी द्रव लंडनच्या पाणीपुरवठ्यात मिसळून दिला तर संपूर्ण शहर म्हणजे एक ओसाड स्मशानभूमी होईल. मनुष्यसंहार करणारे हे एक जंतुयुद्धातील आदर्श द्रव आहे. हे बॉट्युलिनस द्रव वातावरणात मिसळल्यावर बारा तासांनी त्याचा प्राणवायूशी संयोग होऊन त्याचे रासायनिक विघटन होऊन ते नष्ट पावते किंवा नंतर ते निरुपद्रवी होते. पण तोपर्यंत ते केवढा विनाश घडवून आणते! एखाद्या देशाने शत्रूच्या देशावर असा हा विषारी द्रव टाकला तर नंतर बारा तासांनी त्या देशात आपले सैन्य तो देश पाठवेल. त्या वेळी त्या सैन्याला कसलाही प्रतिकार होणार नाही. कारण शत्रूची सारी माणसे तोपर्यंत मरण पावलेली असतील. सर्व सैनिक, सर्व जनता, स्त्री-पुरुष व लहान मुलेही मरण पावलेली असतील. अगदी एकूण एक जण!''

ग्रेगरीने आपल्या खिशात हात घालून नवीन सिगारेटसाठी चाचपडले. त्याचे हात थरथरत होते आणि आपल्या हातांची थरथर तो लपवत नव्हता. कदाचित त्याला आपल्या हाताला कंप सुटल्याचे ठाऊकही नसावे.

मी म्हणालो, "तुम्ही 'शेवटचे अस्त्र' असा एक शब्दप्रयोग केलात. याचा अर्थ हे अस्त्र फक्त आपल्याकडेच आहे, जगात दुसऱ्या कोणाकडेही नाही असा होतो का? रशियन आणि अमेरिकी लोकांकडे नक्कीच–''

"त्यांच्याकडेही आहे. रशियन लोकांनी त्यासाठी आपल्या प्रयोगशाळा उरल पर्वतराजीमध्ये कोठे स्थापन केल्या आहेत ते आम्हाला ठाऊक आहे. तसेच, कॅनेडियन सरकार असे विषाणू कुठे तयार करते तेही आम्हाला ठाऊक आहे. परवा परवापर्यंत कॅनेडियन मंडळी या क्षेत्रात आघाडीवर होती. अमेरिकेमध्ये तर फोर्ट डेरिक येथे चार हजार शास्त्रज्ञ यापेक्षाही भयानक विषाणू तयार करण्यासाठी धडपडत आहेत. त्यांच्यापैकी अनेकजण गेल्या काही वर्षांत मरण पावले आहेत आणि कित्येकजण आजारी पडले आहेत. पण तरीही त्यांना आपल्यासारखे यश

मिळाले नाही. फक्त ब्रिटनमध्येच जगातील सर्वांत विषारी जंतू किंवा विषाणू तयार झालेले आहेत. म्हणून तर जगातील सर्व राष्ट्रांच्या नजरा येथे मरडॉनवर खिळल्या आहेत.''

''खरंच अशी वस्तुस्थिती आहे?'' हार्डेन्जर विचारीत होता, ''आपल्याकडच्या बॉट्युलिनसच्या विषारी द्रवापेक्षाही अधिक विषारी या जगात काही असू शकेल? मला ही कल्पना फार उथळ वाटते.''

डॉ. ग्रेगरी शांतपणे म्हणाला, ''बॉट्युलिनसमध्ये लष्करीदृष्ट्या काही वैगुण्ये आहेत. या विषाचा परिणाम होण्यासाठी माणसाने ते हुंगले पाहिजे किंवा गिळले पाहिजे. थोडक्यात, याचा शरीरात प्रवेश झाला पाहिजे. बाकी हे विष संसर्गजन्य नाही. आम्हाला असा संशय आहे की, काही देशांनी याच विषावर उतारा म्हणून एक लस शोधून काढली असावी असा अंदाज आहे. पण या विषापेक्षाही भयानक असा जो अतिघातक असा विषाणू तयार केला आहे त्यावर मात्र सबंध जगात कुठेच उतारा नाही. त्याचबरोबर हा विषाणू संसर्गजन्य आहे. एकाला बाधा झाली की, आजूबाजूच्या सर्वांना त्याचा संसर्ग होऊ लागतो. मग ती साथ जंगलातील वणव्यासारखी सर्वत्र वेगाने फैलावत जाते. सर्व बाधाईत झटपट मृत्यू पावतात.''

थोडे थांबून व सिगारेटचे चार झुरके मारून डॉ. ग्रेगरी पुढे सांगू लागला, ''दुसरा जो विषाणू आम्ही तयार केला आहे तो पोलिओच्या विषाणूपासून तयार केला आहे. त्यामुळे माणसाला आकडी येते, पक्षाघात होतो. त्या विषाणूची ताकद आम्ही कित्येक लाख पटींनी वाढवली आहे. ती ताकद कशी वाढवली जाते हे मात्र विचारू नका. कारण ती पद्धत तुम्हाला सांगितली तरी कळणार नाही. ह्या नवीन विषाणूंचा नाश होऊ शकत नाही. अतितीव्र उष्णता किंवा थंडी यांचा त्याच्यावर काहीही परिणाम होऊ शकत नाही. प्रतिकूल अशा वातावरणात, म्हणजे त्या विषाणूची वाढ व विकास यांना मारक अशा वातावरणातही तो महिनाभर सहज जिवंत राहू शकतो. त्याचा संसर्ग होऊ शकतो. जर श्वासावाटे किंवा तोंडावाटे तो शरीरात घुसला तर त्या व्यक्तीचा लगेच मृत्यू होऊ शकतो. सर्वांत धोकादायक गोष्ट अशी की, त्या विषाणूला प्रतिबंधक अशी लस आम्ही तयार करू शकलो नाही. माझी स्वत:ची तर खात्रीच पटली आहे की, तशी लस कोणालाच, कधीही तयार करता येणार नाही.'' मग थोडेसे हसून तो पुढे म्हणाला, ''या अशा अति खतरनाक विषाणूला आम्ही एक अशास्त्रीय नाव बहाल केले आहे. जरी ते नाव अशास्त्रीय असले तरी सार्थ आहे. आम्ही त्याला 'सटन बग' असे म्हणतो. तो एक खरोखरी सैतानी विषाणू आहे, अविनाशी आहे. याच्यापेक्षा अतिघातक, अतिसंहारक असे शस्त्र, असे अस्त्र माणसाला

निर्माण करताच येणार नाही. या विषाणूमध्ये संपूर्ण मनुष्यजातीचा संहार करण्याची ताकद आहे.''

''याच्यावर प्रतिबंधक लस नाही?'' हार्डेन्जरने विचारले. यावेळी मात्र त्याच्या आवाजात रुक्षपणा नव्हता, कोरडेपणा नव्हता. फक्त त्याचे ओठ मात्र कोरडे झाले होते. ''प्रतिबंधक लस अजिबात नाही?''

''त्याबद्दलच्या आशा आम्ही आता सोडून दिल्या आहेत. तुम्हाला आठवत असेल की, फक्त काही दिवसांपूर्वी कर्नल वेब्रिज, डॉ. बॅक्स्टर यांना असे वाटले होते की, त्यांना काहीतरी प्रतिबंधात्मक उपाय, युक्ती किंवा लस सापडली आहे. पण त्यांची ती समजूत पूर्णपणे चुकीची ठरली. यावर सबंध जगात कुठेही, कसलाही उपाय सापडणार नाही, हे आता पक्के समजा. आता आम्ही असे प्रयत्न करीत आहोत की, याच विषाणूपासून पुढची पिढी अशी निर्माण करायची की तिचे आयुर्मान खूप कमी असेल, मर्यादित असेल. आत्ता जी पिढी तशी निर्माण केली आहे तिचा मात्र वापर करता येणार नाही. पण जेव्हा आम्हाला हवे तसे गुणधर्म असलेली त्या सैतानी विषाणूची नवीन पिढी तयार करू तेव्हा मात्र त्या नवीन विषाणूचा ऑक्सिजनशी संपर्क येताच तो विनाश पावेल. मग मात्र आपण त्याला 'शेवटचे अस्त्र' असे संबोधू शकतो. जेव्हा माणसाच्या हातात तो विषाणू पडेल तेव्हा जगातील सर्व राष्ट्रे आपापल्या जवळची सर्व अण्वस्त्रे आपण होऊन नष्ट करतील. कितीही मोठे अणुयुद्ध झाले तरी त्यातूनही काही माणसे जिवंत राहू शकतात, वाचू शकतात. अमेरिकी तज्ज्ञांनी गणित करून असे ठरवले आहे की, जरी रशियाने आपली सर्व ताकद एकवटून संपूर्ण अमेरिकेचा विनाश करण्यासाठी अण्वस्त्रे वापरली तरीही, अमेरिकेत जे मृत्यू होतील ते सात कोटींपेक्षा अधिक असणार नाहीत. किरणोत्सर्गामुळे नंतरही बरेच मृत्यू होतील; परंतु अमेरिकेची निम्मी लोकसंख्या तरी नक्की वाचेल. मग एक-दोन पिढ्यांतच अमेरिका पुन्हा आपले डोके वर काढेल; परंतु या सैतानी विषाणूच्या हल्ल्यापुढे मात्र कोणतेच राष्ट्र परत वर उठू शकणार नाही. कारण तसे करण्यासाठी त्या राष्ट्रातील एकही व्यक्ती जिवंत नसेल.''

हार्डेन्जरचे ओठ कोरडे झाले असावेत, असा माझा अंदाज होता. तो अंदाज खराच होता. कारण आता तो वारंवार आपल्या ओठांवरून जीभ फिरवू लागला. हा कठोर माणूसही शेवटी हादरला हे पहायला कोणीतरी आणखी येथे हजर असावयास हवे होते, असे मला राहून राहून वाटू लागले. ते काहीही असो, पण तो जबरदस्त हादरला होता हे मात्र नक्की. मनातून तो घाबरला होता. ब्रिटनमधील तुरुंगातील सर्व गुन्हेगारांचा मात्र या गोष्टीवर कधीही विश्वास बसला नसता.

हार्डेन्जर घाबरला होता तरीही तो शांतपणे म्हणाला, ''तो मर्यादित आयुष्य

असलेला विषाणू उत्क्रान्त होईपर्यंत काय करायचे?''

"काय करायचे!'' डॉ. ग्रेगरी हताशपणे बोलू लागला, "मी त्याबद्दल नीट सांगतो. तो सैतानी विषाणू शेवटी एका अत्यंत शुद्ध भुकटीच्या रूपात तयार होईल. मग मी एक चमचाभर ती भुकटी घेऊन जाईन. मरडॉन संस्थेच्या रिकाम्या मैदानात मध्यभागी पोचेन आणि तो चमचा सरळ उपडा करेन. मग काय होईल? मग एक तासात या मरडॉन संस्थेतील एकूणएक व्यक्ती मृत्यू पावतील. दुसऱ्या दिवशीचा सूर्योदय होईपर्यंत आजूबाजूचे सर्व गाव हे एक भले मोठे कबरस्तान बनेल. नंतरच्या दहा दिवसांत संपूर्ण ब्रिटनमधील यच्चयावत जीवमात्र मृत्युमुखी पडतील. कोठेही सजीव रहाणार नाही. ज्या युरोपला प्लेगची अति भीती वाटते म्हणून त्या रोगाला 'ब्लॅक डेथ' म्हणतात, त्याच्यापेक्षाही भयंकर असे हे मृत्यूचे थैमान असेल. संपूर्ण ब्रिटनमधील सजीव सृष्टी विनाश होण्यापूर्वी येथून बाहेर जाणारी जहाजे, विमाने या द्वारे हा सैतानी विषाणू युरोपात पोचेल. तिथे त्याची बेसुमार संख्या वाढत साऱ्या युरोपचा बळी घेतला जाईल. मग जगभर या विषाणूंचा प्रसार होत जाईल. त्याला कोणीही अटकाव करू शकणार नाही. अशा रितीने दोन महिन्यांत सारी पृथ्वी निर्मनुष्य, कसलीही जीवसृष्टी नसलेली, एक ओसाड, दगडधोंडे व पाणी असलेला गोळा बनेल.''

डॉ. ग्रेगरी खूपच उत्तेजित झाला होता. भविष्यकालीन चित्र दाखवल्यामुळे तो थकला होता. काही क्षण विश्रांती घेऊन तो परत हार्डेन्जरला उद्देशून बोलू लागला, "पुढे असे होईल याचा विचार करून मगच पुढचे पाऊल टाका. हे भविष्यकालीन चित्र किंवा दूरगामी परिणाम मानवी कल्पनाशक्तीपलीकडचे आहेत. अति उत्तरेकडे रहाणारे लॅपलॅन्डमधील लोक, यान्गत्सी नदीच्या खोऱ्यात भातशेती करणारे चिनी शेतकरी, ऑस्ट्रेलियातील विस्तृत जमीन कसणारे कॅटल रॅन्चर्स, न्यूयॉर्कमधील फिफ्थ ॲव्हेन्यूवरील सर्व दुकानदार व खरेदीदार, आफ्रिकेच्या अंतर्भागात रहाणारे आदिवासी सारे सारेजण विनाश पावतील. यातून कोणीही सुटणार नाही. सरतेशेवटी विविध प्रकारचे जीवन नामशेष होईल. पृथ्वीवरचे सर्व जीवन निपटल्यावरती खाली काय उरेल? कोण उरेल? ते मला सांगता येत नाही. त्या सैतानी विषाणूला कोणीही थोपवू शकणार नाही. यातून वाचली तर ती अल्बॅट्रॉस गिधाडे. ती कुठे काही खायला मिळेल का म्हणून जगभर धुंडाळत रहातील किंवा काही मूठभर एस्किमो लोक अति उत्तरेकडे जिवंत रहातील. पण तेही शेवटी मरण पावतील. कारण वारा सर्वत्र वाहतो व समुद्राचे प्रवाह सर्वत्र पोचतात. हे सारे कशामुळे होईल? तर ती चमचाभर पावडर मी मैदानात ओतल्यामुळे!''

एव्हाना मलाही सिगारेट ओढण्याची इच्छा झाली. मी तेच केले. जर तो

सैतानी विषाणू मोकाट सुटला तर ही पृथ्वी सोडून अन्य ग्रहावर जाण्यासाठी कोणी आपले अग्निबाण तयार ठेवले, तर त्यातील सर्व जागा ताबडतोब भरून जातील, अशीही एक कल्पना माझ्या मनात आली.

ग्रेगरी आता शांतपणे सांगू लागला, ''मला भीती याची वाटते की, ते दार उघडून आपण आत गेलो तर आपल्याला काय पहायला मिळेल? माझा मेंदू काही एखाद्या डिटेक्टिव्हचा नाही. पण मी तरीही माझी तर्कशक्ती लढवून आत काय दिसेल त्याचे कल्पनाचित्र उभे करू शकतो. जो कोणी काल रात्री मरडॉनचे कुंपण तोडून आत घुसला तो ते सैतानी विषाणू घेण्यासाठी अगदी बेभान झाला असला पाहिजे. त्याने फार मोठी जोखीम पत्करली असली पाहिजे. त्याने ते कसे साध्य केले यापेक्षा ते साध्य केले हे महत्त्वाचे! त्या सर्व प्रकारच्या संशोधित विषाणूंचा साठा हा प्रयोगशाळेतील एका कपाटात ठेवलेला आहे.''

''काय? कपाटात?'' हार्डेन्जर भान न राहून ओरडून म्हणाला, ''दुसरीकडे कुठेतरी नीट बंदोबस्तात तुम्हाला ते ठेवता आले नाही? एखाद्या तिजोरीत का ठेवले नाही?''

यावर मी म्हणालो, ''त्या कपाटात तो विषाणूंचा ऐवज अगदी सुरक्षित रहातो. प्रयोगशाळेच्या भिंती या जाडजूड व कॉन्क्रीटच्या आहेत. शिवाय त्या भिंतीला पोलादी पत्रे लावलेले आहेत. त्यामुळे सारी प्रयोगशाळा म्हणजे एक तिजोरी झालेली आहे. तिथे कुठेही खिडक्या नाहीत. फक्त एकच एक पोलादी प्रवेशद्वार आहे. तेव्हा आतमध्ये ते विषाणू कपाटात ठेवले काय नि दुसरीकडे ठेवले काय, फार फरक पडत नाही.''

''हे मला ठाऊक नव्हते. चला, तुम्ही पुढचे सांगा.'' हार्डेन्जर ग्रेगरीला म्हणाला.

डॉ. ग्रेगरी आपले खांदे उडवून म्हणाला, ''बस्स! मला एवढेच सांगायचे होते. जो कोणी आत घुसला होता तो माणूस जिवावर उदार झालेला असेल, बेभान झालेला असेल. त्याला मिळणाऱ्या बक्षिसाच्या मोहाने तो आंधळा झाला असेल. खूप घाईत असेल. कपाटात एक कुलूपबंद खण आहे. त्यामध्ये ते संशोधित विषाणू आहेत. त्या खणाची किल्ली माझ्याकडे आहे. ही पहा ती किल्ली. पाहिलीत? तो माणूस आत घाईघाईत घुसला आणि घाईघाईत आपले काम करू लागल्यावर त्याने किती बळ वापरले असेल कोणास ठाऊक! पण घाईमुळे तो कशाला तरी अडखळला, धडकला असेल तर त्यामुळे नक्कीच कशाची तरी मोडतोड झाली असेल. काहीतरी फुटले असेल, सांडले असेल, लवंडले असेल. जर एखाद्या भांड्यात तो 'सटन बग' असेल तर? अन् तशी तीन भांडी किंवा कंटेनर माझ्या मते आतमध्ये अस्थित्वात आहेत... कदाचित मी

म्हणतो ती शक्यता लाखात एक असेल. पण तरीही मी आपल्याला अत्यंत कळकळीने आणि तळमळीने सांगतो की, ते दार उघडू नका. ते कायमचे बंद ठेवा. ती प्रयोगशाळा कायमची तशीच बंद ठेवा. प्लीऽऽज! त्यातच मानवजातीचे हित आहे. जर आतमध्ये काही फूटतूट झाली आणि एक घनसेंटिमीटर एवढी दूषित हवा जरी निसटली...'' डॉ. ग्रेगरीला पुढे बोलवेना. त्याने आपले दोन्ही हात निराशेने वर उचलत म्हटले, ''संपूर्ण मानवजातीचा संहार होऊ देण्याची जबाबदारी आपण उचलावी का? नीट विचार करा.''

''मेजर-जनरल, तुमचे काय मत आहे? ती प्रयोगशाळा बंदच ठेवावी?'' हार्डेन्जर त्या नवीन सिक्युरिटी प्रमुखाला म्हणाला.

''मला ती प्रयोगशाळा उघडू नये, कायमची बंद ठेवावी, सील करून टाकावी, असे वाटते.''

''कर्नल वेब्रिज? तुमचे काय मत आहे?''

''मला काही सांगता येत नाही,'' असे म्हणून त्याने आपली टोपी डोक्यावरून काढली व तो आपल्या केसातून बोटे फिरवू लागला. पण काही सेकंदांतच तो घाईघाईने म्हणाला, ''होय. मलाही तसेच वाटते. ती प्रयोगशाळा सील करून कायमची बंद ठेवावी. त्या जागेत कोणालाही कधीही आत जाता येणार नाही अशी व्यवस्था करावी.''

''ठीक आहे. तुम्हा तिघांना या विषयाची व धोक्याची जास्त माहिती आहे,'' एवढे म्हणून हार्डेन्जरने आपले ओठ क्षणभर आवळले. मग माझ्याकडे नजर टाकून तो मला म्हणाला, ''या तीन तज्ज्ञांच्या मतांच्या पार्श्वभूमीवर तुमचे काहीतरी वेगळे मत असणार व ते भलतेच इंटरेस्टिंग असणार यात शंका नाही.''

मी उत्तरादाखल म्हणालो, ''मला असे वाटते की, ही तीन माणसे आता वयस्कर झाली आहेत, वृद्ध झाली आहेत. जर तो सैतानी विषाणू बाहेर निसटला तर? या कल्पनेने या तिघांची मने पार बरबटून गेली आहेत. इतकी बरबटून गेली आहेत की, त्यांना धड सरळ विचार करता येणे अशक्य होऊन बसले आहे. जरा तुम्ही या एका मध्यवर्ती वस्तुस्थितीकडे, सत्याकडे पहा. डॉ. ग्रेगरी यांची भीती कशावर आधारित आहे? तर प्रयोगशाळेत कुठे काही काचेचे भांडे किंवा एखादी वस्तू फुटलीबिटली तर! त्यांना वाटते की, असे काही झाले असेल तर संपूर्ण मानवजातीचा संहार होण्याचा धोका लाखात एक का होईना, पण असू शकतो. पण जर तो सैतानी विषाणूंचा साठा असलेली नळी, कुपी किंवा जे काही असेल ते चोरीस गेले असेल तर? तर मग मानवजातीला होणारा धोका लाख पटीने वाढतो. कारण चोरणारी व्यक्ती किंवा त्या व्यक्तीमागे असलेले जे कोणी, तो सैतानी विषाणू वापरल्यावाचून रहाणार नाही. न वापरण्यासाठी ते नक्कीच

चोरी करणार नाहीत. तुमच्या डोळ्यांवर जी भीतीची झापडे बसली आहेत ती क्षणभर दूर करा. अन् मग तुमच्या लक्षात येईल की, त्या विषाणूची चोरी होणे हे आतमध्ये होऊ शकणाऱ्या फूटतुटीपेक्षा किती पटीने भयंकर आहे. साधे सोपे तर्कशास्त्र वापरले तर, आपल्याला सर्वांत मोठ्या धोक्यापासून बचाव करण्यास प्राधान्य दिलेच पाहिजे. म्हणून ते दार उघडून आपण आत जायलाच हवे. नाहीतर आपल्याला तो चोर किंवा तो खुनी कोण आहे किंवा त्याचा काही माग मागे राहिला आहे का, हे कसे कळणार? त्याने ते विषाणू चोरले असतील तर मानवजातीला धोका निर्माण केला आहे. अन् मानवजातीला वाचवायचे असेल तर त्या चोराला मुद्देमालासकट पकडण्याचे शर्थीचे प्रयत्न आपण केले पाहिजेत. मानवजातीवरचे सर्वांत मोठे संकट टाळण्यासाठी धोका पत्करलाच पाहिजे.'' एवढे बोलून मी थांबलो.

मी त्या सर्वांची प्रतिक्रिया अजमावू लागलो. कोणीच काही बोलत नव्हते. मग मीच पुढे शांतपणे म्हणालो, ''जर कोणी हा धोका पत्करत नसेल तर मी आत शिरण्याचा धोका पत्करतो. तो उंदराचा पिंजरा मी बरोबर घेतो. जर तो उंदीर जिवंत राहिला तर उत्तमच. जर तो मेला तर नंतर माझाही मृत्यू होईल. मी बाहेर येणार नाही. ठीक आहे?''

आता सिक्युरिटीचा नवीन प्रमुख झालेला मे. जनरल बोलू लागला. तो म्हणाला, ''मिस्टर कॅव्हेल, तुमच्यात धाडस आहे हे मी मान्य करतो. तुम्ही आततायी आहात; परंतु हे लक्षात ठेवा की, तुम्ही एक खासगी डिटेक्टिव्ह आहात आणि येथील सुरक्षा व्यवस्थेचा मी प्रमुख आहे. इथले निर्णय मीच घेणार.''

''ते तुम्ही घेतलेच होते. पण आता येथून पुढे तसे घेता येणार नाहीत. येथला सारा ताबा आता पोलिसांच्या स्पेशल ब्रॅन्चकडे गेला आहे. तुम्ही हे विसरू नका.''

हार्डेन्जरने आमचे दोघांचे बोलणे मनावर घेतले नाही, त्याकडे दुर्लक्ष केले. मी जी काही अंधूकशी आशा दाखवली होती ती पकडून त्याने डॉ. ग्रेगरीला म्हटले, ''तुम्ही म्हणालात की, आतमधील हवा शुद्ध करण्याची यंत्रणा आत चालू करून ठेवली आहे. म्हणजे आतली हवा शुद्ध झाली आहे, आता दूषित नाही असे समजायचे का?''

''होय, ती सर्व विषाणूंपासून मुक्त झाली आहे, शुद्ध झाली आहे. पण त्या सैतानी विषाणूंपासून नाही. तो विषाणू त्याला अपवाद आहे. सजीवांचे बळी घेणे आणि त्या आधारे आपले पुनरुत्पादन वेगाने वाढवून संख्याबळ वाढवणे हे त्या सैतानी विषाणूचे प्रभावी शस्त्र आहे. म्हणूनच तो विषाणू नष्ट करणे केवळ

अशक्य आहे. त्यातून त्या विषाणूचा आकार एवढा सूक्ष्म आहे की, तो कोणत्याही गाळणीने अडवला जाऊ शकत नाही. प्रयोगशाळेतील हवा सारखी शुद्ध केली जाते. पण तीच तीच हवा पुन्हा पुन्हा वापरून गाळली जात असते. त्यामुळे त्या विषाणूचे वातावरणातील अस्थित्व नष्ट होऊ शकत नाही.''

एवढ्या खुलाशानंतर कोणीच काही बोलले नाही. आत शिरणे कसे धोक्याचे आहे हे सर्वांना पटले होते; परंतु तरीही आत जाऊन छडा लावण्याची गरज आहे हेही कळून चुकले होते. बराच वेळ कोणीही बोलेना. एक अजब पेच पडला होता. शेवटी मी डॉ. ग्रेगरीला म्हटले, ''जर तो विषाणू किंवा ते बॉट्युलिनसचे विष प्रयोगशाळेत सुटले असेल तर त्याचा उंदरावरती किती वेळाने परिणाम होईल?''

''पंधरा सेकंदांत! ३० सेकंदांनी तो उंदीर आचके देऊ लागेल. अन् एका मिनिटात तो मरण पावेल. मेल्यानंतरही त्याचे स्नायू सारखे आकुंचन पावत रहातील. पण ती केवळ स्नायूंची प्रतिक्षिप्त क्रिया असेल. सैतानी विषाणूमुळे असे घडेल. तर बॉट्युलिनस विषाणूमुळे थोडा अधिक वेळ लागेल.''

मग मी नवीन सुरक्षाप्रमुख मे. जनरलला म्हणालो, ''मला आत जाण्यासाठी अडवू नका. मी प्रथम त्या उंदराला काय होते त्याचे निरीक्षण करेन. जर त्याला काहीही झाले नाही तर मी आणखी दहा मिनिटे वाट पाहीन. नंतरच मी बाहेर येईन.''

''जर तुम्ही बाहेर येऊ शकलात तर,'' मे. जनरल मंद आवाजात म्हणाला. त्याचा विरोध मावळू लागला होता. तो हुषार होता. मी जे काही बोललो ते त्याला नक्कीच भावले असणार किंवा माझ्या बोलण्यातील तथ्य त्याला जाणवले असणार.

मी म्हणालो, ''ज्याने कोणी दुष्ट बुद्धीने तो विषाणू चोरला असेल तो नक्कीच वेडा असणार. टेम्स नदीची उपनदी केनेट ही जवळच काही मैलांवर आहे. तो आत्ता तिथे गेला असेल आणि तो खतरनाक विषाणू त्या नदीत टाकत असेल.''

मे. जनरल म्हणाला, ''जर तो पिंजऱ्यातील उंदीर मेला तर नंतर तुम्ही बाहेर येणार हे मला कसे कळणार? जर तो उंदीर मेला तर तुम्ही बाहेर न येता तिथेच उभे रहाणार? तुमच्या अंगावर तो बंदिस्त सूट असेल. त्या सूटलाही काही विषाणू चिकटणार. मग तुम्ही बाहेर जाऊन उपयोग नाही म्हणून तिथेच थांबणार. पण सूटमधली आतली हवा किती काळ तुम्हाला पुरेल? शेवटी त्यातील ऑक्सिजन संपल्यावर तुम्ही गुदमरून जाल. समजा, भरपूर ऑक्सिजन मिळण्याची जरी सोय केली तरी तिथेच सतत थांबावे लागल्याने तुमची उपासमार होऊन तुम्ही मरून जाल. तेव्हा कोणत्याही परिस्थितीत तुम्ही बाहेर येणारच.'' मे. जनरल भान सुटून बोलत होता.

मी त्यावर म्हणालो, "ठीक आहे, तुम्हाला असे म्हणायचे आहे की, उंदीर मेला असूनही मी तो सूट घालून श्वासोच्छ्वास करत बाहेर येईन?"

"अर्थातच!" तो परखडपणे बोलत होता, "जर तुमच्या अंगावरती तो सूट नसेल आणि ती प्रयोगशाळा विषाणूंनी भरलेली असेल तर तुम्ही बाहेर येऊच शकणार नाही. कारण तुम्ही आतमध्ये मरण पावलेले असणार."

"ठीक आहे! म्हणजे तुम्हाला असे सुचवायचे आहे की, मी तो सूट न चढवता आत जावे. कारण सूट चढवून गेल्यावर आतली प्रयोगशाळा विषाणूंनी भरलेली असली तरीही मी बाहेर येण्याचे धाडस करेन अशी तुम्हाला भीती वाटते. ठीक आहे! त्यावरही माझ्याकडे एक उपाय आहे." एवढे बोलून मी खिशात हात घालून माझे ते जपानी बनावटीचे पिस्तूल बाहेर काढले. त्याचा सेफ्टी कॅच मागे ओढून त्याच्या हातात ठेवीत मी म्हणालो, "या, माझ्या मागून या." मग मी सर्वांना घेऊन कॉरिडॉरमधील दुसऱ्या दाराकडे गेलो. हेच दार उघडून आम्ही कॉरिडॉरच्या प्रयोगशाळेच्या भागात प्रवेश केला होता. मी त्याला सांगू लागलो, "हे दार अगदी हवाबंद असते. हे बंद केल्यावर आतली हवाही बाहेर पडू शकत नाही. तुम्ही या दारापलीकडे उभे रहा. दरवाजाला एक छोटी फट राहील एवढाच तो उघडा. जेव्हा मी आतून प्रयोगशाळेचे ते अवजड पोलादी दार उघडून बाहेर येऊ लागेन तेव्हा माझ्या अंगावरती जर तो सूट असेल तर सरळ या पिस्तुलातून माझ्यावरती गोळ्या झाडा. जर सूट काढून मी बाहेर आलो तर आतली हवा स्वच्छ आहे असे तुम्हाला समजेल."

"तुम्ही काय बोलता आहात?"

"अगदी स्पष्ट आहे. या पिस्तुलात नऊ गोळ्या आहेत. शिवाय अंतर पंधरा फूट आहे. तेव्हा साऱ्या गोळ्या माझ्यावर झाडल्या तर मी नक्कीच मरेन. एवढे झाल्यावर कॉरिडॉरचे बाकीचे सारे दरवाजे बंद करा आणि सारी 'ई' इमारत सील करून टाका. आतले मोकाट सुटलेले व्हायरस बाहेर येऊच शकणार नाहीत."

त्याने आपल्या हातातील पिस्तुलाकडे पाहिले. तो ते वापरायला नाखूष दिसत होता. त्याच्या डोळ्यांत एक वेगळीच भावना उमटली. किंचित कंप सुटलेल्या आवाजात तो म्हणाला, "मी हे वापरेन असे वाटते तुम्हाला?"

"अर्थातच! असे पहा, आत्ताच मी त्या विषाणूचे प्रताप ऐकलेत. तेव्हा विषाणूच्या संसर्गामुळे येणाऱ्या भयानक मृत्यूपेक्षा पिस्तुलाच्या गोळीने आलेला मृत्यू माझ्या दृष्टीने केव्हाही चांगला."

मग तो शांतपणे मला म्हणाला, "मला माफ करा. मघाशी माझे डोके ताळ्यावर नसल्याने मी वेडेवाकडे बोललो होतो. मिस्टर कॅव्हेल, तुम्ही खरोखरीच एक शूर माणूस आहात."

"मग मी मेल्यावर टाइम्स वर्तमानपत्रात माझ्याबद्दल जे तुम्ही छापाल त्यात माझ्या शूरपणाचा उल्लेख करायला विसरू नका. अन् आता ते बोटांचे ठसे शोधण्याचे व त्याचे फोटो काढण्याचे काम आपण झटपट उरकून टाकू."

त्या तज्ज्ञांचे काम वीस मिनिटांत आटोपले. त्यांनी शक्य तिथे बोटांचे ठसे शोधले व त्यांचे फोटो घेतले. मी आता ते पोलादी दार उघडून आत जाण्यासाठी सज्ज झालो. तिथे जमलेल्या सर्वांच्या चेहऱ्यावर वेगळेच भाव उमटले. एक माणूस आपण होऊन मृत्यूला मिठी मारायला निघाला आहे. प्रयोगशाळेत कोणते संकट याच्यावर कोसळणार आहे ते समजत नाही. हा परत जिवंत येईल की नाही याची शाश्वती नाही, असे भाव सर्वांच्या चेहऱ्यावर होते. याला अखेरचा निरोप द्यावा की न द्यावा या बुचकळ्यात प्रत्येकजण पडला होता. काहीजण माझ्याकडे बघून आपली मान हलवित होते, तर काहीजण हात हलवून मला निरोप देत होते. मे. जनरल मात्र स्तब्ध उभा होता. एक सौजन्य म्हणून त्याने माझे पिस्तूल मला दिसू नये यासाठी ते हातात धरून तो हात मागे नेला होता.

मी तो सूट अंगावरती चढवला. मला तो खूपच घट्ट बसत होता. आतली श्वसनयंत्रणा माझ्या पाठीला टोचत होती. सुटामधील हवेत जादा ऑक्सिजन असल्याने माझ्या तोंडाला कोरड पडली होती. कदाचित मघाशी मी तीन सिगारेट्स एकापाठोपाठ एक ओढल्यानेही तसे झाले असेल. रोज दिवसभरात मी तीन सिगारेट ओढत असे. पण गेल्या वीस मिनिटांत माझा दिवसभराचा कोटा संपवला होता. त्या दरवाजामध्ये जीवन-मृत्यूची सीमारेषा होती. आत न जाण्यासाठी माझ्यासमोर अनेक कारणे उभी होती. माझ्यावर कोणाची सक्ती नव्हती. पण मी ती सारी कारणे धुडकावून लावली. सुटाचे पट्टे, बटणे वगैरे नीट लावले गेले आहेत हे मी पुन्हा एकदा काळजीपूर्वक तपासले. तोंडावरचा मुखवटा व पाठीवरचा ऑक्सिजन सिलिंडरही तपासला. मी पुन्हा पुन्हा सारे काही तपासले. एकूण पाच वेळा तपासले. पण परत परत तपासण्यात काहीही अर्थ नव्हता. सारेजण माझ्याकडे लक्ष देऊन पहात असल्याने मी ती तपासणी थांबवली. मग मी पुढे झालो. त्या अवजड पोलादी दारावरती असलेले अंतर्गत कुलूप काढण्याची यंत्रणा सुरू करू लागलो. मला ती ठाऊक होती.

ते दार उघडणे ही एक नेहमी गुंतागुंतीची व नाजूक रितीने करावयाची कृती होती. त्यातून आता माझ्या हातावर रबरी हातमोजे असल्याने मला ते आणखीनच जड जात होते. शिवाय माझ्या चेहऱ्यावर असलेल्या मुखवट्याची काच गॉगलसारखी रंगीत होती आणि तिरपी होती. त्यामुळे मला नीट दिसत नव्हते. दारावरती दोन-तीन तबकड्या होत्या. त्या कोणत्या क्रमाने, कोणत्या दिशेला व किती कोनातून

फिरवायच्या या संकेतावर आधारित कुलूप उघडले जाणे ठरत होते. मी एक तबकडी शेवटची फिरवली आणि दाराच्या पोटात एक 'थड्' असा आवाज झाला. कुलूप उघडायची कृती सुरू केल्यापासून बरोबर एक मिनिट झाले होते. दाराच्या पोटात कुठेतरी एक विद्युतप्रवाह वाहू लागला आणि त्यामुळे तिथे एक जबरदस्त चुंबकीय क्षेत्र तयार झाले. त्या चुंबकीय प्रेरणेने आतला एक मोठा लोखंडी अडसर ओढला गेला. मग मी दारावर असलेले चाक तीन वेळा फिरवल्यावर ते अर्धा टन वजनाचे पोलादी दार माझ्या खांद्याच्या दाबण्यामुळे हळूहळू आत सरकू लागले.

मी तो उंदराचा पिंजरा उचलून हातात घेतला आणि आत शिरलो. आत गेल्यावर ते दार पुन्हा लावण्यासाठी दारावरील आतल्या बाजूचे चाक तीन वेळा फिरवले. दार बंद झाले. बाहेरच्या जगाशी माझा संबंध तुटला. आता आणखी एक बंद दार उघडून मला पुढे जायचे होते. ते दार काचेचे होते. त्याच्या कडांना रबर होते. पुढे व्हावे की न व्हावे? मला शेवटच्या क्षणी संभ्रम झाला. पण अधिक वेळ या दोन दारांमधील जागेत घालवण्यात अर्थ नव्हता. मी त्या दाराचे १५ इंची हॅन्डल कोपराने दाबले. दारावर दाब दिला व ते दार आतल्या बाजूला फिरले. मी लगेच आत प्रवेश केला. माझ्या मागे ते काचेचे हवाबंद दार आपोआप बंद झाले. मी आता एका वेगळ्याच वातावरणात होतो. पृथ्वी ग्रहावरील वातावरणाशी याचा काहीही संबंध नव्हता. याच वातावरणामध्ये ते विषारी मृत्युदूत सुखेनैव संचार करत असतील.

प्रयोगशाळेत शॅडोलेस निऑन दिव्यांचा लखलखाट होता. दिवसाइतका लख्ख उजेड तिथे पडला होता. त्यामुळे आत शिरल्यावर मला बटणे दाबून दिवे लावण्याची गरज उरली नव्हती. ज्याने कोणी काल रात्री घुसखोरी केली त्याने जाताना दिवे विझवले नव्हते. सरकारे धनाढ्य असल्याने येथले दिवे बंद करून कशाला सरकारचे पैसे वाचवायचे? असा त्याने विचार केला असावा. किंवा काम झाल्यावर निघून जाताना तो एवढा घाईत असावा की, दिवे बंद करावयास त्याला वेळ मिळाला नाही.

पण यावर विचार करण्यात माझ्याजवळचा वेळ वाया घालवण्यात अर्थ नव्हता. माझ्यापुढे त्या उंदराचे निरीक्षण करणे महत्त्वाचे होते.

मी जवळच्या एका आसनावरती तो पिंजरा ठेवला. त्या पिंजऱ्यावरचे झाकण दूर केले आणि त्या लहान जिवाकडे मी निरखून पाहू लागलो.

दारूच्या पिंपाला वात लावून ती पेटवावी आणि त्या पिंपावरती एखाद्या माणसाला बांधून बसवल्यावर तो आपले शेवटचे क्षण कसे अनुभवेल तसे मला त्या उंदराबद्दल वाटू लागले. एखाद्या उपाशी मांजराने उंदराला मारण्यासाठी

आपला पंजा उगारावा किंवा एखाद्या मुंगसाने समोर फणा काढून उभा असलेला नाग आपल्यावर कधी झडप घालून चावू पहात आहे याची वाट पहावी किंवा जुगारात सर्वस्व गमावलेल्या जुगारी माणसाने शेवटची खेळी खेळताना टाकले जाणारे फासे कोणता कौल देतात ते पहावे, तसे मला त्या उंदराकडे पाहून वाटले. पण तो बेटा झोपला होता किंवा निपचित पडला होता.

डॉ. ग्रेगरी म्हणाला होता की, पंधरा सेकंदांनी उंदरावर झालेला परिणाम दिसू लागतो. मी मनात ते सेकंदांचे आकडे मोजू लागलो. जर तिथल्या हवेत तो खतरनाक, सैतानी विषाणू असेल तर उंदीर जिवंत रहाणार नव्हता. मी मोजत असलेला प्रत्येक सेकंद म्हणजे घंटेचा वाजणारा एकेक टोला वाटत होता. अनंत काळापर्यंत ही घंटा वाजणार, असे मला वाटू लागले. प्रत्येक सेकंदाला हृदयाची धडधड वाढत होती अन् बरोबर पंधराव्या सेकंदाला डोळे मिटून झोपलेल्या त्या उंदराने एकदम दचकल्यासारखी हालचाल केली. त्यामुळे मी एकदम उडालो, दचकलो, हादरलो. माझ्या हृदयाने छातीत एकदम उडी मारली. झाले! संपले सारे! इथल्या वातावरणात शेवटी ते विषाणूंचे मृत्युदूत मोकाट सुटले आहेत! मी थरथरू लागलो. धडधडत्या हृदयाने मी पुढचे सेकंद मोजू लागलो. माझ्या हातात रबरी मोजे होते. तरीही मला हातांच्या पंजांना घाम सुटल्याचे जाणवले. तोंडाला कोरड पडली.

तीस सेकंद झाले. जर येथे हवेत तो विषाणू असेल तर उंदीर आचके देऊ लागेल. पण तसे तो करीत नव्हता. तो आपल्या मागच्या दोन पायांवर बसला आणि हवेत आपले नाक उंचावून कशाचा तरी वेध घेऊ लागला. आपल्या पुढच्या पायांनी तो आपले नाक सारखे घासू लागला.

पंचेचाळीस सेकंद झाले. एक मिनिट पूर्ण झाले. कदाचित डॉ. ग्रेग्रीने विषाणूच्या प्रभावाची जादाच धास्ती घेतली असावी किंवा कदाचित या उंदराची तब्येत इतर उंदरांपेक्षा अधिक ठणठणीत असावी. त्याची प्रतिकारशक्ती जादा असावी. पण डॉ. ग्रेगरी कधीही चूक करणारा नव्हता. मी प्रथमच आता माझ्या सुटातील श्वसन यंत्रणा चालू केली.

मी त्या पिंजऱ्याचे झाकण उघडले आणि आतील उंदीर हाताने उचलून बाहेर काढू लागलो. बेटा अजूनही ठणठणीत दिसत होता. माझ्या एका बेसावध क्षणी तो निसटला. रबराचा थर दिलेल्या खालच्या जमिनीवर त्याने उडी मारली. एका भिंतीलगत एक लांबलचक ओटा होता. त्याला खालून आधार नव्हता. तो उंदीर त्या लांबलचक ओट्याखालून पळून गेला. पार टोकाशी जाऊन पुन्हा तो आपले नाक खाजवू लागला. जर तो उंदीर मोकळेपणे श्वासोच्छ्वास करतो आहे तर आपल्यालाही याच हवेत श्वासोच्छ्वास करणे सहज जमेल. मग मी माझ्या

मानेभोवतीचे पट्टे सोडवले, ती आतली श्वसन यंत्रणा बंद केली आणि तोंडावरचा मुखवटा दूर केला. मी जोरदार छाती भरून जाणारा श्वास घेतला.

माझी ती एक चूक ठरली. त्या हवेत मी अजूनही जिवंत राहिल्याने कोणीही नि:श्वास टाकेल. पण मी तरीही एकदम तसे करायला नको होते. आता मला कळून चुकले होते की, तो उंदीर आपले नाक का सारखे खाजवित होता. श्वास घेताच माझ्या नाकपुड्यांत झिणझिण्या आल्या. तिथे एक चमत्कारिक दर्प भरलेला होता. त्या दर्पाने माझ्या नाकपुड्यांवरती जणू काही एकदम हल्ला केला होता. हा सारा हायड्रोजन सल्फाईडच्या वायूचा प्रताप असावा. हा वायू सर्व रासायनिक प्रयोगशाळेत वापरावा लागतो. कुजलेल्या पदार्थांतूनही हा वायू बाहेर पडत असतो. त्याची दुर्गंधी ही सहसा सहन करता येत नाही

मी माझे नाक दाबून सर्व टेबले, खुर्च्या, यंत्रे यांच्याभोवती फिरू लागलो. दूरवरती प्रयोगशाळेत एक बोळासारखा रस्ता होता. मी अर्ध्या मिनिटात तिथे जाऊन पोचलो. मला जे शोधायचे होते ते आणि जे मला सापडू नये असे वाटत होते, ते शेवटी तिथे दिसले. रात्री तो घुसखोर येथे आला होता तो जाताना दिवे बंद करायचे विसरला नव्हता, तर तो एवढ्या कमालीच्या घाईत होता की, दिवे बंद करण्याचा विचार त्याच्या मनाला अजिबात शिवला नाही. त्या वेळी त्याच्या मनात एकच एक तीव्र इच्छा होती. ती म्हणजे येथून तत्काळ बाहेर पडणे व आपल्या मागे ती दोन्ही दारे शक्य तितक्या वेगाने बंद करून घेणे.

आता हार्डेन्जरला डॉ. बॅक्स्टरचा शोध घ्यायची जरुरी नव्हती. कारण आपल्या पांढऱ्या कोटात डॉ. बॅक्स्टर हे प्रयोगशाळेच्या जमिनीवरती पडलेले होते. सुरक्षाप्रमुख क्लॅन्डन जसा मरताना तीव्र यातनांनी मेला होता तसेच बॅक्स्टरचे येथे झाले होते; परंतु त्यांचा मृत्यू सायनाईडमुळे झाला नव्हता. त्यांचा चेहरा निळा पडला होता. डोळ्यांतून, कानांतून व नाकातून बराच द्रव बाहेर वाहून गेला होता. त्यांच्या शरीरामधूनच तो उग्र वास किंवा दर्प बाहेर पडत होता. अशा प्रकारचा मृत्यू मला अजिबात ठाऊक नव्हता.

एवढेच काय, पण त्यांच्या प्रेताकडे पहाणे म्हणजेसुद्धा मनाचा कठोर निश्चय आधी करावा लागत होता. त्यांच्याजवळ जाऊन त्यांना नीट न्याहाळणे यासाठीसुद्धा फार मोठे धैर्य करावे लागत होते. पण मी शेवटी खूप हिय्या केला व त्यांच्याजवळ गेलो.

मी त्यांना अजिबात स्पर्श केला नाही. मला त्यांच्या मृत्यूचे कारण ठाऊक नव्हते. पण मी तसा थोडासा अंदाज केला होता. म्हणून तर त्यांना स्पर्श करण्याचे मी टाळले होते. मी खाली वाकून त्यांच्या चेहऱ्याचे निरीक्षण जमेल तेवढे केले. त्यांच्या उजव्या कानशिलावरती मला मुका मार बसल्याची खूण

आढळली. तिथली कातडीही थोडीशी फाटली होती आणि किंचित रक्तही बाहेर आलेले होते. तिथली जागा सुजलेली होती, पण ती लक्षात येण्याजोगी नव्हती. तेवढी सूज येण्यापूर्वीच त्यांना मृत्यूने गाठले होते.

त्यांच्यापासून मागे काही अंतरावरती, जमिनीवरती व भिंतीपाशी काही काचेचे तुकडे पडलेले मला दिसले. त्या काचा निळ्या रंगाच्या होत्या व वक्राकार होत्या. शिवाय तिथे एक प्लॅस्टिकचे फिरवून बसवण्याचे झाकणही पडले होते. नक्कीच त्या सर्व गोष्टी एक बाटली फुटल्याचे दाखवित होत्या. पण त्या बाटलीत काय असावे याच्या मात्र खुणा कोठेही दिसत नव्हत्या. त्या काचा पडलेली जागा दारापासून दूर होती.

याच भिंतीमध्ये जरा काही फूट अंतरावरती एक काचेचे दार होते. काचेभोवती चारही बाजूने रबर असल्याने ते दार लावल्यावर आतली जागा हवाबंद होऊन जाई. शास्त्रज्ञ त्या जागेला 'शिकारखाना' असे संबोधित. अशा चार जागा मरडॉन संस्थेत होत्या. मी ते दार उघडून सरळ आत गेलो.

ती एक अत्यंत प्रशस्त अशी प्रयोगशाळेएवढीच मोठी खोली होती. तिला कुठेही खिडक्या ठेवलेल्या नव्हत्या. आतमध्ये भिंतीलगत अनेक ओटे व फडताळासारख्या मांडण्या होत्या. तशाच मांडण्यांच्या ओळी खोलीत मध्यभागी होत्या. त्यावरती सर्वत्र पिंजरे ठेवण्यात आलेले होते. अक्षरश: शेकडो पिंजऱ्यांनी ती खोली व्यापलेली होती. प्रत्येक पिंजऱ्याचा आकार व रचना वेगळी होती. काही पिंजऱ्यांना काचेची हवाबंद दारे होती आणि तेवढ्या पिंजऱ्यापुरती वेगळी हवा शुद्धीकरणाची यंत्रणा बसवलेली होती. बाकी सर्व पिंजऱ्यांना नेहमीसारख्या जाळ्या होत्या. त्या पिंजऱ्यांमध्ये असलेले छोटे प्राणी व पक्षी माझ्याकडे आता आपल्या चिमुकल्या डोळ्यांनी पाहू लागले. मी खोलीत शिरताच ते माझ्याकडे टक लावून पाहू लागले होते. सर्व खोलीत मिळून सुमारे पंधराशे ते दोन हजार पक्षी व प्राणी असतील. पण त्यात ९० टक्के उंदीरच होते, असा मी अंदाज केला. त्याचबरोबर शंभरएक ससे आणि छोटी डुकरे होती. सर्व प्राण्यांच्या तब्येती उत्तम दिसत होत्या. बाहेरच्या प्रयोगशाळेत जे काही घडले त्याचा येथे बिलकूल परिणाम झाला नव्हता. मी तिथून बाहेर पडून पुन्हा प्रयोगशाळेत आलो. माझ्या मागे मी त्या शिकारखान्याचे दार लावून टाकले.

प्रयोगशाळेत मी सुमारे दहा मिनिटे तरी घालवली असतील. पण तरीही मला काहीही झाले नव्हते. पिंजऱ्यातून सुटलेला तो उंदीर एके ठिकाणी कोपऱ्यात अंग चोरून बसला होता. मी वरून हात घालून हळूच त्याला पकडले व पिंजऱ्यात कोंडून टाकले. तो पिंजरा हातात घेऊन प्रयोगशाळेबाहेर पडलो. पहिले दार उघडून मी त्या पोलादी दारापाशी आलो. मी तसाच पुढे होऊन ते पोलादी दारही उघडणार होतो.

पण अगदी वेळेत मला आठवले की, आपण अंगावर तो सूट असताना बाहेर पडलो तर मे. जनरल मला गोळ्या घालणार आहे. जरी मी चेहऱ्यावरचा मुखवटा काढला असला तरीही अंगावरचा सूट पाहून त्याने झटकन मला गोळी घातली तर? प्रयोगशाळेतील हवा शुद्ध असेल तर पिंजऱ्यातील उंदीर जिवंत रहाणार होता व मी अंगावरचा सूट काढून टाकून बाहेर प्रवेश करणार होतो. तसेच ठरले होते आणि मीच ते ठरवून दिले होते. मी झटपट अंगावरचा सूट उतरवला आणि तो उंदराचा पिंजरा हातात घेऊन ते पोलादी दार उघडले.

बाहेर काही अंतरावरती मे. जनरल हातात माझे पिस्तूल घेऊन नेम धरून उभा होता. त्याने आपला हात उंच करून डोळ्यांच्या पातळीवर आणला होता. दाराच्या फटीवर त्याने अचूक नेम धरला होता. माझ्यावर गोळ्या झाडण्यात त्याला नक्कीच आनंद होत नव्हता. पण तरीही तो पुरेशा तयारीत उभा होता. माझ्या त्या जपानी बनावटीच्या पिस्तुलाचा चाप अत्यंत संवेदनक्षम होता. त्यावर बोटाचा किंचित जरी दाब पडला तरी गोळी उडत असे. मी हे त्याला सांगायचे विसरलो होतो. चुकून का होईना, त्याच्या हातून गोळी उडण्याचा संभव होता. म्हणून मी घाईघाईने म्हणालो, "आतमध्ये वातावरण ठीक आहे. हवा चांगली आहे."

त्याने आपला पिस्तुलाचा हात खाली घेतला. त्याला एकदम हायसे वाटू लागले होते. त्याच्या चेहऱ्यावरती स्मित उमटले. एका संकटातून सुटल्यासारखे त्याला वाटत होते.

"मिस्टर कॅव्हेल, तुमची तशी पक्की खात्री आहे?" त्याने मला विचारले.

"मग मी जिवंत कसा बाहेर आलो? मी आत नेलेला उंदीरही जिवंत आहे. चला आत या." एवढे म्हणून मी पुन्हा प्रयोगशाळेत गेलो व त्यांची वाट पाहू लागलो.

हार्डेन्जरने प्रथम आत प्रवेश केला. त्याने आपले नाक उडवून वास घेतला. त्याच्या चेहऱ्यावरती घृणा पसरली होती. तो म्हणाला, "ही कसली घाणेरडी दुर्गंधी पसरली आहे?"

"बॉट्युलिनस!" कर्नल वेब्रिजने त्याला उत्तर दिले. कर्नलचा चेहरा एकदम पडलेला मला दिसला. तो पुन्हा एकदा पुटपुटत म्हणाला, "बॉट्युलिनस!"

मी हा वास हायड्रोजन सल्फाईडचा समजत होतो, तसा तो नव्हता तर. "तुम्हाला कसे हे ठाऊक?" मी त्याला प्रश्न केला.

"मला कसे हे–" त्याने जमिनीवर क्षणभर टक लावून पाहिले व मग मान वर करून म्हटले, "पंधरा दिवसांपूर्वीच मरडॉनमध्ये एक अपघात घडला होता. एक टेक्निशियन त्यात मेला."

"म्हणजे काय?" हार्डेन्जरने विचारले.

"म्हणजे असे की, बॉट्युलिनसमुळे एकजण ठार झाला, मरण पावला. तसेच डॉ. बॅक्स्टरही मरण पावले आहेत. त्या तिकडे टोकाला ते पडलेले आहेत," मी म्हणालो.

यावर कोणीच बोलले नाही. ते सर्वजण माझ्याकडे पाहू लागले. त्यानंतर ते एकमेकांकडे पाहू लागले. मग ते काहीही न बोलता माझ्या मागोमाग आले. मी त्यांना डॉ. बॅक्स्टर यांच्या मृतदेहापर्यंत नेले.

हार्डेन्जरने खाली वाकून पाहिले व निर्विकारपणे म्हटले, "हेच ते डॉ. बॅक्स्टर आहेत तर! तुमची खात्री आहे ना तशी? काल संध्याकाळी ६॥ वाजता ते मरडॉनमधून बाहेर गेलेले होते. तशी सही पण त्यांनी केली होती. मग ते परत कसे आत आले?"

मी यावर म्हणालो, "कदाचित डॉ. बॅक्स्टर यांच्याकडे तारा कापण्याची पक्कड असेल. ते काहीही असले तरी हे डॉ. बॅक्स्टर आहेत हे नक्की. कोणीतरी त्यांच्या कानशिलावरती तडाखा दिला. प्रयोगशाळेच्या दरवाजात उभे राहून त्यांच्या जवळच्या भिंतीवर लांबूनच एक बाटली फेकली. त्या बाटलीत बॉट्युलिनसचा विषारी द्रव होता. मग त्या व्यक्तीने प्रयोगशाळेचा दरवाजा आपल्या मागे लावून घेऊन येथून पलायन केले."

मे. जनरल घोगऱ्या आवाजात म्हणाला, "नीच माणूस! सैतान!"

"तुम्ही अगदी योग्य शब्द वापरले. तो माणूस खरोखरीच सैतान म्हटला पाहिजे." मी मान डोलवित म्हणालो. डॉ. ग्रेगरी हे हताश होऊन एका उंच स्टुलावरती बसले होते. त्यांनी समोरच्या टेबलावरती आपली कोपरे टेकवून दोन्ही हातात आपले तोंड लपवले होते. त्यांचे हात थरथरत होते. मी त्यांच्याजवळ जाऊन त्यांना म्हटले, "सॉरी, डॉ. ग्रेगरी. तुम्ही म्हणालात तसेच तुम्ही आहात. पोलीसमन नाही की सैनिक नाही. असा प्रसंग तुमच्यावर यायला नको. पण तरीही तुम्ही आम्हाला मदत केली पाहिजे."

"होय," मलूल आवाजात ग्रेगरी म्हणाला. डॉ. ग्रेगरीच्या डोळ्यांत पाणी तरळले होते. "डॉ. बॅक्स्टर हे मला माझ्या सहकाऱ्यापेक्षाही जास्त जवळचे वाटत होते. पण मिस्टर कॅव्हेल, मी तुम्हाला कशी काय मदत करू शकणार?"

"ते विषाणूंचे कपाट उघडा आणि प्लीज ते तपासा," मी म्हणालो.

"बरोबर आहे. ते उघडून पाहिलेच पाहिजे. मी दुसरे काय करू शकतो?" असे म्हणून त्याने एकदा खाली मरून पडलेल्या डॉ. बॅक्स्टरकडे पाहिले आणि पुढे म्हटले, "लगेच पाहिले पाहिजे."

डॉ. ग्रेगरी एका लाकडी कपाटाकडे गेला. त्या कपाटाची पुढची बाजू पॉलिश केल्याने चकचकीत होती. त्याने त्याचे दार उघडण्यासाठी एक-दोनदा

जोर लावून पाहिला, पण ते उघडले जाईना. "त्याला कुलूप घातले आहे," ग्रेगरी घाईघाईने म्हणाला.

आता मी अधीर झालो होतो. मी म्हणालो, "पण तुमच्याकडे त्याची किल्ली असेल ना?"

"होय. या कपाटाला फक्त एकच किल्ली आहे. ती माझ्याजवळ आहे." त्यांनी खिशातून ती किल्ली काढून दाखवित म्हटले. "कुलूप उघडल्याखेरीज ते कपाट कोणालाही उघडता येणार नाही. ज्याअर्थी ते कपाट बंद आहे त्याअर्थी आतल्या वस्तू सुरक्षित आहेत."

"असू दे. तरीही ते कपाट उघडा. डॉ. बॅक्स्टर हे काही सर्दी-पडसे किंवा फ्लू होऊन वारले नाहीत. बॉट्युलिनस विषारी द्रवाने वारले आहेत. तेव्हा ते कपाट उघडा झटपट."

त्याने थरथरत्या हाताने किल्ली चालवून कपाट उघडले. सर्वांचे डोळे ग्रेगरीच्या कृतीवरती खिळले होते. त्याने कपाट उघडून आतून एक छोटे खोके काढले. त्या खोक्याचे झाकण उघडून त्यांनी आत पाहिले. क्षणातच त्याचे खांदे पडले आणि डॉ. ग्रेगरीचा चेहरा वेगळाच दिसू लागला. त्याने आपली मान खाली घातली.

तो कुजबुजत म्हणाला, "सर्व काही गेले. सर्व नऊ कुप्या नेल्यात. त्यातल्या सहा बॉट्युलिनस विषाच्या होत्या. त्यातलीच एक डॉ. बॅक्स्टरवर वापरण्यात आली असली पाहिजे."

"आणि बाकीच्या कोणत्या कुप्या? बाकीच्या तीन कशाच्या होत्या?" मी ओरडून विचारले.

त्याने भयभीत होऊन म्हटले, "त्याच त्या! त्या सैतानी विषाणूच्या होत्या. त्याही पळवल्या गेल्या आहेत."

# चार

मरडॉन संस्थेच्या कॅन्टीनमधील भोजनघराची एक खास ख्याती होती. तिथले जेवण फार चवदार असायचे. विशेषत: तिथे फार चांगली वाईन पुरवली जायची. ती वाईन फार्मवरतीच बनवली जायची. आम्ही सर्वजण तिथे दुपारचे जेवण घ्यायला गेलो. डॉ. ग्रेगरी यांचा सहकारी डॉ. मॅक्डोनल्ड हाही तिथे हजर झाला होता. तो तर या जेवणाच्या क्लबचा अध्यक्ष होता. पण कोणालाही फारशी भूकच नव्हती. मीच एकटा असा होतो की, मला कडाडून भूक लागली होती. हार्डेन्जरने आपले अन्न प्लेटमध्ये स्वत:च वाढून घेतले, तर मे. जनरलने आणि कर्नल वेब्रिजने उगाच काहीतरी खाल्ल्यासारखे केले. ग्रेगरीने काहीही खाल्ले नाही. तो पुढ्यातल्या रिकाम्या प्लेटकडे नुसताच टक लावून शून्यात पहात होता. मधेच तो 'एक्स्क्यूज मी' असे म्हणून उठला आणि कुठेतरी निघून गेला. पाच मिनिटांनी जेव्हा तो उगवला तेव्हा त्याचा चेहरा पांढराफटक पडला होता, थोडासा थरथरत होता. मला वाटले की, बहुधा तो आजारी झाला असावा. प्राध्यापकाच्या जीवनात असे भयंकर मृत्यू कधीच त्याला पहायला मिळत नाहीत. आज तर ग्रेगरीने तसे लागोपाठ दोन मृत्यू पाहिले होते. तो हादरून निघणे साहजिक होते.

बोटांचे ठसेतज्ज्ञ तिथे मला दिसले नाहीत. त्यांनाही भूक लागली असल्याने आता ते येथे जेवण्यासाठी हजर असायला हवे होते. स्थानिक पोलिसांमार्फत इन्स्पेक्टर वायलीने आणखी तीन डिटेक्टिव्ह्ज मदतीसाठी दिलेले होते. त्या तिघांच्या साहाय्याने दोन्ही ठसेतज्ज्ञ आपले काम दीड तास करीत होते. प्रयोगशाळेच्या आतमधील प्रत्येक ठिकाणाचे ठसे त्यांनी गोळा केले होते. आता ते प्रत्येकजण गोळा केलेले ठसे व निरीक्षणे इतरांच्या माहितीशी ताडून पहात होते. प्रयोगशाळेच्या पोलादी दाराच्या हॅन्डलवर, कॉम्बिनेशन कुलपावर आणि त्यांच्या सभोवताली मोठ्या प्रमाणात ती विशिष्ट पावडर शिंपडून बारकाईने सर्व ठसे गोळा केलेले

होते. त्याअर्थी कोणीतरी बाहेरचा माणूस प्रयोगशाळेत काल रात्री घुसला असावा असा मी अंदाज केला.

हार्डेन्जरच्या हाताखाली काम करणारा इन्स्पेक्टर मार्टिन आमचे जेवण संपत असताना आला. 'ई' इमारतीमधील ज्या शास्त्रज्ञांना व तंत्रज्ञांना तात्पुरते कामावरून दूर केलेले होते, ज्यांचे मुदतकरार संपले होते, अशा सर्वांचे जाबजबाब त्याने गोळा केलेले होते. अजूनही काहीजणांचे जबाब त्याला गोळा करायचे होते. पण आपले काम कसे झाले आहे, किती राहिले आहे वगैरेबद्दल तो हार्डेन्जरशी चकार शब्द बोलला नाही. जबाब दिलेल्या व्यक्तीच्या सांगण्यानुसार ते आदल्या दिवशी संध्याकाळी व रात्री जे जे काही करत होते त्याची खातरजमा त्याला अजून करून घ्यायची होती.

जेवण झाल्यावर मी हार्डेन्जरबरोबर मुख्य फाटकापर्यंत गेलो. आदल्या दिवशी संध्याकाळी तिथे ड्यूटीवर कोण होते याची चौकशी आम्ही तिथल्या पहारेकऱ्याशी केली. मग त्या आदल्या दिवशीच्या पहारेकऱ्याला आम्ही बोलावून घेतले. तो एक उत्साही व तरुण कॉर्पोरल होता. आल्या आल्या त्याने आम्हाला एक कडक सलाम ठोकला.

तो म्हणाला, ''मी कॉर्पोरल नोरिस. आपण मला बोलावले आहे, सर!''

हार्डेन्जर म्हणाला, ''होय. खाली बसा, प्लीज. मी तुम्हाला मुद्दाम अशासाठी बोलावून घेतले की, मला तुमच्यापाशी डॉ. बॅक्स्टर यांच्या खुनाबद्दल चौकशी करायची आहे.''

कधी कधी उगाच पेचात धरणारे, हळूहळू माहिती काढून घेणारे प्रश्न विचारण्यापेक्षा एकदम धक्कादायक प्रश्न विचारला तर बरीच माहिती चटकन मिळू शकते. हार्डेन्जरने आता तीच युक्ती केली होती. नोरिस उत्साहाने खाली बसत असताना त्याच्यावर खुनासारख्या आरोपाचा संशय व्यक्त करणारे वाक्य मुद्दाम हार्डेन्जरने उच्चारले. नोरिस एकदम दाणकन आपल्या आसनात बसला. तो हार्डेन्जरकडे रोखून पाहू लागला. अशक्य व असंभाव्य अशी घटना ऐकल्याचा धक्का त्याला बसला होता. आश्चर्याने त्याचे डोळे विस्फारले गेले. त्याचे तोंड वासले जाऊन खालचा जबडा खाली गेला आणि भुवया वर उंचावल्या गेल्या. हा त्याचा अभिनय असेल तर तो लाजवाब होता; परंतु त्याच्या चेहऱ्याचा रंग झरझर उतरत गेल्याने त्याचे नाटक नक्कीच नव्हते.

''डॉ. बॅक्स्टर यांचा खून?... खून? म्हणजे ते मरण पावले?'' त्याने म्हटले.

''होय, मरण पावले. खून झाल्यामुळे मरण पावले.'' हार्डेन्जर कठोरपणे म्हणाला. ''काल रात्री त्यांच्या प्रयोगशाळेत त्यांचा खून करण्यात आला. आम्हाला

ते कसे कळले ही बाब बाजूला राहू द्या. पण काल येथून संध्याकाळी जाताना तुम्ही ड्यूटीवर होता. त्यांची जाण्याची वेळ तुम्ही नोंदलीत. पण तसे तुम्ही म्हणता आहात. प्रत्यक्षात ते येथून बाहेर पडलेच नव्हते. तेव्हा तुम्ही त्यांचे बाहेर जाणे नोंदवूच शकत नव्हता. म्हणून आता मला सांगा, त्यांचा सिक्युरिटीचा पास तुम्हाला कोणी दिला? आणि कोणी तुम्हाला त्यांची बनावट सही करायला सांगितली? किंवा कोणी त्यांच्या सहीची नक्कल केली? अशा कामाबद्दल त्यांनी तुम्हाला किती पैसे दिले?''

कॉर्पोरल नोरिस गोंधळून गेला. तो बधिर झाल्यासारखा हार्डेन्जरकडे टक लावून बघू लागला. पण क्षणभरातच त्याचा बधिरपणा निघून गेला. तो हळूहळू उठून उभा राहिला. त्याच्या चेहऱ्यावरती संताप प्रगट होत गेला.

तो हळू आवाजात म्हणाला, ''असं पहा, तुम्ही कोण आहात ते मला ठाऊक नाही. कोणीतरी महत्त्वाची व्यक्ती असाल. पोलीस इन्स्पेक्टर किंवा हेरखात्याच्या एमआय-सिक्स विभागापैकी असावात. पण मी तुम्हाला एवढे बजावतो की, परत एकदा ते आरोप माझ्यावरती करून पहा. मग बघा मी तुमच्या डोक्याच्या चिंधड्या उडवतो की नाही ते!''

''होय, तुम्ही कराल खरे तसे,'' हार्डेन्जर एकदम स्मित करत म्हणाला. मग माझ्याकडे वळून तो मला म्हणाला, ''निर्दोष ना?''

''होय, नक्कीच!'' मी त्याच्या मताला मान्यता दिली.

मग नोरिसकडे वळून हार्डेन्जर म्हणाला, ''नोरिस, मला माफ करा. मला या मागचे रहस्य शोधायचे आहे आणि तेही अत्यंत झटपट. खुनासारख्या गोष्टीमागचे रहस्य शोधणे कठीण असते. मग आम्हाला अशा युक्त्या करून माहिती काढून घ्यावी लागते. लक्षात आले ना?''

''येस, सर,'' नोरिस साशंकतेने म्हणाला. तो थोडासा शांत झाला होता, पण थोडासाच. तो पुढे म्हणाला, ''डॉ. बॅक्स्टर... कसे काय, म्हणजे मला म्हणायचे आहे की कोणी–?''

''त्याचा आत्ता विचार करू नका. पण काल तुम्ही त्यांचे येथून बाहेर पडणे नोंदवून घेतले होते. या रजिस्टरमध्ये तशी नोंद आहे. १२:३२ म्हणजे संध्याकाळच्या साडेसहाची ती नोंद आहे. बरोबर?''

''जर त्यात तशी नोंद असेल तर ती बरोबरच असणार. वेळेची नोंद त्या घड्याळाच्या यंत्राकडून आपोआप होत असते.''

''तुम्ही त्यांचा सिक्युरिटीचा अंगावर बाळगायचा पास – म्हणजे हाच तो? – स्वीकारलात ना?'' हार्डेन्जरने तो पास हातात धरून म्हटले.

''येस, सर.''

"मग त्या वेळी तुम्ही त्यांच्याशी काही बोलला का?"

"खरे सांगायचे तर होय."

"कशाबद्दल बोललात?"

"हेच, हवापाण्याबद्दल. ते आमच्याशी नेहमी खेळीमेळीने वागत असत. त्यांना नेहमी सर्दी होई. त्याबद्दलही ते बोलत असत. त्या वेळी ते सारखे खोकायचे व चोंदलेले नाक साफ करू पहायचे."

"तुम्ही त्यांना नीट पाहिले का?"

"अर्थातच. मी गेले दीड वर्ष इथे पहारेकरी म्हणून काम करतो आहे. रोज त्यांना पहात असल्याने त्यांची जानपहचान मला माझ्या आईइतकी झाली होती. कालही त्यांनी जाताना नेहमीचा पोषाख केलेला होता. लांब ओव्हरकोट, फेल्ट हॅट आणि जाड फ्रेमचा चष्मा असा नेहमीचाच जामानिमा होता."

"ते डॉ. बॅक्स्टरच होते, असे तुम्ही कोर्टात शपथेवर सांगाल?"

क्षणभर त्याने विचार केला व म्हटले, "होय, मी तसे शपथेवरती सांगेन. माझ्याबरोबर आणखी दोघेजण त्या वेळी ड्यूटीवरती होते. त्यांनाही पाहिजे तर तुम्ही विचारून खात्री करून घ्या."

आम्ही त्याप्रमाणे त्या दोन्ही पहारेकऱ्यांना विचारून खात्री करून घेतली. मग आम्ही पुन्हा व्यवस्थापनाच्या इमारतीकडे आलो. मी हार्डेन्जरला म्हणालो, "तुम्हाला खरोखरीच असे वाटते का, की बॅक्स्टर काल रात्री उशिरापर्यंत प्रयोगशाळेत काम करत थांबले होते?"

"नाही. संध्याकाळीच ते येथून बाहेर पडले होते. परत आले तेव्हा त्यांच्या हातात तारेचे कुंपण तोडण्याची पक्कड असणार. ते एकटे आले असतील किंवा त्यांच्याबरोबर आणखी कोणीतरी असेल. यावरून असे दिसते की बॅक्स्टर हा भ्रष्ट माणूस होता. पण आता मला असे वाटते की, तो याहीपेक्षा भ्रष्ट होता."

"त्यांनी केलेली सही अस्सल आहे, असे वाटते?"

"होय, अगदी अस्सल आहे. त्याने दोनदा सह्या केल्या आहेत. अन् दोन वेळा एकसारखी बनावट सही करणे कोणालाही जमत नाही. मला वाटते की, लंडनमध्ये माझ्या साहेबाशी थेट संपर्क साधावा. बॅक्स्टरसंबंधीची प्रत्येक माहिती ही नव्याने तपासून घ्यायला हवी. विशेषत: त्याचे यापूर्वी कोणाकोणाशी संबंध आले होते ती माहिती त्यातून नक्कीच काहीतरी वेगळे हाताशी येईल."

"तसे करण्यात नुसता वेळेचा अपव्यय होईल. सुरक्षेच्या दृष्टिकोनातून पाहिले तर, बॅक्स्टर हा युरोपातील एका अति संवेदनशील पदावर होता. राजकीय व लष्करी परिणाम घडवू शकणारा एक संशोधन प्रकल्प येथे चालू होता. ज्या क्षणाला बॅक्स्टरची या पदावर नियुक्ती झाली त्या क्षणापासून त्याच्यावरती

नजर ठेवण्यात आली. तो कुठे जातो, कुणाशी बोलतो, कसं वागतो वगैरे सर्व बाबींवर नेहमीच पाळत ठेवली गेली असणार. त्यांनी त्याच्या बाबतीत हाती येणारी माहिती पुन:पुन्हा तपासून खात्री करून घेतली असणार. त्यातून तावूनसुलाखून निघाल्याने त्याची नियुक्ती येथे झाली. सुरक्षेच्या जाळ्यात अडकण्यासाठी बॅक्स्टर हा एक अति मोठा मासा आहे. तो सहजासहजी त्यात अडकणार नाही.''

''ह्याच्यासारखीच कितीतरी अशी माणसे शेवटी पकडली जाऊन तुरुंगात सडत पडली आहेत. जी माणसे सापडली नाहीत ती रशियाला पळून गेलेली आहेत.'' हार्डेन्जर गंभीरपणे बोलत होता. ''मी आता लंडनला फोन लावणार आहे. मग इन्स्पेक्टर वायलीकडे चौकशी करणार आहे. काल रात्री गस्तीच्या वेळी रस्त्यावरून कोणती बेडफोर्ड गाडी धावली याबद्दल त्याला काही कळले का हे त्याला विचारणार आहे. मग त्या बोटांच्या ठशांच्या तज्ज्ञांचा काय अहवाल आहे तो पाहीन. चला, येणार ना आता?''

''नाही. काल रात्री जे जे पहारेकरी ड्यूटीवरती होते त्यांची अजून मला उलटतपासणी करायची आहे. त्यानंतर मी जरा इकडेतिकडे करणार आहे.''

''कॅव्हेल, तुम्ही माझ्या अधिकाराखाली येत नाही. पण जर तुम्हाला तपास करताना नवीन मुद्दा कळला, एखादा पुरावा सापडला तर कळवाल मला?'' हार्डेन्जरने मला जरासे संशयाने विचारले.

''मला काय वेडा समजता आहात का? एक व्यक्ती आपल्या खिशात ती सैतानी विषाणूंची कुपी खिशात ठेवून वावरत असताना मी एकट्याने त्याला पकडू शकेन असे वाटते तुम्हाला?''

त्याने यावर आपली मान हलवली. पण तरीही त्याच्या मनात माझ्याबद्दल थोडासा संशय रेंगाळत असावा. हार्डेन्जर निघून गेला. पुढचा तास मी सहा पहारेकऱ्यांवरती प्रश्नांचा भडिमार करून चौकशी केली. आदल्या रात्री बारा वाजेपर्यंत त्यांची ड्यूटी होती. पण त्यांच्याकडून मला अपेक्षित होते तेच कळले. म्हणजे, काहीच कळणार नाही हेच अपेक्षित होते व तसेच झाले. ते सर्वजण मला चांगलेच ठाऊक होते. कदाचित म्हणूनच हार्डेन्जरने मला त्याबद्दल विरोध केला नसावा. ते सर्व पहारेकरी गेली तीन वर्षे याच कामावर नोकरीत होते. त्यांनी जी जी माहिती दिली ती पडताळून पाहिली असता खरीच निघाली. तपासाच्या दिशेने फारशी प्रगती झाली नाही. मग दोन पहारेकरी घेऊन मी 'ई' इमारतीच्या सर्व खिडक्या आणि छत तपासले; परंतु त्यातून काहीही निष्पन्न झाले नाही.

सुरक्षाप्रमुख क्लॅन्डन याचा मृत्यू प्रयोगशाळेच्या पोलादी दारासमोर रात्री ११ नंतर झाला. त्याआधी फाटकापाशी पहारेकऱ्याच्या चौकीमधे डोकावून व थोडीशी विचारपूस करून तो आत गेला होता. त्या वेळी विल्किन्सन पहारेकऱ्याने त्याला

जिवंतपणी पाहिले ते शेवटचेच. नंतर तो सगळीकडे फिरून शेवटी आपल्या छोट्या घरात यायचा. ते घर 'ई' इमारतीपासून जवळच होते. इमारतीच्या काचेच्या कॉरिडॉरसमोर त्याचे घर होते. इमारतीमध्ये सुरक्षिततेसाठी रात्रंदिवस दिवे जळत ठेवलेले असायचे. ब्लॅन्डनला समोरच्या कॉरिडॉरमध्ये काहीतरी संशयास्पद हालचाल दिसली असली पाहिजे व म्हणून तो तिकडे गेला असला पाहिजे. नाहीतर तिकडे जाण्यासाठी अन्य कोणतेही कारण नव्हते.

मी फाटकापासच्या चौकीकडे गेलो. ती एक मोठी टपरीसारखी पहारेकऱ्याची चौकी होती. तिथे आल्यागेल्याच्या नोंदी एका रजिस्टरमध्ये ठेवल्या जात असत. व्यक्तीचे नाव, कामाचे स्वरूप इत्यादी गोष्टींचीही नोंद तिथे व्हायची. मला आदल्या दिवशीच्या साऱ्या नोंदी पहायच्या होत्या. त्या नोंदी चाळल्यावर मला कळले की, नेहमीप्रमाणे त्या शेकडो नोंदी होत्या. त्यात कर्मचाऱ्यांच्या येण्या-जाण्याच्या नोंदी साहजिकच कमी होत्या. मरडॉन संस्थेत काही पहाण्यासाठी, शिकण्यासाठी, चर्चेसाठी अनेक गट येऊन जात असत. पण ती काही रोजची बाब नव्हती. तसे फक्त अधूनमधून घडत असे. कॉमनवेल्थ व नाटो देशांतील शास्त्रज्ञमंडळी आणि क्वचितच काही खासदार मंडळी येत. ते खासदार मात्र अनेकदा अवघड व पेचात टाकणारे प्रश्न विचारीत. संसदेतही तसले प्रश्न त्यांनी विचारल्याने त्यांना मरडॉन संस्थेत नेऊन तिथले संशोधन दाखवले जाई. सार्वजनिक आरोग्य सुधारण्यासाठी अॅन्थ्रॅक्स, फ्लू वगैरे विकारांच्या साथीला टक्कर देण्यासाठी नवीन औषधे कशी शोधली जात आहेत हे त्या खासदारांना दाखवले जाई. मरडॉनमधील अधिकारी त्यांना कोणते संशोधन कार्य दाखवायचे ते ठरवीत; परंतु आदल्या दिवशीच्या त्या नोंदीमध्ये मला कोणताही गट आल्याची नोंद सापडली नाही. बाहेरच्यांपैकी फक्त चौदाजणच येऊन गेलेले होते. तेही विविध मालांचा पुरवठा करणारे लोक होते. मी त्यांची नावे उतरवून घेतली. ते कशासाठी आले हेही उतरवून घेतले.

नंतर मी भाड्याने मोटारी देणाऱ्या एका स्थानिक एजंटला फोन केला. त्यांची एक मोटरगाडी दीर्घ काळासाठी मरडॉन संस्थेत जाण्यायेण्यासाठी द्याल का म्हणून विचारले. मग मी जवळच्या आल्फ्रिंगहॅम गावाला फोन करून तिथल्या एका लॉजमध्ये खोली ठरवली. शेवटचा फोन मी लंडनला माझी पत्नी मेरी हिला केला. पॅडिन्टनहून तिने जर एक रेल्वेगाडी पकडली तर संध्याकाळी ६॥ वाजेपर्यंत ती येथे पोचू शकत होती.

मी पहारेकऱ्याच्या चौकीतून बाहेर पडलो आणि संस्थेच्या आवारातील मैदानातून रमतगमत गेलो. आतल्या कुंपणाजवळून मी सावकाश येरझाऱ्या घालू लागलो. हवा थंड होती व ऑक्टोबरचे गार वारे वहात होते. मी मान खाली

घालून बहुतेक वेळ माझ्या पायाकडे पहात फिरत होतो. 'कॅव्हेल विचारात गढून गेला आहे' असे लांबून माझ्याकडे पहाणाऱ्याला वाटले असते. पण प्रत्यक्षात मी कुंपणाजवळची जमीन पहात पहात चाललो होतो. टोकाशी जाऊन पुन्हा कुंपणापासून थोडेसे अंतर वाढवून मघासारखेच परत येत होतो. अशा अनेक समांतर वाटा चालून मी काहीतरी शोधत होतो किंवा मला तसे वाटत होते. असेच एकदा चालताना मी माझ्या बुटांचा बंद नीट बांधण्यासाठी थांबलो होतो. अन् त्या वेळी मला ते दिसले. त्यात कसलीही शंका नव्हती.

हार्डेन्जर लंडनला जाणार होता. पण अजूनही तो ॲडमिनिस्ट्रेशनच्या इमारतीमध्ये होता. मी त्याला तिथे जाऊन भेटलो. तो आणि त्याच्या हाताखालचा इन्स्पेक्टर मार्टिन हे दोघेजण बोटांच्या ठशांचे जे अहवाल नुकतेच आले होते त्यावरती खल करीत होते. हार्डेन्जरने मान वर करून माझ्याकडे पाहिले व म्हटले, ''काय, कितपत प्रगती आहे?''

''अद्याप तरी नाही. तुमची प्रगती कोठवर आली आहे?'' मी विचारले.

''क्लॅन्डनच्या पैशाच्या पाकिटावरती ठसे सापडले नाहीत. त्याच्या सिगारेट केसवर आणि अन्य कशावरही त्याच्याखेरीज अन्य कुणाचे ठसे सापडले नाहीत. तसेच प्रयोगशाळेच्या दारांवरतीही काही खास ठसे मिळाले नाहीत. पण आम्हाला त्या बेडफोर्ड व्हॅनचा पत्ता लागला. कोण्या एका हेन्ड्री नावाच्या माणसाने आपली बेडफोर्ड गाडी चोरीस गेल्याचे कळवले होते. तो हेन्ड्री आल्फ्रिंगहॅमला रहातो. त्याच्याकडे एकूण तीन व्हॅन्स आहेत. चोरीस गेलेली बेडफोर्ड व्हॅन आज इन्स्पेक्टर वायली याच्या एका पोलिसाला सापडली. तो मोटरसायकलवरून 'हेलम वूड्स' भागातून जात असताना त्याला ती दिसली. तासाभरापूर्वीचीच ही घटना आहे. गाडीवर उमटलेले ठसे घेण्यासाठी एका तज्ज्ञाला तिकडे पाठवले आहे.''

''यात काही अर्थ नाही. नुसता वेळ वाया जाणार.''

''शक्य आहे. तो 'हेलम वूड्स' भाग कोठे आहे ते तुम्हाला ठाऊक आहे?''

''होय,'' मी मान डोलवित म्हणालो. ''येथून आल्फ्रिंगहॅमला जाताना अर्ध्या अंतरावरती ते आहे. तिथे पूर्वी रान होते, पण आता तिथे एकही झाड शिल्लक नाही. तिथे आता बंगले बांधून लोक राहू लागले आहेत. फार चांगली सोसायटी झाली आहे असे म्हणतात. तिथली सर्व माणसे उच्चभ्रू वर्गातील आहेत. त्या हेन्ड्री नावाच्या माणसाची अधिक माहिती मिळवलीत?''

''होय. पण त्याच्याबाबत काहीही संशयास्पद नाही. उलट तो एक अत्यंत प्रतिष्ठित माणूस आहे असे कळले. सर्व क्षेत्रात त्याचे वजन असून, खुद्द

इन्स्पेक्टर वायलीचा तो दोस्त आहे. दोघेही क्लबात जाऊन डार्टचा खेळ बरोबर खेळत असतात. म्हणजे ही व्यक्ती संशयातीत मानावी लागणार.''

''तुमच्या हातात अजून काहीही धागादोरा आला नाही. त्या प्रयोगशाळेमधेही फारसे काहीच हाताशी आले नाही. ती जी बेडफोर्ड गाडी सापडली त्यावरती इथल्या कोणाच्या बोटांचे ठसे असतील याचा मी विचार करतो आहे.''

हार्डेन्जरने माझ्याशी सहमत होत म्हटले, ''खरे आहे.''

''त्यातून ती गाडी जिथे कोणाच्या दारापाशी सोडली त्याच्याच गळ्याला फास लावण्याजोगी ती बाब होईल.''

''तसा जर आपण विचार केला तर चेसिंगहॅम याचे नाव डोळ्यांसमोर येते. ठाऊक आहे ना तो?''

''तो शास्त्रज्ञ? तो रिसर्च केमिस्ट आहे. मला ठाऊक आहे तो,'' मी म्हटले.

''तुम्ही त्याची हमी देऊ शकाल?''

''या व्यवसायात मी खुद्द येशूचा भक्त 'सेंट पीटर' याचीसुद्धा हमी देत नाही. पण तो जर संशयातीत निघाला तर मी एका महिन्याचा पगार पैज हरली म्हणून घ्यायला तयार होईन.''

हार्डेन्जर यावर म्हणाला, ''मला नाही तसे वाटत. त्याचा जबाब आम्ही तपासत आहोत. मग नंतर पाहू काय ते?''

''होय, आपण पाहूच त्याबद्दल. किती ठशांचा माग लागला? कोणा अज्ञात व्यक्तीचा एक तरी ठसा मिळाला का?''

''पंधराजणांचे ठसे ओळखले गेलेत. पण अजून तेरा ठसे तपासायचे आहेत.''

एक मिनिट विचार करून मी मान हलवित म्हणालो, ''म्हणजे बहुतेक डॉ. बॅक्स्टर, डॉ. ग्रेगरी, डॉ. मॅक्डोनल्ड, डॉ. हार्टनेल आणि चेसिंगहॅम यांचे ठसे ओळखले गेले असणार. त्याच प्रयोगशाळेत चार तंत्रज्ञही काम करतात. त्यांच्या बोटांचे ठसे ओळखले गेले? रात्रपाळीच्या एका पहारेकऱ्याचे ठसेही तिथे उमटलेले असणार. ते ओळखले गेले? आणि हो, सुरक्षाप्रमुख आणि कर्नल वेब्रिज यांचे ठसे तुम्ही घेतले की नाहीत? त्यांनी कशावरून त्या प्रयोगशाळेत प्रवेश केला नाही?''

''काय बोलताय काय?'' हार्डेन्जर चिडून म्हणाला.

''होय, मे. जनरल क्लिव्हडेन आणि कर्नल वेब्रिज. मी त्यांचीच नावे घेतली.''

''क्लिव्हडेन आणि वेब्रिज?'' हार्डेन्जर माझ्याकडे रोखून पहात म्हणाला.

इ. मार्टिनही म्हणाला, ''मिस्टर कॅव्हेल, तुम्ही गंभीरपणे म्हणत आहात का?''

"असे पहा, कोणीतरी त्या सैतानी विषाणूंची कुपी आपल्या खिशात घालून मोकाट सुटले आहे. तेव्हा हार्डेन्जर, ही काही चेष्टेने कोणाची नावे घेण्याची वेळ नाही. संशयाच्या जाळ्यातून अद्याप कोणीही सुटलेले नाही. अगदी कोणीही!" यावर त्याने माझ्याकडे बराच वेळ टक लावून पाहिले. पण मी तिकडे दुर्लक्ष करीत पुढे म्हटले, "जे ठसे अद्याप कोणाचे आहेत हे ओळखले गेले नाही–"

"जोपर्यंत आम्हाला ते ओळखता येत नाहीत तोपर्यंत आम्ही मरडॉन संस्थेतील प्रत्येकाचे ठसे घेऊन पडताळून पाहू," हार्डेन्जर गंभीर होत म्हणाला.

"तेवढी गरज नाही. त्यातील काही ठसे हे तर ब्रायसन व चिपरफिल्ड यांच्याशी नक्कीच जुळतील. मी त्या दोघांनाही चांगलेच ओळखतो."

"मला कळले नाही. नीट खुलासेवार सांगा."

"आल्फ्रिंगहॅममधील प्राण्यांचा फार्म हे दोघेजण चालवतात. तिथूनच मरडॉन संस्थेला प्रयोगासाठी प्राण्यांचा पुरवठा होतो. आठवड्यातून एकदा ते येथे नवीन प्राणी पुरवण्यासाठी येतात. या व्यवसायात त्यांची उलाढाल फार मोठी आहे. कालच ते दोघे इकडे येऊन गेले होते. मला ते गेटवरच्या नोंदींवरून समजले. एक नंबरच्या प्रयोगशाळेला लागणाऱ्या प्राण्यांचा पुरवठा त्यांनी कालच केला होता."

"तुम्हाला ते दोघे ठाऊक आहेत? ते कसे दिसतात?"

"ते तरुण आहेत, कष्टाळू आहेत, शांत स्वभावाचे आहेत, विश्वासपात्रही आहेत. फार्मवरतीच त्यांची घरे आहेत व ती एकमेकांशेजारी आहेत. ते विवाहित असून, त्यांच्या बायका चांगल्या स्वभावाच्या आहेत. एकाला एक मुलगा आहे, तर दुसऱ्याला एक मुलगी आहे. दोन्ही मुले साधारणपणे सहा वर्षांची आहेत. कुठल्याही गैर कृत्यात सामील होण्याजोगे ते नाहीत."

"तुम्ही तशी त्यांची हमी द्याल?"

"मी मघाशी काय बोललो ते आठवते ना? येशूचा भक्त सेंट पीटरचीही ग्वाही मी देत नाही तर बाकीच्यांची कशी मी देईन? त्या दोघांची तपासणी व्हायला हवी. मी त्यांना ओळखत असल्याने तुम्हाला पाहिजे तर मीच ती तपासणी करायला तयार आहे."

"तुम्ही कराल तशी तपासणी?" हार्डेन्जर माझ्याकडे बारकाईने पहात म्हणाला. "बरोबर इन्स्पेक्टर मार्टिन यांना घेऊन जायचे आहे?"

"नाही, मी एकटाच त्या दोघांकडे जाईन."

हार्डेन्जरला माझे बोलणे आवडले नसावे. तो म्हणाला, "काही नवीन कळले तर मला सांगा. मी तुमच्या दिमतीला एक गाडी देतो."

"नको. मी एक गाडी भाड्याने ठरवली आहे."

त्याने भुवया उंचावून म्हटले, "त्याची काय जरुरी आहे? येथे पोलिसांच्या व मिलिटरीच्या बऱ्याच गाड्या आहेत. त्यातलीच एक मी तुम्हाला देतो."

"पण मी आता एक सरकारी सेवेत नसलेला नागरिक आहे. तेव्हा मोटरगाडीची खासगी सेवा घेणेच बरे."

ती भाड्याची गाडी मला मरडॉन संस्थेच्या फाटकापाशीच आलेली दिसली. भाड्याच्या गाड्या ह्या बहुतांशी जुन्याच असतात. फक्त त्यांना रंगरंगोटी नव्याने केलेली असते आणि आतली आसने नवीन असतात. काही का असेना, निदान ती गाडी व्यवस्थित चालत होती व मुख्य म्हणजे माझे ओझे वाहून नेत होती. माझ्या डाव्या पायावर भार पडला की तो अत्यंत दुखे. जेव्हा मी पायी हिंडे तेव्हा तर अनेकदा मला यातना होत. लंडनमधल्या दोन विख्यात सर्जननी मला सांगितले होते की, जर माझा डावा पाय काढूनच टाकला तर तिथे एक झकास कृत्रिम पाय बसवता येईल. तो पाय उजव्या पायासारखाच दिसेल. इतका तो हुबेहूब बनवला असेल. पण तो बसवल्यावर डाव्या पायाचे दुखणे एकदम थांबेल याची ते शंभर टक्के हमी देत होते. अशी शस्त्रक्रिया करण्यासाठी ते सर्जन अत्यंत उत्सुक होते. पण शेवटी तो पाय माझा होता, त्यांचा नव्हता. मी माझा डावा पाय जमेल तितके दिवस जवळ बाळगणार होतो.

मी ती गाडी घेऊन आल्फ्रिंगहॅमला गेलो. तिथल्या डान्स-हॉलच्या मॅनेजरला भेटलो. मग आल्फ्रिंगहॅमच्या प्राण्यांच्या फार्मवरती गेलो. त्या वेळी संध्याकाळ होऊन सूर्य अस्तास चालला होता. फार्ममध्ये आत शिरलो. तिथे दोन घरे एकमेकांपासून काही अंतरावरती उभी होती. पहिल्या घराच्या बाहेर अलीकडे मी गाडी थांबवली व खाली उतरलो. त्या पहिल्या घराच्या दारात जाऊन मी घंटेचे बटण दाबले. आत काहीच हालचाल झाली नाही. थोडा वेळ थांबून मी परत घंटेचे बटण दाबले. असे तीन वेळा प्रयत्न केल्यावर मी नाद सोडून दिला व तेथून निघालो. शेजारच्या दुसऱ्या घराच्या दारात गेलो व तिथले घंटेचे बटण दाबले. आतून मला 'आलोच' अशा अर्थाचे उत्तर ऐकू आले. खिडकीच्या आतमध्ये घरात दिवे लागलेले दिसत होते. मी दुसऱ्यांदा बटण दाबण्याच्या बेतात असतानाच दार उघडले गेले. मी एकदम डोळे मिटून घेतले. कारण आतमध्ये झगझगीत प्रकाश पडला होता. डोळे उघडल्यावर समोर एक व्यक्ती उभी असलेली दिसली.

मी त्याला ओळखून म्हटले, "ब्रायसन, हाऊ आर यू? ठीक चालले आहे ना? अचानक आल्याबद्दल सॉरी. तुम्हाला डिस्टर्ब तर केले नाही ना? पण तसेच काम आहे म्हणून मला यावे लागले."

"मिस्टर कॅव्हेल!" ब्रायसन बोलला. त्याच्या आवाजात ओतप्रोत आश्चर्य

भरलेले होते. आत आणखी कोणीतरी बोलत असावे. ते पार्श्वभूमीवरचे संवाद कोणीतरी 'श्शूऽऽ' आवाज करून बंद पाडले. तो म्हणत होता, "तुम्ही इतक्या लवकर भेटाल असे वाटले नव्हते. तुम्ही येथून लंडनला गेल्यावर परत या बाजूला फिरकणार नाही असे मी धरून चाललो होतो. पण ते जाऊ दे. आपण कसे आहात सर?"

"मला तुमच्यापाशी थोडेसे बोलायचे आहे. तसेच, तुमचा शेजारी चिपरफिल्ड याच्याशीही बोलायचे आहे. पण त्यांच्या घरी कोणीच नाही." मी म्हणालो.

"ते इथेच आले आहेत. त्यांच्या पत्नीसह आले आहेत. शनिवारी रात्री आम्ही नेहमी एकमेकांच्या घरी जात असतो." एवढे म्हटल्यावर तो पुढे बोलायला थोडेसे कचरू लागला. घरात चार मित्र येऊन ड्रिन्क्स घेत गप्पाटप्पा चालू असताना एखादा अपरिचित माणूस अचानक घरात आल्यावर जशी अवघडलेली परिस्थिती होते, तसे त्याचे झाले होते. पण तो पुढे म्हणाला, "आपण भेटल्यामुळे आनंद वाटला."

"मी आपला फार वेळ घेणार नाही," असे म्हणून मी त्याच्या मागोमाग आतल्या दिवाणखान्यात गेलो. तेथे बरेच दिवे लावून ठेवलेले होते. भिंतीतल्या फायरप्लेसमध्ये एक मोठा ओंडका जळत ठेवलेला होता. काही कोच व खुर्च्या फायरप्लेसच्या समोर ठेवलेल्या होत्या. मध्यभागी एक टिपॉय होते व त्यावरती काही बाटल्या नि ग्लासेस होते. ते एक घरगुती दृश्य होते. कोणालाही ते पाहून बरे वाटले असते.

आम्ही आत शिरल्यावर ब्रायसनने आपल्या मागे दार लावून टाकले. खोलीत दोन स्त्रिया व एक पुरुष हजर होते. ते तिघेही एकदम उठून उभे राहिले. मला त्या तिन्ही व्यक्ती ठाऊक होत्या. तो उंच व सोनेरी केसांचा पुरुष हा चिपरफिल्ड होता. बुटक्या व स्थूल ब्रायसनपुढे तो माणूस अगदी विरोधी बाजूचे टोक वाटत होता. अगदी प्रत्येक बाबतीत तो विरुद्ध भासत होता. त्या दोन्ही स्त्रिया ब्रायसन व चिपरफिल्ड यांच्या पत्नी होत्या. उलट त्या दोघींत कमालीचे साम्य होते. कारण मिसेस ब्रायसन व मिसेस चिपरफिल्ड या दोघी सख्ख्या बहिणी होत्या. फक्त एकीचे केस काळे होते, तर दुसरीचे सोनेरी होते.

एक-दोन मिनिटे गेल्यावर आदरातिथ्याचे शिष्टाचार झाले. मला व्हिस्कीचा एक पेला देऊ करण्यात आला. माझ्या पायाची चौकशी करण्यात आली. मग ब्रायसन मला म्हणाला, "मिस्टर कॅव्हेल, आमच्याकडून आपल्याला काही मदत हवी आहे का?"

त्यावर मी थेट मुद्द्याला हात घालीत शांतपणे म्हणालो, "आम्ही डॉ. बॅक्स्टर यांच्याविषयीचे एक रहस्य उकलण्याचा प्रयत्न करीत आहोत. तुम्ही

त्यासाठी कितपत मदत करू शकाल याची मला कल्पना नाही.''

''डॉ. बॅक्स्टर? म्हणजे ते एक नंबरच्या प्रयोगशाळेतले?'' ब्रायसन आपला साडू चिपरफिल्ड याच्याकडे पहात म्हणत होता, ''टेड आणि मी – आम्ही दोघांनी त्यांना कालच पाहिले होते. त्यांच्याबरोबर थोड्याशा गप्पाटप्पाही केल्या. पण आम्हाला तर ते ठीक वाटले होते. का? काही झाले आहे काय त्यांना?''

''काल रात्री त्यांचा खून झाला,'' मी म्हणालो.

ते ऐकताच मिसेस ब्रायसन यांच्या तोंडून आश्चर्योद्गाराचा आवाज बाहेर पडू पहात होता. पण त्यांनी दोन्ही हात आपल्या तोंडावर एकदम ठेवून तो आवाज दाबून टाकला. तिच्या बहिणीने मात्र एक चमत्कारिक आवाज घशातून काढीत म्हटले, ''नो! ओऽ नो!'' पण मी त्या दोघींकडे अजिबात पाहिले नाही. मी फक्त ब्रायसन व चिपरफिल्ड या दोघांच्या चेहऱ्याकडे निरखून पहात होतो. त्या दोघांना ह्या बातमीमुळे जबरदस्त धक्का बसल्याचे त्यांच्या चेहऱ्यावरून स्पष्ट कळत होते.

मी पुढे बोलत गेलो, ''काल रात्री बारा वाजण्यापूर्वी त्यांचा खून करण्यात आला. कोणीतरी त्यांच्यावर विषाणूंचे घातक रसायन फेकले. त्यामुळे काही मिनिटांतच त्यांचा मृत्यू ओढवला असावा. मरताना त्यांना खूप यातना झाल्या असाव्यात. नंतर कोणाला तरी प्रयोगशाळेच्या बंद दाराबाहेर सुरक्षाप्रमुख मिस्टर क्लॅन्डन मरून पडलेले दिसले. ते प्रयोगशाळेच्या बाहेर उभे राहून कोणाची तरी वाट पहात असावेत. त्यांना सायनाईड विषाने मारण्यात आले.''

मिसेस ब्रायसन उठून उभी राहिली. तिचा चेहरा पांढराफटक पडला होता. तिच्या बहिणीने तिच्याभोवती आपले हात टाकले होते. दुसऱ्या हातातील सिगारेट तिने फायरप्लेसमध्ये टाकून दिली होती. त्या दोघी खोलीतून निघून गेल्या. घरातील टॉयलेटमधून कोणीतरी आजारी माणूस कण्हत असल्याचे मला ऐकू आले.

ब्रायसनचाही चेहरा पांढरा पडला होता. तो म्हणाला, ''डॉ. बॅक्स्टर व मिस्टर क्लॅन्डन वारले? माझा विश्वासच बसत नाही या बातमीवर.'' मी त्याचा चेहरा बारकाईने निरखून पाहिला. ही बातमी तो प्रथमच ऐकत होता याची मला खात्री पटली. ठीक आहे! आतल्या टॉयलेटमधून कोणीतरी बाहेर पडत होते. त्याने तिथल्या आवाजाकडे नीट लक्ष दिले. अन् मग तो चिडून म्हणाला, ''मिस्टर कॅव्हेल, तुम्ही ही बातमी इतरांच्या देखत सांगायला नको होती. विशेषत: बायकांच्या देखत तर अजिबात सांगायला नको होती.''

''माफ करा,'' मी माझा चेहरा शक्य तितका खेदपूर्वक दिसेल असा ठेवत म्हणालो. ''या बातमीमुळे मी स्वत: गडबडून गेलो होतो. शिवाय क्लॅन्डन माझा सर्वांत जवळचा मित्र होता.''

आता चिपरफिल्ड बोलू लागला. प्रत्येक शब्दावर जोर देत तो ठासून बोलू

लागला. एरवी तो खूप चांगला होता व कोणालाही आवडेल असे वागायचा. पण आत्ताचे त्याचे रूप वेगळे होते. तो म्हणत होता, "तुम्ही मुद्दामच सर्वांदेखत ही बातमी सांगितली. त्या बातमीचा आमच्यावर काय परिणाम होतो आहे हे तुम्हाला पहायचे होते. त्या खुनांशी आमचा काही संबंध आहे की नाही हे तुम्हाला शोधायचे होते. हो की नाही मिस्टर कॅव्हेल?"

मी त्याचे बोलणे मनावर न घेता पुढे बोलू लागलो, "रात्री ११ ते १२ च्या दरम्यान तुम्ही दोघे साडू गावातील डान्स क्लबमध्ये गेला होतात. दर शुक्रवारी रात्री तुम्ही तिथे जाता. असे तुम्ही गेली कित्येक वर्षे करत आलेला आहात. तिथे ज्या नाचप्रकारात तुम्ही भाग घेतलात त्या नाचप्रकारांची नावेही मी आपल्याला सांगू शकेन. पण मुद्दा असा आहे की, तुम्ही दोघांनी किंवा तुमच्या बायकांनीही, खुनाच्या काळात तो हॉल सेकंदभरही सोडला नव्हता. नंतर तुम्ही तुमच्या लॅन्डरोव्हर गाडीतून थेट इथे घरी आलात. त्या वेळी रात्रीचे बारा वाजून वीस मिनिटे झाली होती. ते दोन्ही खून रात्री सव्वाअकरा ते पावणेबारा या अर्ध्या तासात झाले होते हे आम्ही सिद्ध केलेले आहे. तेव्हा तुमच्यावर मी कसलेही आरोप करण्याचा मूर्खपणा करीत नाही. तसेच, तुमच्यावर कोणताही वहीम नाही की संशय नाही. जर तसा संशय असता तर एव्हाना तुम्ही पोलीस कोठडीत असता. आत्ता इथे आरामात व्हिस्की पीत बसला नसता. अन् व्हिस्कीबद्दल म्हणाल तर–"

"सॉरी, मिस्टर कॅव्हेल. मी वेड्यासारखे काहीतरी बरळलो. मला माफ करा." चिपरफिल्ड उठून उभा रहात म्हणाला. त्याच्या चेहऱ्यावरती सुटकेची भावना पसरली होती. त्याने व्हिस्कीची बाटली उघडून माझ्या ग्लासात आणखी व्हिस्की ओतली. त्यातली काही व्हिस्की खाली सतरंजीवरती सांडली, पण त्याचे तिकडे लक्ष नव्हते. तो म्हणाला, "परंतु जर आमचा त्या खुनाशी काहीही संबंध नसेल तर आम्ही तुम्हाला कोणती मदत कशी काय करायची?"

"काल तुम्ही 'ई' इमारतीमध्ये गेला होतात. तिथे जे जे काही घडले ते ते सारे काही तपशीलवार तुम्ही आम्हाला सांगा. अगदी प्रत्येक क्षुल्लक गोष्ट सांगा. तुम्ही तिथे काय केलेत, काय काय पाहिलेत, डॉ. बॅक्स्टर तुमच्याशी काय बोलले, तुम्ही त्यांच्याशी काय बोललात ते सारे सारे सांगा. कोणतीही बारीकसारीक गोष्ट सोडू नका. सारा तपशील सांगा."

मग ते मला सांगत गेले. आळीपाळीने प्रत्येकजण सांगत गेला. मी त्यांचे सांगणे लक्षपूर्वक ऐकत गेलो. त्यांच्याकडे पापणीही न हलवता टक लावून पहात ऐकत गेलो. त्यांच्या बोलण्यात मी कुठेही अडथळा आणला नाही की, मधेच त्यांना प्रश्नही विचारले नाहीत. ते जेव्हा सांगत होते तेव्हा त्यांच्या दोन्ही बायका

आत आल्या. मिसेस ब्रायसन माझ्याकडे अर्धवट ओशाळल्यासारखे पहात होती. पण मी तिकडे लक्ष दिले नाही. मी माझ्या लक्षपूर्वक ऐकण्याच्या कामाला प्राधान्य दिले होते. त्यांचे बोलणे जेव्हा थोडा वेळ थांबले तेव्हा ती संधी साधून मी ग्लासातील उरलीसुरली व्हिस्की पिऊन टाकली, उठून उभा राहिलो आणि निघण्याची तयारी केली. मिसेस ब्रायसन तिच्या वागण्याबद्दल काहीतरी माफी मागितल्यासारखी बोलली. मीही त्यावर 'जाऊ द्या हो' अशा अर्थी बोललो.

ब्रायसन मला म्हणाला, ''सॉरी, आमच्याकडून तुम्हाला फारशी मदत झालेली नाही, मिस्टर कॅव्हेल.''

त्यावर मी म्हणालो, ''नाही कशी? तुम्ही आत्ता बरीच मदत केलीत. पोलिसांचे काम हे मुख्यत्वेकरून सर्व शक्यता अजमावण्याचे असते. तुमच्या सांगण्यामुळे त्यातील बऱ्याच शक्यता वगळल्या गेल्या आहेत. आता उरलेल्या शक्यतांवरती ते विचार करतील. माझ्या येण्यामुळे तुमच्या दैनंदिन कामात मी व्यत्यय आणला व तुम्हाला मी अस्वस्थ केले. मला त्याबद्दल वाईट वाटते आहे. मरडॉन संस्थेशी तुमच्या कुटुंबाचे इतक्या निकटचे संबंध असल्याने या बातमीमुळे तुम्हाला धक्का बसणे साहजिकच आहे. अन् हो, 'कुटुंब' शब्दामुळे आठवण झाली. तुमची बच्चे मंडळी कुठे दिसत नाहीत?''

''ती सध्या येथे नाहीत हे एका परीने बरेच झाले. आम्ही त्यांना त्यांच्या आजोळी पाठवून दिले आहे. ऑक्टोबर महिन्यातील सुट्टी दर वर्षी ते तिकडेच घालवतात. तुम्हाला ठाऊकच आहे म्हणा ते!'' चिपरफिल्ड म्हणाला.

''सध्या तरी आजोळ त्यांच्यासाठी चांगलेच आहे,'' एवढे म्हणून मी पुन्हा त्यांना येथे येऊन त्रास दिला त्याबद्दल माफी मागून तिथून निघालो.

बाहेर अगदी मिट्ट काळोख पसरलेला होता. मी हलक्या पावलांनी चालत चालत माझ्या भाड्याच्या गाडीकडे गेलो. आत चढून बसून गाडी सुरू केली. ती रस्त्यावर आणून १००० फूट अंतर कापून एका सोयीस्कर जागी थांबवली. इंजिन व दिवे बंद करून मी खाली उतरलो.

माझा डावा पाय चांगलाच दुखत होता. तरीही पायी चालू लागलो. ब्रायसनच्या घरापाशी परत येण्यासाठी मला तब्बल १५ मिनिटे लागली. घरातील खिडक्यांचे पडदे सोडलेले होते. पण ते काळजीपूर्वक सोडलेले नव्हते. पडद्यांच्या फटीतून मला आतील दृश्य स्वच्छ दिसत होते. एका खुर्चीत मिसेस ब्रायसन बसलेली होती. ती हुंदके देत रडत होती. तिच्या नवऱ्याने आपला एक हात तिच्या गळ्यात टाकून तो तिचे सांत्वन करू पहात होता. त्याच्या दुसऱ्या हातात व्हिस्कीचा ग्लास होता. तो आता अर्ध्यापेक्षा अधिक भरलेला होता. चिपरफिल्डच्या हातातही तसाच एक ग्लास होता आणि तो फायरप्लेसमधील ज्वालांकडे टक

लावून पहात होता. त्याच्या चेहऱ्यावरती उदास भाव होते. त्याची पत्नी एका खुर्चीत बसली होती व तिचे तोंड खिडकीकडे होते. ती वाकली असता तिच्या हातात काहीतरी आहे हे मला कळले. ते काय आहे ते मला दिसले नसले तरी मला ते पहाण्याची गरज वाटली नाही. कारण त्या वस्तूची तिला नितांत गरज भासत असणार हे मी ओळखले. मी आता तिथून हळूच निघालो. माझ्या गाडीपाशी सावकाश चालत गेलो. आल्फ्रिंगहॅमला लंडनची रेल्वेगाडी येण्यासाठी अजूनही २५ मिनिटे बाकी होती. त्याच गाडीने मेरी येणार होती.

मेरीने माझे अवघे जीवन व्यापून टाकले होते. माझ्या लग्नाला तसे फार दिवस झाले नव्हते. अवघ्या दोनच महिन्यांपूर्वी मी तिच्याशी विवाहबद्ध झालो होतो. आत्तापर्यंतचे ते दोन महिने अत्यंत सुखात गेले होते आणि तसेच ते येथून पुढे शेवटपर्यंत जातील याची मला खात्री होती. ती मला मरेपर्यंत सुख देणार होती. असे विधान करणे माणसाला किती सोपे असते, असे तुम्हाला वाटेल. पण तुम्ही तिला पाहीपर्यंतच तुमचे तसे मत असेल. एकदा तिला पाहिले की, तुम्ही मग कशावरही विश्वास ठेवावयास तयार व्हाल.

ती लहान चणीची होती. सोनेरी केसांची व एक रूपवान स्त्री होती. पण रूप हे काही तिचे खास वैशिष्ट्य नव्हते. तुम्ही जर लंडनच्या रस्त्यात संध्याकाळी भर गर्दीच्या वेळी हात पसरून उभे रहाल तर मेरीसारख्या दहाजणी तरी तुमच्या हाताला लागतील. तिच्यासारख्याच लहान चणीच्या, सोनेरी केसांच्या आणि रूपवान असतील; परंतु मेरीजवळ सुख व समाधान होते आणि तिच्या सहवासात येणाऱ्याला त्यांचा संसर्ग सहज होत असे. विषुववृत्तावरील हमिंगबर्डसारखी ती सतत आनंदात न्हाऊन निघाल्यासारखी वागत असे. तिच्याकडे आणखीही काही होते. तिचे डोळे, चेहरा, तिचा आवाज वगैरे प्रत्येक बाबतीत काहीतरी आल्हाददायक असे. तिची प्रत्येक कृती मोहक असे. अशा व्यक्तीला कोणी शत्रू असणेच शक्य नव्हते. जी माणसे 'सत्कृत्ये करा' असे नुसते म्हणत उपदेश करत त्यांचा तिला राग येई. तिच्या सत्कृत्यांमुळे तिच्याभोवती एक प्रकारचे चुंबकीय क्षेत्र तयार झाले होते. त्यामुळे उदास व खिन्न झालेल्या, मनाने मोडून पडलेल्या व्यक्तीने तिच्याकडे पाहिले की, ती व्यक्ती आपल्या मनाची अवस्था विसरून आपोआप उत्साहित होऊन जाई. त्या व्यक्तीच्या मनाला मेरीच्या दर्शनाने उभारी मिळून जाई. एखाद्या पक्ष्याचा पंख दुखावला असेल तर मेरी त्या पंखाची दुरुस्ती करून त्या पक्ष्याची चांगली देखभाल करे. तिचे हेही एक वैशिष्ट्य होते. तिला या विषयातील कसलीही माहिती नसताना त्या जखमी पाखरांना ती कशी काय बरे करीत असे याचे मला आश्चर्य वाटे. तिच्यात फक्त एक वैगुण्य होते. अन् त्यामुळेच ती

अमानवी परिपूर्णतेला पोचली होती असे म्हणावे लागेल. तिला राग आला तर मात्र त्या रागाचा भडका स्फोटासारखा एकदम होई. त्या वेळी तिच्या तोंडून धक्कादायक असे शब्द बाहेर पडत. ती जेव्हा एखादे पंख दुखावलेले पाखरू पाही किंवा एखाद्याने त्या पक्ष्याला दुखापत केलेली पाही तेव्हाच तिला तसा राग येई. एरवी कधीही नाही!

अशी ही मेरी माझी पत्नी होती आणि अशा ह्या मेरीने माझ्याशी का लग्न केले याचे मला आश्चर्य वाटत होते. तिच्या माहितीतल्या अनेक पुरुषांपैकी कोणाही एकाला तिने पती म्हणून निवडले असते. पण तसे न करता तिने मलाच का निवडले ते कोडे मला अजूनही उलगडले नाही. मला वाटते की, माझा मोडका पाय, म्हणजेच माझा मोडका पंख, हेच आकर्षण तिला वाटले असावे. दुसऱ्या महायुद्धात मी चिखलात रुतलो असताना एक जर्मन रणगाडा माझ्या पायावरून गेला. त्या चिखलाने बराचसा रणगाड्याचा भार झेलला असला तरीही माझा पाय जायबंदी केलाच. शिवाय युद्धाच्या रणधुमाळीत माझ्या चेहऱ्याचा डावा भाग होरपळून गेला होता. त्यावर प्लॅस्टिक सर्जरीचाही उपयोग होऊ शकत नव्हता. माझ्या डाव्या डोळ्याला तर दिवस आणि रात्र यांच्यातील फरक कळेनासा झाला. कदाचित माझी ही अवस्था आणि पंख मोडलेल्या पाखराची अवस्था सारखीच असेल, असे तिला वाटले असणार.

मी प्लॅटफॉर्मवरती तिची वाट पहात उभा होतो. लंडनची गाडी उगवली व सावकाश थांबली. माझ्यापासून पन्नासएक फुटांवरती तिचा डबा थांबला होता. तिने डब्यामधून प्लॅटफॉर्मवर एक हलकीच उडी मारली व भिरभिरत्या नजरेने ती माझा शोध घेऊ लागली. तिच्यामागून तिची सुटकेस हातात घेऊन एक स्थूल माणूस खाली उतरला. लंडनमध्ये अनेक श्रीमंत व्यक्ती जसा पेहराव करतात तसाच त्याचा पेहराव होता. अशा व्यक्ती अलीकडे गरिबांचा कळवळा आल्याने अनाथ मुले व विधवा स्त्रिया यांच्यासाठी काही कामे करू लागल्या आहेत. मेरीचा प्रभाव सर्वांवर पडत असल्याने कोणीही तिला मदत करायला पुढे येई. ती व्यक्तीही अशीच मेरीच्या प्रभावाखाली आली असणार.

मेरीने मला पाहिले आणि मला मिठी मारण्यासाठी ती धावत निघाली. तिच्या धडकेला तोंड देण्यासाठी माझ्या शरीराने एक बचावात्मक पवित्रा घेतला. सार्वजनिक ठिकाणी भर गर्दीतही मेरीच्या उत्साहाला कधी उधाण येईल ते सांगता येत नसे. मग लोकांच्या उंचावलेल्या भुवया, आश्चर्यजनक चेहरे यांची पर्वा न करता मेरी मला मिठी मारत असे. आज सकाळी घर सोडताना मी तिला पाहिले होते. पण आता तिची वाट पहाताना मला असे वाटले होते की, अनेक पिढ्यांचा काळ लोटल्यावर ती आता भेटत आहे. ती आली व तिने मला गच्च मिठी

मारली. मी तिला वर उचलून घेतले. तिचे पाय जमिनीपासून सहा इंच वर हवेत उचलले गेले. काही सेकंदांनी मी तिला खाली ठेवले. तिच्या मागोमाग आलेल्या त्या धनाढ्य व्यक्तीने तिचे सामान आमच्यापुढे अलगद खाली ठेवले. त्याचा चेहरा प्रफुल्लित झाला होता. तिला मदत केल्याबद्दल तो खूष झाला होता. मग आपली हॅट किंचित खाली करून त्याने आम्हाला अभिवादन केले व तो खुषीत निघून गेला. जाता जाता तो प्लॅटफॉर्मवरील एका सामानाच्या हातगाडीला अडखळला व पडला. पण चटकन धडपडत उठला, हसत हसत त्याने आम्हाला परत अभिवादन केले व तो निघून गेला.

मी तिला म्हटले, ''अनोळखी पुरुषांकडे पहाताना नेहमी तू काळजीपूर्वक हास्य करत जा. उद्या तुझ्या हसण्यामुळे एखादी व्यक्ती भारावून जाऊन अपघातात सापडली व त्या व्यक्तीने खटला भरून नुकसानभरपाईची मागणी केली तर माझी पंचाईत होऊन बसेल. मग आत्ता जो येथून मळकट कपडे घातलेला मजूरवर्गातला माणूस गेला ना, त्याच्यासारखे कपडे मला कफल्लक झाल्यामुळे घालावे लागतील.''

ती मला म्हणाली, ''मला मदत करणारा तो माणूस फार चांगला होता.'' मग माझ्या चेहऱ्याकडे पाहिल्यावर तिचे बोलणे क्षणभर थांबले. तिच्या चेहऱ्यावरचे हसू मावळले. ती म्हणाली, ''हे काय? तुम्ही खूप थकलेले दिसत आहात. कसली तरी काळजी करीत आहात. अन् तुमचा पाय नक्कीच दुखत असला पाहिजे.''

मी यावर म्हणालो, ''माझा चेहरा म्हणजे एक मुखवटा आहे. त्यामागे दडलेले भाव, विचार हे कोणालाही कधीच कळत नाहीत. वाटल्यास विचार कोणालाही!''

''आणि तुमच्या तोंडाला व्हिस्कीचा वास येतो आहे.''

''काय करणार, सकाळपासून तुझा विरह झाल्याने तुझी तहान मला व्हिस्कीवर भागवावी लागली.'' मी तिला गाडीकडे घेऊन जात पुढे म्हणालो, ''आपण आता 'वॅगनर्स रेस्ट हाऊस' या लॉजमध्ये जाणार आहेत.''

''वंडरफुल!'' ती आनंदाने म्हणाली. ''म्हणजे ते कौले शाकारलेले घर. आजूबाजूला ओकची झाडे. खोलीतली फायरप्लेस. वाऽ वाऽ! कित्ती छान! मला आत्ता येथे थंडी वाजू लागली आहे. आपल्याला तेथवर झटपट पोचता येईल का?''

मग आम्ही त्या लॉजकडे तीन मिनिटांत पोचलो. 'वॅगनर्स रेस्ट हाऊस'ची इमारत मेरीच्या कल्पनेतल्याप्रमाणे अजिबात नव्हती. भरपूर काचा व क्रोम प्लेटिंग केलेल्या गोष्टी यांनी मढवलेली ती वास्तू होती. तिला अत्याधुनिक स्वरूप दिलेले होते. मेरीने खट्टू होत मला म्हटले, ''हे वॅगनर्स रेस्ट हाऊस आहे?''नावावरून तिला ते एक छोटेखानी घर व ड्रायव्हर मंडळींचे विश्रामधाम असेल असे वाटले होते.

मी तिला म्हटले, ''होय, हेच ते आहे. बाहेर तशीच निऑन दिव्यांची पाटी आहे. पूर्वीच्या विश्रामधामगृहात संडास इमारतीबाहेर असत. गाद्यांमध्ये कापसाच्या गाठी झालेल्या असत. आता तसले जुनाट प्रकार नाहीत. आता खोल्याखोल्यांत शेकोट्या पेटवत नाहीत. संपूर्ण इमारतच सेंट्रल हिटींगने गरम केलेली असते.''

तिथला मॅनेजर कम रिसेप्शनिस्ट मात्र अठराव्या शतकातील वाटत होता. लालसर चेहऱ्याचा, अर्ध्या बाह्यांचा शर्ट घातलेला व तोंडाला दारूचा दर्प असणारा तो माणूस होता. कपाळाला आठ्या घालून त्याने माझ्याकडे पाहिले. मेरीकडे मात्र हसून पाहिले. मग त्याने एका दहा वर्षांच्या मुलाला हाक मारली. बहुतेक तो त्याचा मुलगा असावा. आमची खोली दाखवायला त्याने त्यास फर्मावले.

आमची खोली बऱ्यापैकी स्वच्छ होती व प्रशस्त होती. मागच्या बाजूला खोलीच्या खिडक्यांची दारे उघडत होती. तेथून मागे केलेली बाग दिसत होती. युरोपातील घरांमध्ये जशी परसदारची बाग असते तशीच होती.

तो पोऱ्या आम्हाला खोलीत सोडून दार लोटून निघून गेला. मेरी माझ्यापाशी येऊन मला सहानुभूतीच्या स्वरात म्हणाली, ''तुमचा तो पाय काय म्हणतो आहे? खरं खरं सांगा मला.''

''नाही. ठीक नाही तो,'' मी म्हणालो. मेरीशी खोटे बोलणे मी सोडून दिले होते. कोणीही खोटे बोलले तर तिला ते सहज कळते. जणू काही ती एक दैवी देणगी तिला मिळाली होती. ती एक मानवी स्वरूपातील 'लाय-डिटेक्टर' यंत्र होती.

मग तिने मला हुकूम सोडला, ''आता ही आरामखुर्ची आणि हे स्टूल. बसा येथे. कुठेही जायचे नाही.''

''नाही. मला जावेच लागणार आहे. तसे थोडेसेच काम आहे, अन् मला ते टाळता येत नाही.''

तरीही ती आग्रह धरीत म्हणाली, ''तुम्ही ती कामे केली नाहीत तरी काहीही बिघडत नाही. प्रत्येक गोष्ट तुम्ही थोडीच केली पाहिजे. तसली कामे करायला बरीच माणसे–''

''नाही. यावेळी मात्र तसे नाही. ती कामे मलाच करावी लागणार आहेत. त्यासाठी मला दोनदा बाहेर पडावे लागणार आहे. माझ्याबरोबर मी तुलाही बरोबर नेणार आहे. म्हणून तर तुला इकडे बोलावून घेतले.''

यावर तिने एकही प्रश्न विचारला नाही. मग तिने फोन उचलला व माझ्यासाठी व्हिस्कीची ऑर्डर दिली, स्वत:साठी शेरीची ऑर्डर दिली. अर्ध्या बाह्यांच्या मॅनेजरने जिना चढून सारे साहित्य आणून दिले. जिना चढून आल्याने तो थोडासा हाशहुश करीत धापा टाकीत होता. त्याच्याकडे पाहून स्मित करीत मेरीने त्याला म्हटले, ''आमचे जेवण आम्हाला आमच्या खोलीत आणून द्याल?''

"जेवण? अन् खोलीत?" त्या मॅनेजरने रागावून आपली प्रतिक्रिया व्यक्त केली. त्याचा मूळचा लालसर चेहरा अधिकच लाल झाला होता. तो चिडून म्हणत होता, "अहो, हे काय 'क्लॅरिज' हॉटेल नाही." क्लॅरिज हॉटेल हे एक फाइव्ह स्टार हॉटेल आहे. त्या हॉटेलची साखळी सर्व इंग्लंडभर पसरली आहे. मात्र हे म्हणताना त्याने आपली नजर आढ्याकडे लावली होती. मग आपली नजर सावकाश खाली आणून त्याने मेरीकडे पाहिले. काहीतरी बोलण्यासाठी त्याने आपले तोंड उघडले, पण ते बंद केले. तो मेरीकडे पहात राहिला. काहीच बोलेना. माझ्या लक्षात आले की, तो तिच्या प्रभावाखाली येत चालला आहे. मग काही सेकंदांत तो अडखळत म्हणू लागला, "अंऽ.... मी, म्हणजे त्याचं काय आहे.... तसे काही जमते का ते मी बघेन. पण ते इथल्या नियमांविरुद्ध आहे.... पण तरीही मी बघतो.... म्हणजे काय, शेवटी तुम्ही आमचे गिऱ्हाईक आहात ना. तुमची सेवा करणे हाच आमचा व्यवसाय आहे.... हो ना मॅडम?" एवढे बोलून तो निघून गेला.

मग मी मेरीला म्हटले, "तुझ्या बाबतीत खरोखर एक कायदाच केला पाहिजे. किती सहज तू लोकांना कामाला लावतेस. बरं, ते जाऊ दे. मला ग्लासात व्हिस्कीचा एक पेग दे बरं. अन् तो फोनही इकडे दे."

मग मी तीन ठिकाणी फोन केले. पहिला फोन लंडनला केला. दुसरा फोन इन्स्पेक्टर वायली याला केला. अन् तिसरा फोन हार्डेन्जरला केला. तो अजूनही मरडॉन संस्थेत होता. त्याच्या आवाजावरून तो दमलेला व चिडलेला वाटत होता. मला त्याचे आश्चर्य वाटले नाही. आजच्या दिवशी त्याला भरपूर काम करावे लागले होते आणि हाताशी काहीही लागले नव्हते.

"कॅव्हेल?" त्याचा आवाज अक्षरशः भुंकल्यासारखा वाटत होता. "तू फार्मवरती त्या माणसांना भेटायला गेला होतास. त्याचे पुढे काय झाले? काही धागा मिळाला का?"

"म्हणजे ब्रायसन अन् चिपरफिल्ड याच दोघांबाबत म्हणत आहात ना? काहीही नाही! खून झाले त्या वेळी ते दोघे मरडॉनपासून पाच मैल दूर होते हे शपथेवर सांगणारे दोनशे तरी साक्षीदार येथे असतील."

"तुम्ही काय बोलता आहात? दोनशे–"

"होय. कारण ते दोघे एका डान्सक्लबमध्ये त्या वेळी होते. एक नंबरच्या प्रयोगशाळेशी संबंधित जे जे संशयित आहेत त्यांच्या जबानीत कुठे काही संशयास्पद आढळले?"

"तसे काही हाताशी लागेल असे वाटते तुम्हाला?" हार्डेन्जर कडवटपणे म्हणत होता. "तो खुनी आधी आपली 'दुसरीकडे त्या वेळी असल्याची' थाप

पक्की पुराव्यानिशी तयार केल्यावरच खून करेल. सर्व संशयित व्यक्ती आपण त्या वेळी कोठे होतो हे दाखवून देत आहेत. तरीही या प्रकरणात बाहेरच्या कोणाचा हात आहे यावरती माझा बिलकूल विश्वास नाही.''

''चेसिंगहॅम आणि डॉ. हार्टनेल. यांची जबानी कितपत सॉलिड आहे?''

''का? त्याच दोघांबद्दल तुम्हाला का संशय येतो?'' त्याने सावधगिरीने विचारले.

''कारण मला त्या दोघांमध्ये रस आहे. आज रात्री मी त्या दोघांना भेटायला जाणार आहे. ते काय सांगतील याबाबत मला उत्सुकता आहे.''

''कॅव्हेल, तुम्ही माझ्या परवानगीखेरीज कोणालाही भेटू शकणार नाही.'' हार्डेन्जर जवळजवळ मला ओरडून म्हणाला. ''मला कोणीही चुकीच्या व्यक्ती–''

''हार्डेन्जर, मी कसलीही चूक करत नाही, की कसलीही चूक करणार नाही. तुमचे साहेब, म्हणजे जनरल साहेब यांनी मला याबाबतीत पूर्ण स्वातंत्र्य दिलेले आहे. हो की नाही? तसे स्वातंत्र्य त्यांनी होऊन दिल्यावर मग माझ्या मार्गात कोण आडवे येऊ शकेल? लक्षात आले?''

यावर पलीकडे शांतता पसरली. हार्डेन्जर काय बोलणार होता? तो स्वतःला काबूत आणण्याचा प्रयत्न करत असावा. शेवटी तो शांतपणे म्हणाला, ''चेसिंगहॅम ही संशयातीत व्यक्ती आहे यावर तुम्हीच मला विश्वास ठेवायला लावले होते.''

''मी त्यांना भेटणार आहे. तो माणूस नुसताच चाणाक्ष व धूर्त नाही, तर त्याची नको तितकी मैत्री डॉ. हार्टनेल यांच्याशी आहे. मला खरे म्हणजे डॉ. हार्टनेल यांच्यात जास्त रस आहे. ते तरुण आहेत, आर्थिक बाबतीत बेपर्वा असतात आणि संशोधनात त्यांनी पुष्कळच प्रगती केली आहे. विषाणूंमध्ये आपण तज्ज्ञ आहोत म्हणजे शेअर मार्केटमधेही आपण तज्ज्ञ आहोत, असे त्यांना वाटते. तीन महिन्यांपूर्वी त्यांनी आपल्याजवळचे सर्व रोख पैसे हे 'फ्लाय-बाय-नाईट' ह्या कंपनीत घातले होते. त्या कंपनीने सर्व राष्ट्रीय पातळीवरील वृत्तपत्रांत मोठमोठ्या जाहिराती देऊन आपल्या कामाचा गाजावाजा केला होता. शेवटी झाले काय, तर ती कंपनी बुडाली आणि डॉ. हार्टनेलचे सर्व पैसे पाण्यात गेले. मी मरडॉन सोडण्यापूर्वी हार्टनेल यांनी आपले रहाते घर गहाण टाकून काही पैसे उभे केले होते. पण तेही पैसे बुडाले असावेत असे मला वाटते.''

''मग ही माहिती तुम्ही मला आधी यापूर्वी का दिली नाहीत?''

''मला आज संध्याकाळी अचानक आठवले.''

''आज संध्याकाळी अचानक–'' हार्डेन्जरचा आवाज एकदम थांबला. जणू काही कोणीतरी त्याचा गळा आवळला होता. मग तो विचारपूर्वक म्हणाला, ''हे बोलायला किती सोपे आहे. तुम्ही एकदम हार्टनेलवरती उडी मारलीत. याचे

कारण ते आता कफल्लक झाले आहेत, म्हणून ना?''

''ते मला कळत नाही. मी म्हटले त्याप्रमाणे डॉ. हार्टनेल हे काही प्रत्येक बाबतीत हुषार नाहीत. मला माझी शंका फेडून घ्यायला हवी. गुन्ह्याच्या वेळी ते दुसरीकडे होते हे त्यांनी सांगितले असेलच. ते दोघेही तसे सांगत असणार.''

''होय. आपण घरीच होतो, असे ते म्हणतात. त्यांच्या घरचे लोकही त्यांना शपथेवर दुजोरा देत आहेत. मी तुम्हाला नंतर भेटतो. मी आल्फ्रिंगहॅमच्या कौन्टीत जाणार आहे.''

''मग आम्हाला भेटायला 'वॅगनर्स रेस्ट'मध्ये या. तिथून दोन मिनिटांच्या अंतरावरती ते आहे. रात्री दहाला येऊ शकाल?''

''आम्हाला भेटायला? म्हणजे दुसरे कोण तुमच्याबरोबर आहे?''

''मेरी. ती आज संध्याकाळी येथे आली.''

''मेरी?'' त्याच्या आवाजात शंका होती, संशय होता. पण त्याचबरोबर आनंदही होता. मेरी ही पूर्वी तीन वर्षे त्याची सेक्रेटरी होती आणि मी तिच्याशी लग्न केलेले त्याला आवडले नव्हते.

त्याने दहा वाजता यायचे कबूल केले.

# पाच

आम्ही आमच्या खोलीत दोघांनी जेवण उरकले व बाहेर पडलो. जेवताना मी मेरीला दिवसभरात जे जे घडले ते सारे सारे सांगितले. आता आम्ही गाडीतून 'हेलम वूड्स' भागाकडे चाललो. माझ्या शेजारी मेरी बसली होती. पण ती नेहमीसारखी उत्साही व बडबड करणारी नव्हती. शांतपणे ती बसलेली होती. दिवसभरातील घटना मी सांगितल्यामुळे ती कधी नव्हे एवढी भेदरली होती. ती एवढी घाबरल्याचे मी पूर्वी कधी पाहिले नव्हते. थोडक्यात, दोन हादरलेली माणसे एका गाडीत बसून चालली होती.

चेसिंगहॅमच्या घरी आम्ही पावणेआठच्या सुमारास पोचलो. ते एक जुने घर होते. सपाट छप्पर, दगडी बांधकाम, अरुंद व उंच खिडक्या आणि फाटकापासून घराच्या प्रवेशद्वारापर्यंत एक दगडी जिना. घराभोवती जणू काही सर्व बाजूने एक खंदक भिंतीला चिकटून खणलेला होता. त्यामुळे तळघरात उजेड शिरत होता. त्या खंदकावरून तो जिना पुलासारखा गेला होता. घराच्या सर्व बाजूने उंच झाडे होती. रात्रीच्या गार वाऱ्यामुळे त्यांच्या पानांची सळसळ एक पार्श्वसंगीत निर्माण करीत होते. आत्ता जोरदार पाऊस सुरू होईल असे वातावरण तिथे निर्माण झाले होते. आमच्या मन:स्थितीला ती रात्र व ती जागा ह्या गोष्टी पूरक ठरत होत्या.

चेसिंगहॅमने आमच्या गाडीचा आवाज ऐकला आणि तो बाहेर आला. जिन्याच्या वरच्या पायरीवर तो भेटला. त्याचा चेहरा पडलेला होता व चेहऱ्यावर ताण पडलेला दिसत होता. 'ई' इमारतीशी ज्यांचा ज्यांचा संबंध आला त्या सर्वांच्या मनावर असाच ताण पडलेला होता.

"कॅव्हेल," तो म्हणाला. त्याने शेकहॅन्डसाठी आपला हात पुढे केला नाही, पण आपले दार त्याने आमच्यासाठी सताड उघडून ठेवले व आम्हाला आत जाऊ देण्यासाठी तो बाजूला उभा राहिला. तो म्हणाला, "तुम्ही मरडॉनमध्ये आलात हे माझ्या कानावर आले होते. पण येथे माझ्या घरी याल अशी माझी

अपेक्षा नव्हती. त्यांनी आज दिवसभर मला इतके प्रश्न विचारले आहेत की, तेवढे पुरेसे आहेत असे मला वाटले होते.''

''मी आपल्याकडे खासगी भेटीसाठी आलो आहे,'' मी त्याला आश्वासन दिले. ''शिवाय माझ्याबरोबर माझी पत्नीही आहे. अशा वेळी मी बरोबर अटकेचे साहित्य थोडेच आणेन?''

मग त्याने नाइलाजाने मेरीशी शेकहॅन्ड केला आणि आम्हाला आतल्या जुन्या पद्धतीच्या बैठकीच्या खोलीत नेले. तिथे इतिहासकाळातील अवजड फर्निचर होते. भिंतीवरती पडदे होते. ते छतापासून जमिनीपर्यंत लांब होते. एक भली मोठी उघडी फायरप्लेस होती. त्यात लाकडे घालून एक शेकोटी धगधगत ठेवली होती. त्या भोवती दोन उंच पाठीच्या खुर्च्या मांडून त्यावरती दोन व्यक्ती बसल्या होत्या. त्यातली एक वीस वर्षांची तरुण मुलगी होती. तिचे केस ब्राऊन रंगाचे होते व ती सडपातळ होती. चेसिंगहॅमसारखेच तिचे डोळे पिंगट रंगाचे होते. दुसरी व्यक्ती एक वृद्ध स्त्री होती. ती चेसिंगहॅमची आई असणार हे उघड होते. पण बारकाईने पाहिले तर ती तेवढी वयस्कर नाही हे समजत होते. तिचे केस पांढरे झाले होते व डोळ्यांत एक विशिष्ट चमक आली होती. ज्या वृद्ध व्यक्ती मरायला टेकलेल्या असतात त्यांच्या डोळ्यांत तशी चमक नेहमी दिसते. तिने आपल्या दोन्ही हातांचे पंजे आपल्या मांडीवरती पालथे ठेवले होते. त्यावरती असंख्य सुरकुत्या व निळ्या रक्तवाहिन्या यांचे जाळे झालेले दिसत होते. ती स्त्री वयस्कर नव्हती तर एक आजारी पोक्त स्त्री होती. वेळेच्या आधीच ती खूप वृद्ध बनली होती. कारण ती आजारी होती, बरीच आजारी होती. तिच्या चेहऱ्यावरती आमचे स्वागत करणारे एक हास्य उमटले.

चेसिंगहॅमने आमची ओळख करून देत म्हटले, ''मिस्टर ॲन्ड मिसेस कॅव्हेल. माझ्या बोलण्यात कॅव्हेल यांच्या नावाचा जो उल्लेख यायचा तेच हे. अन् ही माझी आई आणि माझी बहीण स्टेला.''

''हाऊ डू यू डू बोथ ऑफ यू?'' त्या वृद्ध स्त्रीने आम्हाला विचारले. तिचा आवाजही ऐतिहासिक काळाला शोभणारा होता. अनेक नोकरचाकर असलेल्या भव्य वास्तूतील तो खानदानी आवाज होता. ती आम्हाला सांगू लागली, ''माझे डोळे तुम्हाला दिसतात तसे चांगले नाहीत. माझी नजर अधू झाली आहे. पण मी तरीही ओळखले आहे की, तुमची पत्नी दिसायला नक्कीच सुंदर आहे. या इकडे, माझ्याजवळ बसा. मिस्टर कॅव्हेल, तुम्ही एवढी सुंदर पत्नी कशी काय मिळवलीत?''

''कदाचित वेगळाच माणूस समजून तिने चुकून माझ्याशी लग्न केले असावे,'' मी विनोद करीत म्हणालो.

''होतं असं कधी कधी,'' चेसिंगहॅमची आई म्हणाली. वयस्कर माणसांसारखी

तिच्या पापण्यांची सारखी उघडझाप होत होती. ती पुढे सांगू लागली, ''आज मरडॉनमध्ये जे काही घडले ती एक भयानक घटना म्हटली पाहिजे. भयंकर, फारच भयंकर! मी त्याबद्दल सारखी ऐकत आलेली आहे.'' मग थोडा वेळ ती थांबली व पुढे म्हणाली, ''मी असे धरून चालते की, तुम्ही आमच्या एरिकला तुरुंगात टाकण्यासाठी येथे आला नसावात. तो अजून जेवलासुद्धा नाही. पार हादरून गेला आहे. त्याला जेवण करणेसुद्धा सुचत नाही.''

मी त्यावर तिला म्हणालो, ''त्या एक नंबरच्या प्रयोगशाळेत तुमचा मुलगा काम करतो एवढाच त्याचा त्या प्रकरणाशी दुर्दैवी संबंध आहे. त्यांच्यावरचा संशय कसा दूर होईल एवढेच फक्त मी पहाणार आहे. अशा रितीने संशयितांमधली एकेक नावे जसजशी कमी होत जातील तसतशी आमची प्रगती होत जाईल.''

''एरिकचा त्या घटनेशी काहीही संबंध नाही. तशी काही कल्पना करणे हेच चमत्कारिक ठरेल.''

''अगदी बरोबर. हे तुम्हाला ठाऊक आहे व मलाही ठाऊक आहे. पण पोलीस सुपरिन्टेन्डन्ट हार्डेन्जर यांना तसे वाटत नाही ना! ते तपासाचे प्रमुख आहेत. प्रत्येकाची जबानी पुन्हा पुन्हा पडताळून पाहिलीच पाहिजे. मग त्यासाठी कितीका वेळ लागेना. इतर कोणी पोलीस अधिकारी येथे येण्याऐवजी मीच आलो ते बरे झाले. पण त्यासाठी मला हार्डेन्जरची खूप मिनतवारी करावी लागली.'' यावर मेरीचे डोळे विस्फारलेले मी पाहिले. पण ती चटकन भानावरती आली.

''पण तुम्ही स्वत: येथे येण्यासाठी का आग्रह धरलात, मिस्टर कॅव्हेल?'' तिने विचारले.

मला त्या तरुण चेसिंगहॅमबद्दल दया आली. आपल्या आईसमोर त्याला माझ्याशी नीट बोलता येत नसावे. त्याची आईच सारे संवाद माझ्यापाशी करीत होती. मी तिला म्हणालो, ''याचे कारण मला तुमचा मुलगा चांगला ठाऊक आहे; पण पोलिसांना तसा ठाऊक नाही. म्हणून मी मुद्दाम आलो. त्यामुळे ७५ टक्के प्रश्नोत्तरे आपोआप वाचतील. स्पेशल ब्रॅन्चचे लोक आले तर ते वाट्टेल ते निर्दयी प्रश्न विचारून हैराण करतील.''

''त्याबद्दल मला शंकाच नाही. पण अशा प्रसंगी तुम्हीही तेवढेच निर्दय बनाल याचीही मला खात्री आहे. पण या वेळी तुम्ही तसे करणार नाही असे मला वाटते.'' एवढे बोलून तिने एक सुस्कारा सोडला. आपले मांडीवरचे हात खुर्चीच्या हातावरती ठेवले व ती पुढे म्हणाली, ''मला आता वेळ नाही. कारण आता मी म्हातारी झाले ना! माझी तब्येतही ठीक नसते. माझी जेवणाची वेळ झाली. मी बिछान्यातच माझे जेवण घेत असते.'' मग ती मेरीकडे वळून हसून म्हणाली, ''बेटा, मला तुझ्याशी बोलायला खूप आवडेल. मला भेटायला व माझ्याशी बोलायला फारच थोडी मंडळी

येतात. आता स्टेला माझ्या जेवणाचे बघेल. तोपर्यंत तू मला जरा आधार देऊन त्या जिन्यावरून वर जायला मदत करशील?''

त्या तिघीही तेथून गेल्यावर चेसिंगहॅम मला म्हणाला, ''सॉरी, माझ्या आईचे बोलणे तुम्ही मनावर घेऊ नका. तिला नेहमी–''

''छे, छे! ती एक फार चांगली बाई आहे. तिचे काहीही चुकले नाही.'' मी असे म्हटल्यावर त्याला थोडेसे बरे वाटलेले दिसले. मग मी पुढे त्याला म्हणालो, ''हं, आता तुमच्या जबानीबद्दल! त्यात तुम्ही असे म्हटलेले आहे की, काल रात्रभर तुम्ही घरीच होता. तुमची आई व तुमची बहीण याला शपथेवर दुजोरा देतील. हो ना?''

''अर्थातच. मी घरी नसलो तर तसेही त्या शपथेवर सांगतील.''

''त्यांना पाहिल्यावरच मला समजले की, या दोघी खूपच प्रामाणिक आहेत. त्या खरे तेच शपथेवर सांगतील; परंतु हे वरवर वाटते. तुमच्या आईचे वय असे आहे की, त्याचा प्रभाव पडतो. त्या जे काही सांगतील त्यावर कोणाचाही विश्वास बसेल. पण तुमच्या बहिणीचे तसे नाही. ती तरुण आहे, तिला अजून बाहेरच्या जगाचा अनुभव नाही. कोणत्याही हुषार पोलीस अधिकाऱ्यापुढे ती पाच मिनिटेही टिकणार नाही. या प्रकरणात तुमच्याहीकडे संशयाचे बोट वळते. तेव्हा मला सांगा, रात्री बारा वाजेपर्यंत तुम्ही घरी होता हे तुमची आई व बहीण शपथेवर सांगू शकतील?''

''नाही. स्टेला साडेदहा वाजता झोपायला गेली. त्यानंतर मी गच्चीवर जाऊन एक-दोन तास घालवले.''

''वरच्या गच्चीवर? म्हणजे तुमच्या खास प्रयोगशाळेत? हो ना? मी ऐकले आहे त्याबद्दल! तुम्ही तिथे होता हे कोण सिद्ध करू शकणार?''

''कोणीही नाही.'' एवढे म्हणून तो विचारात पडला. नंतर थोड्या वेळाने तो म्हणाला, ''पण माझे त्यावेळचे अस्थित्व कुठे होते हे जरी मी सिद्ध करू शकलो नाही तरी त्या गोष्टीला का महत्त्व देता? माझ्याकडे साधी मोटरसायकल नाही. त्यातून रात्रीच्या त्या सुमारास येथे बस नसते. जर मी येथे माझ्या घरात रात्री १०॥ वाजता होतो, तर येथून मरडॉनपर्यंत सव्वाअकरा वाजेपर्यंत पायी कसा पोचेन? ते अंतर साडेचार मैल एवढे आहे. माहिती आहे ना तुम्हाला?''

''गुन्हा कसा घडला ते तुम्हाला ठाऊक आहे ना? तुमच्या कानावर ती माहिती आली असेलच म्हणा. कोणीतरी गस्तीच्या लोकांचे लक्ष वेधून त्यांना दूर नेले आणि खरा गुन्हेगार कुंपणातून आत घुसला. लक्ष वेधून घेणारा माणूस बेडफोर्ड व्हॅन चालवीत होता. ती गाडी आल्फ्रिंगहॅममधून चोरलेली होती.''

''माझ्या कानावर तसलेच काहीतरी आले आहे. पोलीस मंडळी फारसे काही

सांगत नाहीत. पण तशी माहिती अफवांद्वारे पसरली आहे.''

मग मी त्याला सावकाश म्हणालो, ''तुम्हाला हे ठाऊक आहे का, की ती व्हॅन तुमच्या घरापासून अवघ्या पाचशे फुटांवरती सोडून दिलेली होती.''

''पाचशे फूट?'' असे म्हणून तो दचकला आणि विचारात पडला. मग तो शेकोटीमधील ज्वालांकडे रोखून पाहू लागला. नंतर म्हणाला, ''ही गोष्ट मात्र वाईट झाली. नाही?''

''वाईट झाली? ती कशी काय?'' मी विचारले.

त्यावर त्याने काही क्षण विचार केला आणि हसून म्हटले, ''तुम्ही मला समजता तेवढा मी हुषार नाही. पण तसे असणे हे वाईट नाही, उलट चांगलेच आहे. असे बघा, जर मीच ती व्हॅन चोरली असेल तर मला त्यासाठी आधी आल्फ्रिंगहॅमला जावे लागले असते. मग मी साडेदहाला तेथून निघणार. शिवाय मी जर गाडी चालवित असतो तर मी मरडॉनला गेलोच नसतो. जिथे मला पळून जायचे आहे तिकडे मी गेलो असतो. तिसरे असे की, जर मी ती गाडी चोरून तुम्ही म्हणता तसे काही केले असेल तर तीच गाडी मी माझ्या घराच्या जवळ सोडून देण्याइतपत मूर्ख नक्कीच नाही. चौथे असे की, मला मोटरगाडी चालवताच येत नाही. मी अजून ड्रायव्हिंग शिकलेलो नाही.''

''छान! तुम्ही अगदी निष्कर्ष काढता येण्याजोगे बोललात बघा.''

''थांबा जरा, मी आणखी स्पष्टपणे निष्कर्ष काढता येईल व त्या वेळी मी घरी होतो हे सिद्ध करू शकेन!'' तो उत्तेजित होऊन म्हणत होता, ''चला माझ्याबरोबर वरती. गच्चीवरच्या माझ्या प्रयोगशाळेत आपण जाऊ या.''

मग आम्ही दोघे जिन्याने वरच्या मजल्यावर गेलो. एका बंद दारावरून जाताना मला चेसिंगहॅमची आई व मेरी यांचे संभाषण अस्पष्ट स्वरूपात ऐकू आले. तिथेच एक छोटी शिडी होती. वरती छताला एक चौकोनी भोक होते. त्या भोकात ती शिडी घुसली होती. मला वाटले की वरती गच्ची असेल. पण गच्ची नव्हती, तर नुसतेच छत होते. त्या छतावर जाण्यासाठी ते चौकोनी भोक होते, पक्का जिना नव्हता. आम्ही शिडीने वरती गेलो. वर एक प्लायवूडची छोटी खोली निर्माण केलेली होती. खोली म्हणण्यापेक्षा तिला एक मोठी टपरी म्हटले तर अधिक शोभून दिसेल. त्या टपरीच्या प्रवेशद्वारावरती एक काळा पडदा टांगलेला होता. टपरीमध्ये एका टोकाला एक मोठी दुर्बीण ठेवली होती. ती दुर्बीण परावर्तक प्रकारची होती. त्यावरती पारदर्शक प्लॅस्टिकचा घुमट होता.

चेसिंगहॅम म्हणाला, ''हा माझा एकमेव छंद आहे.'' त्याच्या चेहऱ्यावरचा तणाव कुठच्या कुठे पळून गेला होता. त्याऐवजी तिथे उत्साह पसरला होता. तो उत्तेजित स्वरात सांगू लागला, ''ब्रिटिश खगोलशास्त्रीय संघटनेच्या, गुरू ग्रहाच्या

विभागाचा मी एक सदस्य आहे. मी अनेक खगोलशास्त्रीय मासिकांत सातत्याने लेखन करीत आलेलो आहे. त्यातली काही मासिके तर फक्त माझ्यासारख्या हौशी मंडळींचेच लेख छापतात. मी तुम्हाला ठामपणे सांगतो की, ही हौशी मंडळी खगोलशास्त्रज्ञाएवढीच या विषयातील तज्ज्ञ असतात. मी काल रात्री दोन वाजेपर्यंत या दुर्बिणीवरती काम करत होतो. 'द ॲस्ट्रॉनॉमिकल मंथली' या मासिकाला मी सध्या ओळीने काही लेख व फोटो पुरवित आहे. त्यात गुरूवरचा तांबडा डाग आणि त्या ग्रहाचे उपग्रह हे एकमेकांच्या छायेत कसे जातात याची सचित्र माहिती देतो आहे. मला त्यांनी पत्र पाठवून तशी विनंती केलेली होती. हे पहा ते पत्र,'' असे म्हणून त्याने तिथल्या फायलीमधील पत्र बाहेर काढून मला वाचायला दिले.

मी त्या पत्रावर नजर टाकली. ते अस्सल होते यात शंकाच नव्हती.

''काल रात्री मी सहा फोटो काढले. काय झकास आलेत. थांबा जरा. मी ते तुम्हाला आणून दाखवतोच.'' एवढे म्हणून तो तिथल्या एका पडद्यामागे गेला. ती त्याची फोटोग्राफीची डार्करूम होती. काही क्षणात तो जेव्हा बाहेर आला तेव्हा त्याच्या हातात पाच-सहा फोटो होते. ते सर्व फोटो नवीन होते हे उघड समजत होते. मी ते पाहिले. मला ते काही चांगले वाटले नाही. काळ्या पार्श्वभूमीवरती काही ठिपके व रेघा असला तो प्रकार होता. तो मला विचारीत होता, ''काय, वाईट नाहीत ना?''

''अजिबात वाईट नाहीत,'' मी त्याला दुजोरा दिला. एवढे बोलून मी क्षणभर थांबलो व नंतर एकदम त्याला प्रश्न केला, ''हे फोटो पाहून ते केव्हा काढले हे समजू शकते का?''

''म्हणून तर मी तुम्हाला येथे आणले. हे फोटो तुम्ही ग्रीनिच वेधशाळेकडे नेऊन द्या. मग ते माझ्या या घराचे अक्षांश व रेखांश अगदी बारकाईने काढतील. त्यानंतर अवघ्या तीस सेकंदांत हे फोटो केव्हा काढले गेले ते सांगू शकतील. अगदी अचूकपणे! म्हणून तुम्ही हे फोटो घेऊन जा आणि खात्री करून घ्या.''

''ठीक आहे, ठीक आहे,'' असे म्हणून ते फोटो मी त्याच्याकडे परत केले. मग मी त्याच्याकडे पाहून एक स्मितहास्य केले व त्याला म्हणालो, ''मी तुमचा फार वेळ घेतला. हे फोटो तुम्ही त्या मासिकाला पाठवून द्या. माझ्या तुम्हाला शुभेच्छा आहेत.''

मेरी आणि स्टेला या दोघी फायरप्लेसच्या जवळ बसून गप्पा करीत होत्या. मग आम्ही दोघे त्या कुटुंबाचा निरोप घेऊन निघालो. ते आम्हाला ड्रिन्क्स घेण्याचा आग्रह करीत होते. पण आम्ही त्यांना सौजन्यपूर्वक नकार दिला आणि तेथून बाहेर पडलो. गाडीत बसल्यावर मी गाडीतील हवा गरम करण्याचे बटण दाबले. पण हवा गरम होण्याचे नाव दिसेना. भाड्याच्या गाडीत या असल्याच भानगडी असतात. बाहेर कडाक्याची थंडी होती आणि पाऊसही चांगलाच लागला होता.

मी मेरीला विचारले, "त्यांच्याशी बोलण्यातून तुला काही धागेदोरे मिळाले?"

ती तीव्रपणे म्हणाली, "मला असली कामे अजिबात आवडत नाही. खरोखरच आवडत नाहीत. लोकांशी गोडगोड बोलून त्यांच्या नकळत माहिती काढून घ्यायची म्हणजे त्यांचा विश्वासघात करण्याजोगे मला वाटते. त्यातून स्टेलासारख्या चांगल्या मुलीशी तसे वागणे मला बिलकूलच मंजूर नाही. मी पोलीस सुपरिन्टेन्डन्टच्या ऑफिसात काही वर्षे काम केले आहे. पण मला कधीही–"

मी तिचे बोलणे तोडून टाकीत म्हणालो, "मला ठाऊक आहे ते. पण आगीनेच आगीशी सामना करता येतो. दोन माणसांचे खून पडले आहेत आणि एकाकडे मानवजात नष्ट करण्याचे ते सैतानी विषाणू आहेत. मग कसे वागणार तुम्ही? जरा विचार–"

"आय ॲम सॉरी! आय ॲम रिअली सॉरी! मला त्या प्रकाराची घृणा वाटली म्हणून मी तसे बोलले. असल्या गोष्टींची मला सवय नाही. नेव्हर माईंड, मला त्या दोघींच्या बोलण्यातून फारसे काही हाती लागले नाही. त्यांच्याकडे एक नोकर बाई आहे. म्हणून स्टेला उठल्यावर ताबडतोब स्वयंपाक तयार झाला. त्यामुळे स्टेलाबरोबर बोलायला वेळ मिळाला. स्टेलाला तिच्या भावाने मुद्दाम घरी ठेवून घेतले आहे. आपल्या आजारी आईची देखभाल करण्यासाठी कोणीतरी सतत घरी हवे असते म्हणून त्याने तिला ठेवून घेतले आहे. त्याची आई केव्हाही मरण पावू शकते. तिला दमा आहे व तिचे हृदय नाजूक झालेले आहे. फार धोकादायक परिस्थिती आहे. डॉक्टरांनी सांगितले आहे की, तिला इंग्लंडमधून हलवून ग्रीस किंवा स्पेन येथील कोरड्या हवेत नेऊन ठेवा. त्यामुळे तिचे आयुष्य दहा वर्षांनी वाढेल. पण म्हातारी मोठी जिद्दीची आहे. तिकडे जाण्याऐवजी येथेच मुलापाशी प्राण सोडेन असे म्हणते. बस, मला कळले ते एवढेच!"

एवढी माहिती मला पुरेशी होती, जास्तच होती. मी स्तब्ध बसून राहिलो. त्या वृद्ध स्त्रीचे काय चुकले? मी नाही का सर्जनचा सल्ला धुडकावून देत माझा पाय त्यांना कापू देत नाही! मेरी अचानक मला म्हणाली, "अन् तुम्हाला काही वेगळी माहिती मिळाली? एखादा दुवा, धागा मिळाला?"

मी जे काही समजले ते सारे तिला सांगितले. ती शेवटी म्हणाली, "तुम्हाला डॉ. हार्टनेलबद्दल काही माहिती चेसिंगहॅमकडून काढून घ्यायची आहे, असे तुम्ही हार्डेन्जर यांना म्हणाला होतात. त्याबद्दल चेसिंगहॅमला विचारले?"

"नाही. काहीही विचारले नाही."

"काहीही नाही? पण का?"

का ते मी तिला सांगितले.

डॉ. हार्टनेल व त्याची पत्नी यांना मूलबाळ नव्हते. मी त्यांना भेटायला गेलो तेव्हा ते दोघेच घरी होते. त्या दोघांना मेरी ठाऊक होती. एकदा आम्ही दोघेही कोणत्या तरी सामाजिक प्रसंगी त्यांना भेटलो होतो. त्या खुनाच्या संदर्भात मी ज्यांना ज्यांना भेटत गेलो ती सारी माणसे घाबरतात व बचावाची भूमिका घेतात असे मला दिसले. पण याबद्दल मी त्यांना दोष देत नाही. उद्या कोणी जर दोन्ही खुनांना मी जबाबदार आहे असे दाखवून देऊ लागला तर माझीही मानसिक अवस्था तशीच होईल.

डॉ. हार्टनेल यांना भेटलो. त्यांना मी माझी भेट ही फक्त औपचारिक असून, हार्डेन्जरबरोबर आलो तर जो चमत्कारिक अनुभव येईल तो टाळण्यासाठी मी एकटा आलो आहे, असे सांगत गेलो. त्यांच्या काल संध्याकाळच्या हालचालींना मी महत्त्व देत नव्हतो. मी त्यांना खुनाच्या थोडे आधी व नंतर त्यांच्या हालचाली व कृती काय काय होत्या ते विचारत होतो. तेही मला त्याबद्दल सांगत गेले. हार्टनेलच्या सांगण्यानुसार ते दोघे पतीपत्नी ९॥ वाजल्यापासून टीव्हीवरचे कार्यक्रम पहात होते. द गोल्डन कॅव्हेलियर ही सीरियल ते बघत होते. लंडनमध्ये हे नाटक बरेच दिवस चालल्यावर त्याची टीव्ही मालिका बनवली होती.

"तुम्ही पाहिली ती?" मेरीने त्यांना मधेच विचारले. "आम्ही दोघांनीही काल रात्री यांच्या एका मित्राबरोबर ती पाहिली. फार झकास कार्यक्रम होता." मग थोडा वेळ हार्टनेल पतीपत्नी त्या मालिकेबद्दल मेरीशी चर्चा करीत बसले. मेरीने ती मालिका पाहिली असल्याने ती त्याबद्दल सूचक प्रश्न विचारून त्यांनी खरोखरीच ती मालिका काल रात्री पाहिली होती का याची शहानिशा ती करून घेत होती. त्यांच्या उत्तरावरून त्यांनी नक्कीच ती मालिका पाहिली होती. काही वेळाने मी त्यांना विचारले, "तो कार्यक्रम कधी संपला?"

"साधारणपणे अकरा वाजता."

"आणि त्यानंतर?"

"त्यानंतर रात्रीचे जेवण झटपट केले आणि आम्ही झोपायला गेलो," हार्टनेल म्हणाला.

"म्हणजे साधारणपणे साडेअकरा वाजता?"

"होय, अगदी उशिरात उशिरा धरले तरी, त्यानंतर मुळीच नाही."

"हंऽ! तुम्ही अगदी बरोबर बोललात बघा." मी म्हणालो. पण यानंतर लगेच मेरी सहजच खाकरली व माझ्याकडे पाहिले.

तिने आपले हात दोन्ही मांड्यांवरती पालथे ठेवले होते व नीट नखे कापलेली तिची बोटे खालीवर होत होती. ती एक सहज होणारी कृती होती; परंतु आम्ही ती आधी ठरवून त्याला एक सांकेतिक अर्थ ठरवला होता. जेव्हा तिला

समोरची व्यक्ती खोटे बोलत आहे असे जाणवेल तेव्हा तिने तसे करायचे असे आमचे आधीच ठरले होते. हार्टनेल खोटे बोलत होता हे उघड होते. पण तिचा अंदाज कशावरून बरोबर होता? अनुभवाने या बाबतीत मात्र मी तिच्यावर १०० टक्के विश्वास टाकला होता.

मी घड्याळाकडे एक दृष्टिक्षेप टाकला. ८॥ वाजता एकाने मला फोन करावा असे ठरवून ठेवले होते. आता ८॥ वाजले होते. काही सेकंदांत फोनची घंटी वाजली. इन्स्पेक्टर वायली लाईनवर आला होता. हार्टनेलने फोन घेतला व नंतर तो माझ्याकडे दिला. ''मिस्टर कॅव्हेल, तुमच्यासाठी फोन आहे. बहुतेक पोलिसांचा तो फोन आहे.''

मी फोन घेऊन त्यात बोलू लागलो. पण अधूनमधून तो कानापासून जरा दूर करत होतो. वायलीचा आवाज वैशिष्ट्यपूर्ण होता आणि मी त्याला आधीच मुद्दाम मोठ्याने बोलण्याची सूचना देऊन ठेवली होती. तो त्याप्रमाणे बोलत होता. तो म्हणत होता, ''कॅव्हेल? तुम्ही या ठिकाणी जाणार असे मला कळल्याने मी येथे फोन केला. एक चान्स घेतला. एक महत्त्वाचे काम उपटले आहे. हेलम जंक्शनपाशी एक चमत्कारिक जागा आहे. त्या जागेचा मरडॉनशी संबंध आहे, असे मला वाटते. जे काय इथे घडले आहे ते काही चांगले नाही. तुम्ही इकडे ताबडतोब येऊ शकाल?''

''लवकरात लवकर मी तिकडे पोचतो. कुठे आहे ते हेलम जंक्शन?''

''तुम्ही जिथे आहात तिथून अर्ध्या मैलावरती आहे. त्या गल्लीच्या शेवटी उजवीकडे वळा. नंतर 'ग्रीन मॅन' लागेल. त्यावरून सरळ पुढे या. मग आलाच तुम्ही त्या जागी.''

मी फोन खाली ठेवून उठलो आणि जरासे कचरत बोललो, ''इन्स्पेक्टर वायली यांचा फोन होता. हेलम जंक्शनपाशी काहीतरी अडचण आलेली आहे. मी तिकडे जाऊन येतो. तोपर्यंत... अंऽ... मी मेरीला येथे सोडले तर चालेल? तिला तिकडे नेणे बरोबर नाही.''

काल रात्री आपण घरीच होतो ही जी थाप हार्टनेलने मारली ती मी स्वीकारली आहे असे त्याला वाटले होते. म्हणून तो खुषीत येऊन म्हणाला, ''आम्ही तिची काळजी घेऊ. काही चिंता करू नका.''

मी त्या घरातून बाहेर आलो. माझी गाडी मी गल्लीत तीनएकशे फुटांवर पार्क केली होती. मी तिकडे जाऊन गाडीतील पुढच्या कप्प्यातून माझा टॉर्च काढून घेतला आणि परत हार्टनेलच्या घराकडे आलो. प्रकाश येणाऱ्या खिडकीतून मी किंचित डोकावले. आतमध्ये सर्वांच्या गप्पा रंगात आल्या होत्या. हार्टनेल सर्वांच्या ग्लासात ड्रिन्क्स ओतत होता. खिडकी बंद असल्याने त्यांचे आवाज ऐकू येत नव्हते. फक्त काचेतून त्यांचे बोलण्याचे हावभाव कळत होते. मेरी

त्यांना चांगलेच बोलत ठेवील याची मला कल्पना होती. आम्ही त्या घरात गेल्यापासून हार्टनेलची पत्नी ज्या खुर्चीत बसलेली होती तिथेच ती अजून खिळून राहिलेली होती. आम्हाला अभिवादन करण्यासाठी किंवा आमचे स्वागत करण्यासाठी ती उठून उभी राहिली नव्हती. कदाचित तिच्या पायाला काहीतरी झाले असावे.

मी सरळ हार्टनेलच्या गॅरेजकडे गेलो. दाराला एक मोठे कुलूप घातलेले होते. परंतु तसल्या कुलपातही एक मर्मस्थळ होते. त्यामुळे ते उघडणे सहज सोपे होते. अशी मर्मस्थळे कशी शोधावीत याचे प्रशिक्षण मी घेतले होते. मी काही मिनिटांत ते कुलूप माझ्या जवळच्या खास किल्लीने उघडले.

कोणीतरी चुकीचा सल्ला दिल्याने हार्टनेलने आपली सारी पुंजी शेअर्समध्ये घातली आणि तो त्यात बुडाला. त्यामुळे त्याला आपल्याजवळची मोटरगाडी विकून टाकावी लागली. आता त्याने एक व्हेस्पा स्कूटर घेतली होती. तेच त्याचे सध्याचे एकमेव वाहन होते. तरीही तो मरडॉनपर्यंत बसने जा-ये करीत होता. स्कूटर चांगल्या अवस्थेत दिसत होती नि नुकतीच ती पुसून ठेवली असावी असे वाटत होते. पण ती स्कूटर स्वच्छ होती का घाणेरडी होती यात मला बिलकूल रस नव्हता. मी खाली वाकून त्या स्कूटरच्या मडगार्डवर जो चिखल आतल्या बाजूला उडून चिकटून बसला होता तो खरवडून काढून घेतला. एका प्लॅस्टिकच्या पिशवीत तो घालून ती पिशवी मी बंद केली. मग दोन मिनिटे मी त्या गॅरेजचे निरीक्षण केले, बाहेर आलो व पुन्हा ते कुलूप लावून टाकले.

मी परत खिडकीपाशी जाऊन हार्टनेलच्या दिवाणखान्यात हळूच डोकावले. तिघेहीजण फायरप्लेसमधील शेकोटीभोवती बसलेले होते, ड्रिन्क्स पीत होते, गप्पा मारीत होते, हसत होते. मग मी तेथून निघून गॅरेजच्या मागे गेलो. तिथे ती टूल-शेड होती. तिलाही एक कुलूप घातलेले होते. आता या मागच्या बाजूला मी कोणालाही दिसत नसल्याने निर्धास्त होतो. मी तेही कुलूप उघडले, आत गेलो, जे हवे होते ते दुसऱ्या प्लॅस्टिकच्या पिशवीत घेतले आणि बाहेर आलो. त्या शेडचे बाहेरून मी जेव्हा निरीक्षण केले तेव्हाच मला काही खुणा त्या शेडवर दिसल्या होत्या. मी तिथून निघालो आणि माझी गाडी जिथे ठेवली होती तिथे मी गेलो. नंतर सावकाश गाडी चालवित मी हार्टनेलच्या घरासमोर येऊन थांबलो. खाली उतरून दारापाशी गेलो आणि घंटेचे बटण दाबले.

हार्टनेलने दार उघडले आणि तो मला म्हणाला, ''तुम्ही किती झटपट काम करून आलात.'' तो खूप आनंदात होता. तो मला दिवाणखान्यात घेऊन गेला. जेव्हा प्रकाशात त्याने माझा चेहरा नीट पाहिला तेव्हा त्याने विचारले, ''काय... काय झाले आहे? काही गडबड?''

मी थंडपणे त्याला म्हणालो, ''होय, गडबडच म्हटली पाहिजे. फार फार

मोठी चूक झाली आहे. डॉ. हार्टनेल तुम्ही आता संकटात सापडलेला आहात. तेव्हा तुम्हीच खरे काय ते माझ्यापाशी सांगून टाका.''

''मी संकटात सापडलो?'' हार्टनेलच्या चेहऱ्यावरती तणाव पसरला, डोळ्यांत भीती उतरली. तो घाबरत म्हणाला, ''कॅव्हेल, तुम्ही कशाबद्दल बोलत आहात?''

''ही नाटके पुरी करा. माझ्या वेळेला किंमत आहे. उगाच माझा वेळ खर्च करू नका आणि तुमचाही वेळ वाया घालवू नका. तुम्हाला नीट समजावून सांगण्यासाठी मला उगाच सभ्य शब्द धुंडाळायला लावू नका. तुम्हाला थोडक्यात सांगायचे झाल्यास, डॉ. हार्टनेल, तुम्ही सफाईने खोटे बोलता. तुम्ही खोटारडे आहात.''

''कॅव्हेल, हे फार होते आहे. मी ही भाषा सहन करणार नाही.'' हार्टनेलचा चेहरा पांढरा पडला होता. त्याने आपल्या हाताच्या मुठी आवळल्या होत्या. आता तो केव्हाही माझ्या अंगावर धावून येणार असे मला दिसले. पण माझे वजन त्याच्यापेक्षा जास्त होते. कदाचित त्या तरुण पोराने ते लक्षात घेऊन ऐन वेळी आपला विचार स्थगित केला असावा. तो धुसफुसत म्हणाला, ''ही असली भाषा मी कोणाहीकडून ऐकून घेणार नाही.''

''मग हीच भाषा तुम्हाला कोर्टात सरकारी वकिलाकडून ऐकवण्यात येईल. म्हणजे मग तुम्हाला नंतर त्या भाषेची सवय होईल. जर तुम्ही द गोल्डन कॅव्हेलिअर्स ही मालिका काल रात्री टीव्हीवरती पाहिली असेल, म्हणजे तुमच्या म्हणण्यानुसार पाहिली असेल, तर तुम्ही ती मालिका तुमच्या स्कूटरवर पाहिली असेल. एखादा पोर्टेबल टीव्ही स्कूटरच्या हॅन्डलवर बसवून स्कूटर चालवता चालवता तुम्ही काल रात्री ती मालिका पाहिली असणार. काल रात्री हेलममधून जाताना ज्या पोलीस कॉन्स्टेबलने तुम्हाला पाहिले त्याने मात्र तुमच्या स्कूटरवरच्या टीव्हीचा उल्लेख केला नाही. कमाल आहे! किती अजब गोष्ट आहे ही!''

''कॅव्हेल, मला खरोखरीच कल्पना नव्हती–''

मी तिरस्काराने म्हणालो, ''तुम्ही मला खाली पहायला लावत आहात. एक वेळ खोटे बोललेले मी समजू शकेन. पण मूर्खपणा, अन् तोही तुमच्यासारख्या विद्वान माणसाकडून? हे मी अजिबात सहन करणार नाही.'' मग मी मेरीकडे पहात म्हटले, ''ती द गोल्डन कॅव्हेलिअर्स मालिका, काल रात्री टीव्हीवर त्यांनी पाहिली म्हणे.''

मग तिने आपले खांदे उडवित म्हटले, ''काल रात्री दक्षिण इंग्लंडमधील टीव्ही-प्रसारण हे वीजपुरवठ्यातील अडथळ्यामुळे बंद पडले होते. त्या मालिकेच्या प्रसारणात तीन वेळा असे अडथळे आलेले होते. रात्री ११:४० पर्यंत ती मालिका संपलेली नव्हती.''

मी हार्टनेलकडे वळून म्हटले, ''ऐकलेत? याचा अर्थ तुमच्याकडे एखादा खास टीव्ही सेट असणार.'' एवढे म्हणून मी तिथे पडलेले रेडिओ टाइम्स हे

पाक्षिक उचलले.

मी ते उघडून पहायच्या आत हार्टनेलची पत्नी बोलू लागली. तिच्या आवाजात कंप होता. ती म्हणाली, ''तुम्ही ते वाचण्याचा त्रास घेऊ नका. मी सांगते काय झाले ते. रविवारी दुपारी दाखवलेला मालिकेचा भागच काल रात्री परत दाखवला जात होता – आम्ही रविवारीच तो भाग पाहिला होता.'' मग ती आपल्या नवऱ्याला म्हणाली, ''कमॉन, त्यांना नीट सारे सांगा. नाहीतर मामला उगाचच गंभीर होईल.''

हार्टनेलने आपल्या पत्नीकडे त्रासून पाहिले, मग तो वळला. एका खुर्चीत आपले अंग त्याने टाकून दिले आणि तिथला आपला व्हिस्कीचा ग्लास उचलून त्यातली उरलेली सर्व व्हिस्की एका दमात पिऊन संपवली. आपले पेय पिण्याआधी समोरच्या पाहुण्याला विचारण्याचा शिष्टाचार त्याने पाळला नाही. कारण ती वेळ तशीच होती. शेवटी तो म्हणाला, ''ठीक आहे. मी सांगतोच आता. काल रात्री मी बाहेर गेलो होतो. रात्री १०॥ नंतर मी बाहेर पडलो. एका माणसाकडून मला फोन आला होता व त्याने मला आल्क्रिंगहॅम गावात बोलवले होते.''

''तो माणूस कोण होता?''

''ते विशेष महत्त्वाचे नाही. मी त्याला पाहिले नाही. कारण मी जेव्हा तिथे पोचलो तेव्हा तो तिथे आलेला नव्हता.''

''स्वत:ला 'कन्सल्टंट-ॲट-लॉ' असे भासवून घेणाऱ्या 'टफ्नेल ॲण्ड हॅनबरी' या कंपनीचा मालक टफ्नेल तर नव्हता?''

मी हे वाक्य उच्चारताच त्याने दचकून एकदम माझ्याकडे रोखून पाहिले आणि मला विचारले, ''तुम्हाला टफ्नेल ठाऊक आहे?''

''टफ्नेल ॲण्ड हॅनबरी ही कंपनी पोलिसांना चांगलीच ठाऊक आहे. दहा-बारा गावांतील पोलीस त्यांच्यावर लक्ष ठेवून आहेत. ही दोन्ही माणसे स्वत:ला 'कन्सल्टंट-ॲट-लॉ' असे म्हणवून घेतात. कोणीही स्वत:ला तसे म्हणवून घेऊ शकेल. पण तेवढ्यामुळे त्यांच्यावर कोणतीही कायदेशीर कारवाई करता येत नाही. लाचखोरी व भ्रष्टाचार या आरोपांवरून टफ्नेलला कोर्टात उभे केले होते. त्या वेळी त्याच्या कानावर जेवढे कायद्याचे ज्ञान पडले असेल तेवढेच. बाकी त्याला कायद्यामधील कसलीही अक्कल नाही. त्यांची कंपनी लोकांना कर्ज देते आणि 'अत्यंत क्रूर' अशी त्या कंपनीची ख्याती आहे.''

''पण आत्ता... तुम्ही कसा तर्क... ?''

''टफ्नेलचाच फोन होता हे मी काही तर्काने ओळखले नाही. तर्क करण्याची गरजच नव्हती. कारण माझी खात्रीच होती. रात्रीच्या वेळी तुमच्यासारख्या माणसाला नुसता एक फोन करून घराबाहेर काढण्याची क्षमता फक्त टफ्नेलमध्येच आहे. आपल्या प्रभावाखालील माणसांना तो केव्हाही बोलावून घेऊ शकतो. त्याचा

तुमच्यावर असा प्रभाव असण्याचे कारण त्याच्याकडे तुमचे हे घर गहाण टाकलेले आहे आणि तुम्ही त्याच्याकडून ५०० पौंड उसने घेतल्याचा कर्जाचा कागद त्याच्या हातात आहे.''

यावर कुजबुजत्या स्वरात हार्टनेल म्हणाला, ''तुम्हाला हे कोणी सांगितले?''

''कुणीही नाही. मीच स्वत: ते शोधून काढले आहे. कमालीची सुरक्षितता असलेल्या इंग्लंडमधील एका प्रयोगशाळेत तुम्ही नोकरी करीत आहात हे विसरलात? अशा प्रयोगशाळेतील व्यक्तीवर आमची सतत नजर असते. तुम्ही हे कधीच लक्षात घेतले नाही. तुमचा भूतकाळ आम्हाला जेवढा ठाऊक आहे तेवढा तुम्हाला स्वत:लाही ठाऊक नसेल. अन् ही गोष्ट अक्षरश: खरी आहे. तेव्हा तो माणूस टफ्नेल होता, हो ना?''

हार्टनेलने काहीही न बोलता आपली मान डोलवली. क्षणभर गप्प राहून तो हळू आवाजात सांगू लागला, ''आपल्याला बरोबर रात्री अकरा वाजता भेटावे असे त्याने मला फोनवरती सांगितले होते. इतक्या रात्री भेटण्यासाठी मी अर्थातच विरोध केला. पण त्याने मला बजावले की, जर मी त्याला त्या वेळी भेटलो नाही तर तो घराच्या गहाणवटीचे कागदपत्रं आणि पाचशे पौंडाचे कर्ज यांच्या आधारे माझ्यावर कोर्टात दावा दाखल करेल. त्याच्या या धमकीपुढे मला नमते घेणे भाग पडले.''

मी माझे डोके खेदाने हलवित म्हणालो, ''तुम्ही सर्व शास्त्रज्ञ सारखेच असता. प्रयोगशाळेच्या चार भिंतींबाहेर पडलात की, तुम्हाला खरोखरच कोंडून ठेवायला पाहिजे. एक माणूस तुम्हाला जोखीम पत्करून कर्ज देतो, फसवतो व तरीही कायदा त्याचे काहीही वाकडे करू शकत नाही.'' मग क्षणभराने मी म्हणालो, ''बरं, मग? पुढे काय झाले? तुम्ही तिथे गेलात तेव्हा तो माणूस तिथे नव्हता, असेच तुम्हाला म्हणायचे आहे ना?''

''नाही. मी तिथे त्याची पंधरा मिनिटे वाट पाहिली. मग मी त्याच्या घरी गेलो. त्याचे घर म्हणजे एक भव्य बंगला आहे. त्यात टेनिस कोर्ट आहे, पोहण्याचा तलाव आहे, सर्व काही आहे,'' हार्टनेल कडवटपणे सांगत होता, ''मला वाटले की, भेटीचे ठिकाण सांगण्यात त्याच्याकडून चूक झाली असावी. तो घरीही नव्हता. कोणीच घरी नव्हते. मग मी आल्फ्रिंगहॅममधील त्याच्या ऑफिसमध्ये गेलो. तिथेही तो नव्हता. बराच वेळ त्याची मी तिथे वाट पाहून शेवटी कंटाळून घरी आलो. त्या वेळी साधारणपणे रात्रीचे बारा वाजले असावेत.''

''तुम्ही दुसऱ्या कोणाला पाहिलेत? किंवा तुम्हाला दुसऱ्या कोणी पाहिले? तुमच्या या हकिकतीवर विश्वास कसा ठेवायचा? त्यासाठी कोणी साक्षीदार आहे? एखादा प्रत्यक्षदर्शी माणूस?''

''नाही, कोणीही नाही. हे सारे रात्री उशिरा घडले. रस्त्यावर चिटपाखरू

नव्हते. कडाक्याची थंडी पडली होती.'' एवढे बोलून तो थांबला. काहीतरी विचार करू लागला. मग एकदम उत्तेजित चेहरा करून तो म्हणाला, ''एका पोलिसाने मला पाहिले होते.'' 'पोलिसाने' हा शब्द उच्चारताना त्याच्या आवाजात कंप आला होता.

''जर त्याने तुम्हाला पाहिले असेल तर तुम्ही नंतर नक्कीच मरडॉनमध्ये गेला असणार. कारण तुम्ही म्हणता तिथे कोणी पोलीस नव्हताच. खोटे बोलणारे तुम्ही कोही एकटेच नाही. तेव्हा मिस्टर हार्टनेल, कळले ना तुम्ही आता कसे अडकला आहात? तुम्ही आल्याचे सांगता. पण त्याला तुमच्या शब्दाखेरीज काहीच पुरावा नाही. याचा मागोवा कसा घेता येणार? तुम्ही स्कूटरवरून सोळा मैल गेलात. ज्या गावात सतत गजबज असते अशा गावात गेलात. शिवाय तिथे काही काळ थांबून राहिलात. अन् तुम्हाला तिथे कोणीच पाहिले नाही! थोडक्यात याचा अर्थ काय तर तुम्ही तुमच्या कर्जात आकंठ बुडाला असल्याने काहीही करायला तयार आहात. मग त्यासाठी मरडॉनमध्ये चोरून प्रवेश करायलाही तुम्ही कचरणार नाही. कारण तुमच्या कर्जावरचे व्याज दिवसेंदिवस मोठ्या प्रमाणात वाढत चालले आहे. त्या दडपणाखाली तुम्ही वाटेल ते कराल.''

माझ्या बोलण्यावरती तो गप्प बसला. काही वेळ स्तब्ध राहिला. मग कंटाळून उभा राहिला व म्हणाला, ''कॅव्हेल, मी पूर्णपणे निर्दोष आहे. पण या प्रकाराकडे पाहिल्यावर मला काय ते समजू शकते. मी एवढा काही बावळट नाही. शेवटी यातून एवढाच अर्थ निघतो की, मला आता पोलीस कस्टडीत डांबून ठेवणार. हो ना?''

मग मी त्याच्या पत्नीकडे पहात म्हणालो, ''मिसेस हार्टनेल, तुम्हाला काय वाटते?''

माझ्याकडे पाहून ती कसनुसे हसली आणि थोडेसे कचरत म्हणाली, ''मला काहीच कळत नाही. खुनाच्या आरोपावरून अटक करण्याआधी एखादा पोलीस अधिकारी आरोपीशी कसा बोलतो, ते मला ठाऊक नाही. पण माझ्या कल्पनेप्रमाणे तुम्ही बोलत नाही हे नक्की.''

यावर मी रुक्षपणे म्हणालो, ''कदाचित, मिस्टर हार्टनेल यांच्याऐवजी आपणच त्यांच्या एक नंबरच्या प्रयोगशाळेत काम करतो आहोत, अशी कल्पना करून तुम्ही बोलत असाल.'' मग मी हार्टनेलकडे वळून म्हणालो, ''असे पहा, खुनाच्या वेळी आपण कोठे होतो याची जी कथा तुम्ही सांगितलीत ती अत्यंत तकलादू आहे. ती कथा ऐकल्यानंतर कोणीही शहाणा माणूस त्यावर क्षणभरही विश्वास ठेवणार नाही. पण मी मात्र विश्वास ठेवतो आहे. याचा अर्थ मी तसा शहाणा माणूस नाही.''

माझे हे बोलणे ऐकून हार्टनेलने एक सुस्कारा सोडला. त्याची पत्नी यावर चाचरत पण परखडपणे म्हणाली, "तुम्ही जे बोलत आहात त्यात एखादा सापळा लावलेला असू शकेल. कदाचित तुम्हाला असे वाटत असेल की, माझा नवरा दोषी आहे आणि म्हणून तुम्ही त्याला भुरळ घालून–"

मी तिचे वाक्य तोडीत म्हणालो, "असे पहा, मिसेस हार्टनेल, जीवनाबद्दलच्या सत्य परिस्थितीचे तुम्हाला भान नसावे किंवा तुम्ही त्याबद्दल अत्यंत अज्ञानी तरी असावात, असे मी तुमचा आदर राखून म्हणतो. आयुष्यातील व व्यवहारातील सत्ये ही फार चमत्कारिक असतात, कल्पनेपेक्षाही वेगळी असतात. तुमच्या नवऱ्याला असे वाटते की, आपल्याला रात्री कोणीही पाहिले नाही. पण मी तुम्हाला सांगतो की, तुमचे हे घर आणि आल्फ्रिंगहॅम यांना जोडणाऱ्या रस्त्यावरती काल रात्री साडेदहा ते अकरा या काळात अनेक प्रणयी युगुले, दारूच्या गुत्त्यात ये-जा करणारी माणसे, घरी बायकोशी भांडण झाले म्हणून वैतागून बाहेर पडलेली नवरे मंडळी आणि अन्य कोणी अशा माणसांचा राबता त्या वेळी होता. मी जर अनेक डिटेक्टिव्हजना कामाला लावले आणि त्यांनी उद्या दुपारपर्यंत मेहनत घेतली तर ते हवे तेवढे साक्षीदार गोळा करतील. मी पैजेवर सांगतो की, ते साक्षीदार शपथेवर सांगतील की, डॉ. हार्टनेल हे टफ्नेलच्या ऑफिसच्या बाहेर काल रात्री कोणाची तरी वाट पहात थांबलेले होते; परंतु मी तसला शोध घेण्याचा प्रयत्न करणार नाही."

हार्टनेलची पत्नी हळू आवाजात आपल्या नवऱ्याला म्हणाली, "ते खरंच तसा प्रयत्न करणार नाहीत."

मी म्हणालो, "मला तुम्हाला असे सांगायचे आहे की, कोणीतरी तुमच्यावर संशय येईल अशी परिस्थिती मुद्दाम निर्माण करीत आहे. तेव्हा उद्या आणि परवा असे दोन दिवस तुम्ही घरातच थांबा. अजिबात बाहेर पडू नका. मरडॉनमध्ये तुमच्या रजेची मी व्यवस्था करेन. दोन दिवस कोणाशीही बोलू नका. कोणाशीही संपर्क साधू नका. वाटल्यास दिवसभर अंथरुणात पडून रहा. आल्यागेल्याला तुम्ही खरोखरीच आजारी आहात असे वाटले पाहिजे. तुमचे आजारी पडणे, तुमची कामावरची गैरहजेरी या गोष्टींमुळे कोणाला तरी असे वाटेल की, पोलिसांना तुमचा संशय आलेला आहे. तशी समजूत होऊ देणे हे आपल्या दोघांच्या हिताचे आहे. समजले?"

"होय. कॅव्हेल, मी तुमच्याशी मघाशी मूर्खासारखा बोललो याबद्दल मला माफ करा. पण–"

"ठीक आहे, ठीक आहे. मी तरी कुठे तुमच्याशी मवाळपणे वागलो? अच्छा, ठीक आहे. गुड नाईट!"

गाडीत येऊन बसल्यावरती मेरीने मला विचारले, "तुमच्यातली ती कर्तव्यकठोरता

कुठे गेली होती?''

"का बरं? काय झाले ते सांग पाहू.''

"त्याच्यावरती संशय नाही हे का तुम्ही त्याला सांगितले? त्याने आपले म्हणणे मांडल्यावर तुम्ही गप्प बसायला हवे होते. नंतर त्याला आपले काम नेहमीप्रमाणे करू द्यायला हवे होते. हार्टनेलसारख्या माणसाला काहीही लपवता येणे अशक्य आहे. तो जबरदस्त घाबरलेला होता. खुनाचा आळ आपल्यावर आल्याने आपल्याला फाशी होईल अशी कल्पना त्याने करून घेतली होती. त्यामुळे खऱ्या खुन्याला हार्टनेलवर पोलिसांचा संशय आहे असे वाटणार. ठीक आहे, पण हे न करताही आपला हेतू साध्य नसता का करता आला असता?''

"त्याचे काय आहे, लग्नापूर्वी मी असा नव्हतो. भलताच कठोर होतो,'' मी हसत हसत म्हणालो. "शिवाय जर हार्टनेलला कळून चुकले असते की, आत्तापर्यंतचा सर्व पुरावा आपल्या विरुद्ध जातो आहे, तर तो बिथरला असता.''

काही वेळ मेरी बोलली नाही. मी गाडी चालवित होतो व ती माझ्या डाव्या बाजूला बसली होती. अन् डाव्या बाजूला बसलेल्या माणसांकडे पहाणे मला जमत नाही. पण ती माझ्याकडे रोखून पहाते आहे हे मला जाणवले. शेवटी ती म्हणाली, "खरोखर, मला काही समजेनासे झाले आहे.''

"माझ्या मागच्या आसनावरती तीन पॉलिथिनच्या पिशव्या आहेत. त्यातील एका पिशवीत वाळलेल्या लाल मातीच्या चिखलाचा नमुना आहे. हार्टनेल कामावर जाताना बसचा वापर नक्कीच करीत होता. पण लाल मातीचा तो नमुना मी त्याच्या स्कूटरच्या मडगार्डच्या आतल्या पृष्ठभागावरून काढून घेतला. तशा प्रकारची माती ही पंचक्रोशीत कुठेही नाही. फक्त ती मरडॉनच्या मुख्य फाटकापाशी आहे. दुसऱ्या पॉलिथिनच्या पिशवीमध्ये एक हातोडी आहे. दिसायला ती स्वच्छ आहे. मी ती हार्टनेलच्या टूलशेडमधून मिळवली. पण अत्यंत बारकाईने तपासणी केली तर त्या हातोडीच्या लोखंडी भागाला चिकटलेले एक-दोन तरी पांढरे केस सापडतील अशी मला आशा आहे. काल रात्री गस्तीवर जो रोलो नावाचा कुत्रा होता, त्याचे ते केस असणार. त्याच्यावर हल्ला केलेला होता. तिसऱ्या पिशवीत एक पक्कड आहे. तिच्या मुठीवरती जाड रबरी आवरण आहे. त्यामुळे पकडीत वीज शिरली तरी हाताला शॉक बसत नाही. ती पक्कड नीट स्वच्छ केलेली आहे. पण जर इलेक्ट्रॉनिक मायक्रोस्कोपखाली पाहिले तर तिच्या कापण्याच्या भागावरती काही चरे उमटलेले सापडतील. कुंपणाच्या ज्या तारा कापल्या त्या तारांच्या तुटक्या टोकावरतीही तसेच जुळणारे चरे आढळतील. तसे जर झाले तर एक फार मोठा पुरावा हाती येईल.''

"तुम्हाला या साऱ्या वस्तू मिळाल्या? कमाल आहे!'' ती कुजबुजत म्हणाली.

"होय, मी त्या मिळवल्या. आहे की नाही माझ्या हुषारीची कमाल?''

"तुम्ही अति काळजी करता, चिंता करता. हो ना?'' मी यावर काहीच बोललो नाही. काय बोलू शकत होतो? ती पुढे म्हणाली, "एवढे पुरावे सापडूनही तुम्हाला हार्टनेल दोषी वाटत नाही? म्हणजे मला असे म्हणायचे आहे की, एवढ्या थराला जाणारा माणूस–''

तिचे बोलणे तोडत मी म्हणालो, "हार्टनेल निर्दोष आहे. खुनात त्याचा कसलाही सहभाग नाही. काल रात्री कोणीतरी त्याच्या टूलशेडचे कुलूप खूप खटपट करून काढले. तिथल्या लाकडी दारावरती उमटलेले ओरखडे, चरे मी पाहिले आहेत.''

"तसे असेल तर तुम्ही तिथल्या वस्तू पुरावे म्हणून का उचलल्या?''

"त्याला दोन कारणे आहेत. इथल्या भागातील पोलीस खात्यात काही पोलीस अधिकारी असे आहेत की, त्यांना फक्त एक घाव घालण्याचेच कळते. एक घाव की दोन तुकडे. अन् दोन अधिक दोन बरोबर चार. अशी त्यांची सरळ सरधोपट विचारसरणी आहे. डोके चालवून गुन्हा शोधणे त्यांना समजत नाही. वेळ पडली तर ते सरळ कोर्टकचेऱ्या न करता संशयिताला झाडाला बांधून फटके मारतील. हडेलहप्पी करणारे हे लोक आहेत. लाल मातीचा नमुना, हातोडी आणि पक्कड घेऊन हार्टनेलच्याच स्कूटरवरून गुन्हेगार काल रात्री मरडॉनला गेला.''

"पण... पण तुम्ही तर म्हणाला होता की, हार्टनेल काल रात्री बाहेर पडला असेल तर तसे सिद्ध करणारे अनेक साक्षीदार मिळतील.''

"हूंऽऽ! ती केवळ धूळफेक होती. हार्टनेल सफाईने खोटे बोलणारा आहे. रात्री सर्व मांजरे अंधारात सारखीच दिसतात, अशा अर्थाची ती म्हण ठाऊक आहे ना? अंगात जाडजूड कोट, डोक्यावर हेल्मेट व डोळ्यांवर गॉगल चढवलेले सर्व मोटरसायकलवाले सारखेच दिसतात. पण हार्टनेल व त्याच्या बायकोला उगाच भीती दाखवून, चिंता करायला लावून फारसे काही साध्य होणार नाही हे माझ्या लक्षात आले. जर मला काही संशयास्पद वाटले असते तर मात्र मी त्याला तसे सोडले नसते. कारण ती भयानक विषाणूंची कुपी घेऊन हिंडणाऱ्या त्या मूर्ख व वेडपट माणसाला मी कधीच सोडणार नाही. शिवाय हार्टनेलने उगाच काळजी करू नये असा माझा हेतू होता.''

"म्हणजे काय? मला नीट समजले नाही.''

"ते मला तरी कुठे नीट समजले आहे? हार्टनेलला एखादी माशीसुद्धा मारणे जमणार नाही. पण तो एका चमत्कारिक गुंत्यात सापडला आहे, हे मात्र नक्की.''

"असे तुम्ही का म्हणता? तो निर्दोष आहे असाच तुमचा दावा आहे ना? मग का–''

मी थोडेसे चिडून म्हणालो, "मी सांगितले ना की, का ते मला ठाऊक नाही.

कदाचित तसे मला केवळ तर्काने किंवा अंत:प्रेरणेने वाटत असेल. दुसरे असे की, कोणीतरी हार्टनेलची हातोडी, पक्कड व स्कूटर लंपास करून आपला कार्यभाग साधला व त्या वस्तू पुन्हा मूळच्या जागी ठेवल्या. दिशाभूल करण्यासाठी की, हार्टनेलला यात अडकविण्यासाठी? जर पोलिसांनी हार्टनेल निर्दोषी आहे असे मानले किंवा त्याला जाळ्यात पकडले तर खऱ्या गुन्हेगाराला पोलिसांच्या मनात नक्की काय आहे आणि गुन्ह्याचा तपास कोणत्या दिशेने चालला आहे हे समजेल. त्यासाठीच त्याने हार्टनेलच्या हातोडी, पक्कड वगैरे वस्तू गुन्ह्यात वापरल्या. पण आता काय होईल? तर हार्टनेल गूढपणे व संशयास्पदरित्या घरीच थांबलेला असेल आणि पोलीस त्या पुराव्याच्या वस्तूंचा कुठेच उल्लेख करीत नाहीत, हे पाहून गुन्हेगार चक्रावून जाईल. त्याला पोलिसांच्या तपासाची दिशा समजणार नाही. तो नुसताच नवल करीत राहील. त्याला कसलाही निर्णय घेता येणार नाही. अन् निर्णय घेता येणे अशक्य झाले की, कृती करणे थांबते. तसे झाले की, तपासासाठी आपल्याला आणखी वेळ मिळतो. या गुन्ह्यामध्ये तपास करण्यासाठी भरपूर वेळ हवा आहे आणि तो अशा रितीने मिळवता येतो.''

मेरी यावर विचार करून बोलू लागली, ''जर मी निर्दोष असूनही एखाद्या गुन्ह्यात पुराव्यामुळे निर्विवाद दोषी ठरले तर मी माझ्या बाजूने तपासासाठी तुम्हालाच नेमेन. तसेच, जर एखाद्या गुन्ह्यात खरोखरीच दोषी असेन आणि माझ्याविरुद्ध कसलाही पुरावा नसेल, तर मात्र मी तुमची मदत घेणार नाही. तुम्ही नक्की खऱ्या गुन्हेगाराला शोधून काढाल अशी माझी खात्री आहे.''

तिचा तो माझ्याबद्दलचा ठाम विश्वास मला स्पर्शून गेला. पण मला अजूनही तपासाची दिशा सापडत नव्हती. मी चाचपडत होतो. मला अद्याप कशाचीही खात्री वाटली नव्हती. अगदी त्या हार्टनेलबद्दलही मला खात्री नव्हती. तो निर्दोष असेल, पण दिसतो तसा अजाण, निष्पाप नक्कीच नव्हता किंवा त्याची ती सज्जन वाटणारी बायकोही तशी नव्हती. एका गोष्टीची जाणीव मात्र आता मला होऊ लागली. ती म्हणजे, माझा पाय आता खूपच दुखू लागला होता. आजच्या उरलेल्या रात्रीत मी अधिक काही प्रगती करेन असे मला वाटत नव्हते.

दहा वाजायच्या आधीच आम्ही परत वॅगनर्स नेस्टमध्ये आलो. रिकाम्या लाऊंजमध्ये एका कोपऱ्यातील खुर्चीत बसून हार्डेन्जर आमची वाट पहात होता. त्याच्याबरोबर त्याने एक खात्यामधील स्टेनोग्राफर आणला होता. हार्डेन्जरच्या हातात काही कागदपत्रे होती व तो त्यांचा अभ्यास करीत होता. अधूनमधून तो कपाळाला आठ्या घालून त्रासिक नजरेने दूरवर जमिनीकडे पहायचा. पण जेव्हा त्याने मान वर करून आम्हाला पाहिले तेव्हा त्याच्या चेहऱ्यावरचा वैताग नाहीसा

होऊन तिथे आनंद पसरला. 'आम्हाला पाहिले' असे म्हणण्यापेक्षा 'मेरीला पाहिले' असे म्हटले तर ते अधिक सार्थ ठरेल. त्याला मेरी मनापासून आवडत होती आणि तिने माझ्यासारख्या माणसाला आपला जोडीदार म्हणून का निवडले याचे त्याला कोडे पडले होते.

मेरीला व हार्डेन्जरला एकमेकांशी दोन मिनिटे बोलू दिले. मी मेरीचा आवाज ऐकत राहिलो, तिला बोलताना पहात राहिलो. अन् शंभराव्या वेळीही मला वाटले की, तिचा आवाज व चेहरा एखाद्या फिल्मवरती टिपून घ्यावा. तिचे बोलणे व दिसणे अत्यंत मोहक होते, भुरळ घालणारे होते. तिच्या आवाजातील मृदुता, लयबद्ध चढउतार आणि चेहऱ्यावरील सतत बदलणारे भाव यासाठी मी वाटेल ती किंमत मोजायला तयार आहे. मी थोडेसे खाकरलो व त्या दोघांना माझ्या अस्थित्वाची जाणीव करून दिली. हार्डेन्जरने माझ्याकडे पाहिले. त्याने आपल्या मनातील कुठले तरी एक बटण दाबले व त्याच्या चेहऱ्यावरचे स्मितहास्य मावळले.

त्याने मला विचारले, "काही सनसनाटी हाताशी आले का?"

"तसे म्हटले तर आहे. त्या अल्सेशियन कुत्र्यावर ज्या हातोडीने प्रहार केला ती मी मिळवली. ज्या पकडीने कुंपणाच्या तारा तोडल्या ती पक्कड मी मिळवली आणि हार्टनेलची स्कूटर काल रात्री मरडॉनच्या आसपास होती याचाही पुरावा मिळवला."

ते ऐकून त्याने आपली पापणीही लववली नाही. तो म्हणाला, "चला, आपण वरती तुमच्या खोलीत जाऊ या."

आम्ही वरती आमच्या खोलीत गेलो. मग तो आपल्याबरोबर आणलेल्या स्टेनोग्राफरला म्हणाला, "जॉन्सन, तुमचे नोटबुक काढा." मग माझ्याकडे वळून म्हणाला, "हंऽ, कॅव्हेल, काय काय झाले ते पहिल्यापासून सांगा."

मी त्याला आदल्या रात्री काय काय घडले ते सांगितले. फक्त चेसिंगहॅमच्या आईकडून व बहिणीकडून मेरीला जे कळले ते मी वगळले. शेवटी हार्डेन्जर म्हणाला, "हार्टनेलला यात अडकवले आहे अशी तुमची खात्री झाली आहे?"

"असे दिसते खरे. तुमचे काय मत आहे?"

"यात एखादा सापळाही असू शकेल, असे नाही तुम्हाला वाटले? किंवा एखादी दुहेरी चाल खेळली जात असेल? खुद्द हार्टनेलनेच ते पुरावे कशावरून निर्माण केले नाहीत?"

"ती शंका माझ्याही डोक्यात आली होती. पण ते केवळ अशक्य आहे. त्याच्या प्रयोगशाळेच्या बाहेर तो एक बावळट, मूर्ख, भित्रा व अस्थिर मन:स्थिती असलेला आहे. त्याच्यासारखी माणसे ही आर्थिक गुन्हे करणारांचा कच्चा माल असतो. तो आपल्या घराचे कुलूपही नीट लावीत नाही. ते जाऊ दे. मी त्याला घरीच थांबावे, बाहेर पडू नये असे सांगितले आहे. ज्याने कोणी ते बॉट्युलिनसचे

विष आणि सैतानी विषाणू चोरलेत ते नक्की एका विशिष्ट हेतूपोटी चोरले आहेत. इन्स्पेक्टर वायली त्या चोराला पकडण्यासाठी उत्सुक आहे. त्याच्या माणसांकडून हार्टनेलच्या घरावरती पाळत ठेवली पाहिजे. तो घरातच थांबून रहातो का बाहेर पडतो यावर आपले लक्ष हवे. हार्टनेल कितीही मूर्ख असला तरी ते विषाणू आपल्या घरी ठेवण्याइतपत नक्कीच बावळट नाही. जर ते विषाणू अन्यत्र कुठे ठेवलेले असतील तर त्याला तेथवर पोचता येणार नाही. मी त्याच्या काल रात्रीच्या स्कूटरवरून जाण्याची पडताळणी करणार आहे.''

''त्याच्या घरावर लक्ष ठेवले जाईल आणि त्याच्या काल रात्रीच्या हालचालींचीही तपासणी केली जाईल.'' हार्डेन्जरने मला तसे आश्वासन दिले. पुढे तो म्हणाला, ''हार्टनेलच्या बाबतीत चेसिंगहॅमने सूचक रितीने काही सुचवले का?''

''तसे काहीही विशेष त्याने सांगितले नाही. एक नंबरच्या प्रयोगशाळेत काम करणाऱ्यांपैकी हार्टनेल हाच एकमेव असा माणूस आहे की, त्याला ब्लॅकमेल करता येते किंवा त्याच्यावर जबरदस्ती करून त्याच्याकडून हवे ते काम करवून घेता येते. पण मुद्दा असा आहे की, हार्टनेलची ही मर्मस्थळे कोणाला तरी चांगली ठाऊक आहेत. त्या व्यक्तीला टफ्नेलही ठाऊक आहे. ती व्यक्ती आपल्याला शोधली पाहिजे.''

''तुम्ही टफ्नेलची माहिती कशी शोधलीत?''

''टफ्नेलशी बातचीत करून. काही महिन्यांपूर्वी मी येथे पंधरा दिवस राहिलेलो होतो. नवीन भरती झालेल्या शास्त्रज्ञांची माहिती काढण्यासाठी, पारखून घेण्यासाठी माझी मदत घेण्यात आली होती. मी त्या वेळी टफ्नेलकडे आर्थिक मदत मागायला मरडॉनमधील कर्मचाऱ्यांपैकी कोण कोण जाते त्याची तपासणी केली. फक्त दहा-बारा माणसे टफ्नेलकडे जात असत व त्यात हार्टनेल होता, असे कळले.''

''तुम्ही ती नावे टफ्नेलला विनंती करून मागितलीत का धाक दाखवून?''

''अर्थातच धाक दाखवून!''

''पण तसे करणे हे बेकायदेशीर आहे. धाक दाखवून किंवा जरब दाखवून आपली मागणी करता येत नाही! अन् मागणी केलीत ती कशाच्या आधारावरती?''

''त्याने जर मला हवी ती माहिती दिली नाही तर माझ्याजवळच्या त्याच्याबद्दलच्या माहितीच्या जोरावर मी त्याला तुरुंगात बरीच वर्षे घालवू शकतो, अशी मी धमकी दिली.''

''तुमच्याजवळ त्याच्याबद्दलची तशी माहिती होती?''

''नाही! परंतु टफ्नेलसारख्या गुन्हेगारी प्रवृत्तीच्या माणसाकडे लपवून ठेवण्याजोगे बरेच काही असते. त्यांचे अनेक गुन्हे उघडकीस आलेले नसतात, पण ते केव्हाही उघडकीस येऊ शकतात याची त्यांना जाणीव असते. त्याने मग मला

सहकार्य दिले. याबद्दल त्याने कदाचित हार्टनेलकडे किंवा आपला भागीदार हॅनबरी याच्याकडे उल्लेख केला असेल.''

''आणखी कोणते कर्मचारी टफ्नेलच्या ऑफिसात काम करीत होते?''

''कुणीच नाही. तिथे साधा टायपिस्टही मला दिसला नाही. या अशा अवैध धंद्यात आपल्या आईवरही कोणी विश्‍वास टाकीत नाही. मे. जनरल क्लिव्हडेन, कर्नल वेब्रिज आणि खून झालेला क्लॅन्डन आणि मी एवढ्याच माणसांना टफ्नेलबद्दलची माहिती आहे. मरडॉनमधील सिक्युरिटीच्या फाईल्स अन्य कोणालाही पहायला मिळत नाहीत. यातील क्लॅन्डन दूर झाला आहे. क्लिव्हडेनबद्दल मी कसे काय सांगणार?''

''काल रात्री तो लंडनमध्ये वॉर ऑफिसमधल्या एका महत्त्वाच्या बैठकीला हजर राहिला होता. तेव्हा त्याच्याबद्दल संशय घेताच येणार नाही.''

''पण मे. जनरल क्लिव्हडेनने आपल्या जवळची माहिती दुसऱ्या कोणाला कशावरून दिली नसेल?'' यावर हार्डेन्जर काहीही बोलला नाही. मी पुढे सांगत गेलो, ''आणि वेब्रिजबद्दल? रात्री बारा वाजता ते काय करीत होते?''

''झोपले होते,'' हार्डेन्जर म्हणाला.

''कोणी सांगितले तुम्हाला हे? त्यांनी स्वत:?''

यावर हार्डेन्जरने मान डोलवली. मग मी पुढे विचारले, ''त्यांच्या सांगण्याला आधार काय? अन्य कोणी त्यांच्या म्हणण्याला पुष्टी दिली?''

हार्डेन्जर आता अस्वस्थ झालेला दिसला. तो म्हणाला, ''ऑफिसर्स ब्लॉकमध्ये ते एकटेच रहातात. त्यांची पत्नी वारलेली आहे आणि एक नोकर त्यांच्याबरोबर राहून त्यांना काय हवे नको ते पहातो.''

''मग ठीक आहे. बाकीच्यांबद्दल काय सांगणार?'' मी विचारले.

हार्डेन्जर सांगू लागला, ''आता उरले सातजण. त्यातील एकजण रात्रपाळीचा पहारेकरी आहे. त्याची नियुक्ती येथे दोन दिवसांपूर्वीच झाली. त्याला अचानक येथे झालेल्या आपल्या बदलीबद्दल आश्चर्य वाटत आहे. इथला एक पहारेकरी आजारी झाला म्हणून त्याला त्याच्या रेजिमेन्टमधून येथे बदली करून आणण्यात आले. डॉ. ग्रेगरी हे काल रात्रभर घरीच होते. आल्फ्रिंगहॅमच्या बाहेर एक फर्स्ट क्लास बोर्डिंग-हाऊस आहे. तिथे ते रहातात. आणखी दहा-बाराजणही तिथे रहातात. ते शपथेवरती याबद्दल साक्ष देऊ शकतील. निदान रात्री बारा वाजेपर्यंत तरी डॉ. ग्रेगरी तिथे होते की नाही याबद्दल ते नक्कीच सांगू शकतील. आम्ही सर्व प्रकारे तशी खात्री करून घेतली आहे. म्हणजे त्यांनाही संशयितांच्या यादीत वगळावे लागेल. डॉ. मॅक्डोनल्ड हे आपल्या मित्रांबरोबर रात्री घरीच होते. ते सर्व मित्र प्रतिष्ठित मंडळींपैकी आहेत. सर्वजण पत्ते खेळत होते. आता दोन तंत्रज्ञ

उरलेत. ते दोघे आल्क्रिंगहॅममध्ये रात्री डान्स क्लबमध्ये गेले होते. त्यांच्यावरही संशय घेण्याजोगे काही दिसत नाही. आणखी दोघेजण आहेत. ते आपापल्या मैत्रिणींबरोबर रात्री बाहेर पडले होते. त्यांनी एकत्रितपणे सिनेमा पाहिला, हॉटेलात खाणेपिणे केले आणि ते घरी परतले.''

''म्हणजे कोणीच संशयित म्हणून तुम्हाला आता धरता येत नाही.''

''हो ना. काहीच हाती लागत नाही.''

''पण ते जे दोन तंत्रज्ञ आणि त्यांच्या दोन मैत्रिणी आहेत, त्यांची चौकशी नीट झाली का?'' मेरीने विचारले.

''ते दोघे एकमेकांना साक्षी देणार. त्यांच्या मैत्रिणी आपल्या मित्रांच्या प्रभावाखालीच येणार. त्यातून त्यांना जर काही प्रलोभन दाखवले असेल तर त्या डोळे मिटून आपल्या मित्रांना साथ देणार.''

मी म्हणालो, ''छे! त्यांच्यात काही अर्थ नाही. तिथे पाणी मुरत नाही. जो कोणी या गुन्ह्यात आहे तो अशी एकमेकांना साक्ष देऊन आपल्याबद्दल संशय निर्माण करण्याची चूक करणार नाही. जर त्या दोघींपैकी एखादी जरी इथल्या भागाला नवखी असेल तर मात्र तिथे कुठे तरी पाणी मुरते आहे, असे म्हणावे लागेल. पण त्या तर स्थानिक मुली निघाल्या. त्या निरुपद्रवी आहेत. त्यांचा यात जर काही हात असेल तर या भागातील पोलीस अधिकारी त्यांच्या तोंडून पाच मिनिटांत खरे काय ते बाहेर पाडेल. कदाचित दोन मिनिटांतसुद्धा.''

''खरे आहे, दोन मिनिटांत सुद्धा,'' हार्डेन्जर म्हणाला. ''पण त्या पोरी या प्रकरणात कुठेच नाहीत याची मला खात्री आहे. पण आम्ही तरीही नेहमीप्रमाणे त्या सर्वांचे बूट हे प्रयोगशाळेत तपासणीसाठी पाठवले. त्यांच्या बुटाच्या तळव्याच्या बाहेरच्या फटीत तांबड्या मातीचे कण आढळले. पण त्यातून तसा काही निष्कर्ष निघत नाही. सर्वांच्या जबान्यांची कागदपत्रे तुम्हाला पहायची आहेत?''

''होय. ते बरे पडेल. अन् आता तुम्ही पुढे काय करणार?'' मी हार्डेन्जरचा अंदाज घेण्याच्या दृष्टीने विचारले.

यावर उलट त्यानेच माझा अंदाज घेण्यासाठी मलाच प्रतिप्रश्न केला. त्याने मला विचारले, ''तुम्ही आता पुढे काय करणार? कोणते पाऊल उचलणार?''

''मी आता टफ्नेल, त्याचा भागीदार, क्लिव्हडेन, वेब्रिज यांना भेटणार व त्यांना प्रश्न विचारणार. हार्टनेलच्या आर्थिक अडचणी ते अन्य कोणाशी बोलले का, याची चौकशी त्यांच्याकडे करणार. त्यानंतर मी एक नंबरच्या प्रयोगशाळेत काम करणाऱ्या ग्रेगरी, मॅक्डोनल्ड, हार्टनेल, चेसिंगहॅम ह्यांच्याकडे माझा मोर्चा वळवणार. मग त्या चार तंत्रज्ञांकडे जाणार. त्यांच्या सामाजिक जीवनाची चौकशी करणार. अर्थातच प्रत्येकाकडे मी स्वतंत्रपणे जाईन. एका वेळी फक्त एकाचीच

चौकशी. ते एकमेकांच्या घरी कधी होते? हा प्रश्न मी बोलताना सहज त्यांच्याकडे फेकणार. तसेच त्यांच्या घरात नंतर फिंगर प्रिंट्स घेणाऱ्यांचे पथक पाठवून शक्य तितके ठसे घेणार. एवढ्या छोट्या कामासाठी वॉरंटची गरज नसते. जर 'क्ष' व्यक्ती आपण कधीही 'य' व्यक्तीच्या घरी नव्हतो, असा दावा करत असेल तर मग ठसे सापडल्यावर खरे काय ते कळेल. मग ती खोटे बोलणारी व्यक्ती त्यावर काय खुलासा करेल ते ऐकणे मोठे मौजेचे ठरेल.''

''तुम्ही मे. जनरल क्लिव्हडेन व कर्नल वेब्रिज यांच्याही घरी जाऊन ठसे गोळा करणार?'' हार्डेन्जरने गंभीरपणे विचारले.

''अगदी बेलाशक. मग भले त्यासाठी कोणाच्या भावना दुखावल्या तरी मला चालतील. ही वेळ कोणाच्या भावना जपण्याची नाही.''

यावर हार्डेन्जर म्हणाला, ''खरोखर, आपल्याला फार लांबच्या मार्गाने सत्यापाशी पोचावे लागेल असे दिसते. जेव्हा गुन्हेगारांना काही लपवायचे असते, विशेषत: आपापसातील संबंध त्याना दडवायचे असतात, तेव्हा ते कधीच एकमेकांच्या घरी जात नाहीत.''

''इतक्या लांबच्या मार्गावर वाटचाल करणे तुम्हाला परवडणारे आहे का?''

''नाही, बहुतेक नाही,'' हार्डेन्जर प्रामाणिकपणे म्हणाला.

हार्डेन्जर व स्टेनोग्राफर निघून गेले. त्यानंतर वीस मिनिटांनी मी प्लॅस्टिकच्या पिशव्यांत गोळा केलेले पुरावे बरोबर घेतले आणि खिडकीच्या बाहेर उतरलो. तेथून पाईपाला धरत धडपडत कसाबसा पोर्चच्या छतावर उतरलो. अन् तिथून सावधगिरीने आधार शोधीत शेवटी जमिनीवरती उतरलो. बाहेर रस्त्यावर गेलो आणि चालत चालत शेजारच्या बोळात ठेवलेल्या माझ्या गाडीपाशी गेलो. मग मात्र अधिक वेळ न गमावता गाडीत बसून मी वेगाने लंडनच्या दिशेने निघालो.

# सहा

जनरल साहेबांच्या घरी पोचलो तेव्हा पहाटेचे ३।। वाजले होते. वेस्ट-एंड विभागात त्यांचा फ्लॅट होता. मी एका खोलीत बसून त्यांची वाट पाहू लागलो. त्या खोलीतील कपाटांमध्ये ठासून पुस्तके भरलेली होती. थोड्याच वेळात जनरल साहेब आपल्या ड्रेसिंग गाऊनमध्ये आले. त्या गाऊनवरती लाल रंगात भरतकामाची नक्षी चढवलेली होती. ड्रेसिंग गाऊन अंगावर चढवलेला होता याचा अर्थ ते झोपेतून उठून आलेले नव्हते. त्यांचा चेहरा पाहिल्यावरतीच मला ते समजले होते. घरात वावरत असताना ड्रेसिंग गाऊन घालून वावरण्याची त्यांची सवय होती. मी उठून उभा राहिल्यावर त्यांनी मला बसण्याची खूण केली.

सव्वासहा फूट उंचीचे हे जनरल वयस्कर होते. पण तसे ते अजिबात वाटत नव्हते. ते नेहमी ताठ चालत व ताठ बसत. त्यांचे डोळे अगदी तरुण माणसासारखे स्वच्छ होते, नितळ होते. डोक्यावरचे केस अजूनही काळे होते, दाट होते. टोकदार मिशा, करड्या रंगाचे डोळे आणि अत्यंत तल्लख बुद्धिमत्ता असलेले हे जनरल इतका वेळ कसल्या तरी विषयावरती विचार करीत बसले असावेत आणि त्यातून निघालेल्या निष्कर्षामुळे अस्वस्थ झाले असावेत, असे मी ताडले.

"वेल, मिस्टर कॅव्हेल," ते माझ्याशी बोलू लागले. त्यांच्या आवाजात लष्करी आब होता. ते म्हणत होते, "तुम्ही तर सारी गडबड उडवून दिलेली दिसते. भलताच गुंता झालेला दिसतो आहे."

"येस सर," मी म्हणालो. सबंध जगात फक्त मी याच माणसाला 'सर' या बहुमानाने संबोधित आलेलो होतो.

"माझा जुना दोस्त आणि एक कर्तव्यनिष्ठ अधिकारी नील क्लॅन्डन मृत्यू पावला आहे. त्याचा खून झाला आहे. तशीच दुसरी व्यक्ती ईस्टन डेरी हाही बहुतेक मरण पावला असावा. सध्या त्यांना 'बेपत्ता' म्हणून धरण्यात येते आहे. थोर देशभक्त व शास्त्रज्ञ डॉ. बॅक्स्टर हेही मृत्यू पावले आहेत."

"या दोघांचीही आज इंग्लंडला गरज आहे. कॅव्हेल, कोणामुळे हे सारे झाले? कोण त्यासाठी जबाबदार आहे?"

कोपऱ्यातल्या स्टुलावर मद्याची बाटली व ग्लासेस ठेवले होते. मी तिकडे पाहून म्हटले, "सर, एखादे ड्रिंक दिले तर बरे पडेल. मी एवढ्या ताणतणावातून सध्या जात आहे की, अनेकदा बोलताना मला थकवा येतो."

"ही तर तुमची नेहमीची गोष्ट आहे." मग नंतर किंचित सहानुभूतीने ते मला म्हणाले, "कॅव्हेल, तुमचा पाय काय म्हणतो आहे? अजून दुखतो आहे?"

"होय, थोडासा दुखतो आहे. सर, मी एवढ्या रात्री उशिरा आलो याबद्दल माफ करा. पण तुमची भेट घेणे खरोखरच जरुरीचे आहे. तुम्हाला सारी हकिकत कोणत्या शब्दात मी सांगू?"

"सरळ, आडवळणाने न जाता, झटपट सांगा आणि सुरुवातीपासून सांगा."

"हार्डेन्जर काल सकाळी ९ वाजता माझ्याकडे आले. आधी त्यांनी इन्स्पेक्टर मार्टिन यांना माझ्याकडे पाठवले. अर्थातच वेषांतर करून अन्य बहाण्याच्या रूपाने पाठवले. कशासाठी तसे केले ते मला ठाऊक नाही. पण त्यांना माझी निष्ठा तपासायची होती असे मला वाटते. कदाचित तुम्हालाही तसेच वाटले असावे. तुम्ही मला तशी आगाऊ सूचना द्यायला हवी होती."

"मी तसा प्रयत्नही केला, पण त्या वेळी खूप उशीर झाला होता. क्लॅन्डनच्या मृत्यूची बातमी मे. जनरल क्लिव्हडेन व हार्डेन्जर यांच्याकडे आधी पोचली व नंतर माझ्याकडे आली. मी तुम्हाला फोन केला, पण तुमचे फोन बिघडलेले होते."

"ते बिघडवण्याचे काम हार्डेन्जर यांनीच केले. ठीक आहे. शेवटी माझी परीक्षा घेतली गेली व मी त्यात पास झालो. त्यामुळे हार्डेन्जरचे समाधान झाले आणि त्यांनी मला मरडॉन येथे बोलावले. ते म्हणत होते की, त्यांनी तुम्हाला मदतीची विनंती केली होती, पण तुम्ही थोडेसे त्याबद्दल नाखूष होता. हार्डेन्जर यांना काही सुचवले तर त्यावर त्यांनी आधीच विचार केलेला असतो असे त्यांच्या आविर्भावावरून वाटत असते."

"खरे आहे ते. हार्डेन्जर हुषार आहेत. त्यांची बुद्धी व क्षमता कमी लेखून चालणार नाही. त्यांच्यासारखा माणूस पोलीस खात्यात दुर्मीळच असतो. त्यांना काही संशय आला? तुमची खात्री आहे तशी?"

"म्हणजे आपला हा जो प्लॅन आहे त्याबद्दलच ना? तुम्ही मला स्पेशल ब्रॅन्चमधून काढून मरडॉनमध्ये प्रमुख सुरक्षा अधिकारी म्हणून लावून दिलेत आणि काही दिवसांनी तेथून बाहेर काढले, याच गुप्त योजनेबद्दल म्हणायचे आहे ना?"

"होय!"

"मग काहीही काळजी करू नका. हार्डेन्जरला तसला संशय अजिबात

आलेला नाही. अगदी खात्री बाळगा.''

''ठीक आहे! आता जे काही झाले त्याचा थोडक्यात मला अहवाल द्या.''

मग फार शब्द न वापरता, अगदी थोडक्यात सांगत गेलो. या जनरलशी अशाच पद्धतीने बोलावे लागते हे मला अनुभवाने कळून चुकले होते. कमीत कमी शब्दांत अधिकाधिक माहिती त्यांना हवी असते. अवघ्या दहा मिनिटांत त्यांना मी सर्व महत्त्वाचे मुद्दे व माहिती पुरवली. आता ते त्यातील शब्दन्‌शब्द लक्षात ठेवणार होते. त्यांची स्मरणशक्ती दांडगी होती.

ते मला म्हणाले, ''हार्डेन्जरने मला जो अधिकृत अहवाल दिला आहे त्याच्याशी तुमची माहिती ही अगदी तंतोतंत जुळते आहे. मग यातून शेवटी तुम्ही काय निष्कर्ष काढलात?''

मी विचारले, ''केंट परगण्यात जी चौकशी मी करायला सांगितली होती त्याचे काय झाले?''

''काहीही नाही!''

ते ऐकताच मी व्हिस्कीचा एक मोठा घोट घेतला. ते ऐकून मला धक्काच बसला.

मी म्हणालो, ''हार्डेन्जरचा डॉ. बॅक्स्टर यांच्यावरती संशय आहे. त्यासाठी त्यांनी सिक्युरिटीला फोन करून बॅक्स्टर यांच्याविषयीची माहिती पडताळून पहाण्यास सांगितले. तसेच, त्यांच्या बाबतीत काही नवीन धागेदोरे मिळतात का तेही पहाण्यास सांगितले आहे. त्या विषाणूच्या चोरीमागे डॉ. बॅक्स्टर यांचाच कट होता व त्यासाठी त्यांनी बहुधा तिथल्याच एका माणसाला त्यात सामील करून घेतले होते. हार्डेन्जरला वाटते आहे की, त्या दोघांनी रात्री कुंपण तोडून मरडॉनमध्ये प्रवेश मिळवला आणि मग चोरांनी हव्या त्या गोष्टीची चोरी केली. काम झाल्यावर डॉ. बॅक्स्टर यांची चोरांनी हत्या केली. ऐन वेळी काहीतरी वादविवाद झाल्यामुळे त्यांनी ही हत्या केली असावी किंवा तसे करण्याचे त्या चोरांनी आधीच ठरवले असावे. हार्डेन्जरचा बॅक्स्टरवरचा संशय व्यर्थ आहे. कारण त्यांना हे ठाऊक नाही की, डॉ. बॅक्स्टर यांनीच प्रथम आपल्या प्रयोगशाळेत चोऱ्या होऊ लागल्याचे सुरक्षा विभागाला कळवले होते. दुर्मीळ विषाणू पटकन लक्षात येणार नाही एवढ्या छोट्या प्रमाणावर चोरून नेले जात होते. या चोऱ्यांचा शोध घ्यावा असे त्याने सांगितले होते. अन्‌ ही गोष्ट ते सुरक्षा विभागाखेरीज अन्य कोणाशी बोलले नव्हते. तसेच तुम्ही विनंती केल्यामुळेच डॉ. बॅक्स्टर यांनी मला सुरक्षाप्रमुखाच्या पदावरून दूर करून मरडॉनमधून बाहेर घालवून दिले. त्यामुळेच तर मी 'एक खासगी डिटेक्टिव्ह' या नावाखाली त्या चोऱ्यांचा शोध गुपचूप घेऊ लागलो.

''हार्डेन्जर दोन्ही प्रकारे चूक आहे. डॉ. बॅक्स्टर रात्री कुंपण तोडून मरडॉन संस्थेत घुसले असे त्यांना वाटते. पण तसे घडले नाही. संध्याकाळी उशिरापर्यंत डॉ. बॅक्स्टर हे प्रयोगशाळेत काम करीत बसले होते. त्यांच्या मनात असले तरी ते घरी जाऊ शकत नव्हते, इतका कामाचा डोंगर त्यांच्यापुढे होता. त्यांच्या खुनामागे जो माणूस होता त्यानेच ब्रायसन व चिपरफिल्ड यांची मुले पळवून नेली. हा माणूस नक्कीच कोणत्या तरी संघटनेसाठी काम करीत असावा. 'आपली मुले केंट परगण्यात आजोळी पाठवून दिलेली आहेत' असा दावा त्या मुलांचे आईवडील करीत आहेत. प्रत्यक्षात तशी वस्तुस्थिती नाही, याचा पुरावा मला पाहिजे आहे. मुले पळवल्यावर ब्रायसन व चिपरफिल्ड यांना धमकी देण्यात आली असणार की, मुकाट्याने सहकार्य करा, नाहीतर मुलांची प्रेते पाठवली जातील. नाइलाजाने त्यांना सहकार्य द्यावे लागले. मग त्यांनी दुपारी काही खोक्यांतून प्राणी पाठवले. एक नंबरच्या प्रयोगशाळेसाठी ते प्राणी होते. ते नेहमीच तशा पद्धतीने प्राणी पाठवित असल्याने पहारेकऱ्यांनी ती खोकी उघडून तपासण्याची तसदी घेतली नाही. पाठवलेल्या खोक्यांपैकी दोन खोक्यांमध्ये प्राणी नव्हतेच, दोन माणसे होती. त्यापैकी एकजण डॉ. बॅक्स्टर यांच्याशी साम्य असलेला होता, तर दुसरा माणूस कोण होता ते ठाऊक नाही. त्याला आपण 'मिस्टर एक्स' असे म्हणू.

''ब्रायसन व चिपरफिल्ड यांनी दुपारी आठ प्राण्यांची खोकी किंवा पेटारे पाठविले. त्यांनी नेहमीप्रमाणे ते पेटारे प्रयोगशाळेत नेले नाहीत. तिथल्या कामकाजात व्यत्यय येऊ नये म्हणून ते प्रयोगशाळेच्या दाराच्या बाहेर असलेल्या व्हरांड्यात ठेवले. नंतर प्रयोगशाळेतील कामे संध्याकाळी थांबल्यावर त्यांनी ते आत नेऊन ठेवले. यावरून असे ठामपणे दिसते की, यामागचा जो कोणी सूत्रधार होता त्याने आधी आतली माहिती अगदी तपशीलवार गोळा केली होती. जेव्हा ते पेटारे आत प्रयोगशाळेत गेले तेव्हा त्यातील बॅक्स्टरशी साम्य असलेला माणूस शिताफीने बाहेर पडला व प्रयोगशाळेतील क्लोक-रूममध्ये गेला. तिथे शास्त्रज्ञ मंडळी आपले कोट, हॅट, जवळच्या किरकोळ वस्तू ठेवीत असत. तो बहुतेक तिथल्या एखाद्या कपाटात लपला असावा. दुसरा माणूस, म्हणजे मिस्टर एक्स हा ज्या पेटाऱ्यात होता तो पेटारा प्रयोगशाळेतील शिकारखान्यात, म्हणजे त्या प्राण्यांच्या खोलीत नेऊन ठेवला गेला. त्या खोलीत माणसाला लपण्यासाठी किती तरी जागा आहेत.

''आम्ही जी चौकशी केली त्यावरून असे दिसते की, त्या दिवशी संध्याकाळी त्या प्रयोगशाळेत कामे करणारे शास्त्रज्ञ, तंत्रज्ञ हे एकेकजण वेगवेगळ्या वेळी आपापली कामे संपवून बाहेर पडले. नंतर कपाटात लपलेला तोतया बॅक्स्टर बाहेर पडला. आता क्लोकरूम रिकामी होती. मग त्याने तिथे ठेवलेला डॉ.

बॅक्स्टर यांचा कोट अंगावर चढवला. त्याच कोटात बॅक्स्टर यांचा सिक्युरिटीचा बिल्ला होता. मग तोंडावर रुमाल धरून खोटे खोटे शिंकत तो चालत चालत फाटकापाशी गेला. आपल्याजवळचा बिल्ला पहारेकऱ्यांना दिला, तिथल्या रजिस्टरमध्ये डॉ. बॅक्स्टर यांच्या सहीसारखी सही त्याने केली व तो तेथून सरळ बाहेर पडला. मुख्य दरवाजामधून रस्त्यावरती गेला. अगदी सहजतेने. त्या वेळी रात्रीचा गडद अंधार झाला होता. बाहेरच्या गर्दीत तो अगदी सहज मिसळून गेला. अशा रितीने सुरक्षितपणे तो निसटला.

"प्रयोगशाळेतील प्राण्यांच्या खोलीत लपलेला तो मिस्टर एक्स आता आपल्या लपण्याच्या जागेतून बाहेर आला. त्याने प्रयोगशाळेतला अंदाज घेतला. त्याची खात्री झाली की डॉ. बॅक्स्टर सोडून बाकीचे सर्वजण निघून गेले आहेत, तेव्हा तो दार उघडून प्रयोगशाळेत शिरला. डॉ. बॅक्स्टर यांच्या पाठीला आपल्या हातातील पिस्तूल टेकवले. कदाचित त्या तोतया बॅक्स्टरने सर्वजण बाहेर पडले आहेत असे पाहून खऱ्या डॉ. बॅक्स्टरवर पिस्तूल रोखले असेल व आपल्या लपून बसलेल्या मित्राला बाहेर काढून प्रयोगशाळेत आणले असेल. डॉ. बॅक्स्टर नेहमी प्रयोगशाळेतून सर्वांच्या शेवटी बाहेर पडत असत. कारण प्रयोगशाळेतील कुलपांची जुळवाजुळव ते पुन्हा पहिल्यासारखी करीत असत. त्या कुलपांच्या जुळवाजुळवीचे सांकेतिक क्रमांक रोजच्या रोज बदलण्याची जबाबदारी त्यांच्याकडे होती. काही का असेना, बॅक्स्टर सर्वांत शेवटी प्रयोगशाळेत एकटे रहात असल्याने त्या चोरट्यांच्या पथ्यावर पडले. तो सिक्युरिटीचा बिल्ला त्यांनी बॅक्स्टरकडून पिस्तुलाच्या धाकानेही काढून घेतलेला असेल.

"रिकाम्या झालेल्या प्रयोगशाळेतील एकट्या असलेल्या डॉ. बॅक्स्टरवरती पिस्तूल रोखल्यावर सारी प्रयोगशाळा मिस्टर एक्सच्या हातात आली. त्याला ते विषाणू मिळवायचे असल्याने त्याने पिस्तुलाच्या धाकाने त्या विषाणूंच्या कुप्या मिळवल्या. पण तो बाहेर पडला तरी फार तर फाटकापर्यंतच जाऊ शकत होता. तेथून निसटून जाऊ शकत नव्हता. प्रयोगशाळेतील सर्वजण बाहेर पडलेले तिथल्या पहारेकऱ्यांना ठाऊक होते. म्हणून रात्रपाळीचे पहारेकरी ११ वाजता येण्याची वाट पहात तो माणूस प्रयोगशाळेतच थांबून राहिला. जेव्हा ११ वाजले, तेव्हा त्याने पिस्तुलाच्या दस्त्याने डॉ. बॅक्स्टर यांच्या कानशिलाखाली फटका मारला व त्यांना बेशुद्ध पाडले. मग जाताना लांबून त्यांच्या दिशेने बॉट्युलिनसच्या विषारी द्रवाची कुपी भिरकावून तो चटकन बाहेर पडला. डॉ. बॅक्स्टरला ठार करणे हे त्याच्या दृष्टीने महत्त्वाचे होते. कारण तो कोण आहे हे बॅक्स्टरला ठाऊक होते. पण बाहेर पडल्यावर दाराबाहेरच सुरक्षाप्रमुख क्लॅन्डन उभा होता. तो आपल्या घरातून दुर्बिणीमधून रोज रात्री प्रयोगशाळेबाहेरच्या व्हरांड्यावर नजर ठेवण्याचे काम करीत होता. त्याला

आज प्रयोगशाळेत काहीतरी घडते आहे याचा संशय आला असावा. तो स्वस्थ न बसता सरळ उठून तिकडे गेला व प्रयोगशाळेच्या बाहेर उभा राहिला. बाहेर पडलेल्या मिस्टर एक्सला क्लॅन्डन दिसला. मग त्याच्याशी गोड गोड बोलत त्याने त्याला आपल्याजवळील सायनाईडचे चॉकलेट दिले असावे. याचा अर्थ ती व्यक्ती क्लॅन्डनच्याही माहितीमधील असावी.''

इन्स्पेक्टर जनरलने आपल्या मिशांवरून हात फिरवला. थोडा वेळ विचार करून तो म्हणाला, ''फार डोक्याने हा कट रचला गेला आहे व पार पाडला गेला आहे. तुम्ही सांगितले ते मूलत: खरे आहे. पण त्या सायनाईडबद्दल मला जरा शंका आहे. तिथे मला खूप खटकते आहे. कोणीतरी विषाणूंची चोरी करते आहे या संशयापोटी क्लॅन्डन तिथे गेला. त्याला त्या चोराला पकडायचे होते. असे असताना बाहेर पडलेला अनोळखी माणूस म्हणजे तो मिस्टर एक्स, याच्याकडून तो कशाला ते विषारी चॉकलेट घेईल. शिवाय मिस्टर एक्सकडे पिस्तूल होते. बहुधा त्यावरती सायलेन्सर लावलेले असणार. मग विषारी चॉकलेटऐवजी तो माणूस पिस्तूलच वापरेल.''

''सर, ते मला ठाऊक नाही.'' जणू काही मी त्या वेळी तिथे नसल्याने मला कसे हे समजणार? अशा अर्थाने मी बोललो, असे मला वाटले.

''पण बाहेरच्या माणसांचाच यात हात असावा अशी शंका तुम्हाला प्रथम केव्हा आली?''

''कुत्रा! पहारेकऱ्याच्या कुत्र्यामुळे! त्याच्या गळ्याला कुंपणाच्या तारेमुळे जखम झाली होती. तेव्हा साहजिकच तारेवरती त्या जखमेतील रक्त लागलेले असणार. म्हणून मी ते पाहिले. तासाभराच्या शोधानंतर खरोखरच मला तारेवरती रक्त सापडले. कुंपणाची ती सर्वांत आतली तार होती. मरडॉनमध्ये रात्री कोणीही आत चोरून घुसले नाही, तर कोणीतरी चोरून आतून कुंपण तोडून बाहेर निसटले.''

''मग ही गोष्ट हार्डेन्जरने कशी शोधून काढली नाही?''

''मी जे काही केले त्याबद्दल त्यांना संशय आला नाही. बॅक्स्टरकडून कुंपण तोडून संस्थेत प्रवेश होणे अशक्य आहे, हे मी हेरले होते. शिवाय सतत नाका-तोंडावर रुमाल धरून, सर्दी झालेल्या घोगरट आवाजात बोलत डॉ. बॅक्स्टर सिक्युरिटी गेटमधून गेल्याचे मला कळले. एवढ्या दोन गोष्टी संशय येण्यासाठी पुरेशा होत्या. हार्डेन्जरची माणसे कुंपणाच्या तारा तपासत होती. त्यांनी तासभर बाहेरच्या तारेची तपासणी केली. नंतर ते आतल्या तारेकडे वळले.''

''आणि त्यांना काहीही सापडले नाही?''

''तिथे काही नव्हतेच तर सापडणार कसे? मला आतल्या तारेवर प्रथम रक्त

दिसले. मग मी लगेच ते पुसून टाकले.''

''कॅव्हेल, तुम्ही म्हणजे खरोखरीच एक लबाड व्यक्ती आहात.''

''येस सर.'' मी म्हणालो. जनरलच्या त्या उद्‌गारामुळे आता ते मोकळेपणे बोलू लागल्याचे समजले. मी पुढे म्हणालो, ''मग मी प्राणी पुरवण्याचे कंत्राटदार ब्रायसन व चिपरफिल्ड यांच्याकडे गेलो. ते दोघेही शांत वृत्तीचे व विश्वास ठेवण्यालायक होते. पण कधी नव्हे ते दुपारी ५॥ वाजता दारू पीत होते. पीत होते म्हणण्यापेक्षा ढोसत होते. ग्लासात दारू ओतताना त्यांच्या हातून ती सांडली जात होती. मिसेस ब्रायसन तर सारख्या सिगारेटी ओढत होत्या. जणू काही त्यांचे एखादे धुराडे बनले होते. तिने माझ्यादेखत एवढ्या सिगारेटी ओढल्या की, तेवढ्या तिने आपल्या आयुष्यात कधी ओढल्या नसतील. ते आपली अस्वस्थता लपवायचा प्रयत्न करीत होते. पण त्यातूनही सारे काही उघड होत होते.''

''आता तुमच्या मते संशयित कोण आहेत?''

''मे. जनरल क्लिव्हडेन आणि कर्नल वेब्रिज. खून झाले त्या वेळी क्लिव्हडेन लंडनमध्ये होते. पण तिथला आपला चार्ज घेतल्यापसून ते फक्त दोन-तीनदाच मरडॉनमध्ये गेले होते. दोन-तीन बाबी त्यांच्या विरुद्ध जातात. त्यांना सिक्युरिटी खात्याच्या फायली पहाण्याचा अधिकार असल्याने त्यांनी त्या पाहिल्या असणार. त्यामुळे त्यांना हार्टनेलच्या आर्थिक परिस्थितीची माहिती कळली असणार. दुसरे असे की, जेव्हा प्रयोगशाळेत शिरण्याची पाळी आली तेव्हा हा शूरवीर सैनिक कचरला. आपण होऊन पुढे झाला नाही. खरे तर तो मरडॉनचा प्रमुख सुरक्षा अधिकारी असल्याने व ती संपूर्ण जागा त्याच्या हुकमतीखाली असल्याने त्याने पुढे व्हायला हवे होते.''

''तुम्ही जे 'शूरवीर सैनिक' हे शब्द त्यांच्या बाबतीत वापरलेत ते योग्य नाहीत. ते एक डॉक्टर आहेत, लढवय्या माणूस नाहीत,'' जनरल शुष्कपणे म्हणाले.

''पण मला आठवते आहे की, दोन डॉक्टरांनी शौर्य दाखवल्याबद्दल त्यांना व्हिक्टोरिया क्रॉस बहाल करण्यात आला होता. पण जाऊ दे ते. वेब्रिजबद्दल असेच सांगता येईल. एक तर ते मरडॉनमध्येच रहातात आणि गुन्हा घडला त्या वेळी ते घरीच होते. तेही प्रयोगशाळेत शिरण्यास कचरत होते. डॉ. ग्रेगरी ती प्रयोगशाळेची जागा कायमची सीलबंद करावी म्हणून आग्रह धरत होता. पण तो जादा आग्रह धरीत होता. त्या विषाणूंचा धोका लक्षात घेता, अन् त्यांनाच तो चांगला ठाऊक असल्याने त्यांनी तसा आग्रह धरणे योग्य होते, असे म्हणावे लागेल; परंतु एवढा जोरदार आग्रह धरणे म्हणजे कदाचित आपल्यावर संशय येऊ नये असा तर त्यामागचा हेतू नसेल ना? तसेच, जिथे कपाटात त्या भयंकर

विषाणूंच्या कुप्या ठेवल्या होत्या त्याला फक्त एकच कुलूप व एकच किल्ली आणि तीही फक्त ग्रेगरीकडे? या इटालियन ग्रेगरीबद्दल आपल्याला ठाऊक आहे, सर?''

"बरेच काही. सुरुवातीपासून त्याने जी जी पावले उचलली त्याबद्दलही शंका आहेत. ते ब्रिटिश नागरिक नसल्याने त्यांच्या माहितीसाठी दोन वेळा कसून तपासणी केली. पण ही आपल्या बाजूने घेतलेली खबरदारी. इंग्लंडला येण्यापूर्वी ग्रेगरी हे इटालियन सरकारसाठी तुरीन शहरात खूप गुप्त स्वरूपाचे काम करीत होता. त्यामुळे तर त्यांच्याबद्दल अति अति चौकशी करून मगच ब्रिटिश सरकारने त्यांना स्वीकारले आहे. तेव्हा त्यांच्याबद्दल संशय घेण्यात अर्थ नाही.''

"मग त्यांच्यावरती काम करण्यात मी उगाचच वेळ घालवतो आहे असे म्हटले पाहिजे. पण तसे पाहिले तर प्रत्येकाचा मागचा भूतकाळ तपासला तर तो माणूस स्वच्छच वाटतो, संशयातीत वाटतो. ते असो. तर माझ्या दृष्टीने हे तिघे संशयित आहेत आणि यातील एक किंवा दोघांबाबत हार्डेन्जरच्या काही वेगळ्या कल्पना आहेत.''

"कोणत्या कल्पना? तुमच्याकडून घेतलेल्या?''

"माझ्या कल्पनांवरती दुसऱ्याने काम केलेले मला आवडत नाही आणि हार्डेन्जर इतके सरळ आहेत की, त्यांना काहीतरी कल्पना सांगून त्यांची दिशाभूल झाली तर मलाच ते आवडणार नाही. शिवाय त्यांच्यासारख्या साध्या सरळ माणसाला तपासाच्या बाबतीत खूष कसे ठेवता येईल असेच मी पाहेन.''

जनरल गंभीरपणे म्हणाले, "अत्यंत हुषार व निर्धारपूर्वक वागणाऱ्या माणसांशी आपली गाठ पडली आहे. त्यांची मुख्य हत्यारे ही गुप्तता, कपटनीती आणि–"

"आणि हिंसाचार!"

"ठीक आहे. गुप्तता, कपटनीती व हिंसाचार! आपण त्यांच्याशी त्यांच्याच जागेवर राहून, मुकाबला करून त्यांचा विनाश केला पाहिजे. त्यांच्याविरुद्ध आपण सर्वोत्तम हत्यार वापरले पाहिजे. गुप्तता, कपटनीती आणि हिंसाचार याबाबतीत तुम्हाला कोणी मार्गदर्शन करू शकणार नाही.''

"मला फारशी कधी कपटनीती वापरावी लागली नाही.''

"होय, मला ठाऊक आहे ते. या प्रकरणात प्रतिपक्ष काय करेल त्यावर आपली कृती अवलंबून राहील. ते असो. पण तुम्ही आता एक एकांडे शिलेदार आहात. एकट्यानेच कामे करणे पसंत करता. हार्डेन्जरचे तसे नाही. तो एक खात्यातील माणूस आहे. खात्यातील अधिकारी झाल्यावर साहजिकच त्याच्याकडे खात्याचे प्रतिनिधित्व येते. मग त्याचे वागणे, बोलणे हे खात्याला अनुकूल असेच होऊ लागते. खात्याची प्रतिमा सांभाळण्याचे काम तो करू लागतो.

शिवाय अमुक एखादी कृती का केली नाही किंवा अमुक एखादी बेकायदेशीर कृती का केली, अशा प्रश्नांना नंतर तोंड द्यायला लागू नये म्हणूनही तो जपत असतो. यामुळे नकळत असे होते की, त्या माणसाकडून उत्स्फूर्तपणे फारसे काही केले जात नाही. तो नुसता कर्तव्यकठोर बनत जातो. तसेच गुप्तता बाळगण्याची त्याची प्रवृत्तीही कमी कमी होत जाते. या सर्व गोष्टींमुळे होते काय, तर शेवटी यशाची शक्यता कमी होत जाते. पण तरीही त्याच्या पाठीशी खाते असते. त्याचेही काही फायदे असतात. गुन्हे तपासताना जी नेहमीची ठरावीक कामे असतात ती त्याला करावी लागत नाहीत. त्यासाठी वेगळी माणसे व वेगळे तज्ज्ञ असतात. ते त्याच्या दिमतीला दिले जातात. हार्डेन्जरच्या तपासाचे काम अशा रितीने व्हावे की, त्यामुळे गुन्हेगारांची दिशाभूल व्हावी. त्यांना वाटावे की, भलत्या दिशेने तपास चालल्यामुळे आपण सुरक्षित आहोत. त्याचबरोबर तपासाच्या कामाची प्रगती ही सत्याच्या दिशेने होत रहावी. मला सध्या त्याच्याकडून अशा पद्धतीचे काम अभिप्रेत आहे.''

''पण जेव्हा हार्डेन्जर यांना तुमची ही अपेक्षा कळेल तेव्हा त्यांना ती आवडणार नाही.'' मी माझे मत दिले.

''त्यांना ते आवडो वा न आवडो. खरी काळजी शेवटी मलाच करावी लागणार आहे. बरं, ते जाऊ दे. बाकीच्या संशयितांच्याबद्दल तुम्ही काय म्हणाल?''

''म्हणजे ते चार तंत्रज्ञ. त्यांच्यावर फार संशय घेता येत नाही. ते संध्याकाळी उघडपणे वावरत होते. कधी एकट्याने तर कधी गटाने. त्यांना अनेकांनी तसे पाहिले आहे. जर तो खुनी संध्याकाळी सहा ते रात्री अकरा वाजेपर्यंत प्रयोगशाळेतच दडून बसला असेल तर मग या तंत्रज्ञांवरती संशय घेता येत नाही. कदाचित ते या कटात सामील असतील असे धरले तरीही प्रत्यक्ष खुनात त्यांचा हात नाही, हेच दिसेल. संध्याकाळनंतर या चौघांच्या काय हालचाली होत्या याचा मागोवा अगदी बारकाईने हार्डेन्जर घेत आहे. संध्याकाळपासून रात्रीपर्यंत ते चौघेजण दर मिनिटाला कोठे होते हे तो पहात आहे. कदाचित त्यांच्यापैकी एकाला तरी गुन्हेगारांनी आमिष दाखवून किंवा जबरदस्तीने आपल्या जाळ्यात ओढले असावे असे वाटते. असा माणूस प्रत्यक्ष त्या प्रयोगशाळेत काम करणारा असायलाच हवा असे नाही. हार्टनेलचा या गुन्ह्याशी काहीही संबंध नसावा असे दिसते. पण गुन्हा घडला त्या वेळी आपण कोठे होतो याबद्दल ते जे काही सांगत आहेत ते मात्र खोटे आहे. ते बहुतेक निर्दोष आहेत. पण तरीही त्यांच्या बाबतीत कुठे तरी पाणी मुरते आहे हे नक्की. तेवढ्यासाठी मी पुन्हा त्यांना भेटणार आहे.''

''त्यानंतर चेसिंगहॅम! त्यांच्या बाबतीत मात्र मला एक मोठे प्रश्नचिन्ह दिसते आहे. रिसर्च असिस्टंट म्हणून त्यांचा जो काही पगार आहे तो फार मोठा नाही. पण

एक भव्य वास्तू, घरात नोकर असणे आणि आपल्या बहिणीला कुठेही नोकरी करू न देता घरीच बसवून आईची देखभाल करायला लावायची हे त्यांना कसे काय जमते? त्यांच्या पगारातून एवढे कधीच शक्य होणार नाही. दोन महिन्यांपूर्वी त्यांनी एक बाई नोकर म्हणून घरात आणली. त्यांच्या आईची तब्येत चांगलीच ढासळली आहे. डॉक्टर म्हणत आहेत की, कुठेतरी कोरड्या हवेच्या ठिकाणी नेऊन ठेवल्यास त्यांना बरे वाटेल. निदान काही वर्षे आयुष्य वाढेल. पण घरातून हलण्यास तिचा विरोध आहे. दुसरीकडे जाऊन रहाणे हे आपल्या मुलाला अवघडलेल्या परिस्थितीत टाकण्यासारखे आहे. कारण आपल्या मुलाला तेवढे आर्थिकदृष्ट्या परवडणार नाही असे तिला वाटते. कदाचित तिला दूर पाठवण्यासाठी चेसिंगहॅमला परवडण्यासारखे असेलही. आई, मुलगा व एक मुलगी असे ते एक घट्ट एकत्र कुटुंब आहे. हार्डेन्जरने चेसिंगहॅमची केस हाताळू नये असे मला वाटते. तुम्ही प्लीज असे करा; चेसिंगहॅमची बँक खाती तपासण्याची आणि त्याचे येणारे व जाणारे टपाल तपासण्याची व्यवस्था करा. तसेच, स्थानिक पोलिसांकडून त्यांना ड्रायव्हिंग लायसेन्स कधी दिले गेले ते पहाण्याची व्यवस्था करा. पूर्वी त्यांनी लष्करी प्रशिक्षण घेतले होते. त्या वेळी त्यांनी लष्करी वाहने चालवली होती की नाही याचीही माहिती काढायला हवी. तसेच स्थानिक भागातील सावकारांकडून त्यांनी काही कर्जे उचलली का, तेही पाहिले पाहिजे. टफ्नेल व हॅनबरी यांच्याकडून मात्र त्याने कर्ज घेतलेले नसणार. वीस मैलांपेक्षा जास्त ते कधी दूर जात नसल्याने तेवढ्या भागातील सर्व सावकारांकडे चौकशी करावयास हवी. कदाचित लंडनमधून कोणाकडून तरी कर्ज काढून पोस्टाने पैसे ते मागवित असतील.''

''बस्स! एवढेच तुम्हाला माझ्याकडून करवून घ्यायचे आहे?'' इ. जनरलने उपरोधिकपणे म्हटले.

''सर, या गोष्टी खरोखरीच जरुरीच्या आहेत.''

''असं? अन् मग चेसिंगहॅमने आपण रात्री ताऱ्यांचे वेध घेत होतो याबद्दल जे पुरावे दिले त्याचे काय? आपण घरीच असल्याचे ते पुरावे तुम्ही कसे काय खोडून काढणार? तुमचा त्यावर विश्वास नाही?''

''ते गुरू ग्रहाचे फोटो अस्सल आहेत व खुनाच्या वेळीच घेतले गेले आहेत यात शंका नाही. पण याचा अर्थ त्या वेळी चेसिंगहॅम तिथे होते, असा होत नाही. ते एक उत्तम शास्त्रज्ञ आहेत, हरहुन्नरी आहेत आणि त्यांची बुद्धी अत्यंत तल्लख आहे. आपला कॅमेरा त्यांनी स्वत: बांधला, त्याचा रिफ्लेक्टरही स्वत:च घरी तयार केला. त्याची भिंगेसुद्धा स्वत: घरीच घासून तयार केली. त्यांच्या घरचा रेडिओ व टीव्ही सेटही त्यांनी स्वत:च बांधला आहे. तेव्हा पाहिजे त्या वेळी दुर्बिणीतून हव्या त्या ताऱ्यांचे फोटो आपोआप घेतले जाण्याची यंत्रणा बांधणे

त्यांना कठीण नाही किंवा त्या वेळी दुसऱ्या कोणाकरवी फोटो घेणेही सहज शक्य आहे किंवा दुसऱ्या ठिकाणी थांबून रेखांशातील फरकानुसार मागेपुढे वेळ करून ताऱ्यांचे फोटो काढता येणे हेही शक्य आहे. आपण मुद्दाम यावर आधी विचार करून ही योजना केली असावी असा संशय येऊ नये म्हणून 'बोलताना आपल्याला ऐन वेळी सुचले' असा बहाणाही त्यांनी माझ्यापाशी बोलताना केला. जर त्यांनी सुरुवातीलाच 'आपण त्या वेळी फोटो काढत होतो व तसे सिद्ध करू शकतो' असे म्हणाले असते तर ती ठरवून मारलेली थाप वाटली असती. तसे वाटू नये याची खबरदारी घेण्याइतपत ते हुषार आहेत, बिलंदर आहेत.''

''कॅव्हेल, बायबलमधील सेंट पीटर जरी तुमच्यासमोर आला आणि त्याने त्या वेळी आपण कोठे होतो हे सांगितले तरी तुम्ही त्याच्यावर विश्वास ठेवणार नाही.''

''जर सेंट पीटरच्या सांगण्याला दुजोरा देणारे व प्रत्यक्षदर्शी, स्वतंत्र आणि पुरेसे साक्षीदार मिळाले तर मी त्याच्यावर विश्वास ठेवीनही. कोणालाही संशयाचा फायदा देण्याची चैन मला परवडणारी नाही. अन् सर, माझा हा स्वभाव तुम्हालाही ठाऊक आहे. संशयाचा फायदा देण्यासाठी चेसिंगहॅमचे म्हणणे पुरेसे नाही. तसेच हार्टनेलचेही म्हणणे पुरेसे नाही.''

''हंऽ!'' असे म्हणून त्यांनी आपल्या पांढऱ्या भुवयांखालील डोळ्यांमधून माझ्याकडे पाहिले. मग ते पुढे सहज म्हणाले, ''ईस्टन डेरी सुरक्षाप्रमुख नाहीसा झाला. कारण ते या कटाचा शोध घेत सरळ सामोरे गेले होते. ते मला तसे बोलूनही दाखवीत होते. तुम्ही मात्र अत्यंत सावधगिरीने पुढे जात आहात. फारसे कुणाला काही सांगत नाही. माझ्यापासून तुम्ही काही लपवूनही ठेवत असाल. किती आणि काय लपवून ठेवत आहात ते देव जाणे.''

''सर, असे तुम्हाला का वाटते?''

''ते मला सांगता येत नाही. अन् जसे काही तुम्ही माझ्या या प्रश्नाला उत्तर द्याल असे समजून मी तुम्हाला तो प्रश्न विचारण्याचा वेडेपणा केला असेल.'' मग त्यांनी आपल्या ग्लासात थोडी व्हिस्की ओतून घेतली. पण ती न पिता त्यांनी तो ग्लास भिंतीतील फायरप्लेसच्या कठड्यावर ठेवून दिला. क्षणभराने त्यांनी मला विचारले, ''पण, पण ह्या साऱ्या खूनखराबीमागे, विषाणूंच्या चोरीमागे नेमका काय हेतू असेल, माय बॉय?''

''ब्लॅकमेल! दुसरे काय. मग ते ब्लॅकमेल कोणत्याही प्रकारे केलेले असो. ब्लॅकमेल करताना वाटेल ते कारण सांगितले जाईल. वाटेल तो आव आणला जाईल. उगाचच उदात्ततेचा बुरखा पांघरून घेतला जाईल. ती सैतानी विषाणूंची कुपी आणि बॉट्युलिनस विषारी द्रव खिशात घातल्यावर ब्लॅकमेल करण्यासाठी इतिहासातील एक जबरदस्त अस्त्र प्राप्त होते. त्या गुन्हेगाराचा यामागचा हेतू हा

खंडणीच मागण्याचा असेल. खंडणी! फार फार मोठ्या रकमेची खंडणी! कुणी कधी कल्पनाही केली नसेल एवढी खंडणी मागायची संधी यामुळे निर्माण होते आहे. कारण ही खंडणी सरकारला मागितली जाणार आहे. अन् सरकार हे सर्वांत श्रीमंत आहे. शिवाय आणखीही एक धमकी दिली जाईल. 'जर सरकारने आपली मागणी मान्य केली नाही, तर विषाणूंच्या कुप्या शत्रू राष्ट्राला विकल्या जातील.' अशी ती धमकी असेल. म्हणजे एक प्रकारे हे दुहेरी ब्लॅकमेल होईल. निदान मला तरी असे वाटते आहे. मला काळजी याची वाटते आहे की, आपली गाठ नुसत्या गुन्हेगाराशी पडली नसून एका माथेफिरू टोळीशी पडली आहे. अन् हे माथेफिरू लोक कधीकधी अत्यंत तल्लख बुद्धीचे व कमालीचे हुषार असतात. त्यांच्यापैकी एखादा माथेफिरू हा उदात्ततेचा आव आणून त्या बुरख्याखाली असेही म्हणेल की, 'जर मानवजातीने युद्धाचा नायनाट केला नाही तर युद्धच मानवजातीचा नायनाट करेल.' किंवा तो अशीही धमकी देईल की, 'ब्रिटनने मरडॉन संस्था नष्ट करावी, नाहीतर मी खुद्द ब्रिटनलाच नष्ट करेन.' कदाचित तो अशा अर्थाचे पत्र एखाद्या राष्ट्रीय दैनिकातही देईल. आपल्याकडे सैतानी विषाणूंचा पुरेसा साठा असल्याचेही तो सूचित करेल."

माझे हे बोलणे ऐकताच जनरलने आपला ग्लास उचलला आणि तो त्यात बघत बसला. जणू काही एखाद्या अवघड समस्येचे उत्तर काचेच्या गोळ्यात पाहून शोधावे, तसे तो करीत होता. मग त्यांनी मला विचारले, "तुम्हाला असे घडेल हे कशावरून वाटते? म्हणजे त्या धमकीच्या पत्राबद्दल मी बोलतो आहे."

"तो माथेफिरू तसेच करणार. नाहीतर विषाणू पळवून तो दुसरे काय करू शकतो? तो आपल्याला भीती दाखवून आपल्यावर दबाव आणणार. त्यासाठी तो प्रसिद्धी माध्यमांकडे जाणार. मग जनतेत भीतीच्या त्सुनामी लाटा उसळणार. त्यातून जनतेचा दबाव सरकारवरती येणार. तो दबाव एवढा प्रचंड असेल की, शेवटी सरकारला त्या माथेफिरूभोवती नमते घ्यावे लागणार, त्याच्यापुढे गुडघे टेकावे लागणार. तसे नाही केले तर खुद्द सरकारच कोसळेल. अगदी ताबडतोब!"

माझे बोलणे थांबवित जनरलने मला विचारले, "कॅव्हेल, काल रात्री पावणेदहा ते दहा या काळात तुम्ही कोठे होता?"

"मी कोठे होतो बरं?..." मी त्यांच्याकडे पाहिले. केवळ तसे पहाणे गरजेचे आहे म्हणून टक लावून पाहिले. मग मी सावकाश म्हणालो, "मी आल्फ्रिंगहॅम गावातील 'वॅगनर्स रेस्ट' नावाच्या एका लॉजमध्ये होतो. त्या वेळी हार्डेन्जरशी बोलत होतो. त्याच्याबरोबर एक साध्या कपड्यातला स्टेनोग्राफर होता. शिवाय मेरी पण तिथे होती."

मग आपले डोके खेदाने हलवित तो मला म्हणाला, "मला काय होते आहे

ते समजत नाही. कदाचित मी फार म्हातारा झालो असेन किंवा माझा बुद्धिभ्रंश तरी झाला असेल किंवा दोन्हीही असेल.'' एवढे म्हणून त्याने फायरप्लेसच्या वर असलेल्या फडताळामधून एक कागद काढला व तो मला वाचायला दिला. ''कोण्या एका पिएरी नावाच्या माणसाने हे पत्र पाठवले आहे. पत्र वाईट आहे, फारच वाईट आहे, अति अति वाईट आहे. याच्यापेक्षा जास्त वाईट काहीच असू शकत नाही. रुटर वृत्तसंस्थेला ते पाठवले होते. त्यांच्याकडून ते आमच्याकडे आले आहे.''

मानवजातीने आपसातील संघर्ष थांबवावेत, युद्धाचा नायनाट करावा. नाहीतर युद्धच मानवजातीचा नायनाट करेल. आता मला एवढे सामर्थ्य प्राप्त झाले आहे की, तेवढे जगात कोणाजवळ नसेल. जंतुशास्त्रीय युद्धात शेवटी मीच जिंकेन एवढे कल्पनातीत सामर्थ्य मला मिळाले आहे. माझ्याकडे बॉट्युलिनस जंतूंच्या विषारी द्रवाच्या आठ कुप्या आल्या आहेत. आल्फ्रिंगहॅमजवळ असलेल्या मरडॉन संस्थेतून मला त्या चोवीस तासांपूर्वी मिळाल्या आहेत. त्यासाठी वाटेत आलेल्या दोन माणसांना आपले प्राण गमवावे लागले. मला या जीवितहानीचा तीव्र खेद होतो आहे. पण त्याला नाईलाज होता. याबद्दल फार दुःख करण्यात अर्थ नाही. कारण सबंध मानवजातीच्या अस्थित्वापुढे दोन जीव गमावले जाणे हे काही फारसे महत्त्वाचे नाही.

माझ्याजवळ असलेल्या कोणत्याही एका कुपीतील द्रव मी योग्य प्रकारे विखरून टाकला तर साऱ्या इंग्लंडमधील जीवसृष्टी मरून जाईल, नाहीशी होईल, विनाश पावेल. मनुष्यजात विनाश होण्याचा जो धोका युद्धामध्ये आहे त्या धोक्याशी मी या नवीन जैवतंत्रज्ञानाच्या साहाय्याने सामना करीत आहे. धोक्याचा मुकाबला धोक्यानेच करावा लागतो. आगीशी आगीनेच लढा द्यावा लागतो. दुष्ट शक्तींचा निःपात दुष्ट शक्तींकडूनच करावा लागतो.

मरडॉनची संशोधन संस्था बंद व्हायला हवी. कायमची बंद व्हायला हवी. जे कोणी मनुष्यसंहारासाठी संशोधन करतात ते सर्वजण ख्रिस्तविरोधी आहेत. अशा लोकांचा निःपात करायला हवा. त्यांना पार निपटून काढायला हवे. येथून पुढे मरडॉनमध्ये चालणारे सर्व संशोधन ताबडतोब बंद केले जावे आणि तिथल्या ज्या इमारतींमध्ये हे संशोधन चालू असते त्या इमारती डायनामाईटने उडवून दिल्या जाव्यात. त्या इमारतीचे डबर बुलडोझर लावून हलवावे. त्या इमारतींचा व तिथल्या संशोधनाचा मागमूस रहाता कामा नये, असा मी हुकूम देतो.

माझ्या या पत्राची पोच सरकारने बीबीसी रेडिओवरून प्रसारित करावी. उद्या सकाळी ९ वाजताच्या बातम्यांमधून मला तशी पोच मिळाली पाहिजे.

जर माझ्या या पत्राची दखल घेतली गेली नाही तर मला नाइलाजाने पुढची पावले उचलावी लागतील. त्यामुळे पुढचे जे काही भीषण परिणाम होतील ते गंभीर विचार करायला लावणारे असतील. मी तशी पावले उचलीन हे नक्की समजा. सर्व माणसांपेक्षा तो जो कोणी वरचा 'एकजण' आहे त्याची अशी इच्छा आहे की, या पृथ्वीतलावरील सर्व युद्धे ताबडतोब संपुष्टात यावीत. त्या वरच्या एकजणाने या कामासाठी माझी निवड केलेली आहे.

मानवजातीला मानवजातीकडून वाचवले पाहिजे.

मी ते पत्र पुन्हा एकदा नीट वाचले आणि खाली ठेवून दिले. यातून मला एक गोष्ट समजली. मरडॉनमधील आठ कुप्यांतील ते विनाशकारी महासंहारक द्रव्य चोरले गेले आहे, हे बाहेरच्या माणसाला कळणे शक्य नाही. ती गोष्ट आता जाहीर होऊ शकते. जनरल मला विचारीत होते, "वेल? वेल? मग?"

"हा माणूस चक्रम आहे. पण तरीही त्याची भाषा मात्र परिणामकारक आहे. त्याच्या भाषाप्रभुत्वाबद्दल दाद द्यायला हवी."

"गुड गॉड, कॅव्हेल!" जनरलच्या चेहऱ्यावर आता कठोर रेषा प्रगट झाल्या. नेहमी थंड व निर्विकार वाटणाऱ्या त्याच्या डोळ्यांत आता क्रोध प्रगटला होता. त्यांनी म्हटले, "हे असले धमकीचे पत्र वाचून तुम्ही असा काही त्यावर शेरा मारता आहात की, त्यातील धमकीचे महत्त्व पार नाहीसे होऊन जावे."

"मग सर, मी यावर काय बोलावे अशी आपली अपेक्षा आहे? हे धमकीचे पत्र गंभीर तर आहेच; पण असे काही पत्र किंवा तसलेच काही येणार याची अपेक्षा होतीच. अशा प्रसंगात हृदयापेक्षा डोके चालवणे महत्त्वाचे असते. तेवढा वेळ हवा असतो. अन् ती वेळ आत्ताच येऊन ठेपली आहे."

एक सुस्कारा सोडून जनरल म्हणाले, "तुम्ही म्हणता ते अगदी बरोबर आहे. तसेच, तुम्ही काय घडू शकेल याची जी मघाशी भविष्यवाणी उच्चारली होती, तीही खरी ठरून शेवटी ती धमकी दिली गेली आहे."

"तुम्हाला ह्या पत्रातील मजकूर आल्फ्रिंगहॅमहून कळविण्यात आला? रात्री दहाच्या सुमारास कळवला गेला?"

"तसे सांगितल्याबद्दल सॉरी! आता माझा माझ्यावरतीच विश्वास उरला नाही. लंडनमध्ये रुटर या वृत्तसंस्थेला हे पत्र दिले गेले. रुटरला हा सारा बनावट प्रकार वाटला. पण तरीही खात्री करून घेण्यासाठी त्यांनी आल्फ्रिंगहॅमला फोन केला. विषाणूच्या कुप्यांची चोरी आणि दोघांचे पडलेले खून या बातम्या अधिकृतपणे अद्याप बाहेर सोडलेल्या नाहीत. हा एक नेहमीचा लष्करी बावळटपणा आहे. जेव्हा निम्म्या परगण्यात ती बातमी पसरते तेव्हा ती दडपून ठेवण्याला काय अर्थ

आहे? फ्लीट स्ट्रीटवरील सर्व वृत्तसंस्थांना ती बातमी कळली आहे. त्यांनीही रुटरला त्याबद्दल विचारणा केली. रुटरने अर्थातच असे काही आहे याबद्दल अज्ञान व्यक्त केले. पण त्यांनी संबंधित अधिकाऱ्यांना जे प्रश्न विचारले व त्यावर त्या अधिकाऱ्यांची जी प्रतिक्रिया झाली त्यावरून रुटरला कळून चुकले की, कुठेतरी पाणी मुरते आहे. या बातमीत नक्कीच तथ्य आहे. काहीतरी भयानक घडलेले आहे. त्यानंतर संबंधित सर्व अधिकाऱ्यांमध्ये दोन तास वादविवाद झाले. ही बातमी वृत्तसंस्थेला द्यावी की न द्यावी यावर चर्चा झाली. मला अगदी वरून सांगण्यात आले की, ही बातमी बाहेर फुटू न देण्याचा निर्णय झाला आहे. त्यांनी तसे स्कॉटलंड यार्डला कळवले व स्कॉटलंड यार्डने मला तसे कळवले. तोपर्यंत रात्रीचे बारा वाजून गेले होते. मी जो कागद दाखवला ती एक मूळ प्रत आहे. सरकारच्या बाजूला एवढी गडबड उडाल्यावर तुम्ही त्या धमकी देणाऱ्याला 'माथेफिरू' म्हणून संबोधाल?''

"त्या धमकी देणाऱ्याच्या मनाचा एखाददुसरा स्क्रू ढिला झाला असेल, पण त्याचा मेंदू मात्र पूर्ण कार्यक्षमतेने कार्य करतो आहे. सरकारवर दबाव आणण्यासाठी जनतेवर भीतीचे दडपण बसायला हवे आणि त्यासाठी प्रसिद्धीची नितांत गरज आहे, हे त्या व्यक्तीला चांगले कळते आहे. अन् भीतीचे दडपण वाढवण्यासाठी, आणखी घबराट होण्यासाठी त्याच्याजवळच्या आठपैकी तीन कुप्यांत तो सैतानी विषाणू बंद केलेला आहे ही बातमी तो प्रसारित करू शकतो; परंतु त्याला ही गोष्ट ठाऊक नाही. जर जनतेला त्या सैतानी विषाणूंबद्दल सारे काही समजले तर, कदाचित चुकून जरी त्या गुन्हेगाराच्या हातून ते सैतानी विषाणू निसटले तर, त्या कल्पनेने जनतेत हाहाकार उडेल. लोक किंचाळत सरकारला सांगतील की, त्या वेड्या माथेफिरूला काय वाटेल ते द्या, पण ते विषाणू आधी परत मिळवा.''

"आपण चोरलेल्या तीन कुप्यांत सैतानी विषाणू आहेत हे त्या माथेफिरूला कदाचित ठाऊक नसेल.'' जनरलच्या चेहऱ्यावरती काळजीच्या छटा उमटल्या होत्या. एरवी अत्यंत ठामपणे व ठासून बोलणारा हा माणूस आता कचरत बोलत होता. "पण तसे आपण धरून चालता कामा नये,'' ते शेवटी म्हणाले.

"पण माझ्या मते त्या व्यक्तीला आपण काय घेतले आहे व काय जवळ बाळगले आहे याची पूर्ण कल्पना आहे. तुम्ही ही बातमी वृत्तपत्रांत जाऊ देणार नाही?''

"होय. त्यामुळे आपल्याला नीट काही करण्यात थोडासा वेळ मिळेल. तुम्ही म्हणता तसे त्या व्यक्तीला प्रसिद्धी हवी आहे.''

"पण मग प्रत्यक्ष जे खुनांचे गुन्हे घडले, कुंपण तोडले गेले, आत घुसखोरी झाली त्यांचे काय? त्या गोष्टींना प्रसिद्धी मिळाली तर?'' मी विचारले.

“त्या घटना उद्या देशातील प्रत्येक वृत्तपत्रात छापून येणार. मरडॉन संस्थेच्या भागातील एका स्थानिक बातमीदाराला काल संध्याकाळी तसा काहीतरी सुगावा लागला आहे. आता त्यानंतर पुढे जे काही घडेल त्यावर आपले अजिबात नियंत्रण रहाणार नाही.”

“त्या बातम्यांबद्दल लोकांच्या प्रतिक्रिया या मात्र मनोरंजक असतील.” एवढे म्हणून मी माझ्या ग्लासातील व्हिस्की संपवली व उठून उभा रहात पुढे म्हणालो, “सर, मी परत येऊन आपल्याला जरूर भेटेन.”

“आता तुम्ही काय करणार आहात?”

मी त्यांना म्हणालो, “सांगतो. ब्रायसन व चिपरफिल्ड यांच्यापासून चौकशीची सुरुवात करायला हवी. परंतु त्यात माझा वेळ वाया जाईल. कारण ते आपल्या मुलांच्या पळवण्यामुळे एवढे भेदरून गेले आहेत की, ते तोंड उघडणार नाहीत. शिवाय माझी खात्री पटली आहे की, आपल्याला नक्की कोणी हे करायला भाग पाडले हे त्यांना ठाऊक नाही. पेटाऱ्यात शिरून बसलेल्या माणसांचे चेहरेही त्यांनी पाहिले नसावेत. त्यांना एकदम बंद पेटारे दिले गेले. मी आता एक नंबरच्या प्रयोगशाळेत काम करणाऱ्यांपासून पुन्हा चौकशीला सुरुवात करणार. क्लिव्हडेन व वेब्रिज यांना एकदोन फोन करेन. त्यांना गुन्हेगाराकडून बोलत असल्याची अंधूक कल्पना देऊन बोलण्यास उद्युक्त करेन. त्यांची त्यावरची प्रतिक्रिया तपासेन. मग मी चेसिंगहॅम, हार्टनेल, मॅक्डोनल्ड, ग्रेगरी आणि ते तंत्रज्ञ यांना भेटेन. ते कोणीही तेवढे चलाख नाहीत, सफाईने वागणारे नाहीत किंवा हुषार नाहीत. मी त्यांना असे भासवेन की, त्यांना जेवढे वाटते त्याच्याहीपेक्षा मला जास्त माहिती आहे. त्या सर्वांच्यापैकी एकामध्ये जरी मला काही संशयास्पद वाटले तर मी लगेच त्याला एखाद्या निर्जन तळघरात घेऊन जाईन आणि माझा हिसका दाखवेन. त्यांच्या तोंडून सत्य बाहेर पडेपर्यंत मी त्यांना सोडणार नाही.”

“अन् जर तुमचा संशय चुकीचा निघाला तर?” त्यांनी माझ्या पाठीमागे कुठेतरी शून्यात नजर लावून मला विचारले.

“मग मी सारासार विचार करून निर्णय घेईन.” मी हे अगदी निर्विकारपणे म्हणालो.

“कॅव्हेल, पण अशा मार्गाने आजवर आपण कधीही गेलो नाही.”

“आजवर अशा एखाद्या वेड्या माथेफिरूने हातात सर्वांना संपवण्याचे शस्त्र घेऊन कधी धमकी दिली होती?”

“तुमच्या मनात प्रथम कोणाला भेट द्यायची आहे?”

“डॉ. मॅक्डोनल्ड.” मी म्हणालो.

“का? तेच का?”

"तुम्हालाही जरासे चमत्कारिक वाटेल; पण इतर व्यक्तीवर संशय घ्यायला काही ना काही जागा आहे तशी मॅक्डोनल्ड यांच्या बाबतीत अजिबात नाही. मला हीच गोष्ट विशेष वाटते, तिकडे लक्ष देण्याजोगी वाटते. कदाचित इतरांना अडकवण्याच्या नादात, त्यांच्यावर संशय येईल अशा गोष्टी करण्याच्या नादात स्वत:साठी काहीच केले नाही. आपण संशयाच्या भोवऱ्यात सापडू नये म्हणून त्याने प्रथमपासून खबरदारी घेतली असेल. हे एक वेगळेच व घाणेरडे जग आहे. मग साहजिकच मला जे निष्कलंक दिसतात, संशयातीत वाटतात त्यांच्याकडे माझी नजर आपोआप वळते."

जनरलने माझ्याकडे बराच वेळ रोखून पाहिले व शेवटी आपल्या हातातील घड्याळाकडे नजर टाकली. "तुम्ही परत गेल्यावर एक-दोन तासांची झोप काढा. तुम्ही खूप जागरण केले आहे."

"जेव्हा मी त्या विषाणूंच्या कुप्या हस्तगत करेन, तेव्हाच मी झोप घेईन."

"फार काळ जागरण करून कामे करणे ही माणसाला जमणारी गोष्ट नाही, कॅव्हेल."

"सर, मला फार वेळ लागणार नाही. बघाल तुम्ही. वाटल्यास मी तसे वचन देतो. येत्या दीड दिवसात, म्हणजे ३६ तासांत मी त्या विषाणूंच्या कुप्या पुन्हा मरडॉनमध्ये परत आणेन."

"छत्तीस तास!" असे म्हणून जनरल बराच वेळ काही बोलले नाहीत. मग म्हणाले, "दुसऱ्या कोणी जर मला असे म्हटले असते तर मी त्याच्या तोंडावर हसलो असतो. पण तुमच्या बाबतीत तसे काही करू नये हे मी आजवरच्या अनुभवाने शिकलो आहे. पण हे छत्तीस तास!" एवढे म्हणून त्यांनी आपले डोके हलवले. जुन्या पठडीतल्या ह्या जनरलने मला अत्यंत नम्र शब्दात अप्रत्यक्षपणे सुचवले होते की, मी फार बढाया मारतो किंवा मी मूर्ख आहे किंवा मी खोटारडा तरी आहे. "तुम्ही विषाणूबद्दल म्हणालात. पण मग ज्यांनी खून पाडले त्यांच्याबद्दल काय म्हणणार?"

"ते विषाणू परत मिळवणे हेच सर्वांत महत्त्वाचे आहे. तो खुनी मारला गेला काय किंवा पोलिसांच्या हातात सापडला काय, हे त्यापुढे तेवढे महत्त्वाचे नाही. त्या खुन्याने स्वत:ला कसे वाचवायचे हे ठरवू द्या. नंतर पाहू आपण त्याच्याकडे."

"मला त्याहीपेक्षा जास्त काळजी तुमच्याबद्दल वाटते. तुम्ही स्वत:च्या प्रकृतीकडे दुर्लक्ष करता. कॅव्हेल, स्वत:ची काळजी घ्या व सावधही रहा. तुम्ही हुषार आहात, पण तो गुन्हेगार तुमच्यापेक्षाही अधिक हुषार असू शकतो. शिवाय तो धोकेबाजही असेल." एवढे म्हणून त्यांनी माझ्या डाव्या खांद्याच्या खाली थोपटले. तिथे मी कोटाच्या आत माझे जपानी पिस्तूल ठेवले होते. ते पुढे

म्हणाले, ''तुम्ही झोपतानाही हे पिस्तूल जवळ ठेवता हे मी धरून चालतो. अन् हे पिस्तूल वापरण्यासाठी मी तुम्हाला परवानगी दिलेली नाही, हे तुम्हाला ठाऊक आहे ना?''

''सर, मी केवळ घाबरवण्यासाठी हे पिस्तूल वापरतो, नुसते रोखून धरतो, त्यातून गोळ्या झाडत नाही.''

''तसे केल्याने त्या व्यक्तीला भीतीने हृदयविकाराचा झटका येईल. मग भीती दाखवण्याच्या अपराधामधून तुमचा बचाव होईल? ते जाऊ दे. मी तुमच्यावर काही कायद्याचे बंधन घालत नाही की कायद्याचा धाक दाखवित नाही.'' मग थोडे थांबून त्यांनी विचारले, ''मेरी कशी आहे?''

''छान आहे. तिने तुमची आठवण काढली आहे. तसे तुम्हाला सांगावे असे तिने मला बजावले आहे.''

''म्हणजे तीही तुमच्याबरोबर आल्फ्रिंगहॅममध्ये आहे तर,'' एवढे म्हणून त्यांनी आपले दोन्ही डोळे माझ्यावरती रोखले. दुनळी बंदूक रोखल्यासारख्या त्या नजरेखाली समोरची व्यक्ती एकदम संकोच पावे. फक्त मीच अपवाद होतो. पण माझा हा अपवाद ते आता विसरले होते. आपली नजर तशीच ठेवून ते म्हणाले, ''मेरी माझी एकुलती एक मुलगी आहे. अशा प्रकरणात तिने हजर रहावे हे कितपत बरे आहे ते मला सांगता येत नाही.''

''सर, पण मला तिची खूप मदत होते. डोळे मिटून विश्वास टाकावा अशा व्यक्तीची मला गरज आहे. मेरी ती गरज भागवते. गुन्ह्याचा शोध घ्यायला तिची मदत होते. ती तुमची मुलगी असल्याने तिचे सारे गुण तुम्हाला ठाऊक आहेतच. तिला या पोलिसी कामाची घृणा वाटते. पण तरीही तिला या कामापासून दूर ठेवणे मला जमत नाही. कारण तीच या कामात केवळ माझ्या काळजीपोटी स्वत: होऊन भाग घेते. एकट्याला अशी कामे करू देऊ नयेत असे तिचे मत आहे. आल्फ्रिंगहॅममध्ये ती फक्त चोवीस तासच राहील.''

मग त्या वयस्कर जनरलने माझ्याकडे क्षणभर व्याकूळ नजरेने पाहिले, जडपणे आपली मान हलवली आणि मला दारापर्यंत चालत येऊन निरोप दिला.

# सात

एक नंबरच्या प्रयोगशाळेत काम करणारा डॉ. मॅक्डोनल्ड चाळिशीच्या पुढचा माणूस होता. मजबूत शरीरयष्टी व पहिलवान थाटाचा तो माणूस होता. ससे, कोल्हे अशा छोट्या छोट्या जनावरांच्या शिकारीसाठी मोठ्या घोड्यांवर स्वार होऊन काही बेकार तरुण हिंडतात, त्यांच्या डोळ्यांत जसा बेदरकारपणा असतो, तसा मॅक्डोनल्डच्या डोळ्यांत तो दिसे. त्याचे भुरे केस, भुऱ्या रंगाच्या भुवया, भुऱ्या रंगाच्या मिशा आणि गुळगुळीत, लालसर कातडी असलेला चेहरा होता. तो रोज नवीन जिलेटच्या पात्याने दाढी करीत असे. त्याचे हृदय त्याच्या शरीरयष्टीप्रमाणेच ठणठणीत होते. त्याची ही सारी शरीरवैशिष्ट्ये पाहिल्यावर हा माणूस आपल्याला नेमून दिलेले काम मन लावून करीत असणार हे सहज जाणवे. तर असा मॅक्डोनल्ड पहाणाऱ्यावर छाप पाडे. पण सध्या मात्र तो तसा दिसत नव्हता. ऑक्टोबर महिन्यात, पहाटेपूर्वीच्या काळोखात बाहेर पाऊस पडत असताना व थंड वारे वहात असताना जर तुम्ही कोणाला भेटायला गेलात तर डोळे चोळत येणाऱ्याचा चेहरा असाच दिसणार.

"वेलकमिंग," दार उघडल्यावर मॅक्डोनल्डने मला म्हटले. कदाचित त्याला तसे म्हणायचे नसावे. पण योग्य शब्द न सापडल्याने त्याने तसे म्हटले असावे.

"आत येऊ का?" मी विचारले.

त्याने चिडून मला विचारले, "एवढ्या मध्यरात्री माझा दरवाजा कशाला ठोठावला?" थंडीमुळे त्याला किंचित शिरशिरी भरली होती. त्यामुळे त्याने आपल्या दोन्ही हातांची मिठी अंगावरच्या ड्रेसिंग गाऊनला घातल्यासारखी दिसत होती. माझ्या मागे पोर्चमधील वाट होती. तिथे अंधूक उजेड पसरला होता. त्या उजेडात समोरच्या व्यक्तीला ओळखण्यासाठी त्याने आपले डोळे सताड उघडून मोठे केले होते.

"मॅक्डोनल्ड, आय ॲम सॉरी," मी सभ्यपणे म्हणालो. मग धाडस करून

पुढे म्हणालो, ''ही भलतीच वेळ आहे हे मला ठाऊक आहे. पण मला तुमच्याशी बोलणे भाग आहे. एका अति तातडीच्या कामाबद्दल मला बोलायचे आहे.''

''एखाद्याला रात्री झोपेतून खेचून काढण्याइतपत ते काम तेवढे तातडीचे नसणार,'' तो रागाने म्हणाला. ''मला जे काही ठाऊक आहे ते मी पोलिसांना सांगून टाकलेले आहे. त्याच्यापेक्षा काही वेगळे असल्यास मला मरडॉनमध्ये कामाच्या वेळेत भेटा. सॉरी, कॅव्हेल! गुड नाईट! किंवा गुड मॉर्निंग!'' एवढे म्हणून तो झटकन वळला व आपल्या मागे त्याने दार फटकन माझ्या तोंडावर लावून टाकले.

यावर मी काय करावे? पुन्हा दार ठोठावणे मला अवघड वाटत होते. परंतु माझे पाऊल त्याच्या दारात मी आत ठेवले होते. त्यामुळे ते दार नीट लागले नव्हते. त्यातून दुखऱ्या पायाचे ते पाऊल होते. मी झटकन दुसऱ्या पायाची लाथ मारून ते दार उघडले. ती लाथ अगदी जोरात मारली होती. माझा दुखरा पाय जेवढा दुखावला असेल त्याच्यापेक्षाही मॅक्डोनल्डच्या हाताचा कोपरा जास्त दुखावला. कारण मी धाडकन लाथ मारून उडवलेले दार त्याच्या उजव्या हाताच्या कोपरावर आदळले होते. मी मग विचार न करता बेधडक आत घुसलो. आपल्या डाव्या हाताने त्याने आपले उजव्या हाताचे कोपर घट्ट पकडले होते आणि तो कळवळून दरवेशाच्या अस्वलासारखा अर्धवट उड्या मारीत होता. त्याच्या त्या हालचालींना अनुकूल अशी शिवराळ भाषाही तो तोंडाने पुटपुटत होता. स्कॉटिश उच्चारांच्या जवळ जाणाऱ्या डिब्रेट उच्चारात तो पुटपुटत होता. त्याच्या तोंडचे ते आवेशाने बाहेर पडणारे उच्चार हे सारे काही सांगून जात होते. मी त्याच्या समोर उभा आहे हे समजायला त्याला दहा सेकंद लागले.

''गेट आऊट!'' तो अर्धवट गुरगुरत व अर्धवट ओरडत म्हणाला. त्याच्या चेहऱ्यावरती वेदना पसरल्या होत्या. ''ताबडतोब माझ्या घरातून तुम्ही चालते व्हा. अरे–'' तो माझ्या पूर्वजांचा उद्धार करू पहात होता. पण मी त्या आधीच त्याचे बोलणे थांबवले.

मी मोठ्या आवाजात म्हणालो, ''मॅक्डोनल्ड, दोन माणसे मेली आहेत. वीस लाख लोकांची हत्या होऊ शकेल असले अस्त्र घेऊन एक माथेफिरू मोकाट सुटला आहे. तुमच्या सोयीनुसार झोप घेण्याची ही वेळ नाही. मला माझ्या प्रश्नांना तुमच्याकडून ताबडतोब उत्तरे हवी आहेत. अन् तीही आत्ता या क्षणाला. समजले?''

''तुम्हाला ती हवी आहेत? अन् हे म्हणणारे तुम्ही कोण?'' त्याचे ओठ आवळले गेले होते. तुच्छता व तिरस्कार त्यातून दर्शवला जात होता. तो धमकीवजा स्वरात म्हणाला, ''कॅव्हेल, मला तुमच्याबद्दल सारे काही ठाऊक आहे. मरडॉनमधून तुम्हाला लाथा मारून हाकलून दिलेले आहे. कारण तुम्ही तुमचे थोबाड बंद न ठेवता मोठ्याने वाटेल ती बकबक करीत होता. आता तुम्ही

फक्त एक तथाकथित खासगी डिटेक्टिव्ह आहात. तुमच्यासारखे डिटेक्टिव्ह हे नेहमी घाणेरड्या व छोट्या घटस्फोटांच्या केसेसमध्ये हेरगिरी करतात. त्यातच तुमची कर्तबगारी असते. पण आता तुम्हाला त्यापेक्षा वेगळे काहीतरी करून दाखवण्याची संधी आल्याने येथे काही लाभ होईल, या आशेने इथे घुसला आहात. तेव्हा माझ्या बाबतीत म्हणाल तर मी तुम्हाला येथून सरळ सरळ पुन्हा हाकलून देऊ शकतो. मला प्रश्न विचारण्याचा कोणताही अधिकार तुम्हाला नाही. तुम्ही पोलीस खात्यातले नाहीत. तुमची लायकी, पात्रता व अधिकार दर्शवणारी काय कागदपत्रे तुमच्याजवळ आहेत? दाखवता का मला?'' बोलण्यातून व्यक्त न झालेली माझ्याबद्दलची चीड, तुच्छता, तिरस्कार त्याच्या चेहऱ्यावर मात्र पूर्णपणे प्रगट झालेला होता.

त्याला दाखवण्यासाठी माझ्याजवळ कोणतीच कागदपत्रे नव्हती. म्हणून मी त्याला माझ्याजवळचे पिस्तूल काढून त्याच्यावरती रोखून दाखवले. माझी ही कृती पुरेशी परिणामकारक असावी. आततायीपणाचे प्रदर्शन केल्यामुळे अनेकदा बरेच काही साध्य होते. माझ्या अपेक्षेपेक्षा मी त्याच्यावर रोखलेल्या पिस्तुलाचा परिणाम जास्त झाला असावा.

"माय गॉड!'' असे म्हणून तो हसला. पण ते हसणे दिलखुलास नव्हते किंवा खळखळणारे नव्हते. त्यात कृत्रिमपणा व भीतीचा अंश होता. तो पुढे म्हणाला, "पिस्तूल! भर पहाटे पिस्तूल! आता पुढे काय? यानंतर आता सवंग नाट्यमय घटना घडणार का? माझ्याकडे हार्डेन्जर यांचा नंबर आहे. मी त्यांना आता फोन केला तर ते तुम्हाला तुमची जागा दाखवून देतील. समजले का? भुक्कड खासगी डिटेक्टिव्ह महाशय!'' त्याच्या मागणीमधून कोठेही तो कसली माहिती पाहिजे ते सांगत नव्हता. त्याच्या मते मी भुक्कड, सवंग वगैरे असेन; परंतु उंचीमध्ये त्याच्यापेक्षा मी एकदोन इंचाने जास्तच होतो. शारीरिक बळात मी त्याच्यावर मात केली असती.

तिथेच एक छोटे टीपॉय होते व त्याच्यावरती फोन होता. त्याने त्या दिशेने दोन पावले टाकलीही. मी त्याच्या दिशेने एक पाऊल टाकले. मी माझे पिस्तूल त्याच्या बरगडीत खुपसले. पण तो झटकन चपळाईने खाली पडला. ते सारे दृश्य कोणालाही आवडले नसते, अगदी मलासुद्धा. पण माझ्या मनामध्ये मला एक मोकाट सुटलेला व विषाणूची कुपी घेतलेला माणूस दिसत होता. त्याला पकडण्यासाठी मी वाटेल ते करायला तयार होतो. माझ्याजवळचा प्रत्येक सेकंद मी त्यासाठी वापरीत होतो. नंतर सारे प्रकरण संपल्यावर मी पिस्तूल रोखल्याबद्दल मॅक्डोनल्डची माफी मागणार होतो. पण आत्ता नाही.

त्याने मागच्या मागे खाली जमिनीवरती आपले अंग लोटून दिल्यामुळे

त्याला जबरदस्त लागले होते. खाली पडल्यावरती तो थोडासा लोळत गेला. आपल्या दोन्ही हाताने त्याने आपले पोट आवळून धरले होते. तो मोठ्या कष्टाने धापा टाकू लागला. जास्तीत जास्त प्राणवायू फुप्फुसात भरून घेऊ पहात होता. त्याचा चेहरा पांढरा पडला होता व डोळ्यांत रक्त उतरल्याने ते लाल झाले होते. त्या डोळ्यांत माझ्याबद्दलचा द्वेष उफाळून आला होता. पण त्याबद्दल मी त्याला दोष देत नव्हतो.

श्वासासाठी थांबत थांबत घोगरट आवाजात तो मला म्हणाला, ''कॅव्हेल, तुम्ही अगदी कळस केलात. आता तुमचा शेवट झाला आहे, असे समजा. तुम्ही यावेळी अतिरेक केला आहे. माझ्यावरती उगाचच हल्ला केला. मी त्यासाठी तुम्हाला अजिबात वेडेवाकडे बोललो नव्हतो.''

तो तसाच खाली पडून होता. परंतु जेव्हा माझे पिस्तूल त्याच्या चेहऱ्याकडे वळून रोख धरू लागले तेव्हा तो एकदम गप्प बसला. त्याने कच खाल्ली. भीतीने माघार घेतली. घाबरून त्याने आपले दोन्ही हात बचावासाठी वर केले. ही त्याची प्रतिक्षिप्त क्रिया होती. जेव्हा मी त्याची गचांडी धरली तेव्हा तो दुःखाने ओरडला. तो थोडा वेळ खाली पडून राहिला. मग तो कसाबसा उठला. आता तो थरथरत होता. उठून उभा राहिला तेव्हा तर तो पुरा खचला होता. त्याच्या डोळ्यांत वेडाची झाक उतरली होती. पण त्याचबरोबर प्रचंड भीती त्याच्या डोळ्यांत प्रगट झाली होती. माझे पिस्तूल वर करून मी दोन पावले टाकून त्याच्या दिशेने गेलो. तो घाबरून दोन पावले मागे सरकला, अन् आणखी सरकल्यावर मागे असलेल्या कोचात तो धाडकन कोसळला. त्याच्या चेहऱ्यावरती राग, गोंधळ व भीती हे संमिश्रपणे प्रगट झाले होते. मग त्याला आणखी एक तडाखा दिला. पण थोडासा कमी जोर लावून. आमच्या दोघांमध्ये आता एक द्वेषभावना निर्माण झाली होती. मॅक्डोनल्ड मला सहकार्य देत नव्हता म्हणून मला त्याचा राग आला होता. तर मी सांगितल्याप्रमाणे त्याला करावे लागत होते म्हणून तो माझा द्वेष करू लागला होता. माझ्या प्रश्नांना उत्तरे द्यायची त्याची तयारी नव्हती. आम्हा दोघांनाही एकमेकांबद्दल काय वाटते ते आम्ही ओळखले होते.

मी त्याला विचारू लागलो, ''हं, बोला. खून पडले त्या वेळी रात्री तुम्ही कोठे होता?'' मी उभे राहून प्रश्न विचारीत होतो व माझे पिस्तूल मी त्याच्यावर रोखले होते.

तो मलूलपणे म्हणाला, ''हार्डेन्जर यांच्याकडे मी माझी जबानी दिलेली आहे. मी त्या वेळी घरीच होतो. माझे तीन मित्र पत्ते खेळायला माझ्याकडे आले होते. आम्ही ब्रिजचा डाव खेळत होतो. रात्री बारा वाजेपर्यंत खेळत होतो.''

''मित्र? कोण मित्र?''

''एक निवृत्त झालेला शास्त्रज्ञ. एक याच गावातील डॉक्टर आणि एक चर्चमधला

पाद्री. कॅव्हेल, मला वाटते की आता तरी तुमची खात्री पटली असेल.''

''खून करण्यात डॉक्टरांपेक्षा अधिक तज्ज्ञ कोणी असू शकत नाही. अन् धर्मोपदेशक मंडळी त्या वेळी अंगावरचा झगा उतरवून ठेवत असणार.'' एवढे म्हणून मी खाली माझ्या पायाकडे पाहिले. खाली एक करड्या रंगाचा गालिचा सबंध खोलीभर अंथरलेला होता. मऊ लुसलुशीत असलेल्या त्या गालिचाचे धागे खूप उंच होते. त्यामुळे त्या गालिचाची जाडी वाढली होती. त्यात कोणाचाही सहज पाय रुतत होता. एखाद्याची रत्नजडीत टाय-पिन चुकून जरी त्या गालिचावर पडली तर त्या धाग्यात ती नक्की बुडून जाईल. मग ती शोधणे एवढे कठीण होईल की त्यासाठी वासावरून माग घेणाऱ्या कुत्र्यालाच बोलवावे लागेल. मी आवाजात कसलाही बदल न करता निर्विकारपणे म्हणालो, ''झकास व उंची गालिचा आहे हा. एवढ्या गालिचाला ५०० पौंड तर सहज मोजावे लागले असतील. हो ना?''

''कॅव्हेल, तुम्ही हुषार तरी आहात किंवा ढोंग करीत असाल.'' त्याचे सोडून गेलेले धैर्य परत येत होते. ते धैर्य संपूर्णपणे परत उगवू नये अशी मी आशा करीत होतो.

''छान! उंची गालिचाप्रमाणे खिडक्यांवरील जड व रेशमी पडदे! महागडे फर्निचर! खरीखुरी काचेची झुंबरे! अन् हे एवढे मोठे घर! मी अगदी पैजेवर सांगतो की सर्व घरभर अशाच गोष्टी असणार. वा:! छान सजावट आहे. एवढी महागडी सजावट कशी काय केलीत हो? डॉ. मॅक्डोनल्ड, कुठून आणलेत त्यासाठी पैसे? रेस खेळता का जुगार खेळता? का बिंगो खेळात तज्ज्ञ आहात?''

बिंगो हा एक जुगाराचा अमेरिकेत लोकप्रिय असलेला खेळ आहे. त्यात अचानक भरमसाठ लाभ होत असल्याने मी तसे विचारले.

माझ्या प्रश्नांवर त्याने माझ्याकडे अशा नजरेने पाहिले की, 'हे विचारणारे तुम्ही कोण?' हा भाव त्याच्या चेहऱ्यावर काही क्षण तरळून गेला. म्हणून मी खाली रोख धरलेले माझे पिस्तूल अर्धवट वर उचलले. त्याला भीती दाखविण्यासाठी तेवढे पुरेसे होते. मग तो ताठरपणे म्हणाला, ''मी एक ब्रम्हचारी व एकटा माणूस आहे. माझ्यावर कोणीही अवलंबून असणारे माझ्या घरात नाही. तेव्हा मला ज्या गोष्टी आवडतात त्यावर मी माझा पैसा खर्च करू शकतो.''

''नशीबवान आहात बुवा. आता मला असे सांगा की, काल रात्री ९ ते ११ च्या दरम्यान तुम्ही कोठे होता?''

त्याने भुवया उंचावून म्हटले, ''कुठे म्हणजे? घरीच होतो.''

''तुमची खात्री आहे?''

''अर्थातच! माझी अगदी खात्री आहे बरं.'' त्याच्या अशा ठासून बोलण्यावरून

माझ्या लक्षात आले की, आपल्यावर संशय व्यक्त केला की जरा रागावून बोलावे हे धोरण त्याने अवलंबिले असावे. त्यामुळे आपला बचाव होऊ शकतो असे त्याला वाटत असावे.

"तुमच्या म्हणण्याला कोणी साक्षीदार?"

"मी घरी एकटाच होतो."

"सबंध रात्रभर?"

"होय, सबंध रात्रभर. माझ्याकडे काम करणारी बाई रोज सकाळी आठ वाजता येते."

"तसे असेल तर तुम्ही दुर्दैवी आहात असे म्हटले पाहिजे. म्हणजे तुम्ही तुमच्या घरी रात्री असण्याला कोणीही साक्षीदार नाही, ही बाब गंभीर आहे."

"तुम्हाला म्हणायचे तरी काय?" तो आता खरोखरच गोंधळून गेलेला दिसत होता.

"तुम्हाला लवकरच कळेल ते. तुम्ही मोटरगाडी चालवित नाही. हो ना?"

"नाही. चालवतो."

"पण तुम्ही तर मरडॉनमध्ये लष्कराच्या बसमधून जाता."

"मला तसे जाणे पसंत आहे आणि कसे जावे हा माझा प्रश्न आहे, तुमचा नाही."

"बरोबर आहे. तुमच्याजवळची मोटरगाडी कोणती आहे?"

"एक स्पोर्ट्स कार आहे."

"कोणती स्पोर्ट्स कार?"

"बेन्टले कॉन्टिनेन्टल."

"कॉन्टिनेन्टल! स्पोर्ट्स कार!" असे म्हणून मी त्याच्याकडे काही क्षण टक लावून पाहिले. पण माझे ते पहाणे वाया गेले. कारण तो खाली मान घालून जमिनीकडे पहात होता. जणू काही त्याची टाय-पिन त्या गालिचात कुठे तरी हरवली होती. मी पुढे म्हणालो, "या गालिचात जशी तुमची आवड-निवड दिसून येते तशीच आवडनिवड तुमच्या गाडीतही दिसून येते."

"ती एक जुनी गाडी आहे. सेकन्डहॅन्ड!"

"कधी खरेदी केलीत?"

त्याने फटकन मान वर करून विचारले, "त्याचा येथे काय संबंध? कॅव्हेल, तुम्हाला नक्की काय हवे आहे?"

"ती गाडी कधी खरेदी केलीत?" मी सावकाश एकेक शब्दावर जोर देत परत तोच प्रश्न त्याला विचारला.

"अडीच महिन्यांपूर्वी. कदाचित तीन महिन्यांपूर्वीचीही ती गोष्ट असेल."

“अन् गाडी कितपत जुनी आहे?”

“चार वर्षांपूर्वीची आहे.”

“चार वर्षे! फक्त चार वर्षे जुनी असलेली कॉन्टिनेन्टल गाडी विकून नेहमीची चौकोनी गाडी कोणी विकत घेत नाही. त्यांनी ती गाडी तुम्हाला ५००० पौंडांना विकली असणार. तीन महिन्यांपूर्वी कुठून आणले एवढे ५००० पौंड?”

“मी फक्त १००० पौंड दिले. बाकीचे पैसे मला तीन वर्षांत फेडायचे आहेत. सध्या अशा पद्धतीनेच लोक गाड्या खरेदी करत असतात.”

“म्हणजे क्रेडिटची मुदत वाढवून मुद्दल राखून ठेवायचा प्रयत्न करणे. छान! ही असली योजना तुमच्यासारख्या श्रीमंतांसाठी ठीक आहे. आमच्यासारख्या लोकांसाठी हायर-पर्चेस कराराने असले व्यवहार करावे लागतात. गाडी घ्यायची, वापरायला लागायची, हप्ते फेडत रहायचे आणि सर्व हप्ते फिटेपर्यंत ठरावीक भाडे देत रहायचे. तुमचा गाडी खरेदीचा विक्रेत्याशी काय करार झाला आहे तो दाखवा बरं.”

त्याने त्या कराराची कागदपत्रे मला आणून दाखवली. मी त्यावर झरझर नजर टाकली. तो म्हणत होता ते खरेच होते. मी शेवटी त्याला विचारले, “तुमचा पगार किती?”

“२००० पौंडापेक्षा थोडा जास्त. पगाराबाबत सरकार फार कद्रू आहे.” त्याने हे रागाने म्हटले नाही की तावातावाने म्हटले नाही. त्याची प्रतिक्रिया अशा तऱ्हेची का व्हावी ते मला समजले नाही.

मग मी म्हणालो, “म्हणजे सर्व कर पगारातून गेल्यावर आणि जीवनावश्यक वस्तूंचे खर्च झाल्यावर वर्षाच्या शेवटी हातात जेमतेम हजार पौंड कसेबसे शिल्लक पडतात. म्हणजे तीन वर्षांत तीन हजार पौंड. अन् तरीही या करारानुसार तीन वर्षात ४,५०० पौंड द्यायचे आहेत. शिवाय एवढ्या रकमेवरचे तीन वर्षांतील व्याजही द्यावे लागणार. तेव्हा गणिताच्या दृष्टीने अशक्य असलेली ही गोष्ट तुम्ही कशी काय साध्य करणार?”

“माझ्याकडे दोन विम्याच्या पॉलिसी आहेत. त्या पुढच्या वर्षात मॅच्युअर होऊन हातात येत आहेत. हातात पडल्या की मी त्या तुम्हाला दाखवेन.”

“तेवढा त्रास घेतला नाही तरी चालेल. आता मला असे सांगा, तुम्हाला कसली चिंता वाटते आहे? तुम्ही एवढे खचलेले का आहात?”

“मला कसलीही चिंता नाही की, मी कशाचीही काळजी करीत नाही.”

“उगाच खोटे बोलू नका.”

“ठीक आहे, मी खोटे बोलतो. मला कसली तरी काळजी लागून राहिली आहे. मी खचून गेलो आहे. तुम्ही जे प्रश्न विचारीत आहात त्यामुळे कोणताही

माणूस हा खचून जाईल.''

त्याचे हे मत कदाचित बरोबर असेल. मी म्हणालो, ''पण तुम्ही माझ्या प्रश्नांमुळे खचून जाण्याचे काय कारण?''

''काय कारण?'' एवढेच बोलून तो खाली गालिचाकडे टक लावून पाहू लागला. नंतर म्हणाला, ''कारण तुमच्या प्रश्नांचा कल मला आवडत नाही. तुमचा जो काही सिद्ध करायचा प्रयत्न चालू आहे तो मला आवडत नाही. कुठल्याही माणसाला ते आवडणार नाही.''

''मी काय सिद्ध करायचा प्रयत्न करतो आहे?''

''ते मला ठाऊक नाही,'' असे म्हणून त्याने आपली मान खेदाने हलवली. पण अजूनही तो मान वर करून पहात नव्हता. तो पुढे म्हणाला, ''तुम्ही असे सिद्ध करण्याचा प्रयत्न करीत आहात की, माझ्या उत्पन्नापेक्षा अधिक उधळपट्टी करून मी चैनीने जगतो आहे. पण मी तसले काहीही करीत नाही. अन् तसे जर तुम्हाला सिद्ध करायचे नसेल तर मग दुसरे काय सिद्ध करायचे आहे ते मला समजत नाही.''

त्याच्या म्हणण्यावर मी प्रत्युत्तरादाखल बोलू लागलो, ''आज सकाळी तुमचे डोळे सुजल्यासारखे दिसत आहेत. अन् उगाच वाईट वाटून घेऊ नका, पण मी स्पष्टपणे सांगतो की, तुमच्या तोंडाला जुन्या व्हिस्कीचा वास येतो आहे. ही सारी लक्षणे असे सांगतात की, तुम्ही काल रात्री यथेच्छ मद्यपान केलेत. तुम्ही नेहमी असेच करत असता, अन् आता त्याची किंमत मोजत आहात. तुमचे पोट सुटत चालले आहे. पोट आवळण्यासाठी जे खास पट्टे आहेत ते तुम्हाला आता घालावे लागत आहेत. तुम्ही नेहमीचे पट्टीचे व भरमसाठ पिणारे असलात तरी आमच्या रेकॉर्डला तशी नोंद नाही. 'अल्कोहोलिक' म्हणजे दारुडा अशी नोंद नाही. त्याऐवजी 'मध्यम प्रकारचा सोशल ड्रिंकर' अशी नोंद आहे. सोशल ड्रिंकर म्हणजे जे नेहमी चारचौघांबरोबरच दारू पितात. पण तुम्ही एकटे असतानाही भरपूर पिता. काल रात्री घरात कोणी नसताना तुम्ही यथेच्छ प्यायलात. असे का केलेत? तुम्हाला कसली चिंता आहे! मी आणि माझे चिंता करायला लावणारे प्रश्न तुमच्यासमोर उभे रहाण्याआधी तुम्हाला चिंता वाटत होती व आहे. कसली एवढी काळजी लागून राहिली आहे?''

''झोपण्यापूर्वी मी नाईट-कॅप घेतो,'' त्याने बचावात्मक पवित्रा धारण करीत म्हटले. अजूनही तो खाली मान घालून गालिचाकडे पहात होता. त्यामुळे त्याच्या चेहऱ्यावरचे भाव टिपता आले नाहीत. तो पुढे म्हणाला, ''नाईट-कॅप पिणे म्हणजे काही कोणी दारुडा म्हणत नाही. शेवटी एक नाईट-कॅप म्हणजे अशी कितीशी दारू असते?''

"एक किंवा दोन नाईट-कॅप घेतल्या तरी कोणीही दारुड्या बनत नाही. इतके ते कमी मद्य असते. परंतु एका मोठ्या बाटलीमधील व्हिस्की अर्ध्यापेक्षा जास्त पोटात रिचवणे म्हणजे नाईट-कॅप नक्कीच होणार नाही." मग मी खोलीभर नजर फिरवीत म्हटले, "तुमचे स्वयंपाकघर कुठे आहे?"

"पण तुम्हाला त्याच्याशी–"

त्याचे बोलणे तोडत मी जरबेत म्हणालो, "डॅम इट! उगाच माझा वेळ वाया घालवू नका!"

"त्या तिकडे आहे," त्याने त्या दिशेला हात करून म्हटले.

मी खोलीतून तिकडे गेलो. तिथे सर्वत्र स्टेनलेस स्टीलच्या चकचकीत भांड्यांचा लखलखाट होता. ते पाहून एखाद्याला ऑपरेशन थिएटरची आठवण यावी. तिथेच एक चकचकीत बेसिन होते. मी त्यात पाहिले असता मॅक्डोनल्डने रात्री भरपूर मद्य प्यायल्याचा पुरावा होता. तिथे एक व्हिस्कीची बाटली होती. त्यात फक्त चाळीस टक्के व्हिस्की उरली होती. एक घाणेरडा अॅश ट्रे पडला होता. सिगारेट्सच्या असंख्य थोटकांनी तो भरून गेला होता. एवढ्यात माझ्या मागे कसला तरी आवाज झाला म्हणून मी वळून पाहिले. दारात मॅक्डोनल्ड उभा होता.

तो कंटाळून म्हणाला, "ठीक आहे, मी दारू पीत होतो. काल रात्री मी दोन ते तीन तास दारू पीत होतो. कॅव्हेल, मला अशा गोष्टींची सवय नाही. मी पोलीस नाही किंवा मी सैनिकही नाही. ते दोन खून पडले ही गोष्ट अत्यंत भयानक व निर्घृण आहे." एवढे म्हणून त्याचे अंग शहारले. जर त्याने तसा अभिनय केला असेल तर तो खरोखरीच एक लाजवाब अभिनय होता. तो पुढे सांगत गेला, "डॉ. बॅक्स्टर हे माझे अनेक वर्षांपासूनचे एक जवळचे दोस्त होते. ते का मारले गेले? नंतर आणखी एक खून पडला. मला त्यामागची कारणे कशी कळणार? पण मला असेही कळले आहे की, त्या सैतानी विषाणूपायीच हे सारे घडले आहे. मला या साऱ्याचे दुःख होणार हे साहजिक नाही का? अजूनही मला ते दुःख होते आहे."

मी त्याच्याशी सहमत होत म्हटले, "ठीक आहे, मान्य आहे मला. अजूनही तुम्हाला दुःख होणे साहजिक आहे. पण मी आता त्याच्या जवळ पोचत चाललो आहे. 'त्याच्या' म्हणजे 'खुन्याच्या'! अन् कदाचित तो खुनी तुमच्यावरही चाल करून येण्याची शक्यता आहे. माझा हा अंदाज तुम्ही लक्षात ठेवा. कदाचित पुढचा खून तुमचा पडेल."

शेवटी त्याच्या सहनशक्तीचा कडेलोट झाला. तो मला ओरडून म्हणाला, "कॅव्हेल, तुम्ही निर्विकारपणे असे बोलता याचे मला आश्चर्य वाटते. तुम्हाला दुसऱ्याच्या भावनांची काही पर्वा आहे की नाही? बास झाले आता. चला, चालते

व्हा माझ्या घरातून.''

''मी तर निघालोच आहे. पण तुमचे दार आतून कुलूपबंद करून ठेवा, अशी माझी सूचना आहे.''

''कॅव्हेल, ही गोष्ट इथे संपणार नाही. मी तुम्हाला कोर्टात खेचेन. माझ्यावरती हल्ला केल्याचा आरोप ठेवेन.'' मी निघून जात असल्याचे सांगितल्यामुळे त्याचे धैर्य आता परत आले होते.

मी त्यावर म्हणालो, ''उगाच फालतू बडबड करू नका. मी तुमच्याविरुद्ध बोटही उचलले नाही. तुमच्या शरीरावरती मारहाणीच्या कोणत्याही खुणा नाहीत. माझ्याविरुद्ध फक्त तुमचा शब्द आहे, हे लक्षात ठेवा.''

मॅक्डोनल्डच्या घरातून मी बाहेर पडलो. जाता जाता मी त्याच्या गॅरेजकडे दृष्टिक्षेप केला. गडद रंगाचे ते एक मोठे गॅरेज होते. आतमध्ये ती स्पोर्ट्स कार असणार. जेव्हा एखादी उत्तम, नजरेत न भरणारी व अडथळा निर्माण न करणारी गाडी कोणत्याही अडथळ्यावर मात करण्यासाठी खतरनाक लोकांना हवी असते तेव्हा ते बेन्टले-कॉन्टिनेन्टल गाडी कधीही वापरीत नाहीत.

मी एका फोन बूथपाशी थांबलो आणि तेथून कर्नल वेब्रिजला फोन लावला. मला डॉ. ग्रेगरी यांच्या घराचा पत्ता हवा आहे असा बहाणा केला. पण वेब्रिजने, ''आपल्याला पत्ता ठाऊक नाही,'' असे उत्तर दिले. मग मी क्लिव्हडेन याला फोन केला. त्यालाही ग्रेगरीचा पत्ता विचारल्यावर त्याने तो पत्ता मला दिला. असे दोन फोन कॉल करण्याची मला अजिबात गरज नव्हती. भल्या पहाटे फोन केल्यामुळे ते कुरकुरत होते. पण जेव्हा मी त्यांना सांगितले की, माझा शोध हा आता अंतिम टप्प्यात पोचत चालला असून, कदाचित आजच मी आरोपीविरुद्ध केस उभी करू शकेन, तेव्हा ते शांत झाले. त्या दोघांनी मला तपासात कितपत प्रगती झाली हे उत्सुकतेने विचारले. पण मी त्याबद्दल काहीही सांगितले नाही. मग त्यांनीही फारसा आग्रह धरला नाही. अन् तसा फार आग्रह केला असता तरी माझ्याजवळ सांगण्याजोगे अद्याप काहीच नव्हते.

सकाळी ७। वाजता डॉ. ग्रेगरी यांच्या निवासस्थानाची दारावरची घंटा वाजवित होतो. ते त्यांचे घर नव्हते. एका विधवेने आपल्या दोन मुलींच्या साहाय्याने चालवलेले ते एक उत्तम दर्जाचे बोर्डिंग हाऊस होते. बोर्डिंग हाऊसच्या समोर एक निळ्या रंगाची फियाट गाडी उभी केलेली होती. ती ग्रेगरीची गाडी होती. अजूनही बाहेर चांगलाच अंधार होता, थंडी होती आणि हवा सर्द होती. मला खूप दमल्यासारखे वाटत होते. माझा पाय आता चांगलाच कुरकुर करू

लागला होता. त्यामुळे माझ्या कामावर माझे नीट लक्ष लागेना.

एका स्थूल बाईने दार उघडले. ती पन्नाशीच्या आसपासची असावी. तिचे केस पांढरे झाले होते. हीच ती बोर्डिंग हाऊसची मालकीण असावी. आनंदी स्वभावाच्या या बाईची ख्याती ही अत्यंत पसारा करणारी व वक्तशीर नसलेली अशी होती. केवळ तिच्या या ख्यातीमुळे तिच्या बोर्डिंग हाऊसचा पत्ता चटकन सापडत असे. परंतु तिच्या स्वयंपाकाला मात्र तोड नव्हती, एवढा तो चवदार असे.

"इतक्या पहाटे कोण आले आहे?" असे तिने मोठ्या प्रेमळ स्वरात विचारले. ती पुढे म्हणाली, "पुन्हा पोलीस नसतील असे मी धरून चालते."

मी तिला हसून म्हटले, "माझे नाव कॅव्हेल आहे आणि मला डॉ. ग्रेगरी यांना भेटायचे आहे. दुर्दैवाने मी पोलिसांचाच माणूस आहे."

"बिचारा डॉ. ग्रेगरी. आधीच त्या बिचाऱ्याला तुम्ही लोकांनी बरेच सतावले आहे. पण हरकत नाही. या, आत या. मी जाऊन बघते की, ते उठले आहेत की नाही."

"राहू द्या. तुम्ही तो त्रास घेऊ नका. तुम्ही नुसती त्यांची खोली कुठे आहे ते मला सांगा. मी तिथे जाईन. चालेल ना?"

यावर ती क्षणभर घुटमळली. मग तिने नाखुषीनेच मला त्याची खोली कुठे आहे ते सांगितले. पंधरा फूट लांब व रुंद असलेल्या त्या हॉलमधून मी एका बोळात गेलो. पहिलीच खोली त्याची होती. खोलीच्या दरवाजावर त्याच्या नावाची पाटी होती. दरवाजावरती मी ठोठावले व मी वाट पाहू लागलो.

मला फार वेळ वाट पहावी लागली नाही. ग्रेगरी नुकताच जागा होऊन उठून बसला असावा. त्याने एक विटका ड्रेसिंग गाऊन व पायजमा घातलेला होता. त्याच्या चेहऱ्यावर खुरटलेली दाढी होती.

"कॅव्हेल!" त्याने म्हटले. त्याच्या आवाजात स्वागताची किंवा शत्रुत्वाची भावना नव्हती. पहाटेच्या वेळी पोलिसांच्या माणसांना अनपेक्षितपणे भेटताना लोकांची मन:स्थिती थोडीच मनमिळावू असेल? पण निदान ग्रेगरी हा मॅक्डोनल्डप्रमाणे तरी वागला नव्हता. तो एका सुशिक्षित नागरिकासारखा वागत होता. तो म्हणाला, "आत या. बसा. तुम्ही खूप थकल्यासारखे दिसता."

मलाही खूप दमल्यासारखे वाटू लागले होते. त्याने दिलेल्या खुर्चीमध्ये मी बसलो व जरासा सैल झालो. मी आजूबाजूला पाहिले. त्याच्या खोलीतील फर्निचर खास नव्हते. कदाचित ते त्याचे स्वत:चे नसल्याने तसे असेल. ती एक छोटीशी अभ्यासिका होती. तिच्या पलीकडे त्याची झोपण्याची खोली असावी. एक जुनी झालेली, पण चांगल्या अवस्थेत असलेली सतरंजी जमिनीवरती घातलेली होती. दोन खुर्च्या तिथे ठेवलेल्या होत्या. एका भिंतीला संपूर्णपणे

फडताळ होते. अनेक पुस्तकांनी ते भरून गेलेले होते. एक जड टेबल व त्यासमोर स्वत:भोवती फिरणारी खुर्ची होती. टेबलावरती एक टाईपरायटर आणि कागदांचा गठ्ठा होता. बस्स, एवढेच त्या खोलीत होते. अभ्यासिकेतील भिंतीमधे दगडात बांधलेली फायरप्लेस होती. त्यात काल रात्री पेटवून ठेवलेली लाकडे अजून धूर सोडत जळत होती. ती केव्हाही विझणार होती. संपूर्ण अभ्यासिका गार पडली होती. ती खोली प्रशस्त न वाटता कोंबून भरलेल्या छोट्या कोठारासारखी वाटत होती. बाहेर कशीही हवा असली तरी खिडक्या सताड उघडण्याची इंग्रज लोकांची सवय ग्रेगरीला नव्हती. मला हवेत एक वेगळाच मंद वास जाणवत होता. तो कशाचा आहे ते मला चटकन ओळखता आले नाही.

"मिस्टर कॅव्हेल, मी आपल्याला काय मदत करू?" तो मला विचारीत होता. संभाषणाला अशी सुरुवात त्यानेच करून दिली.

"मी नेहमीचीच चौकशी करायला आलो आहे. तशी चौकशी करण्याची ही वेळ नाही हे मला समजते आहे. पण मला कमी वेळेत सारे उरकावे लागत असल्याने माझा नाईलाज झाला आहे."

"म्हणजे तुम्ही रात्रभर झोपला नाहीत." त्याने स्पष्टपणे आपला अंदाज बोलून दाखविला.

"हो ना. मला सतत कोणाला न कोणाला तरी भेटावे लागत होते. या अशा वेळी भेटणे म्हणजे माझी लोकप्रियता गमावण्यासारखे आहे याची मला कल्पना आहे. मी डॉ. मॅक्डोनल्ड यांना भेटलो. त्यांना झोपेतून उठावे लागले म्हणून राग आला होता."

"डॉ. मॅक्डोनल्ड ना? मग बरोबर. ते अत्यंत उतावीळ स्वभावाचे आहेत." ग्रेगरी हळुवारपणे म्हणाला.

"तुमचे आणि त्यांचे जमते का?"

"म्हणजे सहकारी म्हणून ना? त्यांच्या कामाबद्दल मला खूप आदर वाटतो. पण तुम्ही हे का विचारता, मिस्टर कॅव्हेल?"

"काही नाही. नसत्या चौकशा करायची मला सवय लागली आहे ना, म्हणून! मला असे सांगा की, काल रात्री तुम्ही कोठे होता? सांगता येईल?"

"अर्थातच." तो थोडासा गोंधळलेला होता. "मी हे स्वत: हार्डेन्जरना सांगितले आहे. रात्री आठ वाजल्यापासून बारा वाजेपर्यंत मी इथल्या मालकीणबाईंच्या मुलीच्या वाढदिवसाच्या पार्टीत सामील झालो होतो–"

"सॉरी! काल रात्री म्हणजे अगदी कालच्याच रात्री. खून पडलेल्या रात्री नव्हे."

त्याने माझ्याकडे उत्सुकतेने पहात म्हटले, "मी असे धरून चालतो की,

काल रात्री कोणाचे खून पडले नसावेत.''

''नाही. कोणाचेही खून पडले नाहीत. तर मग तुम्ही कोठे होतात?''

''काल रात्री? नक्की किती वाजता?''

''रात्री ९।। ते १०।। च्या दरम्यान!''

''हं! कुठेच गेलो नव्हतो. इथेच माझ्या खोलीत होतो. माझ्या पुस्तकावरती रात्रभर काम करीत होतो. परवाच्या त्या भयानक घटनेमुळे मी हादरून गेलो होतो. आपली मन:स्थिती ताळ्यावर आणण्यासाठी एकच उपाय माझ्या मते योग्य आहे. तो म्हणजे सतत काम करीत रहाणे. म्हणून जेवल्यानंतर मी माझ्या पुस्तकाचे काम रात्रभर करत बसलो होतो. एवढे म्हणून तो थोडे थांबला व नंतर जराशा ओशाळवाण्या स्वरात तो म्हणाला, ''रात्रभर म्हणजे झोपेला जाईपर्यंत. अकरा वाजेपर्यंत मी काम करीत बसलो होतो. कालची रात्र मात्र चांगली होती असे म्हटले पाहिजे. कारण माझ्या हातून चक्क तीन पाने मजकूर लिहून झाला.'' मग तो जरासे वेगळे हसून म्हणाला, ''मिस्टर कॅव्हेल, मी ज्या प्रकारचे पुस्तक लिहितो आहे त्याच्या बाबतीत तासाला एक पान एवढा जरी वेग पडला तरी खूप झाले, असे म्हणावे लागेल.''

''कोणत्या प्रकारचे ते पुस्तक आहे?''

''असेंद्रिय रसायनशास्त्रावरचे ते पुस्तक आहे.'' एवढे म्हणून त्याने आपले डोळे हलवले व म्हटले, ''त्या पुस्तकावर उड्या पडतील असे समजू नका. अशा विषयांना फार कमी वाचकवर्ग असतो.''

मी टेबलवर ठेवलेल्या पानांच्या चळतीकडे पहात म्हटले, ''त्या पुस्तकाचीच ही लिहिलेली पाने आहेत?''

''होय. हे पुस्तक मी इटलीत असताना लिहायला सुरुवात केली होती. पण ती खूप वर्षांपूर्वीची गोष्ट झाली. नक्की केव्हा सुरुवात केली ते आता मला आठवतही नाही. तुम्हाला पाहिजे असेल तर ती पाने तुम्ही चाळू शकता. पण त्यातला मजकूर कळणे तुम्हाला कठीण जाईल. शिवाय मी ते इटालियन भाषेत लिहिलेले आहे. मला त्याच भाषेत लिहिणे सोपे जाते.''

त्याला जितकी इंग्लिश भाषा सफाईने बोलता येते व समजते, तेवढीच मला इटालियन भाषा सफाईने बोलता येते व समजते. पण मी हे त्याला बोललो नाही. मी त्याऐवजी म्हणालो, ''तुम्ही मसुदा किंवा कच्चे लिखाण न करता एकदम थेट टाईपरायटरवर टाईप करायला लागता?''

''अर्थातच! खऱ्या शास्त्रज्ञाचे हस्ताक्षर जसे घाणेरडे असते तसे माझे अक्षर गचाळ आहे. ते कोणालाही वाचता येणार नाही.'' त्याने आपल्या हिरवट हनुवटीवरती आपले तळहात चोळले. मग तो म्हणाला, ''टाईपरायटर. त्याचा

आवाज मात्र बाहेर जातो.''

''म्हणून तर मी विचारले. तुम्हीही माझ्यासारखाच विचार करता असे दिसते.''

''येथे शेजारी व कोणाच्याही खोल्या लागून नाहीत. म्हणून टायपिंग करण्यासाठी मी ही जागा निवडली. आपल्यामुळे इतरांना त्रास व्हायला नको. एक मिनिट मला आठवू द्या. अं... हंऽऽ! मला चांगले आठवते आहे की, काल रात्री बाहेरून उशिरा चाललेला टेलिव्हिजनवरचा कार्यक्रम मी ऐकला होता. माझ्या खोलीजवळ मालकीणबाई ज्याला 'टेलिव्हिजन लाऊंज' म्हणतात तो भाग आहे. पण तिथे फारसे कोणी जात नाही. फक्त कधी तरी मालकीणबाई आणि त्यांच्या दोन मुली टीव्ही लावून पहातात. काल त्यांनी तो टीव्ही लावला की नाही मला ठाऊक नाही. पण मी नक्की ऐकल्यासारखे मला वाटते आहे. आपण मालकीणबाईंना विचारून तशी खात्री करून घ्यायची का?''

मग आम्ही दोघे मालकीणबाईंना भेटायला त्यांच्या स्वयंपाकघरात गेलो. तिथे त्या व त्यांच्या दोन मुली सकाळच्या न्याहरीची तयारी करीत होत्या. बेकन भाजल्याचा खरपूस वास तिथे दरवळत होता. त्यामुळे माझ्या पायातील त्राण गेले असे मला वाटले. मला या पदार्थाची ॲलर्जी होती.

टीव्हीवर काल रात्री तासभर एक जुना चित्रपट दाखवला गेला होता आणि मालकीणबाई व त्यांच्या दोन मुली यांनी तो संपूर्ण चित्रपट काल पाहिला होता. तो चित्रपट बरोबर रात्री दहा वाजता सुरू झाला होता. डॉ. ग्रेगरी यांच्या दारावरून जाताना त्यांना खोलीतून टायपिंगचा आवाज ऐकू आला. टीव्ही पहात असतानाही शेवटपर्यंत त्यांना टायपिंगचा आवाज ऐकू येत होता. तो आवाज त्रासदायक वाटेल एवढा मोठा नव्हता, पण अत्यंत स्पष्ट ऐकू येत होता. बोलताना मालकीणबाईंनी आपले ग्रेगरी यांच्याबद्दलचे मत ऐकवले. ''त्यांना टीव्ही पहाण्याची चैन करता येत नाही. आदल्या रात्री पार्टीत घालवलेला वेळ भरून काढण्यासाठी ते काम करीत बसले असावेत.''

ते ऐकून डॉ. ग्रेगरी यांना समाधान वाटले. आपल्या चेहऱ्यावरचे समाधान त्यांनी लपवण्याचा प्रयत्न अजिबात केला नाही.

''तो चित्रपट इतका प्रसिद्ध आहे व चांगला आहे की काल त्यांनी दाखवल्याबद्दल टीव्हीवाल्यांचे आभार मानले पाहिजेत.'' डॉ. ग्रेगरी म्हणाला. मग मालकीणबाईंकडे वळून तो म्हणाला, ''तुम्ही तो पाहिलात हे बरे केलेत.'' मग माझ्याकडे वळून तो मला म्हणाला, ''आता तुमच्या मनात माझ्याबद्दल काही शंका उरल्या नसतील, असे मी धरून चालू?''

''डॉ. ग्रेगरी, मुळातच माझ्या मनात तुमच्याबद्दल कसल्याही शंका नव्हत्या. पण पोलिसांचे कामच असे खात्री करून घेण्याचे असते. ते एकेक शक्यता दूर

करीत अगदी अशक्य वाटणाऱ्या शक्यतेच्या जवळ जाऊन पोचतात.''

मला दारापर्यंत डॉ. ग्रेगरी यांनी सोबत केली. मग बाहेर पडल्यावरती मी तिथून लगेच निघालो. बाहेर हवा अजूनही थंड होती व सर्द होती. पाऊस पडत होता. मी मनात विचार करत होतो. माझ्या वाचाळपणाला भुलून डॉ. ग्रेगरी यांच्याशी जे संवाद दारापर्यंत येता येता झाले, त्यावर मी विचार करीत होतो. त्या वेळी ग्रेगरीने अचानक मला विचारले होते, ''मिस्टर कॅव्हेल, तुमची व्यावसायिक नीतिमत्ता व गुप्तता सोडून मला सांगा, असे मी म्हणत नाही. पण तरीही मी विचारतो की, तो गुन्हेगार तुम्हाला सापडण्याची एखादी तरी शक्यता आहे का? तुमच्या तपासकार्यात काही प्रगती झाली आहे का?''

''गेल्या बारा तासांत माझ्या कल्पनेपेक्षाही जास्त प्रगती झाली आहे. मी खूप प्रगती केली असून, माझा तपास योग्य मार्गावरती आहे याची मला खात्री पटली आहे. फक्त या मार्गावरती मी अशा एका ठिकाणी आलो आहे की समोर एक आडवी भिंत उभी आहे.''

''मिस्टर कॅव्हेल, अशा भिंतींवर चढून त्या ओलांडता येतात.''

''बरोबर आहे. मी तसेच करून पहाणार आहे.'' मग मी खालच्या आवाजात ग्रेगरीला म्हणालो, ''मी हे तुम्हाला सांगावे की नाही मला ठाऊक नाही. पण जे काही सांगितले ते तुम्ही तुमच्यापाशीच ठेवा.''

त्यांनी मला तसे करण्याचे आश्वासन दिले व आम्ही एकमेकांचा निरोप घेतला. अर्ध्या मैलावरती मला रस्त्यात एक टेलिफोनचा बूथ दिसला. मी गाडी थांबवून त्यात शिरलो आणि थेट लंडनला फोन लावला.

''कॅव्हेल, तुम्ही अजून झोपला नाहीत?'' जनरलने अशा शब्दांत माझे स्वागत केले.

''नाही, सर.''

''त्याबद्दल एवढे वाईट वाटून घेऊ नका. मी अनेकांना फोन लावीत एवढा वेळ न झोपता काढला. झोपेतून उठवल्याबद्दल अनेकजणांनी मला मनातल्या मनात शिव्याशाप दिले असतील,'' ते म्हणाले.

''माझेही तसेच थोडेफार झाले आहे. मीही लोकांना झोपेतून उठवत गेलो.''

''मग काही हाताशी लागले का?'' त्यांनी विचारले.

''तसे खास काहीही नाही. तुम्हाला काही मिळाले?'' मी विचारले.

''चेसिंगहॅम! त्याला सिव्हिलियन ड्रायव्हिंग लायसेन्स दिले गेल्याची कुठेही नोंद मिळाली नाही. कदाचित त्याने ते लायसेन्स अन्य कोणत्या तरी देशात मिळवले असावे. ही गोष्ट नेहमीसारखी नाही, पण तशी आहे खरी. त्याच्या सैन्यातील नोंदीबद्दल बोलायचे झाल्यास असे आढळून आले आहे की, तो

आर.ए.एस. कोअरमध्ये होता.''

"आर.ए.एस. कोअर? मग तर त्याला ड्रायव्हिंगचे लायसेन्स नक्कीच मिळाले असणार. सर, तुम्ही तसा शोध घेतला?''

"मी फक्त त्याच्या सैन्यातील कारकिर्दीचा तपास केला. तो खरोखरच सैन्यात दाखल झाला होता. सैन्याच्या वॉर ऑफिसची चक्रे फार सावकाश फिरतात. त्यातून रात्री तर ती पूर्णपणे थांबलेली असतात. आज दुपारपर्यंत आपल्याला काय ते कळू शकेल असे वाटते; परंतु चेसिंगहॅमच्या बॅन्क मॅनेजरने अर्ध्या तासापूर्वी मला फार इंटरेस्टिंग आकडेवारी पुरवली.''

मग त्यांनी ती आकडेवारी मला दिली आणि मी फोन बंद केला. मी आता थकून गेलो होतो. गाडीत शिरून मी चेसिंगहॅमच्या घराच्या दिशेने निघालो. पंधरा मिनिटांत मी तिथे पोचलो. पहाटेच्या अंधूक प्रकाशात ते किल्लेवजा घर पूर्वीपेक्षा फारच उदास भासत होते. त्या झिजलेल्या पायऱ्यांवरून मी वर चढून गेलो आणि दरवाजाच्या घंटेचे बटण दाबले.

चेसिंगहॅमच्या बहिणीने दार उघडले. आज तिने नीटनेटका व आकर्षक पोषाख केला होता. केस नीट विंचरलेले होते, पण तिचा चेहरा पांढरा पडलेला होता व तिच्या ब्राऊन डोळ्यांत शीण उतरलेला होता. तिच्या भावाला भेटायचे आहे असे सांगितल्यावर ती जराशी नाराज झालेली दिसली.

"ठीक आहे. या, आत या. आई अजून झोपलेली आहे आणि एरिक नाश्ता करतो आहे.'' हे सारे ती नाखुषीने बोलली.

मी आत गेलो. चेसिंगहॅम न्याहारी करीत होता. बेकन व अंडी खात होता. इथेही हे पदार्थ पाहिल्यावर पुन्हा माझ्या पायातील त्राण गेल्यासारखे मला वाटले. मला पहाताच चेसिंगहॅम उठून उभा राहिला व म्हणाला, "गुड मॉर्निंग!'' पण त्याच्या आवाजात बळ नव्हते. तो नाराज झाला होता हे मला स्पष्टपणे जाणवले.

मी त्याला प्रति-अभिवादन केले नाही. त्याऐवजी मी अत्यंत थंड व अनोळखी नजरेने त्याच्याकडे पाहिले. अशी नजर फक्त पोलीस मंडळी व हॉटेलातील प्रमुख वेटर्स वापरतात. मी म्हणालो, "मला तुम्हाला आणखी काही प्रश्न विचारायचे आहेत. मी रात्रभर काम करतो आहे. त्यामुळे मी थकलो आहे व वादविवाद करण्याच्या मन:स्थितीत आता नाही. कृपा करून सरळ प्रश्नांना सरळ उत्तरे द्या. काल रात्रीच्या आमच्या तपासकार्यामुळे काही महत्त्वाच्या गोष्टी उघड झाल्या आहेत. त्यातल्या प्रमुख बाबींमुळे मला येथवर यावे लागले आहे.'' मग मी त्याच्या बहिणीकडे पाहून म्हटले, "मिस, तुम्हाला आमच्या संभाषणामुळे काही त्रास होऊ नये अशी माझी इच्छा आहे. म्हणून तुमच्या भावाशी बोलताना तुम्ही येथे नसलेले अधिक बरे.''

हे ऐकल्यावर तिने माझ्याकडे डोळे विस्फारून पाहिले. आपल्या शुष्क ओठांवरून जीभ फिरवली व निघून जाण्यासाठी ती उठली. तेवढ्यात चेसिंगहॅम तिला म्हणाला, ''तू इथेच थांब. कोणापासून लपवण्याजोगे माझ्याकडे काहीही नाही. मिस्टर कॅव्हेल, माझ्याबद्दल माझ्या बहिणीला सारे काही ठाऊक आहे.''

''मला त्याबद्दल फारशी खात्री नाही.'' मी माझ्या थंड नजरेला अनुकूल अशा थंड आवाजात म्हणालो. ''मिस चेसिंगहॅम, जर तुम्हाला येथे थांबायचे असेल तर थांबू शकता. पण मी तुम्हाला 'थांबू नका' असे म्हणालो ते तुम्ही नंतर लक्षात घ्या.'' त्या दोघांचे चेहरे पांढरे पडलेले होते. त्या चेहऱ्यांवरती भीतीची भावना स्पष्टपणे उमटलेली होती. लोकांना मी किती सहजपणे घाबरवून सोडू शकतो! माझ्या या कौशल्यावरती सेन्ट्रल युरोपियन सीक्रेट पोलीसमध्ये मला नोकरी मिळण्यास काहीच हरकत नाही.

मी चेसिंगहॅमला म्हणालो, ''काल रात्री तुम्ही कोठे होतात? दहा वाजण्याच्या सुमारास, असे म्हटले तरी चालेल.''

''काल रात्री? काल रात्रीच्या माझ्या हालचालींचा कुठे संबंध येतो?''

''उलट प्रश्न विचारू नका. मी तुम्हाला प्रश्न विचारेन व तुम्ही त्याची उत्तरे द्या.''

''मी... मी घरीच होतो. माझी बहीण व आई यांच्याबरोबर मी होतो.''

''सबंध रात्रभर?''

''अर्थातच.''

''या 'अर्थातच' शब्दाला काही अर्थ नाही. तुम्ही हे सिद्ध करण्यासाठी कोणी भेटायला आलेली माणसे, बाहेरचे लोक सांगू शकाल?''

''नाही. फक्त माझी बहीण व आई एवढेच माझ्याजवळ साक्षीदार आहेत?''

''नाही. त्या दोघीजणी नाहीत. फक्त तुमची बहीण. कारण काल तर तुम्ही म्हणाला होतात की, तुमची आई ही रात्री दहा वाजता झोपून जाते.''

''होय, ती त्या वेळी झोपली होती. मी ते विसरलोच होतो.''

''मला त्याचे विशेष वाटत नाही. कारण तुमची विस्मरणशक्ती दांडगी आहे. तुम्ही मला आर.ए.एस. कोअरमध्ये होता हे नाही सांगितलेत.''

''आर.ए.एस. कोअर?'' उभा असलेला तो पुन्हा खाली बसला. पण त्याने नाश्ता खायला सुरुवात केली नाही. त्याच्या हातांच्या ज्या थोड्या हालचाली होत होत्या त्यावरून मी समजलो की, त्याने दोन्ही हात एकमेकांत घट्ट पकडले आहेत. तो म्हणाला, ''बरोबर आहे. पण तुम्हाला ते कसे समजले?''

''एका छोट्या पक्ष्याने मला ते सांगितले असे समजा. त्याच पक्ष्याने मला हेही सांगितले की, तुम्ही सैन्याची वाहनेही त्या वेळी चालवित होता.'' मी हे

सरळ ठोकून दिले होते. पण त्याला इलाज नव्हता. माझ्याकडे फार वेळ नव्हता. गुन्हेगारापर्यंत मला त्वरित पोचायचे होते. मी पुढे म्हणालो, ''अन् तुम्ही तर मला सांगितले की, तुम्हाला ड्रायव्हिंग अजिबात येत नाही.''

''नाही, मला ड्रायव्हिंग येत नाही.'' असे म्हणून त्याने आपले डोळे आपल्या बहिणीकडे फिरवले व पुन्हा ते माझ्यावर आणीत म्हणाला, ''काहीतरी चूक होते आहे. कोणीतरी चूक करीत आहे.''

''ते 'कोणी तरी' तुम्हीच आहात, चेसिंगहॅम. तुम्ही उगाचच नाकबूल करीत आहात. मी चार बाहेरचे स्वतंत्र साक्षीदार आणून त्यांच्याकरवी तुम्हाला काल रात्री ड्रायव्हिंग करताना पाहिले अशी जबानी घेऊ शकतो.''

''मी तसे एकदा किंवा दोनदा ड्रायव्हिंग करून पाहिले होते. नक्की काय ते मला सांगता येत नाही. माझ्याकडे ड्रायव्हिंगचे लायसेन्स नाही.''

मी म्हणालो, ''चेसिंगहॅम, मला तुमची घृणा येते. तुम्ही एखाद्या लहान पोरासारखी उत्तरे देत आहात. उगाच ढोबळ उत्तरे देऊन खरे सांगायचे टाळू नका. त्यामुळे तुम्ही मूर्ख आहात एवढेच सिद्ध होईल. मुकाट्याने कबूल करा. मिस चेसिंगहॅम, तुमचा हा भाऊ ड्रायव्हिंग करू शकतो की नाही?''

''तिला तुम्ही यात ओढू नका.'' चेसिंगहॅम एकदम मोठ्या आवाजात म्हणाला. त्याचा चेहरा पडला होता. तो मला म्हणाला, ''ठीक आहे, मी ड्रायव्हिंग करू शकतो. केवळ फॅशन म्हणून करू शकतो.''

''दोन रात्रीपूर्वी तुम्ही ती बेडफोर्ड गाडी तुमच्या घराजवळ सोडून देण्यात फार मोठे चातुर्य दाखवले आहे, असे मला वाटते. ज्याने गुन्हा केला आहे ती व्यक्ती आपल्याच घराजवळ कशी गाडी सोडेल, असा विचार पोलीस करतील असा तुमचा अंदाज होता ना?''

''मी त्या व्हॅनजवळसुद्धा गेलो नाही.'' तो आता ओरडून बोलू लागला होता. ''वाटल्यास मी हे शपथेवर सांगतो. काल रात्री तुम्ही माझ्याकडे आल्यावर मी घाबरलो होतो. निर्दोषत्व दाखवण्यासाठी मी काय वाटेल ते बोलत होतो.''

''निर्दोषत्व! निष्पापपणा! अजाणपणा!'' असे म्हणून मी हसू लागलो. ''ते गुरू ग्रहांचे फोटो तुम्ही काढलेत, असे तुम्ही मला सांगितलेत. तुम्ही ते कसे काढलेत हो? का तुम्ही आपोआप ठरावीक वेळेला फोटो काढण्याची एखादी यंत्रणा तयार करून तिच्याकरवी फोटो काढलेत? अन् त्या वेळी तुम्ही मरडॉनमध्ये होतात. हो ना?''

''बापरे, तुम्ही हे काय बोलत आहात?'' तो आता थोडासा चिडून बोलू लागला होता. ''यंत्रणा? कसली यंत्रणा? वाटल्यास माझ्या घराची संपूर्ण झडती घ्या. अगदी कसून झडती घ्या. अन् पहा तुम्हाला ती यंत्रणा कुठे सापडते.''

मी त्याचे बोलणे तोडीत म्हणालो, ''इतक्या निष्पापपणाचा आव आणू नका. कदाचित पन्नास मैलांच्या परिसरात तुम्ही कुठेही ती यंत्रणा पुरून टाकू शकता.''

''मिस्टर कॅव्हेल!'' आता त्याची बहीण माझ्यासमोर येऊन उभी राहिली. तिने आपले थरथरणारे हात एकमेकांत घट्ट पकडून ठेवले होते. तिच्या चेहऱ्यावरती वेडसर झाक पसरली होती. ती म्हणाली, ''तुम्ही एक फार मोठी चूक करीत आहात. ते जे काही घडले त्याच्याशी माझ्या भावाचा काहीही संबंध नाही. मी त्या खुनांबद्दल बोलते आहे. आमचा त्या घटनेशी काहीही संबंध नाही. मला ठाऊक आहे ते.''

''परवा रात्री साडेदहा वाजल्यानंतर तुम्ही तुमच्या भावाबरोबर होता का? त्याच्या खासगी वेधशाळेत होता का? जर नव्हता तर यंग लेडी, तुम्हाला यातील काहीच ठाऊक नाही असे म्हटले पाहिजे.''

''मला माझा भाऊ चांगला ठाऊक आहे! त्याच्याकडून तुम्हाला वाटते तसले कृत्य कदापिही–''

''असे पहा, तुम्ही त्यांच्या वर्तणुकीचे प्रमाणपत्र देऊ नका. माझ्यापाशी त्याचा काहीही उपयोग होणार नाही.'' मी झटकन बोललो. ''अन् जर तुम्हाला सगळे ठाऊक आहे असा तुमचा दावा असेल तर मला जरा एका गोष्टीचा खुलासा करता का? गेल्या चार महिन्यांत तुमच्या भावाच्या बॅन्केतील खात्यात वेळोवेळी मिळून एकूण १००० पौंड कसे काय भरले गेले? ३ जूनला ५०० पौंड आणि तेवढेच पैसे ३ ऑक्टोबरला भरले गेले. याचा खुलासा करता का?''

त्या दोघांनी एकमेकांकडे पाहिले. त्यांच्या डोळ्यांत मूर्तिमंत भीती उभी राहिली. ती भीती लपविण्याचा त्यांनी अजिबात प्रयत्न केला नाही. जेव्हा चेसिंगहॅमचा सोडून गेलेला आवाज परत आला तेव्हा तो घोगरट व थरथरत्या आवाजात म्हणाला, ''कोणी तरी ते पैसे माझ्या खात्यात भरून मला सापळ्यात अडकवण्याचा प्रयत्न केला आहे!''

मी कंटाळून जरा ओरडून म्हणालो, ''शट अप! जरा नीट शुद्धीवर येऊन बोला. ते पैसे कुठून आले? सांगा चेसिंगहॅम महाशय!''

उत्तर देण्यापूर्वी तो काही क्षण घुटमळला. मग तो मोठ्या दु:खाने म्हणाला, ''अंकल जॉर्जकडून ते आले होते.'' हे त्याने इतक्या हळू आवाजात सांगितले की, तो जवळजवळ कुजबुजत बोलला. आता तो आढ्याकडे पहात राहिला.

''हे तुमचे काका किंवा मामा, म्हणजे 'अंकल जॉर्ज' भलतेच उदार दिसत आहेत. कोण आहेत ते?''

''ते माझ्या आईचे भाऊ आहेत.'' तो अजूनही खालच्या आवाजात बोलत होता. ''आमच्या कुटुंबात ते सर्वांचे नावडते होते. त्यांच्यावर काहीतरी गुन्ह्याचे

आरोप केले गेले होते. पण ते म्हणायचे की, 'माझा त्या गुन्ह्यांशी काहीही संबंध नाही. माझ्यावर ते आरोप लादले गेले आहेत.' ते आरोप एवढे निर्विवाद होते की, आमचे मामा देश सोडून पळून गेले."

मी त्याच्याकडे रागाने पाहिले. सकाळी ८ वाजता हा बेटा काय थापेबाजी करतो आहे. अन् तेही रात्रभर जागरण झालेले असताना? ते माझ्या सहनशक्तीच्या पलीकडचे होते. मला त्याचा खुलासा पटण्याजोगा नव्हता. "तुम्ही काय बोलता आहात? कसले आरोप होते ते?"

"मला ठाऊक नाही." चेसिंगहॅम तोल सुटल्यासारखा बोलू लागला. "आम्ही त्या मामाला कधी पाहिलेही नाही. त्यांनी मरडॉनमध्ये मला दोनदा फोन केला होता. आईनेही आम्हाला त्याच्याबद्दल कधीच सांगितले नाही. ते जिवंत आहेत की नाही हेही आम्हाला ठाऊक नव्हते. चार महिन्यांपूर्वी त्यांचा फोन आल्यामुळे मला ते समजले."

"तुम्हाला ठाऊक आहे का हे?" मी त्याच्या बहिणीला विचारले.

"अर्थातच ठाऊक आहे." ती म्हणाली.

"अन् तुमच्या आईला ठाऊक आहे?"

यावर चेसिंगहॅम म्हणाला, "अर्थातच नाही. मी तुम्हाला सांगितले ना, ती आमच्यापाशी त्याच्याबद्दल एक शब्दही बोलली नाही. त्यांच्यावर जे काही आरोप केले गेले ते फारच वाईट असले पाहिजेत. त्याने आम्हाला असेही फोनवर बोलून दाखवले की, जर आमच्या आईला मामाने पैसे पाठवल्याचे कळले तर ती नक्की त्या पैशाला 'पापाचा पैसा' म्हणेल. आम्ही – म्हणजे मी आणि माझ्या बहिणीने – असे ठरवले होते की, मामाच्या पैशाने आईला कोरड्या हवेसाठी स्पेनमध्ये पाठवायचे. त्याच्या पैशाचा तोच खरा उपयोग होता."

"त्या पैशाचा उपयोग आता तुम्हाला कोर्टाची पायरी चढण्यासाठी होईल." मी कडवटपणे म्हणालो. "तुमच्या आईचे जन्मस्थळ कोणते?"

"आल्फ्रिंगहॅम." त्याच्या बहिणीने उत्तर दिले. चेसिंगहॅममध्ये उत्तरे देण्याचे त्राण उरले नसावे.

"माहेरचे नाव काय होते?"

"जेन बार्क्ले."

"तुमचा फोन कुठे आहे? मला तो जरा वापरायचा आहे."

तिने ते सांगितल्यावर मी तिथे गेलो व थेट जनरलला फोन लावला. त्यांच्याशी बोलण्यात माझी पंधरा मिनिटे गेली. मग मी परत त्या न्याहारीच्या खोलीत आलो. मी जाताना ते दोघे ज्या पवित्र्यात बसले होते तोच पवित्रा अजूनही तसाच होता. याचा अर्थ ते दोघेही हलले नव्हते. हतबुद्ध होऊन बसले होते.

"माय गॉड! तुम्ही दोघे अगदी पुतळ्यासारखे स्तब्ध राहिलेले आहात.'' मी आश्चर्याने म्हणालो. ''खरोखर तुम्ही त्या सॉमरसेट मॉमच्या घराला भेट दिली पाहिजे. तिथे असेच पुतळे ठेवलेले आहेत. हं, तर आपले काय चालले होते? तर तुम्ही तुमचा वेळ वाया घालवित आहात. तुमचा तो मामा, म्हणजे अंकल जॉर्ज, तो मुळातच अस्थित्वात नाही. तुमच्या आईला कोणीही भाऊ नव्हता. तेव्हा चेसिंगहॅम, तुम्ही आता त्या १००० पौंडासाठी एखादा चांगला व पटणारा खुलासा ठरवून ठेवा. समजले?''

त्याला आता यावर काय बोलावे ते सुचेना. तो माझ्याकडे टक लावून पहात राहिला. त्याच्या चेहऱ्यावरती निराशा दाटून आलेली दिसत होती. त्याच्या बहिणीचाही चेहरा तसाच दिसत होता. शेवटी तो जमिनीकडे टक लावून पहात राहिला. मी त्याला प्रोत्साहन देण्यासाठी म्हणालो, ''ठीक आहे. घाईगर्दी करून ठरवू नका. अजून बराच वेळ हातात आहे. दुसरी एखादी पटणारी सबब, गोष्ट निर्माण करा. दरम्यान, मला तुमच्या आईला भेटायचे आहे.''

''माझ्या आईला यात ओढलेत तर खबरदार.'' चेसिंगहॅम उठून उभा रहात म्हणाला. तो इतक्या जोरात उठला की, त्याची खुर्ची मागच्या मागे फेकली गेली. तो पुढे म्हणाला, ''माझी आई ही एक आजारी माणूस आहे. तिच्यापासून दूर रहा, मिस्टर कॅव्हेल.''

मी त्याच्या बहिणीकडे वळून म्हणालो, ''प्लीज, तुम्ही तुमच्या आईकडे जा व त्यांना सांगा की, मी त्यांना एका मिनिटात भेटायला येतो आहे.''

चेसिंगहॅम माझ्याकडे रोखून पाहू लागला. पण त्याची बहीण आमच्या दोघांच्या मध्ये येऊन उभी राहिली व आपल्या भावाला तिने म्हटले, ''प्लीज, काही आततायीपणा करू नकोस.'' मग तिने माझ्याकडे अशा नजरेने पाहिले की, मी जागच्या जागी खिळून उभा राहिलो. ती कडवटपणे त्याला म्हणाली, ''मिस्टर कॅव्हेल आपल्याला हवे तेच करणारे आहेत. तुला समजत नाही का हे?''

मग मी मला हवे तेच केले. मी वरच्या मजल्यावर जाऊन चेसिंगहॅमच्या आईला भेटलो. तिच्याबरोबर बोलण्यात माझी दहा मिनिटे गेली. माझ्या आयुष्यातील ती दहा मिनिटे काही चांगली नव्हती.

मी जेव्हा खाली आलो तेव्हा चेसिंगहॅम आणि त्याची बहीण माझी वाट पहात होते. ती माझ्यापाशी चालत आली. तिच्या तपकिरी डोळ्यांत भय दाटले होते. ती बेभानपणे म्हणाली, ''मिस्टर कॅव्हेल, तुम्ही एक फार गंभीर चूक करीत आहात. फारच भयंकर चूक. माझ्या भावाला मी तुमच्यापेक्षा जास्त ओळखते. त्याच्या हातून काहीही गैरकृत्य झाले नाही की, काहीही चूक झाली नाही. मी तुम्हाला अगदी शपथेवर सांगते की तो निर्दोष आहे. अगदी पूर्णपणे!''

''असं? मग त्याला आपला निर्दोषपणा सिद्ध करण्याची संधी जरूर मिळणार आहे.'' अनेकदा मला माझीच लाज वाटावी असे अनेक प्रसंग माझ्या पोलिसी कारकिर्दीत येऊन गेले. चेसिंगहॅमच्या आईबरोबर मी दहा मिनिटे बोललो. ती दहा मिनिटे अशीच मला लाज वाटायला लावणारी होती. मी त्याला म्हणालो, ''चेसिंगहॅम, तुम्ही तुमची बॅग आता भरायला सुरुवात करावी हे उत्तम ठरेल. एवढी माहिती गोळा झाली आहे की, त्यामुळे तुम्ही काही दिवस गुंतून पडाल हे नक्की.''

''तुम्ही मला आत्ता बरोबर घेऊन जाणार?'' तो निराशेने म्हणाला.

''त्यासाठी माझ्याकडे पुरेसे अधिकार नाहीत किंवा माझ्याकडे वॉरंटही नाही. कुणीतरी तुम्हाला न्यायला येईल. पण तुम्ही भिऊ नका किंवा पळून जाण्याचा मूर्खपणाही करू नका. घराभोवती पोलिसांनी वेढा घातला की, एखादा उंदीरही त्यातून निसटून जाऊ शकत नाही.''

''वेढा? गराडा? म्हणजे आत्ता पोलिसांनी तसे केले आहे?''

''तुमचे ते लाडके अंकल जॉर्ज जसे देशाबाहेर गेले, तसे तुम्हाला जायचे आहे. त्यासाठी पहिले विमान पकडावे लागेल. आम्ही तुम्हाला देशाबाहेर घेऊन जाऊ.'' माझे ते वाक्य हे नाटकातील प्रवेश संपताना म्हटल्या जाणाऱ्या भरतवाक्यासारखे होते.

सकाळी मी जे फोन केले त्यात नंतरचा व शेवटचा फोन हा हार्टनेलला केला होता. सकाळच्या नाश्त्याच्या आधी केला होता. अर्ध्या अंतरावरती एक पोलिसांची टेलिफोन बॉक्स होती. माझ्याजवळच्या किल्लीने मी ती उघडली. पोलीस खात्यातील माणसांना या बॉक्समधील फोनचा वापर हा मोफत होता. मी वॅगनर्स रेस्टला फोन केला. फोनवर मेरी आल्यावर तिने प्रथम माझ्या प्रकृतीची चौकशी केली. मी 'ठीक आहे' म्हटल्यावर तिने मला 'खोटे बोलता' असे म्हटले. नऊ वाजल्यानंतर मी तिकडे हॉटेलवर येतो आणि माझा नाश्ता तयार ठेव, असे मी तिला सांगितले. तसेच, हार्डेन्जरलाही जमेल तर तिकडे बोलावून घ्यावे, अशी सूचना दिली.

मी त्या फोन बूथपासून निघालो. माझी गाडी जवळच मी उभी करून ठेवली होती. एखाद्या भटक्या माणसाने उगाच गंमत म्हणून गाडीत शिरून खोड्या करू नये म्हणून मी काळजी घेत होतो. फोन करतानाही माझी नेहमी गाडीवर नजर असे. गाडीची दारे नीट बंद करूनच मी फोन करण्यासाठी बाहेर पडत असे. पण या वेळी मी घाईत असल्याने तसे करण्याचे राहून गेले होते. पाऊस सुरू झाला होता. मी दार उघडून आत बसणार तेवढ्यात त्या निर्मनुष्य रस्त्यावर मला एक व्यक्ती माझ्याकडे येताना दिसली. तीनएकशे फुटांवर आल्यावर माझ्या लक्षात आले की, तो एक मध्यमवयीन माणूस असून, त्याने चांगले कपडे घातले

आहेत. कपड्यांवरती त्याने रेनकोट चढवलेला होता. डोक्यावरती एक फेल्ट हॅट होती. बास. सर्वसामान्य माणसाची एवढीच ती लक्षणे होती. रस्त्यावरून पावसाच्या पाण्याचे जे प्रवाह वहात होते त्या पाण्यातून तो लंगडी घालत चालला होता. तोल जाऊ नये म्हणून आपले दोन्ही हात त्याने हवेत आडवे पसरले होते. लंगडी घालत पुढे जाताना तो एक टिनचे गंजके डबडे पायाने पुढे ढकलीत उडवित चालला होता. त्याच्या लंगडीचे प्रत्येक पाऊल पडताना तिथे पाण्याचे शिंतोडे मोठ्या प्रमाणात उडत होते.

मी त्या माणसाची ही सर्कस थोडा वेळ पाहिली. जेव्हा पावसाचा जोर वाढला व सर्वत्र वेगाने पडणाऱ्या थेंबांचा तडतड आवाज होऊ लागला तेव्हा मी भानावरती आलो. माझ्या पाठीवर पडणाऱ्या पावसामुळे माझे कपडे आतून काखेपर्यंत ओले झाले. तो माणूस एका उंच भिंतीमागे जाऊन नाहीसा झाला. या भागात पाऊस खूप कमी असतो. जेव्हा तो पडतो तेव्हा पावसात भिजत तसे खेळणे, म्हणजे लंगडी घालत डबडे उडवित पुढे सरकणे, असे करायला कोणालाही आवडेल. अगदी जमिनीत पुरलेले प्रेतही त्यासाठी जिवंत होऊन तसे खेळू लागेल. मी एकदम भानावर आलो व चटकन मोटारीत ड्रायव्हिंग सीटवर बसलो. माझ्या मागे मी दार लावून घेतले. अन् त्या वेळी मला जाणवले की, त्या लंगडी घालणाऱ्या माणसाचा हेतू पावसात खेळणे हा नव्हता किंवा खेड्यातील माणसांचे जे वेडेचार असतात तसे करण्याचा नव्हता, तर केवळ माझे लक्ष वेधून घेण्याचा होता. माझ्या गाडीत मागच्या बाजूला खाली एक व्यक्ती अंगाचे मुटकुळे करून चोरून बसली होती. त्या व्यक्तीचे अस्थित्व समजू नये म्हणून माझे लक्ष वेधले गेले होते.

माझ्या मागे कसला तरी लहान आवाज झाला म्हणून मी मान वळवून मागे पाहू लागलो. पण त्याला आता उशीर झाला होता. मी पायांची अढी घालून बसलो होतो. माझ्या डाव्या बाजूने एक वस्तू जोरात खाली आली व तिने माझ्या कानशिलात एक फटका मारला. त्या फटक्याचा जोर व आघात अचूक असल्याने वेदना होऊन मी बेशुद्ध पडलो.

# आठ

मी जागा झालो असे म्हणणे चूक ठरेल. जाणीव नसलेल्या अवस्थेतून बऱ्यापैकी वेगाने जाणिवावस्थेत येणे यासाठी 'जागे होणे' हा शब्दप्रयोग असतो. त्यामुळे 'मी जागा झालो' असे मला म्हणता येणार नाही. मी तपासात केलेली प्रगती ही कदाचित वेगाने असेल किंवा हळू असेल, पण मी मधल्याच कोणत्यातरी अवस्थेत असल्याने पुढे नक्की काय घडेल हे मला सांगता येईना. काळ किती उलटला हे समजण्यासाठी मजजवळ काहीच साधन नव्हते. अन् केवळ मनाने मी त्या काळाचा अंदाज घेतला तर तो फारच धूसर अंदाज ठरेल. मी जागृती व बेशुद्धी यांच्या मध्ये कुठेतरी हिंदकळत होतो. बेशुद्धी, मग जागृती, मग परत बेशुद्धी. या आंदोलनात माझे काळाचे भान पार बोथट होऊन गेले. पण हळूहळू माझा जागृतीचा कालखंड वाढत गेला. शेवटी एक वेळ अशी आली की, मी पूर्ण जागा झालो. आता यानंतर परत बेशुद्धीचा अंधार दिसणार नाही याची मला खात्री पटली. पण त्याचबरोबर माझी वेदनेची जाणीव वाढत गेली. माझे डोके, माझी मान, माझ्या शरीराची उजवी बाजू हे सारे एका मोठ्या शेगड्यात गच्च धरून आवळले जात आहे असे वाटू लागले. गव्हाचा दाणा जात्यात भरडला जात असताना त्याला जसे वाटत असेल तसे मला वाटू लागले.

मोठ्या कष्टाने मी माझे डोळे उघडले. पण एकच डोळा उघडला गेला. दुसऱ्या डोळ्याची पापणी चिकटून बसल्याने तो उघडला जाईना. मी तो एक डोळा फिरवून सभोवतालच्या परिस्थितीचा अंदाज घेऊ लागलो. कुठून तरी एक मंद प्रकाश येत होता. त्याचे उगमस्थान मी शोधले. ती एक खिडकी होती. एका उंच भिंतीवरती उंचावर असलेल्या त्या खिडकीला जाळी लावलेली होती. ती खिडकी छताच्या खाली लावलेली होती. ती खिडकी छताच्या खाली लगेच होती. याचा अर्थ मी कोणत्यातरी तळघरात आहे, असा होता. चेसिंगहॅमच्या घराला तसे तळघर होते.

माझ्या अंगाखालची जमीन टणक होती, तशीच ती ओलीही होती. खडबडीत कॉन्क्रीटच्या त्या जमिनीवरती जागोजागी पाण्याची थारोळी जमलेली होती. एका तसल्याच मोठ्या थारोळ्यात मला कोणीतरी टाकून दिलेले होते.

मी अर्धवट पाठीवर, अर्धवट कुशीवर पडलो होतो. माझे दोन्ही हात पाठीमागे होते. एका चमत्कारिक अवस्थेत मी पडल्याने मला आश्चर्य वाटू लागले होते. आपण झोपताना अशी अवस्था का घेतली ते मला समजेना. हळूहळू मला समजत गेले की, कोणीतरी माझे हात पाठीमागे बांधून टाकलेले आहेत. माझ्या हाताला खांद्यापासून बधिरपणा येत चालला होता. आता तो बधिरपणा कोपराच्या पुढे सरकत होता. याचा अर्थ माझे हात अगदी करकचून आवळून बांधले गेले होते.

मी माझ्या पायांवरती लक्ष केंद्रित केले. एकदम उठून बसायचा प्रयत्न केल्यावर तेही जमेना. मला माझे पायही हलवता येईना. एखादी तरफ वापरावी तसे माझे पाय वापरून मी बसण्याच्या अवस्थेत जाण्याचा प्रयत्न केला. पण माझ्या डोळ्यासमोर असंख्य काजवे चमकू लागले. त्या प्रकाशबिंदूंचा नाच थांबेपर्यंत मी वाट पाहिली. नंतर मी परत माझे प्रयत्न सुरू केले. माझे पाय घोट्यापाशी बांधलेले होते. नुसतेच बांधलेले नव्हते तर कसल्यातरी एका मोठ्या भांड्यांच्या धातूच्या भागालाही ते जखडले होते. हळूहळू माझ्या लक्षात आले की, ते एक द्राक्ष तुडवण्याचे अवजड व भले मोठे उथळ हौदासारखे भांडे होते. त्यात द्राक्षे घालून एका वेळी दहा-पंधरा माणसे ती तुडवायची व अशा रितीने द्राक्षाचा रस काढला जायचा. याचा अर्थ येथे पूर्वी वाईन बनवली जात असली पाहिजे. एका प्लॅस्टिकच्या कापडाने माझे पाय बांधले गेले होते. कोणातरी सराईत माणसाचे हे काम आहे हे मला त्यावरून समजले. ते प्लॅस्टिकचे कापड पीव्हीसीचे होते. एखाद्या ताकदवान गोरिलालासुद्धा ते फाडता आले नसते, एवढे ते चिवट होते. त्याच्या गाठी मोठ्या पकडीनेही कापता आल्या नसत्या. त्या गाठी सोडवण्यासाठी हाताची बोटे निरुपयोगी ठरत होती.

मी आता सुटकेसाठी माझ्या हालचाली हळूहळू करू लागलो. माझे डोके ठणकत होते. कोणत्याही झटपट केलेल्या हालचालीमुळे माझे डोके तुटून पडेल असे मला वाटत होते. अत्यंत सावकाश व काळजीपूर्वक हालचाली मी करू लागलो. मी त्या तळघरात माझी नजर फिरवली. ते एखादे खास वैशिष्ट्य असलेले तळघर नव्हते. साधेच होते, पण विस्तृत होते. एकच खिडकी, बंद दार, द्राक्षे तुडवायचा वर्तुळाकार हौद आणि मी. बस्स, एवढ्याच गोष्टी तिथे होत्या. एवढेच जग तिथे होते. हे जग आणखी वाईट करता आले असते. त्यात विषारी वायू सोडता आला असता. पाणी सोडून तळघर भरून टाकता आले असते. आतमध्ये साप सोडता आले असते. 'ब्लॅक विडो'सारखे विषारी कोळी

अंगावरती टाकता आले असते. पण तसले काही नव्हते. फक्त तळघर आणि त्यात जखडला गेलेला मी. बस्स! पण तरीही ही परिस्थिती असह्य होती.

मी द्राक्षे तुडवण्याच्या हौदाकडे हळूहळू सरकू लागलो. एका दोराने मी हौदाला बांधला गेलो होतो. माझे पाय जोरात झाडून तो दोर मी तोडू पहात होतो. त्यामुळे दोर तर तुटेनाच; परंतु माझ्या वेदनेत मात्र भर पडली. मग मी माझे बांधलेले हात सोडवून घेण्याचा प्रयत्न करू लागलो. लवकरच माझ्या लक्षात आले की, यामुळे केवळ वेळ वाया जातो आहे. शेवटी मी तो प्रयत्न सोडून दिला. पण काहीही न करता नुसते बसून रहाणे म्हणजे उपासमारीच्या दिशेने प्रवास करण्यासारखे होते. अन् उपासमारीने येणारा मृत्यू हा काही दिवसांनी होणार होता. तो काळ किती असेल त्याची मला कल्पना करता येत नव्हती. शिवाय उपासमारीपेक्षा तहानलेला रहाणे हे असह्य होते. मी हैराण होऊन गेलो.

मग मी मलाच बजावले, कॅव्हेल, असा धीर सोडू नकोस. यातूनही मार्ग निघू शकतो. मी विचार करू लागलो. माझे डोके न हलवता विचार करू लागलो. पण तरीही सुटकेची नवीन कल्पना न सुचता मला होणाऱ्या यातनांवरतीच माझा मेंदू सारखा विचार करू लागला.

मग कधीतरी मला माझ्या त्या जपानी पिस्तुलाची आठवण झाली. मी पापण्यांची उघडझाप केली आणि डोके हलवून सावधगिरीने पाहिले. माझ्या कोटाच्या डाव्या बाजूला मी पाहिले. मी कोटाच्या आतल्या डाव्या खिशात पिस्तूल ठेवले होते. त्यातून पिस्तुलाचा दस्ता वरती आलेला मला दिसत होता. हे पिस्तूल कसे काय कोणी काढून नेले नाही, याचे मला आश्चर्य वाटले. ज्यांनी कोणी मला येथे आणून टाकले ते माझ्याजवळचे पिस्तूल काढून घ्यायला कसे विसरले? हळूहळू माझ्या लक्षात आले की, ते विसरण्याचा प्रश्नच उद्भवत नव्हता. इंग्लंडमधील पोलिसांकडे पिस्तुले नसतात हे सर्वांना ठाऊक आहे. अन् मी एक पोलिसांचा माणूस आहे असे ते मला समजत असल्याने माझ्याकडे पिस्तूल नसणार अशी त्यांची समजूत नक्की झाली असावी.

मी माझे डोके जितके खाली वाकवता येईल तितके वाकवले. माझ्या कोटाची डावी बाजू दूर करून मला आत डोके खुपसायचे होते. मग मी दातांनी पिस्तुलाचा दस्ता पकडून ते बाहेर खेचणार होतो. दोन वेळा प्रयत्न करूनही मला ते जमले नाही. तिसऱ्या वेळी मात्र मी यशस्वी झालो आणि पिस्तुलाचा दस्ता मी माझ्या दातांनी पकडला व ते पिस्तूल बाहेर काढण्याचा प्रयत्न केला. पण मला ते जमले नाही. असे मी चार वेळा प्रयत्न केले. पण प्रत्येक वेळी अपयश आल्यावर मी तो नाद सोडून दिला. ते प्रयत्न करताना माझी मान खाली वाकवावी लागत होती व डावीकडे वळवावी लागत होती. त्या चमत्कारिक व

अनैसर्गिक पवित्र्यामुळे माझी मान दुखू लागण्याचा संभव होता. त्यातून माझ्या कानशिलावरती फटका मारलेला असल्यानेही माझ्या मानेवर नको तेवढा ताण पडला. चार वेळा खाली-वर मान केल्याने मानेतील मज्जातंतू नीट काम करेनासे झाले असावेत. मला तळघरातील दृश्य तरंगू लागल्याचा भास झाला. ते दृश्य माझ्या भोवताली गरगर फिरू लागले. अन् मग त्यामुळेच माझ्या उजव्या छातीतून एक तीव्र कळ उमटली. माझी एखादी बरगडी मोडली असून, ती आतमध्ये घुसून टोचू लागली आहे, असे मला वाटले. ज्या तऱ्हेने व ज्या तीव्रतेने मी यातना भोगत होतो त्यावरून मी आता कोणत्याही कारणमीमांसेवरती विश्वास ठेवायला तयार झालो होतो.

मी थोडा वेळ काहीच हालचाल केली नाही. थोडीशी विश्रांती घेतली. मग मी वळण्याचा प्रयत्न केला. त्या धडपडीमधून मी ओणवा झालो. म्हणजे मी गुडघ्यावरती बसलो आणि नको तितका कंबरेतून पुढे वाकलो होतो. माझे डोके खालच्या कॉन्क्रीटच्या जमिनीकडे जात होते. तशा अवस्थेत माझे पिस्तूल केवळ जडपणामुळे व गुरुत्वाकर्षणामुळे खिशातून जमिनीवर गळून पडू शकत होते. पिस्तूल खिशातून बाहेर पडलेच नाही. मी परत पुढे झुकून डोके खाली करून ते पिस्तूल बाहेर गळून पाडण्याचा प्रयत्न करू लागलो. असे तीन-चार वेळा झाल्यावर शेवटी ते पिस्तूल जमिनीवरती गळून पडले.

तळघरातील अर्धवट अंधूक उजेडात मी पिस्तुलावरती वाकून पाहू लागलो. आता ते पिस्तूल उडवून मी हवे ते साध्य करू शकणार होतो व परत ते पिस्तूल खिशात ठेवून देणार होतो. किती विचित्र, चमत्कारिक व अशक्य गोष्ट होती ती. खरे म्हणजे तशी कल्पना करणे हाच एक विनोद होता. पण मी माझ्यातील विनोदी माणूस बाजूला ठेवला. अशक्य तेच शक्य करण्याची तयारी ठेवली. पिस्तुलाच्या मॅगझिनवरती आतमध्ये नऊ गोळ्या भरल्याची खूण आली होती. मॅगझिन पूर्ण भरलेले होते.

मी वळलो व माझ्या मागे असलेल्या हातांच्या बोटांनी ते पिस्तूल पकडले, त्याचा सेफ्टी कॅचही मागे खेचला. मग जितके शक्य आहे तितके मी माझे मागे असलेले हात उजवीकडे आणले. माझ्या अंगातील कोटाच्या घड्या वाटेत येऊ लागल्या होत्या. पण मी अत्यंत जोर केला तेव्हा मला पिस्तुलाचा तीन इंचाचा भाग दिसू लागला. मी गुडघ्यावर बसून वाकलो व पुढे थोडेसे सरकलो. माझे पाय आता पिस्तुलाच्या नळीपासून फूटभर अंतरावर आले होते.

माझ्या पायाच्या घोट्यांना जे पीव्हीसी प्लॅस्टिकचे कापड बांधले होते त्यावर गोळी झाडायचा मी विचार केला. पण क्षणभरच तसा विचार केला. अमेरिकी साहित्यातील गाजलेला 'बफेलो बिल' हा नायकच तसे काही करून आपली

सुटका करून घेऊ शकेल. पण त्या बफेलो बिलची नजर दुर्बिणीसारखी होती. अन् मला खात्री होती की, या तळघरातील अंधूक उजेडात, मागे बांधलेल्या व बधिर झालेल्या हाताने त्याने नक्कीच गोळ्या झाडण्याचा आततायीपणा केला नसता. गोळी इच्छित लक्ष्यावर मारली जाण्याची शक्यता हजारात एक होती. पण कदाचित त्यामुळे नंतर लंडनमधील शस्त्रक्रिया करणाऱ्या डॉक्टरांना माझा डावा पाय कापावा लागला असता. पायाला बांधलेली ती पीव्हीसीची दोरी हवेतून जाऊन द्राक्षाच्या हौदाला जखडली गेली होती. चार पेडांची वेणी करावी तशी ती दोरी होती. त्यावरती जर मी गोळी झाडली तर निदान माझी त्या हौदापासून मुक्तता होऊ शकत होती.

मी त्या दोरीचा नीट अंदाज घेतला. जमेल तितका अंदाज घेतला व हिय्या करून त्यावरती गोळी झाडली. त्यामुळे तीन गोष्टी एकाच वेळी घडल्या. गोळी झाडल्यामुळे पिस्तुलाचा दणका मागे जबरदस्त बसला. एवढा बसला की, माझा उजवा अंगठा तुटून पडणार असे मला वाटले. अनैसर्गिक पद्धतीने मी ते पिस्तूल पकडल्याने असे झाले होते. पण त्याला माझा नाईलाज होता. त्या बंदिस्त जागेत पिस्तुलाचा बार एवढा मोठ्याने झाला की, माझ्या कानाचे पडदे फाटले, असे मला वाटले. तिसरी गोष्ट अशी झाली की, पिस्तुलाची गोळी कशावर तरी आपटून पुन्हा माझ्याच डोक्याजवळून गेली. इतकी जवळून गेली की, त्या गोळीची एक झुळूक माझ्या केसांना चाटून गेली. ती परावर्तित गोळी जर मला लागली असती तर माझ्या सर्व समस्याच संपल्या असत्या. अन् चौथी गोष्ट अशी घडली की माझा नेम चुकला.

दोन सेकंदांनी मी परत एकदा पिस्तूल झाडले. अगदी न कचरता झाडले. कचरत पिस्तूल झाडले तर नेम लागणार नव्हता. जर या जागेत वरती कोणी पहारेकरी असेल तर तो माझ्या गोळीबारांचे आवाज ऐकून धावत खाली येईल. आपल्या जागेत कोण घुसून मोडतोड करीत आहे ते पाहील. अन् परावर्तित गोळीचा जर मी विचार करीत बसलो तर मी गोळ्याच झाडू शकणार नव्हतो. शेवटी हिय्या करून, नीट नेम धरून मी पिस्तूल झाडले.

पुन्हा तोच कानठळ्या बसवणारा आवाज झाला आणि आता तर माझी खात्रीच झाली की, आपला उजव्या हाताचा अंगठा पार कामातून गेला. पण अंगठ्यापेक्षा येथून सुटका होणे गरजेचे होते. मला द्राक्षाच्या हौदाला बांधून ठेवणारी दोरी आता तुटली होती. यापेक्षा जास्त चांगला नेम बफेलो बिललाही धरता आला नसता.

मग मी वळलो. लोळत लोळत त्या हौदापाशी जाऊन त्याचा आधार घेतला व कसाबसा उठून उभा राहिलो. माझे हात बांधले गेले असले, निरुपयोगी झाले

असले तरीही त्यांचा उपयोग करून मी उभा राहू शकलो. माझे पाय लटपटत होते. मी तिथल्या एका फडताळाला माझे कोपर टेकवून आधार घेतला. कुणीतरी आत येईल या अपेक्षेने बंद दाराकडे पहात राहिलो.

मी माझ्या थरथरणाऱ्या पायावरती पूर्ण एक मिनिटभर उभा राहिलो. मोठ्या आतुरतेने वाट पहात उभा राहिलो. पण कोणीही आले नाही. मी तळघराच्या मध्यभागी जाऊन उभा रहाण्याचा प्रयत्न केला. तिथे जाऊन मी उंच असलेल्या खिडकीकडे पहू लागलो. कुणी सांगावे, माझा मारेकरी हुषार असेल तर तो माझी सुटकेसाठी चाललेली धडपड पाहून खूष झाला असेल. मी तसे वरती पहाणे म्हणजे त्याच्या दृष्टीस पडणे असल्याने ती एक जोखीम होती. पण तरीही ती मी स्वीकारली होती. अजूनही काहीही घडले नाही. बाहेर कोणतीही हालचाल झाली नाही. पुन्हा बांधलेल्या पायावर उड्या मारीत मी भिंतीच्या आधाराने दारापर्यंत गेलो. माझ्या हाताच्या कोपराने दाराची मूठ फिरवून पाहिली; परंतु दार बाहेरून कुलूपबंद केले होते.

मी माझी पाठ दाराला टेकवली. मग पिस्तुलाच्या नळीने दाराच्या लॅचच्या कुलपाचे भोक चाचपडून शोधले. पिस्तुलाचा चाप ओढला. पण गोळी कुठे गेली ते मला समजले नाही. मग परत मी तसा प्रयत्न केला व पिस्तूल झाडले. यावेळी गोळी लॅचच्या कुलपाला भेदून गेली. कुलपाचा अडसर दूर झाला. अन् दार उघडले गेले. पण ते दार बाहेरच्या बाजूला उघडणारे होते. अन् मी त्या दाराला पाठ टेकवून भार देऊन उभा होतो. दार उघडले गेल्यावरती मी धाडकन बाहेर आपटलो, पाठीवरती आपटलो. गोळी झाडण्याआधी मी दाराच्या बिजागऱ्या पाहून दार कोणत्या बाजूला उघडणार आहे ते अजमवायला हवे होते. जर बाहेर कोणी मला ठोसा मारण्यासाठी माझी वाट पहात उभे असते तर मी सरळ त्याच्या अंगावर आपटून दोघेही जमिनीवरती कोसळणार होतो.

बाहेर कोणीच नसल्याने माझ्यावर तसा हल्ला झाला नाही. पण जमिनीवर आदळल्याने मात्र माझे अंग चांगलेच सडकून निघाले. मी परत कसाबसा उठून उभा राहिलो. भिंतीचा आधार खांदा टेकवून घेतला. त्या खोलीत काहीही नव्हते. एक विजेचा दिवा वर लटकलेला होता आणि प्लॅस्टिकच्या कापडाचा फाटका तुकडा छताला लटकत होता. तो विजेचा दिवाही गेलेला असावा किंवा तिथला फ्यूज उडाला असावा. काही का असेना, तिथे आता वीज नव्हती. तळघरातील हवा कुबट होती. याचा अर्थ दीर्घ काळ त्या जागेचा वापर झाला नव्हता. पण ती वास्तू म्हणजे एक भव्य रहाते घर होते. रहाणारा माणूस ती जागा सोडून गेला होता.

तिथे वरच्या मजल्यावर नेणारा एक दगडी जिना होता. त्याच्या पायऱ्या झिजल्या होत्या. हातपाय बांधून ठेवलेल्या अवस्थेतही मी जिन्याने वर जाण्याचा

प्रयत्न केला. पण दोन पायऱ्या चढताच माझा तोल जाऊ लागला. कोसळण्याच्या आत मी चटकन खाली बसलो. बसल्यावर माझ्या ध्यानात आले की, आपल्या शरीराचा गुरुत्वमध्य जितका खाली असेल तितके आपण सुरक्षित असतो. मग मी तसाच बसत बसत जिना चढू लागलो.

शेवटी मी वर पोचलो. जमिनीच्या पोटात ते तळघर व त्याच्या बाहेरची खोली राहिली होती. मी आता जमिनीच्या पातळीला पोचलो होतो. वाटेत एक दार होते. पण आता माझ्या पिस्तुलात अजून पाच गोळ्या बाकी होत्या. पहिल्या गोळीतच दार उघडले गेले व मी बाहेरच्या बोळात अडखळत गेलो.

तो बोळ रुंद होता, तिथले छत उंचावरती होते. छत लाकडाचे होते. ओक वृक्षाची भरपूर लाकडे वापरून ते छत बनवले होते. सगळीकडे त्या लाकडी तुळया दिसत होत्या. बोळात दोन दरवाजे एकमेकांसमोर होते. ते दोन्हीही दरवाजे बंद होते. आणखी एक दरवाजा होता. त्यातून गेले असता घराच्या मागच्या बाजूला जाता येत असावे. आणखीही एक जिना वरती जात होता. बोळातील जमिनीवरती धुळीचे थर बसले होते. त्या बोळातून शेवटी मी एका दिवाणखान्यात प्रवेश केला. तिथेही सर्वत्र धूळ होती. एका काचेच्या दारापासून दूर मी उभा होतो. तेथपर्यंत कोणाची तरी पावले धुळीत उमटली होती. त्या सबंध वास्तूत कोणीही नाही हे आता मला कळून चुकले. मी एकटा तिथे होतो. या ठिकाणी एक सेकंदही वाया घालवणे चुकीचे ठरणार होते.

त्या पावलाच्या ठशांचा मागोवा घेण्याच्या भानगडीत मी पडलो नाही. जवळच्याच एका दाराकडे मी गेलो. सुदैवाने त्या दाराचे कुलूप लावलेले नव्हते. बाहेर आणखी एक बोळ होता. स्वयंपाकघर, धान्याची कोठी, स्टोअर-रूम, भांड्यांची खोली इकडे तो जात होता. थोडक्यात, ती एक भव्य वास्तू होती व कोणे काळी ती एखाद्या धनाढ्याची असावी. जुन्या काळात आपली श्रीमंती दाखवण्यासाठी महागड्या लाकडात घर बांधून त्याचे वासे, तुळया वगैरे लाकडी भागाचे मुद्दाम प्रदर्शन होईल अशी वास्तूत रचना केली जायची. येथेही तसेच होते.

मी प्रत्येक खोलीत गेलो. प्रत्येक कपाट उघडून पाहिले. प्रत्येक ड्रॉवर ओढून ते खाली जमिनीवरती पाडले. पण मला हवे ते मिळाले नाही. माझा वेळ निष्कारण वाया चालला होता. येथून निघून जाणाऱ्यांनी सारे सामान आपल्याबरोबर नेलेले होते. येथून कोणीही घाईघाईने गेलेले नव्हते. साधी पिन, टाचणी असे काहीही मागे ठेवले नव्हते. तसे काही जर मिळाले असते तर माझे बांधलेले हात-पाय मला सोडवून घेता आले असते.

स्वयंपाकघराच्या बाहेरच्या दाराला कुलूप नव्हते. मी ते उघडले आणि बाहेरच्या उघड्या हवेत उड्या मारत गेलो. बाहेर पाऊस कोसळत होता. मी सर्वत्र

नजर टाकली. पण कुठेही मला चिटपाखरूसुद्धा दिसले नाही. मी नक्की कोणत्या भागात आलो आहे याचाही मला अंदाज करता येईना. तिथे एक एकराची बाग होती. तिथल्या झाडांना फळे येऊन ती सडून जात होती. मेंदीचे कुंपण दहा फूट उंच होते. त्याची नीट छाटणी कित्येक वर्षांत केलेली नव्हती. पाईन वृक्षांवरून पाणी ठिबकत होते. वरचे आकाश काळ्या रंगाच्या ढगांनी भरून गेले होते. त्या आकाशातून पाऊस पडत असल्याने ते आकाश रडते आहे असे मला वाटले.

दूरवरती मला दोन लाकडी इमारती दिसल्या. त्या फार दूर नव्हत्या. एक इमारत गॅरेजएवढी होती, तर दुसरी त्याच्या निम्मी होती. ती मात्र जवळ असल्याने मी उड्या मारीत तिकडे निघालो. त्या इमारतीपाशी पोचल्यावर मी तिथल्या दाराला खांद्याने धक्का मारला. बिजागऱ्या अर्धवट बाहेर आल्या व दार कुरकुरत आत गेले. माझ्या धक्क्याने त्या कुजक्या दाराच्या लाकडी फळ्या मोडल्या.

आतमधे पाहिले तर पूर्वी त्या जागेचा उपयोग वर्कशॉप म्हणून केला जात असावा, हे उघड समजत होते. एका गचाळ खिडकीखाली भिंतीला लागून एक लांबलचक व जाडजूड फळी लावलेली होती. ते वर्क बेंच असावे. त्यावरती पक्का केलेला व आता गंजून गेलेला एक शेगडा होता. माझ्या दृष्टीने मला त्याचा उपयोग वाटत होता. त्याच्या चिमटीत एखादे हत्यार पकडून ठेवून मी मला हातापायाला बांधलेले दोर कापून टाकू शकत होतो. पण तो शेगडा गंजलेला असल्याने त्याचे हॅन्डल फिरेल याची शाश्वती नव्हती; परंतु मला कुठेही कापू शकणारे हत्यार मिळाले नाही. आपली वास्तू सोडून जाताना मालकाने अगदी योजनापूर्वक साऱ्या उपयोगी वस्तू बरोबर नेल्या होत्या. तिथल्या भिंतीही रिकाम्या होत्या.

पण त्यांनी जाताना एक गोष्ट मात्र नेली नव्हती. ती म्हणजे, एक मोठे खोके. ते एक प्लायवूडचे खोके होते व त्यात अनेक सटरफटर वस्तू ठेवल्या होत्या. एका लाकडाच्या लांबट तुकड्याने मी ते खोके उलथवून तिरपे केले व आतल्या वस्तू जमिनीवर सांडल्या. मी त्या लाकडाच्या तुकड्याने तो सारा भंगार माल चिवडला. त्यात गंजलेले स्क्रू, वाकडे झालेले खिळे, धातूंचे वाकडे झालेले भाग, इत्यादी होते. त्या गर्दीत मला हवी ती वस्तू मिळाली.

लोखंड कापायच्या करवतीच्या पात्याचा तो एक तुकडा होता. गंजलेला होता, पण त्याने काम होण्याजोगे होते. करकचून आवळून बांधलेल्या पीव्हीसी दोरामुळे माझे हात आता बधिर होऊन गेले होते. तो करवतीचा तुकडा उचलून शेगड्यात घालणे व शेगडा बंद करून तुकडा घट्ट बसवणे हे काम करणे अत्यंत कठीण गेले. पण एकदा तो तुकडा तिथे बसल्यावर मी त्यावर हाताची पीव्हीसी दोरी धरून ती मागेपुढे करून दोर कापायला सुरुवात केली. मला अत्यंत

सावकाश ते काम करावे लागले. नाहीतर मी चुकून माझी एखादी रक्तवाहिनी कापून बसायचा. जेव्हा तो दोर संपूर्ण कापला तेव्हा माझे हात मोकळे झाले. मी ते पुढे आणून समोर धरले तेव्हा मला ते हात निर्जीव वाटले. ते हात माझे आहेत, असे वाटेना. ते हात सुजले होते व निळे पडले होते. पार बोटांच्या टोकापर्यंत सुजले होते. जिथे दोर मनगटांना बांधला होता तिथे कातडी फाटून रक्त बाहेर आले होते. हात मागे धरून करवतीच्या पात्यावर मागेपुढे करताना पात्याचा गंज माझ्या जखमेत उतरला नसावा अशी मी आशा व्यक्त केली. नाहीतर माझे रक्त नंतर दूषित होऊ शकेल अशी मनात भीती वाटली.

मी बाजूला पडलेल्या खोक्यावरती पाच मिनिटे बसून राहिलो. ज्याने कोणी मला येथे आणून बांधून टाकले त्याला शिव्याशाप देत मी बसलो. हळूहळू माझ्या हातांचा निळसरपणा कमी कमी होऊ लागला. तिथे रक्त वाहू लागले आणि तिथली संवेदनाही परत येऊ लागली. माझ्या हाताला असंख्य सुया बोचल्याच्या वेदना होऊ लागल्या. मग तो करवतीच्या पात्याचा तुकडा घेऊन माझ्या पायाला बांधलेला दोर मी कापून काढला. आता मी पूर्णपणे बंधमुक्त झालो.

मग मी अंगातला कोट काढला व शर्ट काढला. माझ्या छातीची उजवी बाजू तपासली. तिथे जागोजागी रक्त साकळल्याचे डाग मला दिसून आले. काही ठिकाणी जखमा होऊन तिथे खपल्या धरल्या होत्या. कातडीचा रंग, खपल्यांचे रंग, रक्त साकळल्याचा रंग अशी विविधरंगी माझी उजवी छाती झाली होती. माझ्या मनात आले की, ज्या माणसाने माझ्या उजव्या छातीवर लाथा घातल्या त्या माणसाने जर डाव्या बाजूवर घातल्या असत्या तर त्या लाथा कोटाखालच्या पिस्तुलावर आपटून त्याचे पाऊल मोडले असते.

मी त्या टूल-शेड ऊर्फ वर्कशॉपमधून बाहेर पडलो. माझ्या हातात माझे पिस्तूल होते. पण त्याचा येथे वापर करायची वेळ येणार नाही याची मला खात्री होती. मी पुन्हा त्या घराकडे गेलो नाही. तिथे मला पावलांच्या ठशांखेरीज काहीही मिळणार नव्हते. ते पावलांचे ठसे कोणाचे आहेत हे शोधून काढण्याचे काम हार्डेन्जरच्या तज्ज्ञांचे होते. घरासमोरून निघून एक रस्ता वळून गेला होता. तो पुढे पाईनच्या झाडांमध्ये शिरला होता. पुढे तो नक्की कोणत्या तरी रस्त्याला मिळाला असणार. मी तिकडे जायचे ठरवले.

पण काही पावले टाकताच मी थांबलो व विचार करू लागलो. ज्याने कोणी माझ्यावरती हल्ला करून मला येथे बांधून टाकले होते त्याची बहुतेक अशी इच्छा असावी की, मी काही काळापुरता अन्यत्र गेलो आहे, केसवरती काम करीत नाही, असा समज सर्व संबंधितांचा व्हावा. तसे जर नसेल तर त्याने माझ्या गाडीचे काय केले? माझी गाडी नक्कीच त्याने जिथून मला पळवले तिथे

नसणार. ती कुठेतरी लपवून ठेवली असणार. पण कुठे? याचे उत्तर अगदी साधे, सरळ होते. जिथे मला लपवले तिथेच गाडीही लपवली असणार. अन् येथे लपवायला एक गॅरेज आहेच की!

मी त्या गॅरेजकडे गेलो. आत गेल्यावर मला माझी गाडी दिसली. मी चटकन आत शिरलो आणि आतल्या गुबगुबीत आसनावरती अंग टाकून दिले. काही वेळ मी तसाच बसून राहिलो. तपासकामातून मी बाजूला झालो आहे, निदान काही काळापुरता, असे लोकांना वाटू देण्यात कोणाचा तरी लाभ असणार. तसे असेल तर मला त्याचा फायदा उठवता येणार होता. मी मग गुप्तपणे तपासकार्य जारी ठेवून त्या व्यक्तीपर्यंत सहज पोहोचू शकत होतो. त्यातून रहस्यावर काहीतरी प्रकाश पडू शकत होता. हे कसे काय करायचे ते मला समजेना. कारण वेदना, थकवा आणि अशक्तपणा यामुळे माझे मन सुन्न झाले होते. मला सुसंगत विचार करणे कठीण झाले होते. आत्तापर्यंत माझी म्हणावी तशी वेगाने तपासकार्यात प्रगती झाली नव्हती. आत्ताची शरीराची अवस्था ही आणखी मंदपणे प्रगती होऊ देणारी होती. तेव्हा काही काळ आपण येथे बंदिस्त आहोत किंवा इतरांच्या नजरेत कुठे तरी गेलो आहोत, असा भास होऊ देण्यात आपला काहीतरी फायदा होत असेल तर तो घेतलाच पाहिजे. त्यामुळे निदान आपली प्रगती वेगाने होऊ शकेल. म्हणून आपली ही गाडी येथेच राहू द्यावी. त्यामुळे मला पळवणाऱ्याला वाटेल की, मी अजूनही बंदिस्तच आहे. समजा, तो येथे आला तरी गाडी येथेच पाहून मी पळून कुठेतरी रानावनात बेशुद्ध होऊन पडलेलो असेल असेही त्याला वाटू शकेल. मी गाडीतून बाहेर पडलो व सरळ चालत जाऊ लागलो.

घरासमोरून निघालेला रस्ता हा एका खडबडीत व चिखलाने भरलेल्या रस्त्याला जाऊन मिळत होता. त्या रस्त्यावर मी उजवीकडे वळलो. कारण दूरवर मला एक टेकडी दिसली. ती टेकडी माझ्या ओळखीची होती. त्यामुळे उजवीकडे गेल्यास आपण आल्फ्रिंगहॅमच्या दिशेने जाऊ अशी माझी खात्री होती. वीस मिनिटे चालल्यावरती एका रस्त्यापाशी हा चिखलाचा रस्ता संपला. तिथे एका खांबावरती पाटी होती. 'नेटली कॉमन – २ मैल.' हे नेटली-कॉमन गाव लंडन-आल्फ्रिंगहॅम रस्त्यावर आहे हे मला ठाऊक होते. कमीत कमी सहा मैलांवरती आहे. सबंध आसमंतात सोडून दिलेली ती ओसाड वास्तू एकमेव असल्याने मला तिथे आणून टाकले असावे.

मला नेटली-कॉमन गावाला पोचायला दोन तास लागले. याचे कारण एक तर मी जायबंदी झालो होतो आणि मी लपतछपत चाललो होतो. समोरून एखादी सायकल किंवा मोटर आली तर मी चटकन बाजूला होऊन झुडपामागे लपत होतो. माझ्यावर हल्ला करून येथे आणलेल्या माणसाला माझी सुटका कळू नये आणि

कळलीच तर मी कोठे गेलो आहे ते समजू नये, अशी माझी इच्छा होती. मी नेटली-कॉमन गावात शिरलोच नाही. ते गाव टाकून आजूबाजूच्या शेतातून मार्ग काढीत पुढे गेलो. ऑक्टोबर महिन्याच्या सकाळच्या प्रहरात शेतांवर कोणीही कामे करीत नव्हते. जेव्हा मी मुख्य रस्त्याला पोचलो तेव्हा मी मटकन खाली बसलो. झुडपांमागे असलेल्या खाचेत बसलो. माझे शरीर आता मला कधीही दगा देईल, ते फुटून विदीर्ण होईल असे मला वाटू लागले. मी एवढा दमून गेलो होतो की, माझ्या छातीवरच्या जखमांच्या वेदनाही मला जाणवेनाशा झाल्या. थंड शवागारात ठेवलेली प्रेते जशी हाडांपर्यंत गोठून गेलेली असतात तसे माझे शरीर गार पडले आहे असे मला वाटू लागले. बाहुली नाचवावी तसे आपल्याला कोणीतरी नाचवून आपल्याकडून हालचाली करवून घेत आहे असे मला वाटले. कदाचित आपण आता वयस्कर होत चालल्याने असे विचार आपल्या मनात येत असावेत.

अशीच वीस मिनिटे गेली आणि माझे वय वीस मिनिटांनी वाढले. रस्त्यावरती फार तुरळक वाहतूक होती. फक्त तीन मोटारी व एक बस माझ्याजवळून निघून गेल्या. त्यामध्ये ठासून माणसे बसलेली असल्याने मला त्या वाहनांचा काहीच उपयोग नव्हता. मला एखादा ट्रक हवा होता व त्यात फक्त ड्रायव्हर असायला हवा होता किंवा फक्त ड्रायव्हर असलेली एखादी मोटार हवी होती. मी अशाच गाड्या थांबवणार होतो. पण अशा गाड्यांतील ड्रायव्हर माझा अवतार पाहून थांबतील काय याची मला शंकाच होती. माझे कपडे फाटले होते, चिखलाने बरबटले होते, अंग जागोजागी ठेचकाळले होते. चेहराही भयानक झाला असला पाहिजे. पण मी तरीही वाट पहात राहिलो.

लांबून मला एक मोटार येताना दिसली. त्यात दोन माणसे होती. दोन असली तरीही ती गाडी थांबवायची असे मी ठरवले. त्या गाडीला हात केला. गाडीचा वेग कमी कमी होत गेला आणि माझ्यापाशी येऊन ती सावकाश थांबली. काळ्या रंगाची व आकाराने मोठी असलेली ती गाडी मी ओळखली. आतमध्ये गणवेशातील दोन माणसे होती. ते दोन पोलीस होते. मला पाहून त्यांना आश्चर्य वाटले आणि त्यांना हायसे वाटल्याचेही माझ्या लक्षात आले. एक जाडजूड पोलीस बाहेर आला आणि मला उठून उभा रहायला मदत करू लागला. मी एकदा अडखळून खाली पडतो आहे हे पाहिल्यावर त्याने मला सरळ हातावर उचलून घेतले व गाडीत नेऊन ठेवले.

आपला चेहरा त्याने माझ्या चेहऱ्याजवळ आणून मला निरखून पाहिले आणि विचारले, "तुम्ही मिस्टर कॅव्हेलच आहात ना?"

मी मान हलवून होकार दिला. त्याच्या प्रश्नावरून गेल्या काही तासांत माझा चेहरा किती बदलला असेल याची मला कल्पना आली.

“थॅन्क गॉड!” तो म्हणत होता, “सात-आठ पोलीस गाड्या आणि कित्येक लष्करी वाहने गेले दोन तास तुमचा शोध घेत हिंडत आहेत.” त्याने मला मागच्या आसनावरती नीट बसवले. “सर, तुम्ही आता बिलकूल काळजी करू नका.”

मी माझे चिखलाने लडबडलेले, पावसाने भिजलेले शरीर एका कोपऱ्यात नेले. मी त्या पोलिसाला म्हणालो, “सार्जंट, असा प्रसंग माझ्यावर पुन्हा कधीही न येवो.”

“डोन्ट वरी, सर.” असे म्हणून तो पुढे जाऊन ड्रायव्हरच्या शेजारच्या आसनावर बसला आणि वायरलेस सेट चालू करून त्याने मायक्रोफोन हातात घेतला. गाडी सुरू झाली. तो मला म्हणाला, “सर, तुमची बायको पोलीस स्टेशनवरती आली आहे. बरोबर इन्स्पेक्टर वायली आहेत.”

मी चटकन त्याला म्हणालो, “एक मिनिट थांबा. सार्जंट, मी जिवंत परत आलो आहे हे कोणालाही कळवू नका. मला ओळखणाऱ्यांना ही बातमी समजता कामा नये. एखादी अशी शांत जागा आहे का, जिथे मला कोणी पहाणार नाही?”

त्याने मागे वळून माझ्याकडे पाहिले व सावकाश विचारले, “सर, तुम्ही काय म्हणता आहात ते नीट कळले नाही.”

बाबारे, तुला कळो वा न कळो, पण मी सांगतो तसे कर, असे सांगण्याची मला ऊर्मी झाली. परंतु त्याऐवजी मी म्हणालो, “सार्जंट, मी सांगतो आहे ते महत्त्वाचे आहे. कुठे तरी सुरक्षितपणे लपण्याची जागा आहे का?”

तो म्हणाला, “अंऽऽ... मिस्टर कॅव्हेल, तसे सांगणे कठीण आहे–”

तेवढ्यात ड्रायव्हर उत्स्फूर्तपणे म्हणाला, “माझे घर तशी जागा आहे. माझी बायको आपल्या आईबरोबर परगावी गेली आहे. घर रिकामेच आहे. मिस्टर कॅव्हेल, तुम्ही तिथे खुशाल रहाल.”

“तिथे फोन आहे? आणि ते आल्क्रिंगहॅमपासून जवळ आहे? आजूबाजूला वर्दळ नाही? निवांत जागा आहे?” मी विचारले.

“सर, या सर्व गोष्टी तिथे आहेत.”

“छान! थॅन्क्स!” मग त्या दुसऱ्या पोलिसाला मी म्हणालो, “सार्जंट, प्लीज तुमच्या इन्स्पेक्टरशी बोला. खासगीत बोला. दुसऱ्या कोणाला माझे बोलणे ऐकू जाता कामा नये. त्यांना त्या घरात बोलावून घ्या. येताना माझी बायको आणि हार्डेन्जर यांनाही आणा. शिवाय, कुठेही वाच्यता न करणारा एखादा डॉक्टर शोधून आणा. लक्षात आले ना मला काय म्हणायचे ते?”

त्याने आपली मान डोलवली व विचारले, “डॉक्टर?”

मी मान हलवली आणि माझा कोट उघडून दाखवला. पावसामुळे मी आतपर्यंत भिजलो होतो. जिथे जिथे मला मार बसला होता तिथे रक्त बाहेर आले होते. पाण्यामुळे ते रक्त शर्टाला चिकटून सर्वत्र पसरले होते. शर्टावर सर्वत्र

लाल रंगाचे डाग उमटले होते. ते पाहून सार्जंट चटकन आपल्या ड्रायव्हरला म्हणाला, ''कमॉन, रोली बॉय. तुला नेहमी वेगाने गाडी पळवायची इच्छा होते ना. आता पळव तशी गाडी. पण सायरनच्या बटणापासून तुझी बोटे दूर ठेव. तो अजिबात वाजवायचा नाही.''

एवढे म्हटल्यावर त्या सार्जंटने मायक्रोफोन उचलला आणि त्यात खालच्या आवाजात व महत्त्वाचे सांगण्याच्या शैलीत घाईघाईने बोलू लागला.

''मी कोणत्याही हॉस्पिटलमध्ये जाणार नाही आणि हे मी शेवटचे सांगतो आहे.'' हे वाक्य मी चिडून बोललो. मी दोन सॅन्डविच खाल्ले आणि थोडीशी व्हिस्की प्यायलो. तेवढ्यानेही मला खूप हुशारी वाटू लागली होती. माझा जुना चमत्कारिक वाटणारा स्वभाव परत उसळून आला होता. ''सॉरी, डॉक्टर. मी हे तुम्हाला ठामपणे सांगतो आहे.''

पोलीस-ड्रायव्हरच्या घरातील पलंगावर मी पडलो होतो. माझ्यावर वाकून डॉक्टर मला तपासत होते. अत्यंत शांतपणे व पद्धतशीरपणे माझी तपासणी करून ते माझा अंदाज घेत होते. ते म्हणाले, ''सॉरी, मी तुमच्यावर जबरदस्ती करू शकत नाही. पण जर तशीच गंभीर वेळ आली तर मी तसे करेनही. तुम्ही एक आजारी माणूस आहात आणि तुमची ताबडतोब क्ष-किरण तपासणी करायला हवी. तुम्हाला हॉस्पिटलमधल्या उपचारांची अत्यंत गरज आहे. तुमच्या दोन बरगड्यांना भेगा गेल्या आहेत, असे वाटते आणि तिसरी बरगडी तर नक्कीच तुटलेली आहे. ती कितपत मोडली आहे आणि मामला कितपत गंभीर आहे हे मी येथे सांगू शकत नाही. केवळ क्ष-किरण यंत्रामुळेच ते समजू शकेल.''

मी त्यांना समजावण्याच्या सुरात म्हणालो, ''काही काळजी करू नका. तुम्ही ज्या पद्धतीने माझ्या छातीला पट्ट्या बांधल्या आहेत त्यावरून ती मोडलेली बरगडी फुप्फुसात घुसणार नाही की, तिचे टोक कातडीबाहेर येणार नाही हे नक्की.''

यावर ते डॉक्टर काय बोलणार? ते शुष्कपणे म्हणाले, ''तुम्ही जर काही व्यायाम करणार नसाल, फारशा हालचालीही अजिबात करणार नसाल तरच ती तुटकी बरगडी आहे तशी राहील. आता तुम्हाला वैद्यकीय सल्ल्याविरुद्ध वागून आपलाच आत्मघात करून घ्यायचा असेल तर मी थोडाच तुम्हाला थोपवू शकतो? मला एका गोष्टीची भीती वाटते. तुम्हाला न्यूमोनिया होण्याची दाट शक्यता आहे. मोडलेली हाडे, खूप दमणूक झालेली असणे आणि पावसात बराच वेळ खूप भिजणे, या सर्वांमुळे न्यूमोनियाचा संसर्ग तुम्हाला होण्याची दाट शक्यता आहे. मोडलेल्या फासळ्या आणि न्यूमोनिया होणे हा एक अत्यंत चमत्कारिक व घातक योगायोग आहे. स्मशानात तसे सांगणारी असंख्य थडगी

तुम्हाला सापडतील.''

"तुमच्या या बोलण्यामुळे मला आणखी हसू येते आहे,'' मी परत चिडून म्हणालो.

मग त्या डॉक्टरने माझ्याकडे दुर्लक्ष करून मेरीकडे पाहिले. ती माझ्या पलंगाशेजारी बसली होती. तिचा चेहरा भीतीने पांढरा पडला होता. तो तिला म्हणाला, "मिसेस कॅव्हेल, तुम्ही दर तासाने त्यांची नाडी पहा. श्वासोच्छ्वास मोजा. शरीराचे तापमान बघत जा. यातली कोणतीही गोष्ट जास्त झाली किंवा तसे वाटू लागले तर ताबडतोब मला फोन करा. तुमच्याकडे माझा नंबर आहेच. शेवटी तुम्हाला व येथे आत्ता असलेल्यांना,'' एवढे म्हणून त्याने हार्डेन्जर व वायली यांच्याकडे पाहिले व पुढे म्हटले, "एक सावधगिरीची सूचना देतो. जर मिसेस कॅव्हेल या येत्या बहात्तर तासांत बिछान्यापासून दूर गेल्या तर या पेशंटला जे काही पुढे होईल त्याची वैद्यकीय जबाबदारी माझ्यावर रहाणार नाही.''

एवढे बोलून त्या डॉक्टरने आपली बॅग उचलली व तो तिथून गेला. डॉक्टर गेल्यानंतर मी माझे पाय हवेत उडवून बाहेर सोडले आणि एक नवीन शर्ट मी अंगावर चढवू लागलो. त्यामुळे माझ्या छातीत दुखले खरे, पण जेवढे वाटले तेवढे दुखले नाही. अगदीच थोडेसे दुखले. मेरी व हार्डेन्जर यांच्यापैकी कोणीही त्याबद्दल बोलले नाही. म्हणून बोलायचा हेतू नव्हता तरी इन्स्पेक्टर वायली कळकळीने मला म्हणाला, "मिस्टर कॅव्हेल, यामुळे तुम्ही स्वतःचाच घात करून घ्याल. डॉक्टर काय म्हणाले ते ठाऊक आहे ना? सर, तुम्ही त्यांना का थोपवत नाही?'' शेवटचे वाक्य त्याने हार्डेन्जरला उद्देशून म्हटले होते.

हार्डेन्जर समजावणीच्या सुरात त्याला म्हणाला, "मी काय सांगू? त्यांना वेडाचा झटका आला आहे, असेच म्हटले पाहिजे. त्यांची पत्नीही त्यांना थोपवू शकत नाही हे तुम्ही पाहिलेच आहे. काही गोष्टी आपल्या आयुष्यात कधीही बदलू शकत नाहीत. त्या आपण बदलायला गेलो तर आपला त्यात नुसता वेळ जातो. कॅव्हेल यांचे वागणे हे असेच बदलू न शकणाऱ्या गोष्टींपैकी आहे.'' एवढे बोलून त्याने माझ्याकडे रागाने पाहिले व मला म्हटले, "तेव्हा कॅव्हेल महाशय, तुम्ही आत्तापर्यंत एकट्याने शोध घेत बसलात व हुषारी दाखवली. हो ना? त्यामुळे काय घडले ते आता दिसतेच आहे. तुम्ही सारा गोंधळ करून ठेवला आहे. त्या गोंधळात तुम्ही स्वतःच सापडला आहात. बघा आता हा गोंधळ. तुमच्या हे कसे ध्यानात येत नाही की, आपण दोघांनी एकत्र मिळून तपास केला तरच आपल्याला यश मिळणार आहे. तुमच्या तपासाच्या पद्धती खड्ड्यात गेल्या. तपासाचे काम करण्याची एक प्रणाली असते, पद्धत असते, नेहमीचा मार्ग असतो. सहकार्याने कामे करावी लागतात. कोणत्याही गुन्ह्याविरुद्ध तुम्ही अशा

पद्धतीने तपास केला तरच शेवटपर्यंत जाता येते. तुम्हाला हे ठाऊक असूनही तुम्ही किती विचित्र वागता. डॅम यू!''

मी म्हणालो, ''मान्य आहे. तज्ज्ञ माणसांनी तज्ज्ञाच्या देखरेखीखाली कामे करणे योग्य आहे. मी तुमच्याबरोबर आहेच. पण येथे मात्र नाही. आत्ताची वेळ अशी आहे की, शांतपणे वाट पहात तपास करणे हे परवडणारे नाही. त्याला खूप वेळ लागेल. अन् दरम्यान ते विषाणू वापरले गेले तर? केवढा हाहाकार उडेल याची कल्पना करा. तुम्ही तुमच्या माणसांचा सशस्त्र पहारा या घरावर ठेवला आहे. अन् मी येथे असताना तुमचे तज्ज्ञ शांतपणे त्या जागेतील पावलांचा मागोवा घेत रहाणार ना?''

त्याने मान हलवित म्हटले, ''ठीक आहे. आता आणखी वेळ घालवायला नको. काय काय घडले ते सांगा.''

''ते मी तुम्हाला सांगेनच. पण त्या आधी मला सांगा की, मला शोधण्यात पोलीस खात्याचा मौल्यवान वेळ वाया गेला याबद्दल तुम्ही मला का नाही झापलेत? तसेच आत्ता मी बिछान्यातून उठल्यावर मला बिछान्यातच पडून रहाण्यासाठी आपला अधिकार का वापरला नाहीत? जे तुम्ही एरवी केले असते ते आत्ता केले नाहीत. याचा अर्थ एकच आहे की, सुपरिन्टेन्डन्ट हार्डेन्जर हे कसल्या तरी घोर चिंतेत पडले आहेत. कसली ती चिंता आहे. प्लीज सांगा मला.''

शेवटी हार्डेन्जरने मला सांगितले, ''त्या विषाणूच्या चोरीची बातमी शेवटी आजच्या वृत्तपत्रात छापून आलीच. मरडॉनमधे झालेली घुसखोरी, ते दोन खून, वगैरे सारे काही छापून आले आहे. विषाणूंची चोरी छापून येईल अशी आमची कल्पना नव्हती व अपेक्षाही नव्हती. याचा अर्थ या गुन्ह्यामागची मंडळी ही घायकुतीला आली असावीत. सर्व राष्ट्रीय वृत्तपत्रांनी या बातमीला जबरदस्त मथळे दिले आहेत.'' एवढे म्हणून त्यांनी कोपऱ्यातील टीपॉयवर ठेवलेल्या वर्तमानपत्रांच्या चळतीकडे बोट केले व म्हटले, ''वाचायची आहेत तुम्हाला ती वृत्तपत्रे?''

''त्यात आणखी वेळ मी कशाला वाया घालवू? काय छापले असेल याचा मी अंदाज करू शकतो; परंतु फक्त यामुळेच तुम्ही चिंता करत आहात असे मला वाटत नाही.''

''होय. जनरल फोनवर आले होते. ते तुमची चौकशी करत होते. गेल्या दीड तासापूर्वीच तो फोन होता. एका माणसाने त्या धमकीच्या पत्राच्या सहा प्रती काढल्या व आपल्या खास माणसाकरवी त्या आज सकाळी फ्लीट स्ट्रीटवरील आर्थिक उलाढाल करणाऱ्या मोठमोठ्या कंपन्यांना वाटल्या. परंतु ह्या आगाऊ सूचनेची दखल त्यांनी घेतली नाही किंवा पत्रातील धमकीनुसार बीबीसीनेही आपल्या बातम्यांत त्या धमकीची पोच दिली नाही. मरडॉनच्या भिंती अजूनही

तशाच उभ्या आहेत. नंतर धमकी अशी मिळाली आहे की, आता काही तासांत ती व्यक्ती आपल्याजवळच्या विषाणूंचा प्रयोग करून दाखवणार आहे. यामुळे एक तर आपल्याकडे ते विषाणू खरोखरीच आहेत हे तो आपल्याला सिद्ध करून दाखवेल आणि दुसरे असे की, त्या विषाणूंचा वापर करण्यास तो कचरत नाही हेही त्याला दाखवून देता येईल.''

"त्या माणसाची ही दुसरी धमकी वर्तमानपत्रे छापतील?"

"खुशाल छापतील. त्यांना त्या धमकीची प्रत मिळाल्यावरती सर्व संपादकांनी स्कॉटलंड यार्डच्या स्पेशल ब्रॅन्चशी संपर्क साधला. मग तिथल्या असिस्टंट कमिशनरने गृहखात्याच्या प्रमुखाशी, म्हणजे होम सेक्रेटरीशी संपर्क साधला. नंतर माझ्या कानावर आले की, मंत्रिमंडळाची एक खास बैठक बोलवण्यात आली. त्यात काय निष्पन्न झाले किंवा त्यांनी काही हुकूम काढला तरी त्याला अर्थातच प्रसिद्धी मिळणार नाही. फ्लीट स्ट्रीटवरील सर्व कंपन्यांनी सरकारला सांगितले की, ताबडतोब काहीतरी कृती करा. शिवाय वरती हेही बजावले की, सरकार हे जनतेचे सेवक असून जनता सरकारची सेवक नाही. जर देशावर एखादे भयानक संकट कोसळले असेल – अन् तसे त्यांना ते जाणवलेही आहे – तर जनतेचा सर्व काही जाणून घेण्याचा हक्क आहे. त्यांनी सरकारला अशीही जाणीव करून दिली आहे की, जर सरकारचे एखादे पाऊल जरी चुकीचे पडले तर हेच सरकार एका रात्रीत कोसळवले जाईल. आत्ता लंडनमध्ये संध्याकाळची वृत्तपत्रे रस्त्यात विकली जात असतील. माझी खात्री आहे की, त्यातील मथळे हे इंग्लंडने दुसरे महायुद्ध जिंकले त्यापेक्षाही मोठे असतील.''

"म्हणजे आता खरा खेळ सुरू झाला तर." एवढे बोलून मी मेरीकडे पाहिले. ती मघापासून काहीही बोलत नव्हती. तिचा चेहरा निर्विकार होता. माझ्याकडे बघण्याचे ती कटाक्षाने टाळीत होती. माझ्या मनगटांना बॅन्डेज केलेले होते. त्यामुळे माझ्या शर्टाच्या कफलिंक्स ती नीट लावीत होती. मी माझ्या हाताची बोटे ताणून सरळ केली होती. मी पुढे म्हणालो, "यामुळे ब्रिटिश जनतेची फुटबॉल मॅचेसवरच्या जुगाराबद्दलची जी बडबड सतत चालते ती बंद होईल आणि टीव्हीवरील रात्रीच्या शोबद्दलचीही बडबड थांबेल. त्याऐवजी ते या नवीन विषयांवरती बोलत रहातील.''

यानंतर मी हार्डेन्जरला काल रात्री काय काय घडले ते सांगितले. मात्र मी जनरलची भेट घेतल्याचे सांगितले नाही.

शेवटी हार्डेन्जर जडपणे म्हणाला, "व्हेरी इंटरेस्टिंग. तुम्ही मला असे सांगत आहात की, मेरीलाही न सांगता लोकांच्या घरी रात्री जाऊन, त्यांना फोन करून, झोपेतून उठवून प्रश्न विचारलेत. हे बरे केलेत असे वाटते तुम्हाला?''

"हे बघा, मी तुम्हाला एक सांगतो. ते पोलिसांचे एक जुनेच गुप्त तंत्र आहे. त्या तंत्राला तुम्ही आव्हान देऊ शकत नाही. संशयितांना झोपेतून उठवून, घाबरवून सोडून प्रश्न विचारले की, तुमची तपासकार्यात निम्मी प्रगती झालीच म्हणून समजा. शिवाय हे करताना मला रात्रभर झोप घेता आली नाही, हे तुम्ही लक्षात घ्या. मी तुम्हाला न सांगता असे का केले, तर त्यासाठी तुम्ही मुळीच परवानगी दिली नसती. एवढेच नव्हे, तर तुमचे प्रशिक्षण व मानसिकता पहाता तुम्ही मला बळ वापरून थोपवले असते."

"मला तशी संधी मिळाली असती तर मी तुमच्या सर्व बरगड्या मोडून टाकल्या असत्या."

"पण मग त्यामुळे आत्ता जी संशयितांची यादी आपल्याला कमी करत नेता आली तशी करता आली नसती. मी ज्यांना ज्यांना रात्री भेटलो त्या सर्वांना मी सांगितले की, आम्ही आता रहस्य उलगडण्याच्या बेतात आलो आहोत. त्यामुळे त्यांच्यापैकी एकजण बिथरला व तसे होऊ नये म्हणून मला थोपवण्यासाठी माझ्यावर हल्ला करून मला लांब फेकून दिले."

"हा तुमचा तर्क आहे."

"पण योग्य तर्क आहे. यापेक्षा जास्त चांगला तर्क तुम्हाला सुचतो काय? आपण आता असे करू या. प्रथम त्या तरुण चेसिंगहॅमला ताब्यात घेऊ. त्याच्याकडून खूप काही कळू शकेल आणि–"

हार्डेन्जर माझे बोलणे तोडीत म्हणाला, "मी तुम्हाला विचारायचे विसरलो होतो. तुम्ही जनरलना काल रात्री फोन केला होतात–"

"होय, केला होता." त्याचे वाक्य पुरे व्हायच्या आत मी म्हणालो, "मला माझ्या पद्धतीने काम करण्यासाठी अधिकार पाहिजे होते. तुम्हाला ते अधिकार मागितले असते तर तुम्ही ते नक्कीच दिले नसते."

"तुम्ही एक हुषार व लबाड माणूस आहात. हो ना?"

मी त्याला दिलेल्या उत्तराबद्दल त्याला संशय वाटला का म्हणून मी त्याच्या चेहऱ्याकडे निरखून पाहिले. पण तशी कोणतीही खूण मला दिसली नाही. म्हणून मी संभाषण पुढे नेण्यासाठी म्हणालो, "त्या चेसिंगहॅमच्या नोकरीचा पूर्वइतिहास मी पाहिला. लष्करात आर.ए.एस. कोअरमध्ये तो एक ड्रायव्हर होता.

"असं? म्हणून त्याला अटक करायची?"

"होय."

"अन् त्याच्या बहिणीचे काय?"

"त्याची बहीण निर्दोष आहे. ती फक्त स्वत:ला वाचवायला पहाते आहे. अन् त्या दोघांची आई तर पूर्णपणे निष्कलंक आहे."

"म्हणजे ज्यांना तुम्ही भेटलात त्यातील चौघेच राहिलेत. का तेही सर्वजण निर्दोष आहेत?"

"ते मला सांगता येत नाही. कर्नल वेब्रिजचे उदाहरण घ्या. फक्त याच व्यक्तीला सिक्युरिटीच्या फायली पहाण्याचे अधिकार होते. डॉ. हार्टनेलची आर्थिक परिस्थिती त्यांना समजली होती. म्हणून त्याला ब्लॅकमेल करणे त्यांना जमले. हार्टनेलला सहकार्य द्यायला भाग पाडले."

"पण काल तर तुम्ही मला हार्टनेल हा निर्दोष आहे असे म्हणाला होतात."

"त्याच्याबद्दल अजून मी माझी मते पक्की केली नाहीत. दुसरे असे की, आपले हे शूरवीर कर्नल वेब्रिज, हे आपल्या कमांडिंग ऑफिसरप्रमाणे प्रयोगशाळा उघडल्यावर माझ्याऐवजी आत जायला का धजावले नाहीत? कारण आतमध्ये विषाणूयुक्त हवा आहे हे त्यांना आधीच ठाऊक झाले होते म्हणून? तिसरे असे की, खून पडले तेव्हा ते कोठे होते ते अद्यापही त्यांना सिद्ध करता आले नाही."

"बापरे! म्हणजे आपण कर्नल वेब्रिज याला ताब्यात घ्यावे असे तर तुम्ही सुचवत नाही ना? या आधीचा आमचा एक अनुभव तुम्हाला सांगतो. जेव्हा आमची माणसे क्लिव्हडेन व वेब्रिज यांच्या घरी ठिकठिकाणचे उमटलेले बोटांचे ठसे घ्यायला आज सकाळी गेले तेव्हा त्यांनी खूप विरोध केला. क्लिव्हडेन यांनी तर सरळ असिस्टंट कमिशनर यांना फोन लावला."

"अन् मग त्यांचा पराभव होऊन ते हात चोळीत बसले. असेच ना?"

"होय. क्लिव्हडेन आता आमच्या धाडसाबद्दल द्वेष करायला लागला आहे."

"मग ठीक आहे. त्यामुळे उलट आपल्याला मदतच होईल. संशयितांच्या घरातील बोटांचे ठसे! मग त्यातून काय निष्पन्न झाले शेवटी?"

हार्डेन्जर म्हणाला, "थोडा धीर धरा. अजून एक वाजला नाही. दोन तासांपूर्वीच त्यांनी ठसे घेतले. आता ते निष्कर्ष लिहून पडताळून पहात आहेत. मी वेब्रिजला अटक करू शकणार नाही. नाही तर चोवीस तासात लष्कराच्या वॉर ऑफिसकडून माझी हजामत होईल, पार कवटीपर्यंत होईल."

"पण तोपर्यंत जर ते सैतानी विषाणू फैलावले तर मग वॉर ऑफिसच नष्ट होईल. शिवाय तुम्हाला त्यांना अटक करण्याची गरज नाही. सरळ त्यांच्या घराभोवती सशस्त्र पहारा ठेवा. त्यांना बाहेर पडू देऊ नका. हाऊस ॲरेस्ट करा. बाकी काय काय तपासात प्रगती झाली?"

"काहीही नवीन हाताशी आले नाही. कसलाही धागादोरा मिळाला नाही." हार्डेन्जर गंभीरपणे सांगत होता. "ती हातोडी आणि पक्कड ही खात्रीने गुन्ह्यात वापरली होती. त्याच्या साहाय्यानेच कुंपण तोडले गेले. त्या बेडफोर्ड व्हॅनवरती कसलेही बोटांचे ठसे मिळाले नाहीत. तसेच, काल ज्या टेलिफोन बूथमधील

बॉक्समधून रुटर वृत्तसंस्थेला फोन केला गेला तो बूथ आम्ही शोधून काढला. पण तिथेही आम्हाला ठसे मिळाले नाहीत. तुम्ही सांगितलेला तो व्याजाने पैसे पुरवणारा टफ्नेल व त्याचा भागीदार यांना आम्ही धरले. त्यांच्यावर सारे प्रयोग केले. आमचे फ्रॉड स्क्वॉड हे त्या दोघांच्या हिशेब वह्या तपासत आहे. आठवड्याभरात आम्ही त्यांना गजाआड करू. मला त्या दोघांच्या व्यवहारात रस नाही; परंतु आम्हाला एवढे कळून चुकले आहे की, एक नंबरच्या प्रयोगशाळेत काम करणाऱ्यांपैकी फक्त हार्टनेल यांनीच त्यांच्याकडून कर्जाऊ पैसे घेतले. फ्लीट स्ट्रीटवर धमकीची पत्रे नेऊन देणाराचा लंडनमधले पोलीस शोध घेत आहेत. आपण जर आपला वेळ येथे वाया घालवित बसलो तर लंडनमधले पोलीसही तिकडे तसाच त्यांचा वेळ वाया घालवतील. इन्स्पेक्टर मार्टिन यांनी आज सकाळी एक नंबरच्या प्रयोगशाळेतील सर्वांची उलटतपासणी घेतली. प्रत्येकाचे एकमेकांशी कसे संबंध आहेत किंवा होते. तसेच कोणाकोणाचे सामाजिक संबंध कसे होते याची कसून तपासणी केली. त्यातून फक्त एवढेच कळले की, हार्टनेल व चेसिंगहॅम यांचे एकमेकांकडे जाणे-येणे होते. अर्थात आम्हाला ते आधी ठाऊक झाले होतेच. गेल्या वर्षभरात प्रत्येक संशयिताचे अन्य माणसाकडे कुठे कसे जाणे-येणे झाले हेही आम्ही शोधून काढीत आहोत. मरडॉनपासून तीन मैलांच्या त्रिज्येत ते कुठेही गेले असले तरी आम्ही ते शोधून त्याची खात्री करून घेत आहोत. तसेच कोणालाही खुनाच्या रात्री काही वेगळे दिसले का, वेगळे वाटले का ह्याचीही चाचपणी करीत आहोत. या सर्व चौकशी-मंथनातून काहीतरी हाताशी लागेल असे वाटते. जर आपण आपले जाळे दूरवर पसरून ठेवले आणि त्या जाळ्याची भोके पुरेशी लहान असतील तर त्यात गुन्हेगार नक्कीच सापडेल. नेहमी तसेच होत आले आहे.''

''खरे आहे. एक-दोन आठवड्यांत घडेलही तसे किंवा कदाचित त्यासाठी एक-दोन महिनेही थांबावे लागेल. पण त्या धमकी देणाऱ्याने आपण ते सैतानी विषाणू काही तासांत वापरू असे सांगितले आहे, ते विसरू नका. काहीतरी घडेल व हाताशी धागादोरा लागेल, याची वाट पहात बसू नका. त्याच्या धमकीपुढे कितीही मोठी संस्था असली, कितीही मोठे सरकारी खाते असले, तरी त्यांना काहीही करता येणार नाही. त्यासाठी नंबर दोनचीच पद्धत वापरली पाहिजे. शेरलॉक होम्ससारखी चिलीम पेटवून ती ऐटीत ओढत विचार करीत रहायचे, अशा पद्धतीने काहीही लवकर हाताशी येणार नाही. आपण त्यासाठी प्रतिपक्षाला डिवचून त्यांना त्यावर काहीतरी प्रतिक्रिया द्यायला लावायला हवी.''

''तसे तुम्ही केलेच आहे. म्हणून तर तुम्हाला पळवून नेले गेले. पण त्यामुळे काय झाले? काही हाताशी आले? का तुम्हाला प्रतिपक्षाकडून आणखी प्रतिक्रिया

हव्या आहेत? अन् त्या कशा असायला हव्यात?''

''त्याची सुरुवात एक नंबरच्या प्रयोगशाळेतील प्रत्येक व्यक्तीच्या बॅन्केतील खात्यावर लक्ष ठेवून करायला हवी. गेल्या वर्षातील त्यांच्या खात्यातील उलाढाली तपासा. प्रत्येक एन्ट्री काळजीपूर्वक पहा. त्यामध्ये क्लिव्हडेन व वेब्रिज यांची खातीही सोडू नका. सर्व संशयितांना हे माहिती होऊ द्या. सर्व संशयितांची घरे अगदी बारकाईने तपासा. वरपासून खालपर्यंत तपासा. सापडलेली प्रत्येक बारीक गोष्ट यादीत लिहून ठेवा. यामुळे या कारस्थानामागचा जो कोणी आहे तो वैतागेल आणि त्यातून काहीतरी नक्की बाहेर पडेल.''

इन्स्पेक्टर वायली म्हणाला, ''आपण अनेकांना तशी हाऊस ॲरेस्ट करू शकतो. यामुळे ती विशिष्ट संशयित व्यक्ती आपोआपच या कारस्थानापासून वेगळी होईल.''

''काही उपयोग नाही इन्स्पेक्टर. आपली एका माथेफिरूशी गाठ पडली आहे. पण तो अत्यंत हुषार माथेफिरू आहे. काही महिन्यांपूर्वी त्याने याही शक्यतेवरती विचार केलेला असणार. त्याची स्वत:ची एखादी टोळी असेल. आज सकाळी लंडनमध्ये धमकीच्या पत्रांच्या प्रती त्यांच्या माणसाने वाटल्या. मरडॉनमध्ये असलेल्या कोणाही संशयिताला ते शक्य झाले नसते. अन् एक लक्षात ठेवा की, मरडॉनमधल्या माणसाकडून त्याला सैतानी विषाणूच्या कुप्या मिळाल्या तर तो तत्काळ त्या कुप्या देणाऱ्याला मारून टाकेल. आपल्याला जोडणारे मागचे दुवे तो सटासट तोडून टाकेल. पोलीस आपल्यापर्यंत येऊच शकणार नाहीत याची खात्री तो करून घेणारच. वाटल्यास तुम्ही तुमचे पेन्शन यासाठी पैजेवर लावू शकता. त्या कुप्या अजूनही येथेच आहेत.''

हार्डेन्जर नाराजीने म्हणाला, ''ठीक आहे, आपण सर्व काही ढवळून काढायला लागू. पण त्यासाठी लागणारी अनेक माणसे आधीच गुंतून पडली आहेत.''

''घराघरात जाऊन चौकशी करणारी ती माणसे काढून घ्या. त्यात नुसता वेळ वाया चालला आहे.''

हार्डेन्जरने आपली मान हलवून मला संमती दिली, पण पुन्हा नाराजीने. मग तो फोन करू लागला. बराच वेळ त्याचा फोन चालला होता. तोपर्यंत माझे ड्रेसिंगचे काम मेरीने पूर्ण केले. फोन खाली ठेवल्यावर तो मला म्हणाला, ''आता वादविवाद करण्यात माझा वेळ आणि श्वास मी खर्च करणार नाही. तुम्ही तुमच्या पद्धतीने पुढे जा आणि स्वत:ला ठार करून घ्या. पण त्या आधी मेरीचा विचार करा.''

''मी तिचा विचार करतोच आहे. पण जर त्या अज्ञात गुन्हेगाराच्या हातून ते

विषाणू चुकून जरी निसटले तर नंतर मेरी असणार नाही. कोणीच रहाणार नाही.''

माझे हे बोलणे एवढे परिणामकारक ठरले की, सर्व संभाषण एकदम ठप्प झाले. थोड्या वेळाने इन्स्पेक्टर वायली विचार करून म्हणाला, ''हा जो आपला अज्ञात शत्रू आहे त्याने जर आपली धमकी पटवण्यासाठी काही चुणूक दाखवली, तर सरकार मरडॉन संशोधन संस्था खरोखरच बंद करेल?''

''बंद करेल? आपल्या शत्रूला ती संस्था पार भुईसपाट करायची आहे. सरकार काय करेल याचा अंदाज करणे खरोखरीच कठीण आहे. आता भीती वाटायला लावणाऱ्या थराकडे ह्या गोष्टी चालल्या आहेत. पण अजूनही कोणालाच तशी भीती वाटत नाही.''

हार्डेन्जर म्हणाला, ''ते जाऊ दे. आपल्यापुरते बोला. कॅव्हेल, तुम्ही आता काय करायचे ठरवले आहे? मला तुम्ही तुमचा विचार सांगितलात तर बरे पडेल.'' शेवटचे वाक्य त्याने मला उपरोधाने म्हटले.

''मी सांगतो तुम्हाला. पण कृपा करून हसू नका. मी स्वत: वेष पालटणार आहे.'' माझ्या डाव्या गालावर पूर्वीपासून एक जखमेचा व्रण होता. त्यावरून बोट फिरवित मी पुढे म्हटले, ''हा व्रण झाकला जाईल असा मेक-अप मेरी मला करून देईल. नंतर मी वेगळ्या फ्रेमचा चष्मा घालेन, बारीक मिशा ठेवेन, करड्या रंगाचा सूट अंगावर चढवेन. अन् मेट्रोपॉलिटन पोलीस खात्यातील इन्स्पेक्टर गिब्सन असे नाव धारण करेन. अशा रितीने माझा संपूर्ण कायापालट होईल.''

''पण तुम्हाला तशी नवीन ओळखपत्रे कोण पुरवेल?'' हार्डेन्जरने संशयाने विचारले. ''माझ्याकडून ती हवी आहेत?''

''तशी जरुरी नाही. कधीही प्रसंग येईल म्हणून मी ती कागदपत्रे नेहमी जवळ बाळगतो.'' हार्डेन्जरच्या नजरेकडे दुर्लक्ष करून मी पुढे म्हणालो, ''नंतर मी आपले डॉ. मॅक्डोनल्ड यांच्या घरी तो नसताना जाईन. एक भला माणूस, बऱ्यापैकी पगार, अविवाहित आणि एखाद्या छोट्या पौर्वात्य राजासारखी राहणी. फक्त त्याने जनानखाना ठेवला नाही किंवा कोठेतरी त्याने एखादी बाई ठेवलीही असेल. असा हा माणूस भरमसाठ पितो. कारण त्याला कशाची तरी खूप काळजी लागलेली आहे. ते सैतानी विषाणू आणि स्वत:ची सुरक्षितता याबद्दल ती काळजी आहे. माझा त्या माणसावर विश्वास नाही. म्हणून मी त्याच्या घराला भेट देणार आहे.''

हार्डेन्जर खेदाने म्हणाला, ''तसे करण्यात तुम्ही उगाचच वेळ घालवत आहात. मॅक्डोनल्ड हा संशयातीत आहे. त्याचे लांबलचक रेकॉर्ड हे अत्यंत स्वच्छ आहे. आज सकाळी ते वाचायला मला वीस मिनिटे लागली.''

मी यावर म्हणालो, ''गेल्या काही वर्षांत कोर्टात स्वच्छ रेकॉर्ड असलेल्या अनेक उच्चभ्रू लोकांचा बुरखा फाटलेला आहे. कायद्याच्या कचाट्यात ते जेव्हा सापडले तेव्हा त्यांचे खरे रूप बाहेर पडले.''

इन्स्पेक्टर वायली म्हणाला, ''स्थानिक लोकांत मॅक्डोनल्ड यांना खूप मान दिला जातो. थोडासा संकोची असलेला हा माणूस फक्त उच्च पातळीवरील लोकांमध्येच मिसळतो; परंतु त्यांच्याबद्दल प्रत्येक माणूस चांगलेच बोलतो.''

''त्यांच्याबद्दलचे जे रेकॉर्ड वाचले त्याहीपेक्षा अधिक एक गोष्ट एका रिपोर्टात माझ्या वाचनात आली. युद्धकाळातील त्यांच्या सैन्यातील सेवेबद्दल फारच थोडे रिपोर्टमध्ये लिहिले होते. युद्धाच्या शेवटच्या दोन वर्षांत मॅक्डोनल्डच्या रेजिमेंटचा जो कमांडर होता तो माझा मित्र आहे. मी त्याला फोन करून मॅक्डोनल्डबद्दल विचारले. 'मॅक्डोनल्ड स्वत:बद्दल फारसे काही बोलत नाही. तो संकोची आहे,' असे त्याने मला सांगितले. १९४४ मध्ये बेल्जममध्ये असलेल्या या सेकंड लेफ्टनंटने डीएसओ हा पुरस्कार व बार मिळवला होता. रणगाड्याच्या रेजिमेन्टमध्ये तो वर चढत चढत पार लेफ्टनंट-कर्नल झाला. तोपर्यंत त्याने इतकी पदके मिळवली होती की, ती ओळीने लावली तर हातभर लांबीची ओळ होईल. अशी माणसे स्वत:बद्दल नेहमी संकोची असल्याने हा ले. कर्नल कधीही आपल्या पदकांबद्दल बोलत नसे.''

''तुम्ही हे जे काही बोलत आहात ते मला अजिबात समजले नाही आणि समजणार नाही.'' मी बोलू लागलो. ''मला तो माणूस एक बनावट वाटला. काहीतरी लपवतो आहे आणि तो अत्यंत चिवट आहे. जर त्याने काही गैरकृत्ये केली असतील तर ती नाकारण्याएवढा तो मागासलेला नसणार. पण आपण घाबरलो आहोत असे माझ्या मनावर ठसवण्याचा त्याचा प्रयत्न होता. आपण शूर अजिबात नाही हेही दाखवायचा प्रयत्न त्याने केला. आपण भरपूर दारू पितो याचे स्पष्टीकरण देण्यासाठी त्याने कशाची तरी भीती वाटत असल्याचा बहाणा केला. त्याच्या अशा वागण्याचा अर्थ त्याच्या रेकॉर्डवरून कधीच समजणार नाही. त्याच्याबद्दलचा दुसरा असाच चमत्कारिक प्रश्न असा की, त्याच्या अशा स्वभावाची नोंद सिक्युरिटीच्या रेकॉर्डमध्ये का केली गेली नाही? माझ्या आधी सुरक्षाप्रमुख असलेल्या ईस्टन डेरी याने इकडे दुर्लक्ष करावे हे मला पटत नाही. या माणसाच्या पूर्वइतिहासामध्ये कुठेतरी कमी माहिती आहे. माहितीचा तो खड्डा नेमका काय आहे हे सांगणे अवघड आहे.''

''मला ते ठाऊक नाही,'' हार्डेन्जर बोलू लागला. ''पण हे मात्र नक्की की, जर मॅक्डोनल्डवर वाचलेल्या अहवालातील मजकूर खरा असेल, म्हणजे ते शूर, नि:स्वार्थी आणि देशभक्त असतील तर मग हीच व्यक्ती अशा प्रकारच्या गुन्ह्यात

कशी काय अडकली असेल? मला तरी हे अशक्य वाटते आहे.''

''मॅक्डोनल्डच्या रेजिमेंटचा जो कोणी कर्नल तुमचा मित्र आहे त्याला येथे ताबडतोब बोलावून घेता येईल?''

हार्डेन्जरने माझ्या प्रश्नाचा अंदाज घेत व डोळे बारीक करीत मला म्हटले, ''म्हणजे हा मॅक्डोनल्ड खरा नाही, तोतया आहे, असे म्हणायचे आहे?''

''मला ते काही ठाऊक नाही. मला वाटते की त्यांचे रेकॉर्ड कार्ड पुन्हा एकदा नीट तपासावे आणि हेही पहा की, मूळ रेकॉर्डचा सारांश खुद्द डेरी यांनीच करून ते रेकॉर्ड कार्ड तयार केले गेले आहे का?''

आपली मान हलवित हार्डेन्जर म्हणाला, ''अगदी लवकर आपण ते काम करून टाकू.'' मग तो फोनपाशी गेला. यावेळी तो दहा मिनिटे बोलत होता. त्या वेळी मेरी माझ्या चेहऱ्याला मेक-अप करीत होती. त्याचे बोलणे संपले तेव्हा माझी निघण्याची तयारी पूर्ण झाली होती. हार्डेन्जर माझ्याकडे पहात म्हणाला, ''तुम्ही भलतेच चमत्कारिक दिसत आहात. मी तुम्हाला रस्त्यात जर पाहिले तर ओळखणारच नाही. ती फाईल आता माझ्या हॉटेलात सुरक्षित आहे. आपण निघायचे का तिकडे?''

आम्ही जाण्यासाठी निघालो. हार्डेन्जरने माझ्या हाताचे तळवे आणि बोटे पाहिली. त्या करवतीच्या पात्यामुळे अनेक ठिकाणी ओरखडे गेले असल्याने त्यातून हळूहळू रक्त बाहेर येत होते. तो वैतागून म्हणाला, ''रक्तात जंतूंचा संसर्ग होऊ द्यायचा आहे काय?''

''माझे हात बांधले असतानाही मी पिस्तूल झाडू शकलो. तेव्हा यामुळे अशी काय अडचण येणार आहे?''

''मग तसे असेल तर निदान रबरी हातमोजे तरी घाला.'' त्याने मला सुचवले.

''पण त्यामुळे माझे बोट पिस्तुलाच्या ट्रिगर-गार्डमध्ये घुसू शकणार नाही.''

''ठीक आहे, मग प्लॅस्टिकचे हातमोजे चढवा. पण बोटांवर काहीतरी सुरक्षित आवरण चढवा म्हणजे झाले.''

''ठीक आहे. त्यामुळे निदान बोटांच्या जखमा तरी दिसणार नाहीत.'' एवढे म्हणून मी पलंगावरती बसलो.

काही सेकंद मी तसाच बसून होतो. कोणीच बोलत नव्हते. मी स्वत:शीच बोलू लागलो, ''रबरी मोजे. ओरखडे झाकण्यासाठी. मग पायात घालण्याचे लवचिक स्टॉकिन्ज का नकोत? ...का नको?'' मी मान वर करून पाहिले. माझ्याकडे हार्डेन्जर, वायली टक लावून पहात होते. त्यांना नक्की असे वाटत असले पाहिजे की, त्यांनी त्या डॉक्टरला अजून थोडा वेळ जाऊ द्यायला नको

होते. उगाच लवकर जाऊ दिले. परंतु मेरी माझ्या मदतीला आली.

तिने माझा हात हातात घेतला. मी तिच्याकडे पाहिले. तिचे डोळे विस्फारले होते. त्यात भीती प्रगट झालेली होती. एका प्रकारची अभद्र अनिश्चितता तिथे जन्म घेत होती.

ती हळू आवाजात म्हणाली, ''मरडॉन संस्थेच्या भोवती व बाहेर रस्त्यावरही काटेरी झुडपे आहेत. अन्... ती... तिने त्या वेळी असेच स्टॉकिन्ज पायात घातले होते.''

''हे काय चालले आहे तरी काय?'' हार्डेन्जर ओरडून म्हणाला.

मी त्याचे बोलणे थोपवून इन्स्पेक्टर वायली याला म्हटले, ''खुनास मदत या आरोपावरून एखाद्याला अटक करायची झाल्यास वॉरंट मिळवायला तुम्हाला किती वेळ लागेल?''

तो गंभीरपणे म्हणाला, ''काहीही वेळ लागणार नाही.'' आपल्या छातीवरचा खिसा थोपटत तो म्हणाला, ''सह्या केलेली अशी तीन वॉरंटे माझ्याकडे आत्ता येथे आहेत. तुम्ही म्हटल्याप्रमाणे, अनेकदा आपल्याला कायद्याची चक्रे सुरू होण्याची वाट पहाता येत नाही. म्हणून मी ती वॉरंट तयार ठेवली आहेत. फक्त नावांची जागा कोरी सोडली आहे. 'खुनास मदत' हे कारण त्यात दाखवायचे आहे ना?''

''होय.''

''आणि कोणाचे नाव त्यात टाकायचे?'' हार्डेन्जरने विचारले. अजूनही डॉक्टरला परत बोलवता येईल असे त्याला वाटत असावे.

''डॉ. रॉजर हार्टनेल,'' मी म्हणालो.

# नऊ

"बापरे! तुम्ही काय बोलता आहात तरी काय?" एक विद्वान पण अत्यंत तरुण असलेला डॉ. रॉजर हार्टनेल हा अटक करायला आलेल्यांना विचारीत होता. त्याच्या चेहऱ्यावरती एकदम थकल्याची व तणावाची चिन्हे दिसू लागली. त्याने आपल्या पत्नीकडे पाहिले. ती आपल्या नवऱ्यापाशी ताठ उभी होती. एवढी ताठ उभी होती की, जणू काही तिचे शरीर कडक झाले आहे असे वाटत होते. त्याने परत समोरच्या माणसांकडे पाहिले आणि विचारले, "खुनानंतर खुनी माणसाला मी मदत केली? नक्की कशाबद्दल तुम्हाला बोलायचे आहे?"

इन्स्पेक्टर वायली गंभीरपणे म्हणाला, "आम्हाला असे ठामपणे वाटते की, आम्ही जे आरोप तुमच्यावर करतो आहोत ते तुम्हाला चांगले समजलेले आहेत." इन्स्पेक्टरने नुकतेच हार्टनेलवरती केलेले आरोप वाचून दाखवले होते. गुन्हेगाराला अटक करण्यापूर्वी ते आरोप त्याला सांगण्याचे कायद्याचे बंधन होते. तो पुढे बोलत गेला, "मी तुम्हाला अशीही सूचना देतो की, तुम्ही यापुढे जे जे काही बोलाल ते सारे तुमच्याविरुद्ध खटल्यात वापरले जाईल." अटक करतेवेळी कायद्याने अशी सूचना गुन्हेगाराला देणे आवश्यक असल्याने वायलीने ते वाक्य उच्चारले होते. तो पुढे म्हणाला, "तुम्ही जर तुमच्या गुन्ह्याची पूर्ण कबुली दिली तर त्याची आम्हाला मदत होईल. अटक होणाऱ्या व्यक्तीच्या हक्कांनुसार आमच्या स्वाधीन होण्याआधी तुम्ही आपल्या वकिलाकडून कायदेशीर सल्ला घेऊ शकता. त्यांच्याशी फोनवरती बोलू शकता."

पण तशी वेळ येणार नव्हती. तो वकिलाला फोन करणार नव्हता आणि घरातून बाहेर पडण्याआधीच तो कबुलीजबाब देणार होता. मला, इन्स्पेक्टर वायलीला आणि हार्डेन्जरला हे ठाऊक होते.

"हा काय वेडेपणा चालला आहे? कुणीतरी याचा खुलासा मला करेल का?" मिसेस हार्टनेलने थंडपणे विचारले. कशासाठी अटक होते आहे हे न

कळल्याने तिने किंचित आढ्यतेखोरपणे तो प्रश्न विचारला होता. आपले कंप सुटलेले हात तिने एकमेकांत गुंफून घट्ट पकडले होते. ती नको तितकी ताठ उभी राहिली होती. यावरून तिने परिस्थितीला तोंड देण्याची वेळ आल्यावर ओढूनताणून तसा पवित्रा घेतला होता, हे समजत होते. मुख्य म्हणजे तिने अजूनही ते लवचिक स्टॉकिन्ज पायावर चढवले होते. आपले पाय झाकले होते.

इ. वायली तिला म्हणाला, "हो, आनंदाने सांगतो. डॉ. हार्टनेल, काल हे मिस्टर कॅव्हेल येथे आले असताना तुम्ही असे एक विधान केले होते की–"

"कॅव्हेल? हे मिस्टर कॅव्हेल नाहीत." हार्टनेल माझ्याकडे टक लावून पहात म्हणाला.

मी त्याला म्हणालो, "मला माझा पूर्वीचा चेहरा आवडला नाही, म्हणून त्याबद्दल मला कसा काय दोष देता येईल? हार्टनेल, इन्स्पेक्टर वायली काय म्हणत आहेत ते आधी ऐका."

वायली सांगू लागला, "तर तुम्ही असे म्हणाला होतात की, परवा रात्री मिस्टर टफ्नेल यांना भेटण्यासाठी तुम्ही बाहेर गेला होतात. त्या वेळी खरोखर तुम्ही ज्या दिशेने गेला असता तर त्या दिशेला असलेल्या अनेकजणांनी तुम्हाला पाहिले असते, असे खूप तपासाअंती आम्हाला आढळले आहे. परंतु प्रत्यक्षात तुम्हाला कोणीही तसे पाहिलेले नसल्याने तुम्ही तसे गेलेले नव्हता. हा मुद्दा नंबर एक." हा मुद्दा चांगला होता. तपास केलेला होता. परंतु हार्टनेलच्या दाव्याला दुजोरा देणारा अथवा न देणारा एकही साक्षीदार आढळला नाही.

इन्स्पेक्टर वायली सांगत गेला, "मुद्दा नंबर दोन. काल रात्री आपल्या स्कूटरच्या पुढील मडगार्डवर आतमध्ये चिखल उडालेला सापडला. हा चिखल तांबड्या मातीचा होता आणि तशी माती फक्त मरडॉन संस्थेच्या फाटकाबाहेर आहे. प्रयोगशाळेत तपासणी झाल्यावर स्कूटरला लागलेली माती व मरडॉनची माती एकच आहे असे सिद्ध झाले आहे. आम्हाला असा संशय आहे की, तुम्ही तिथे संध्याकाळी टेहळणी करायला गेला होतात. तुमची स्कूटर आम्ही प्रयोगशाळेत हलवली आहे. आता मुद्दा नंबर–"

"माझी स्कूटर!" हार्टनेल जोरात म्हणाला. जणू काही त्याच्यावरती आकाशातून वीज कोसळली होती. "मरडॉन? अहो, मी शपथेवर सांगतो–"

"मुद्दा नंबर तीन. त्याच रात्री तुम्ही व तुमची पत्नी असे दोघेजण त्या स्कूटरवरून एका ठिकाणी गेलात. ते ठिकाण चेसिंगहॅमच्या घरापासून जवळ आहे. तुम्ही मिस्टर कॅव्हेल यांच्यापाशी असे म्हणाला होता की, पोलिसांनी स्कूटरवरती पाहिलेले असल्याने ते तुम्ही आल्फ्रिंगहॅमला गेल्याबद्दल पुष्टी देतील. त्यानंतर तुम्हाला उशिरा आठवले की, जर पोलिसांनी तुम्हाला स्कूटरवर पाहिले

असेल तर मागच्या आसनावर बसलेल्या तुमच्या पत्नीलाही त्यांनी पाहिले असणार. ती चोरलेली बेडफोर्ड गाडी जिथे सोडून दिली होती त्याच्या जवळ तुमच्या स्कूटरच्या टायर्सचे ठसे उमटलेले आम्हाला सापडले आहेत. डॉ. हार्टनेल तुम्ही फार निष्काळजीपणा केला आहे. अन् मी असे बोलल्यावर तुम्ही या गोष्टीचा निषेध केला नाही याचीही मी नोंद घेतली आहे.'' स्कूटरचे ते ठसे आम्हाला नुकतेच वीस मिनिटांपूर्वी सापडले होते ही गोष्ट अलाहिदा.

''मुद्दे नंबर चार आणि पाच. पहारेकऱ्याच्या कुत्र्याला ज्या हातोडीने मारून बेशुद्ध केले आणि ज्या पकडीने कुंपणाच्या तारा कापून तोडल्या त्या वस्तू आम्हाला काल रात्री तुमच्या टूल-शेडमध्ये सापडल्या. मिस्टर कॅव्हेल यांना त्या सापडल्या.''

हार्टनेलने इतका वेळ दाबून ठेवलेला संताप या शेवटच्या वाक्याने एकदम उफाळून आला. तो मला ओरडून म्हणाला, ''अरे हलकटा, भामट्या, चोरा–'' त्याचा चेहरा विकृत झाला. एकदम त्याने माझ्या दिशेने झेप घेतली. मला पकडण्यासाठी त्याने आपले हात पसरले होते; परंतु अर्ध्या वाटेतच वायली आणि हार्डेन्जर यांनी त्याला पकडून अडवून धरले. त्या दोघांच्या जाडजूड देहांपुढे त्याचे काहीही चालेना. तरीही तो धडपडत होता. निरर्थकपणे धडपडत होता. त्याचा राग वाढत होता. तो म्हणू लागला, ''अरे डुकरा, मी तुला माझ्या घरात घेतले. तुझ्या बायकोचाही आदर-सत्कार आम्ही केला. अन् आता तू–'' पण मधेच त्याचा आवाज कमी झाला व मंद होत गेला. नंतर परत तो बोलू लागला. पण आता त्याचा आवाज अगदीच वेगळ्या माणसाचा वाटत होता. तो म्हणत होता, ''हातोडी मारून कुत्र्याला बेशुद्ध केले? हातोडी? पक्कड? या इथे माझ्या घरात सापडल्या? माझ्या घरात त्या सापडतीलच कशा?'' तो अत्यंत गोंधळून गेला होता. महायुद्धानंतर अमेरिकन सिनेटर मॅकार्थी याने कम्युनिस्टांच्या विरुद्ध अमेरिकेत मोठी मोहीम उघडली होती. अनेक महत्त्वाच्या व्यक्ती ह्या कम्युनिझमने भारावल्या आहेत असे तो दाखवून देई. अशा वेळी जर मॅकॉर्थीने 'आपण स्वत:च कम्युनिस्ट असून, मरेपर्यंत कम्युनिस्टच रहाणार आहोत' असे जाहीर केले असते तर सर्वजण जसे चक्रावून जातील, तसाच हार्टनेल चक्रावून गेला होता. तो पुढे म्हणाला, ''या गोष्टी माझ्या घरात सापडतील कशा? जेन, अग ही माणसे काय बोलत आहेत बघ.'' शेवटचे वाक्य त्याने आपल्या पत्नीला उद्देशून म्हटले होते. तो आता घायकुतीला आला होता.

''आम्ही खुनाबद्दल बोलतो आहोत.'' इन्स्पेक्टर वायली आता दरडावून बोलू लागला, ''आम्हाला तुमच्याकडून सहकार्य मिळेल अशी अपेक्षा नाही. चला, आमच्याबरोबर. तुम्ही दोघेही चला.''

“काहीतरी मोठी चूक होते आहे. काय घोळ आहे ते समजत नाही. मी माझ्याकडून सर्व काही खुलासा करेन. नक्की, अगदी नक्की. मी चौकीवर येतो. पण माझ्या बायकोला यात ओढू नका. प्लीज.” हार्टनेल आता गयावया करून बोलू लागला होता.

“का नाही? दोन दिवसांपूर्वी तुम्ही रात्री तुमच्या बायकोला या प्रकरणात ओढायला कचरला नव्हता,” मी म्हणालो.

तो कंटाळून म्हणाला, “तुम्ही काय बोलता आहात तेच मला समजत नाही.”

मी त्याच्या पत्नीला म्हणालो, “तुम्हालाही असेच म्हणायचे आहे का, मिसेस हार्टनेल? तुमच्या डॉक्टरने दिलेल्या जबानीनुसार त्याने तुमची प्रकृती तीन आठवड्यांपूर्वी तपासली होती. त्या वेळी तुम्हाला काहीही झाले नव्हते.”

“तुम्हाला काय म्हणायचे आहे?” हार्टनेलपेक्षा तिचा स्वत:वरती अधिक ताबा होता.

“काल तुम्ही आल्फ्रिंगहॅममधील एका केमिस्टच्या दुकानात गेलात आणि स्टॉकिन्ज खरेदी केले. मरडॉनच्या सभोवताली असंख्य काटेरी झुडपे आहेत. अंधारात तुम्ही त्या झुडपांमधून पळालात. जीपमधल्या सैनिकांचे लक्ष वेधून घेण्यासाठी तुम्ही ओरडत पळालात. त्यामुळे तुमच्या पायावरती मोठमोठे ओरखडे उमटलेत. हो की नाही? आता तुम्ही ते ओरखडे सतत स्टॉकिन्ज घालून झाकून ठेवीत आहात. मग पोलिसांना तुमच्याबद्दल संशय येणारच. विशेषत: त्या वेळी खून पडलेले असल्याने! हो की नाही?”

“हा उगाच बादरायण संबंध तुम्ही जोडत आहात.” तिचा आवाज आता चिरका झाला होता आणि ती वरच्या पट्टीत बोलत होती.

“मॅडम, तुम्ही उगाच आमचा वेळ खात आहात!” आता हार्डेन्जर प्रथम बोलला. “बाहेर एक स्त्री-पोलीस थांबलेली आहे. मी तिला आत बोलावू?” यावर मात्र ती काहीही बोलली नाही. गप्प बसली. “ठीक आहे तर. मग चला आता पोलीस स्टेशनवरती जाऊ.”

मी हार्डेन्जरला म्हणालो, “मी जरा हार्टनेलबरोबर एकट्याने बोलू?”

हार्डेन्जर आणि वायली यांनी एकमेकांकडे पाहिले. हे सारे आम्ही आधीच ठरवलेले होते. पण जर खटला भरण्याची वेळ आली तर कोर्टात उगाच अडचण होऊ नये म्हणून नाटक करावे लागत होते.

“का?” हार्डेन्जरने विचारले.

“डॉ. हार्टनेल आणि मी असे आम्ही दोघे एकमेकांना बऱ्यापैकी ओळखत आलेलो आहोत. अन् आता आपल्याकडे वेळ कमी आहे. कदाचित माझ्यापाशी

ते अधिक मनमोकळेपणे बोलतील.''

''मी तुमच्याशी बोलू? छे! कधीच नाही.'' हार्टनेल गुरगुरत म्हणाला.

हार्डेन्जर खालच्या आवाजात म्हणाला, ''आमच्याकडे खरोखरच वेळ कमी आहे. कॅव्हेल, जे काही बोलायचे असेल ते दहा मिनिटांत बोलून घ्या.'' एवढे म्हणून त्याने हार्टनेलच्या बायकोकडे पाहून आपली मान हलवली. त्याचा अर्थ ओळखून ती मुकाट्याने तिथून निघून गेली. तिच्यामागून हार्डेन्जर व वायली हेही गेले. हार्टनेलही त्यांच्या मागोमाग जात होता. पण मी मधेच हात आडवा करून त्याला थोपवले.

''मला जाऊ द्या.'' तो चमत्कारिक आवाजात म्हणाला. ''तुमच्यासारख्या लोकांबरोबर मला काहीही बोलायची इच्छा नाही.'' खासगी डिटेक्टिव्ह मंडळींबद्दलचे आपले मत त्याने अशा रितीने व्यक्त केले. पण मी त्याच्या मार्गातून बाजूला होत नाही पाहिल्यावर त्याने आपल्या हाताची मूठ वळवली व हवेतच एक अदृश्य गोष्टीवर ठोसा मारल्यासारखे त्याने केले. मग मी माझे पिस्तूल बाहेर काढले. यापुढे आपले काही चालणार नाही हे पाहून त्याने आपले मन बदलले.

मी विचारले, ''येथे खाली तळघर आहे का?''

''तळघर... होय आहे. आपण–'' तो एकदम बोलायचे थांबला. त्याचा चेहरा परत चमत्कारिक झाला. त्याने घाबरून विचारले, ''मला तिथे खाली नेऊन तुम्ही मला–''

मी माझ्या डाव्या हाताची मूठ वळवून त्याच्या दिशेने उगारली असता त्याने आपला उजवा हात आडवा धरून माझी मूठ अडवली. मग मी त्याच्या खांद्यावर पिस्तुलाच्या नळीने जरासे आपटले आणि नळीनेच खूण करून त्याला खाली चलण्याबद्दल सुचवले. माझ्या एवढ्याशा कृतीनेही त्याच्यातील भांडणाचा जोर ओसरून गेला. शेवटी तो पुढे झाला व घराच्या मागच्या दिशेने जाऊ लागला. मी त्याच्या मागून पिस्तूल रोखून निघालो. मागे एक जिना होता व तो तळघरात गेला होता. तळघरात गेल्यावर माझ्या मागे मी दार लावून टाकले आणि तिथे असलेल्या एका जुनाट लाकडी बाकावर बसण्यास त्याला खुणावले. तो बाकावर जाऊन बसला. काही सेकंद नुसताच बसून राहिला. मग त्याने हात चोळीत मान वर करून माझ्याकडे पाहिले.

तो घोगरट आवाजात म्हणाला, ''हे सारे नाटक चालले आहे. तुम्ही मला काय करणार ते हार्डेन्जर आणि वायली यांना आधीच ठाऊक आहे.''

''हार्डेन्जर आणि वायली यांचा अडथळा आता नाही.'' मी थंडपणे बोलू लागलो. ''संशयिताला वागवण्यासाठी काही नियम केले आहेत. ते नियम त्या दोघांना मोडता येत नाहीत. मी मात्र सहज ते नियम धुडकावून लावू शकतो.

त्यांना त्यांची नोकरी करायची आहे. नोकरीत वर जायचे आहे. माझे मात्र तसे काही नाही. लक्षात येते ना मला काय म्हणायचे ते?''

तो उसळून म्हणाला, ''अन् हे तुम्हाला पुढे भोवणार नाही असे वाटते? तुम्ही मला येथे जो काही त्रास द्याल तो मी सांगितल्यावाचून राहीन असे वाटते तुम्हाला?''

मी त्याच्या बोलण्याकडे दुर्लक्ष करीत निर्विकारपणे म्हणालो, ''माझे आत्ताचे काम संपले की, तुम्हाला तसे बोलता येईल की नाही याची मला शंकाच आहे. तुमच्या तोंडून मी पंधरा मिनिटांत सत्य ओकायला लावेन. अन् मी तुम्हाला जे काही करेन त्याची खूण किंवा मागमूसही तुमच्यावर रहाणार नाही. हार्टनेल, माणसाचा छळ करण्यात मी तज्ज्ञ समजला जातो. बेल्जममधील एका गटाने मला छळ कसा करावा याचे तीन आठवड्यांचे प्रशिक्षण दिले होते. तेव्हा हार्टनेल, दुखापत न करता माणसाचे हाल कसे करावे यातला मी तज्ज्ञ झालो आहे.''

तो माझ्याकडे पहात राहिला. माझ्या बोलण्यावर विश्वास ठेवावा की न ठेवावा अशा संभ्रमात तो पडला.

''मी जे शिकलो त्यातील सर्वांत सोपा मार्ग मी प्रथम अनुसरेन. तसेच, मी एका गोष्टीची तुम्हाला येथे आठवण करून देतो की, एक माथेफिरू माणूस ते भयानक विषाणू चोरून मोकाट सुटला आहे. त्याने इंग्लंडमधील सर्व लोकसंख्या नष्ट करण्याची धमकी दिलेली आहे. आत्ता लवकरच तो त्याचे प्रात्यक्षिक दाखवणार. केव्हाही दाखवेल.''

''तुम्ही हे काय बोलता आहात?'' त्याने घोगरट आवाजात विचारले.

मी त्याला त्या माथेफिरूने सरकारलाच कसे आव्हान दिले आहे ते सांगितले. मी पुढे सांगत गेलो, ''जर या वेड्या माथेफिरूने देशाच्या कोणत्याही एका भागातील लोकसंख्येचा संहार केला तर सारा देश त्याच्याविरुद्ध चवताळून उठेल आणि सुडाची मागणी करेल. तो गुन्हेगार जर सापडला नाही तर मग कोणाचा तरी बकरा करून बळी दिला जाईल. त्याखेरीज जनक्षोभ शांत होणार नाही. त्याचे दडपण एवढे वाढत जाईल की तो बकरा त्यांना सापडेल, मिळेल व त्याचा बळी घेतला जाईल. मला काय सांगायचे आहे हे ओळखण्याइतपत तुम्ही शहाणे आहात असे मी धरून चालतो. कोणी सांगावे, तुमच्या बायकोचाही त्यात बळी घेतला जाईल. तिला फासावर चढवले जाईल. पायाखालच्या फळ्या काढून घेतल्या जातील. मग खाली कोसळणे, फास घट्ट बसणे, मणके तुटणे आणि प्रतिक्षिप्त क्रियेने पायाला झटके दिले जाणे. डॉक्टर हार्टनेल, तुम्हाला पहावेल ते दृश्य? तुमची पत्नी तरुण आहे. तिचे हे काही मरण्याचे वय नाही. त्यातून फासावर मृत्यू होणे हे तसे भयंकरच म्हटले पाहिजे. खुनास मदत केली म्हणून कायद्याने ही एवढी शिक्षा दिली जाऊ शकते.''

त्याने एकदम मान वर करून पाहिले. त्याच्या मलूल डोळ्यांत थोडासा द्वेष व दु:ख तरळले होते. त्याचा चेहरा राखी रंगाचा झाला होता. कपाळावर घामाचा एक थर जमला होता.

मी सांगत गेलो, "माझ्याजवळ आत्ता तुम्ही जो काही जबाब द्याल किंवा मला जे सांगाल, ते तुम्ही नंतर मागे घेऊ शकता, नाकबूल करू शकता. अन् हे तुम्हाला चांगले ठाऊक आहे. साक्षीदार नसलेल्या कोणत्याही जबाबाला कसलेही कायदेशीर मूल्य नसते." मग मी क्षणभर थांबलो व आवाज एकदम खाली आणीत त्याला म्हटले, "हार्टनेल, तुम्ही आता या प्रकरणात चांगलेच खोलात रुतला आहात. हो ना?"

त्याने मलूलपणे मान हलवली आणि तो जमिनीकडे पहात बसला.

मी त्याला विचारले, "खून कोणी केले? या साऱ्या प्रकरणामागे कोण आहे?"

"ते मला ठाऊक नाही. शेवटी परमेश्वरच माझा निवाडा करेल. मला खरोखरच काहीही ठाऊक नाही. एका माणसाने मला फोन करून ते लक्ष वेधण्याचे काम सांगितले. त्यासाठी पैसे देऊ केले. माझी बायको व मी असे दोघांनी मिळून ते काम करायचे होते. मला तो सारा वेडेपणा वाटला. कुठेतरी गुन्ह्याचा वास त्यात येत होता... म्हणून मी नकार दिला. दुसऱ्या दिवशी पोस्टाने मला २०० पौंड पाठवले होते. 'काल सांगितल्याप्रमाणे करण्यासाठी' असा निरोप त्यासोबत होता. शिवाय आणखी ३०० पौंड देण्याचेही आश्वासन त्यात दिलेले होते. यावरती पंधरा दिवस गेले. मग परत एकदा मला फोन आला."

"त्याचा आवाज....तुम्हाला त्याचा आवाज ओळखता येईल का?"

"तो आवाज खोलवरून येत होता. शिवाय मुद्दाम वेगळा काढल्यासारखा वाटत होता. कोणाचा आवाज होता हे समजायला काहीच मार्ग नव्हता. बहुतेक त्याने फोनच्या माऊथपीसवरती कापड टाकले असावे."

"मग तो काय म्हणाला?"

"तेच ते. पूर्वी पाठवलेल्याप्रमाणे तेच बोलला. त्यात किंचितही फरक नव्हता. पण यावेळी त्याने मला जादा ३०० पौंड देण्याचे वचन दिले."

"आणि?"

"मग मी म्हणालो, 'मी करेन.' कारण मी एव्हाना त्याने पाठवलेल्या पैशातील काही पैसे खर्चून टाकले होते."

"अन् ते जादा ३०० पौंड मिळाले?"

"अजून तरी नाही."

"तुम्हाला जे २०० पौंड मिळाले त्यापैकी किती पैसे तुम्ही खर्च केले?"

"जवळजवळ चाळीस पौंड."

"बाकीचे पैसे मला दाखवा."

"ते येथे नाहीत. घरात नाहीत. काल रात्री तुम्ही येथून गेल्यावर मी ते पैसे रानात एके ठिकाणी पुरून टाकले."

"ते पैसे कोणत्या नोटांत होते?"

"सर्व पैसे पाच-पाच पौंडाच्या नोटांत होते. बॅन्क ऑफ इंग्लंडने छापलेल्या त्या अस्सल नोटा होत्या."

"अस्सं काय? भलताच मजेदार आहे हा प्रकार." एवढे म्हणून मी त्याच्या बाकाजवळ गेलो आणि त्याच्या डोक्यावरील केसात माझा हात खसकन खुपसला. त्याचे डोके क्रूर रितीने वर उचलले. मग माझे पिस्तूल मी त्याच्या छातीत खुपसले, जोरात खुपसले. तो वेदनेमुळे धापा टाकू लागला. मग मी पिस्तूल मागे घेतले आणि त्याची नळी त्याच्या तोंडात खुपसली. दहा सेकंद मी तसाच उभा होतो. अगदी स्तब्ध उभा होतो. तो माझ्याकडे डोळे मोठे करून पहात होता. त्याच्या डोळ्यांत जबरदस्त भीती प्रगट झाली होती. शेवटी मलाच त्याची किंचित दया आली.

मग मी खालच्या आवाजात म्हणालो, "हार्टनेल, मी तुला एकच संधी देतो. फक्त एकच संधी. शेवटची संधी. अरे खोटारड्या, तू जे काही सांगतो आहेस त्यावर माझा विश्वास बसेल होय? तुला ते काम करण्यास ज्याने सांगितले तो बुद्धिमान माणूस असणार. अशा वेळी तू आपण होऊन पोलिसांकडे जाण्याची शक्यता खूप होती. ती शक्यता त्या माणसाच्या लक्षात आली नसेल का? मग मरडॉनमधील सुरक्षा एवढी वाढेल की, त्या माणसाच्या साऱ्या योजना फसतील. या भागात अजून ऑटोमॅटिक एक्सचेंजेस अद्याप बसवलेली नाहीत. ऑपरेटरच्या मार्फत केलेला फोन हा ऑपरेटरने ऐकण्याची शक्यता असते. त्या माणसाने हे ध्यानात घेतले नसेल का? तुझ्या सांगण्यावर विश्वास ठेवण्याइतपत तू मला एवढा बावळट समजतोस का? तो माणूस नक्की त्याच्या टोळीतील एक हुषार माणूस असणार. त्याची एवढी मोठी महत्त्वाची योजना ही शेवटच्या क्षणी केवळ तुझ्या लोभीपणावर अवलंबून ठेवेल? ते पैसे त्यांनी पाचपाचच्या नोटांत दिले असे तू सांगितलेस. परंतु पाच पाचच्या १०० नोटा त्यासाठी द्याव्या लागतील. तेवढ्या नोटा बॅन्केतून कोणी काढत नाहीत. जर काढल्याच तर कॅशियरच्या ध्यानात येईल. आपण कोणाला ही रक्कम देतो आहे हे त्याच्या लक्षात राहील. तेव्हा तसली जोखीम कोणीच घेणार नाही. तुला जे काम करायला सांगितले तेच काम अवघ्या पन्नास पौंडात करून देणारे बरेच गुन्हेगार लंडनमध्ये आहेत. त्यांना बोलावून त्यांच्याकडून ते काम त्याला नसते का करून घेता आले असते? अन्

शेवटी. तू जी 'रानात उरलेले पैसे पुरले' ही थाप मारली त्यावर मी विश्वास ठेवेन असे वाटले कसे तुला? तिथून पैसे काढून दाखव असे म्हटल्यावर तू 'आता ती जागा सापडत नाही' असे म्हणणार.'' एवढे म्हणून मी त्याच्यावर रोखलेले पिस्तूल मागे घेतले व त्याच्यापासून थोडा मागे सरकलो. ''किंवा आपण आत्ता सरळ रानात जाऊन ते पैसे शोधायचे?''

''ओह, गॉड!'' असे म्हणून त्याने आपले दोन्ही हात तोंडावर घेतले व तो मंद आवाजात विव्हळत रडू लागला. तो पूर्णपणे खचला होता, निराश झाला होता. तो म्हणू लागला, ''कॅव्हेल, मी संपलो आता. मी सारखे इतरांकडून उसने पैसे घेत होतो. आता ते कर्ज २००० पौंडापेक्षा जास्त झाले आहे. मी फार आर्थिक अडचणीत सापडलो आहे.''

मी कर्कशपणे म्हणालो, ''ती कथा मला सांगू नकोस. मला त्यात कसलाही रस नाही.''

''तो सावकार, टफ्नेल माझ्यावर सारखे दडपण ठेवत होता. माझ्या मागे त्याने पैशांसाठी तगादा लावला होता.'' मग तो मंद आवाजात बोलू लागला, ''मरडॉनमध्ये जेवण्याच्या मेसचा मी सेक्रेटरी आहे. मी तिथल्या हिशेबात ६०० पौंडाची अफरातफर केली. कोणाला तरी कसे काय ते कळले देव जाणे! पण त्या व्यक्तीला ते कळले खरे. मग त्या व्यक्तीने मला एक चिठ्ठी पाठवली. जर मी त्यांना सहकार्य केले नाही तर ही अफरातफर पोलिसांना कळवली जाईल, अशी त्या चिठ्ठीत मला धमकी होती. म्हणून मी शेवटी सहकार्य दिले.''

मी माझे पिस्तूल दूर केले. सत्याचे नाणे हे खणखणीत आवाजाचे असते, असे अनेक पापभीरू माणसे मानतात. पण मला खात्री होती की, हार्टनेलवरती नक्की बलप्रयोग केला असणार. मी त्याला विचारले, ''ती जी कोण अज्ञात व्यक्ती आहे, तिच्यापर्यंत पोचण्यासाठी काही धागा तुझ्याकडे आहे का?''

''नाही. अन् मी शपथेवर सांगतो की ती हातोडी, ती पक्कड, स्कूटरला चिकटलेली तांबडी माती यातले मला काहीही ठाऊक नाही.''

माझा पाय आता भयंकर दुखू लागला होता. त्यामुळे त्यांनी मला पोलिसांची गाडी दिली. पण तरीही मॅक्डोनल्डच्या घरी जाईपर्यंत माझ्या पायाने त्रास दिलाच. हाताशी वेळ फार उरला नव्हता आणि माझ्या तपासाच्या मार्गावरती शेवटी एक भिंत आडवी येत आहे याची मला जाणीव होऊ लागली. त्याच दिवशी संध्याकाळच्या सर्व वृत्तपत्रांत मरडॉनमध्ये झालेल्या दोन खुनांची बातमी झळकली. मात्र बातमी काळजीपूर्वक शब्दांत दिली होती. बातमीमध्ये या खुनांच्या आरोपावरून दोन शास्त्रज्ञांना पोलिसांनी अटक केल्याचा उल्लेख होता व त्या विषाणूंच्या चोरीवरती

लवकरच प्रकाश पडेल असे म्हटले होते. आम्हीच ती बातमी वृत्तपत्रांना पुरवली होती. खऱ्या गुन्हेगाराची दिशाभूल व्हावी आणि पोलीस भलत्यांनाच पकडत आहेत असा त्यांचा समज व्हावा यासाठी ती बातमी पेरलेली होती. गुन्हेगार बेसावध राहून ढिले पडावेत असा त्यामागचा हेतू होता. पण तरीही आमची फारशी प्रगती होत नव्हती. कुठेही धागा मिळत नव्हता. हार्डेन्जर आता मरडॉनमध्ये मोठ्या प्रमाणात बारकाईने शोध घेणार होता. जेवणाच्या मेसचे हिशेब पहाण्याचे अधिकार कोणाला आहेत हे तो बघणार होता. ते अधिकार खूप जणांना असावेत असा माझा अंदाज होता. अन् तसे असेल तर ती एक दुर्दैवाची बाब होती.

मी मॅक्डोनल्डच्या घरी गेलो तेव्हा त्याच्याकडे दिवसा काम करणाऱ्या कामवाल्या बाईने दार उघडले. तिचे वय पस्थिशीच्या आसपास असावे. ओझरते पाहिल्यास बऱ्यापैकी दिसणारी ती होती. तिचे नाव होते मिसेस टर्पिन. मला पाहिल्यावर तिच्या कपाळावरती आठ्या पडल्या. आपल्या धन्याशी प्रामाणिक असणाऱ्या नोकराला धन्यावर चालून येणाऱ्या शत्रूला थोपवता आले नाही तर जसा तो हतबल होतो, तसे भाव मला तिच्या चेहऱ्यावरती दिसले. जेव्हा मी तिला माझे खोटे आयडेन्टिटी कार्ड दाखवले आणि 'आत येऊ का?' अशी परवानगी विचारली तेव्हा ती कडवटपणे म्हणाली की, "तुमच्यासारखी आणखी अशी कित्येक चोंबडी माणसे आली तरी आमच्या मालकांचे काहीही वाकडे होणार नाही."

हार्डेन्जरने आपली माणसे तिथे आधीच पाठवून छापा घातला होता आणि झडतीचे सत्र सुरू झालेले होते. खोल्याखोल्यांतून जाऊन ती माणसे बारकाईने शोध घेत होती. सर्वत्र साध्या वेषातील पोलिसांचा सुळसुळाट झाला होता. एक डिटेक्टिव्ह सार्जन्ट त्यांचा प्रमुख होता. मी त्याला भेटून माझी ओळख दाखवली.

मी त्याला विचारले, "काय, काही खास सापडले?"

"तसे सांगायला कठीण आहे. आम्ही तासभर झडती घेतो आहे. पण संशयास्पद वाटावे असे अद्याप काहीही हाताशी लागले नाही. सारे घर वरपासून खालपर्यंत आम्ही पिंजून काढले आहे. हे मॅक्डोनल्ड महाशय टापटिपीचे मोठे भोक्ते दिसताहेत. त्यांनी घर अत्यंत नीट लावून ठेवले आहे. येथे ज्या कलात्मक वस्तू, चित्रे वगैरे आहे त्यावरून मॅक्डोनल्ड साहेबांची आवड उच्च प्रतीची आहे, असे माझा एक माणूस म्हणाला. त्या सर्व वस्तू महागड्या आहेत. यांच्याकडे फोटोग्राफीची जी यंत्रसामग्री आहे ती तर हजारो पौंड किमतीची असावी. तुम्ही त्यांची ती डार्क-रूम पहा."

"डार्क-रूम? कमाल आहे! मॅक्डोनल्ड यांना फोटोग्राफीमध्ये रस आहे असे कधी दिसले नव्हते."

"देशातील ते फार वरच्या दर्जाचे हौशी फोटोग्राफर समजले जातात. आल्फ्रिंगहॅम-

मधील फोटोग्राफी क्लबचे ते अध्यक्ष आहेत. त्यांच्या स्टडी-रूममध्ये एक कपाट आहे. त्यात त्यांना या संबंधात मिळालेली पदके, पेले, ढाली ठेवलेल्या आहेत. त्यांचे ते कपाट यांनी भरून गेलेले आहे. त्या बाबतीत त्यांनी काहीही गुप्त ठेवलेले नाही. निदान माझी तरी तशी ठाम समजूत आहे.''

जर या माणसांना काही सापडले नसेल तर मला तरी कसे सापडू शकणार होते. म्हणून मी तेथून वरच्या मजल्यावर जिन्याने गेलो. तिथे त्याची डार्क-रूम होती. पण मी तिथे फार वेळ घालवला नाही. या माणसाकडे विविध कॅमेरे कशासाठी असावेत? हा प्रश्न मला पडला. या बाबतीत एखाद्या पोलीस-कॅमेरामनला आणून विचारणा केली पाहिजे असे मी मनात ठरवले. लंडनहून त्या तज्ज्ञाला बोलवून सर्व कॅमेऱ्यांची मी नंतर तपासणी करणार होतो. मी परत खाली आलो.

घरातील कामवाली मिसेस टर्पिन हिला मी म्हणालो, ''येथे सर्व जी उलथापालथ झाली आहे त्याबद्दल माफ करा. आमचे हे नेहमीचेच काम असते. पण तुमच्या मालकांनी ही जागा किती छान ठेवली आहे. एवढ्या सुंदर वास्तूत तुम्हाला काम करायला मिळते म्हणजे तुम्ही किती भाग्यवान आहात?''

यावर ती फटकन मला म्हणाली, ''तुम्हाला जे काही प्रश्न विचारायचे असतील ते पटकन विचारून घ्या. अन् उगाच खऱ्या मुद्द्याभोवती घोळ घालत फिरत बसू नका.''

बाई भलतीच तिखट दिसली. तिच्या अशा बोलण्यामुळे तिला न दुखवता आंजारूनगोंजारून प्रश्न विचारण्याची शक्यता उरली नाही. मी तिला विचारले, ''डॉ. मॅक्डोनल्ड यांच्याकडे किती वर्षे तुम्ही काम करीत आलेले आहात?''

''ते येथे आल्यापासून. चार वर्षे. त्यांच्यासारखा सज्जन माणूस तुम्हाला कुठेही सापडणार नाही. पण हे तुम्ही का विचारता?''

''त्यांच्या घरी येथे असंख्य मौल्यवान वस्तू आहेत.'' मग मी तिला तशा डझनभर वस्तूंची नावे सांगितली. तो आलिशान गालिचा व अनेक चित्रे यांचाही मी उल्लेख केला. ''किती वर्षे त्यांच्याकडे या वस्तू आहेत?''

''मी असल्या प्रश्नांची उत्तरे देणार नाही, मिस्टर इन्स्पेक्टर.''

''नका देऊ, जशी तुमची इच्छा! पण मग त्यामुळे तुमच्या मालकांची परिस्थिती अधिक वाईट बनेल.''

यावर तिने माझ्याकडे डोळे वटारून पाहिले. काय बोलावे त्याबद्दल ती कचरली, पण नंतर तिने सर्व प्रश्नांची उत्तरे व्यवस्थित दिली. त्या घरातील निम्म्या वस्तू मॅक्डोनल्डने चार वर्षांपूर्वी येथे येताना आपल्याबरोबर आणल्या होत्या. बाकीच्या वस्तू एकेक करीत त्याने विकत घेतल्या होत्या. दोन खरेदीमध्ये

बऱ्यापैकी काळाचे अंतर होते. त्या वस्तू कधी खरेदी केल्या ते त्या कामवाली बाईने, मिसेस टर्पिनने, अचूकरित्या सांगितले. तिची स्मरणशक्ती खरोखरीच अजब होती. ती प्रत्येक वस्तूच्या खरेदीची तारीख सांगे, एवढेच नव्हे तर कोणत्या वेळी ती वस्तू घरात आली, त्या वेळी पाऊस पडत होता, का बर्फ पडत होता वगैरे तपशीलही ती सांगू शकत होती. तिच्या जबानीची सत्यता पडताळून पहाण्यात माझा वेळ उगीच वाया जाईल हे माझ्या लक्षात आले.

परंतु तिच्या जबानीमुळे मॅक्डोनल्डने काही अवैध मार्गाने माया केली, संपत्ती जमवली ही शंका दूर होण्यास मदत झाली. मॅक्डोनल्डने एकदम कुठून तरी भरपूर पैसे मिळवले आणि भरमसाठ खरेदी केली असे कधीच झाले नव्हते. तो सतत खरेदी करत होता हेही खरे होते. पण आता मला त्याचे महत्त्व वाटेनासे झाले. तो स्वत: अविवाहित होता आणि त्याला कोणीही नातेवाईक नव्हते. त्यामुळे तो महागड्या वस्तू विकत घेऊ शकत होता, हेच खरे.

मी दिवाणखान्यात आलो. समोरून डिटेक्टिव्ह-सार्जंट हातात काही फायली घेऊन येत होता. त्याने मला म्हटले, ''या फायलीत काही ऑफिसांशी पत्रव्यवहार झालेला आहे. तुम्हाला त्यातून काही सापडते का ते पहा.''

तो पत्रव्यवहार जरी मला फारसा उपयोगी पडला नाही तरी मॅक्डोनल्डबद्दल काही माहिती मला मिळू शकली. त्याने अनेक शास्त्रज्ञांशी आणि युरोपातील अनेक शास्त्रीय संस्थांशी पत्रव्यवहार केला होता. विशेषत: वर्ल्ड हेल्थ ऑर्गनायझेशनशी त्याचा पत्रव्यवहार खूप झाला होता. तो पत्रव्यवहार वाचल्यावर असे लक्षात आले की, मॅक्डोनल्ड हा एक अत्यंत बुद्धिमान व आदरणीय समजला जाणारा एक रसायनशास्त्रज्ञ आणि सूक्ष्मजीवशास्त्रज्ञ आहे. त्याच्या क्षेत्रात तो फार वरच्या पातळीवर पोचला आहे. त्यातली निम्मी पत्रे तरी पॅरिस, स्टॉकहोम, बॉन व रोम येथील वर्ल्ड हेल्थ ऑर्गनायझेशनच्या संशोधन-संस्थांशी संबंध जोडण्यासंदर्भात होती. त्यामध्ये काहीही वावगे नव्हते की देशद्रोहीपणा नव्हता. 'गोपनीय' सदरात हा पत्रव्यवहार तर बिलकूल मोडत नव्हता. प्रत्येक पत्रावरती त्याच्या सहीबरोबरच डॉ. बॅक्स्टर यांचीही सही होती. शिवाय जरी हा पत्रव्यवहार गुप्त स्वरूपाचा समजला गेला तरीही त्यावर सरकारी अधिकाऱ्यांची नजर असे. त्यांनी पास केल्याखेरीज पत्रे पुढे सरकत नसत. अन् ही गोष्ट सर्व शास्त्रज्ञांना ठाऊक होती. फोन वाजल्यामुळे मी त्या फायली बाजूला ठेवल्या.

फोनवरती हार्डेन्जर होता आणि त्याचा आवाज खूप गंभीर झालेला होता. त्याने जे सांगितले ते ऐकून मीही गंभीर झालो. एका अज्ञात व्यक्तीने फोन करून धमकी दिली होती की, जर पोलिसांनी आपले तपासकार्य व कारवाई येत्या २४ तासांत थांबवली नाही तर मिस्टर कॅव्हेल यांचे, जरी ते गायब झाले असले तरी,

काहीतरी बरेवाईट होऊ शकते. आज संध्याकाळी सहा वाजण्याच्या आत पोलिसांनी या केसवरचे आपले काम थांबवले पाहिजे.

धमकीमधला पहिला भाग मला मनावर घेण्याजोगा वाटला नाही. मी म्हटले, "हे असले काहीतरी होईल अशी मला अपेक्षा होतीच. कितीही जरी धमक्या आल्या तरी उद्या पहाटेपर्यंत मी सर्व गोष्टींचा छडा लावणारच आहे. आत्तापर्यंतची आपली प्रगती पाहून ते अस्वस्थ झाले आहेत. मी अजूनही त्या ओसाड घरात बंदिस्त आहे अशा समजुतीखाली त्यांनी ती धमकी दिली आहे."

हार्डेन्जर गंभीर आवाजात म्हणाला, "माय फ्रेण्ड, उगाच स्वत:वर फार खूष होऊ नका. तुम्हाला त्यांनी फक्त तारण म्हणून वापरले आहे. तो फोन पोलिसांना आला नसून वॅगनर्स रेस्टमध्ये तुमच्या पत्नीला आला होता. फोन करणाऱ्याने जनरल यांचाही उल्लेख केला. त्यांचे संपूर्ण नाव त्याने सांगितले, पद सांगितले व पत्ताही सांगितला. जर इन्स्पेक्टर जनरलने इथले तपासकार्य थांबवले नाही तर कॅव्हेलचे दोन्ही कान कापून ते पाठवण्यात येतील. जरी मेरीचे कॅव्हेलशी दोनच महिन्यांपूर्वी लग्न झाले असले तरी तिला ते कान सहज ओळखता येतील, असे धमकी देणाऱ्याने म्हटले आहे."

माझ्या मानेवरचे केस ताठ झाल्याचा भास मला झाला. मी अत्यंत सावधगिरीने म्हणालो, "हार्डेन्जर, तीन मुद्दे असे आहेत. आमचे दोन महिन्यांपूर्वी लग्न झाले ही गोष्ट आल्फ्रिंगहॅममधील अत्यंत थोड्या लोकांना ठाऊक आहे. तसेच, जनरलचे संपूर्ण नाव, पद व पत्ता नेमका ठाऊक असलेले या भागात मी व तुम्ही सोडले तर फक्त हाताच्या बोटावर मोजण्याइतपत व्यक्ती असतील. मेरी ही इ. जनरलची मुलगी आहे हे तर त्याहीपेक्षा कमी व्यक्तींना ठाऊक असेल. जनरलबद्दल खरीखुरी माहिती असलेला गुन्हेगार येथे कोणी असू शकेल हे मला शक्य वाटत नाही."

हार्डेन्जर जडपणे म्हणाला, "पहा, या प्रकरणाला फार वाईट वळण आता मिळाले आहे. त्या व्यक्तीला जनरल कोण आहे आणि मेरी त्यांची एकुलती एक व लाडकी कन्या आहे हे ठाऊक असल्यामुळेच त्या मार्गाने दडपण आणले जात आहे. कॅव्हेल, हे सारे फार घाणेरड्या मार्गाने जात आहे."

"बरोबर आहे," मी मान्य करीत सावकाश म्हणालो, "हे सारे एक देशद्रोही कृत्य आहे आणि ते अत्यंत वरच्या पातळीवरती केले जात आहे हे नक्की."

"मला वाटते की त्याबद्दल आपण फोनवरती न बोललेलेच बरे." हार्डेन्जर चटकन बोलला.

"होय. तो फोन कुठून आला ते शोधले का?"

"अद्याप नाही. पण त्याचा माग काढण्यात उगाच वेळ जाईल एवढे नक्की."

त्याने फोन बंद केला आणि मी माझ्या हातातील फोनकडे बघत राहिलो. जनरलची नेमणूक खुद्द पंतप्रधानांनी आणि गृह खात्याच्या प्रमुखाने केली होती. घातपातांची दखल घेणारे खाते आणि तसली कृत्ये उलटवून लावणारे प्रति-घातपात खाते, अशा दोन्ही खात्यांचे प्रमुखपद जनरलना देण्यात आले होते. याच खात्यात हार्डेन्जर हा असिस्टंट कमिशनर होता. तसेच मरडॉन संस्थेचा कमांडंट व सुरक्षा-प्रमुख असलेल्या व्यक्तीलाही या खात्यात सामील करून घेतले होते. जनरलबद्दलची माहिती फक्त क्लिव्हडेन, हार्डेन्जर व मी इतक्या जणांनाच ठाऊक होती. याचा अर्थ क्लिव्हडेनचा भविष्यकाळ धोक्यात आला होता. त्याला पुढे चौकशीला सामोरे जावे लागणार होते. हार्डेन्जरने फोन खाली ठेवल्यावरती तो क्लिव्हडेनच्या मागे कसा लागेल हे ओळखण्यासाठी माझ्याकडे अतिंद्रिय मानसशक्ती असण्याची गरज नव्हती. मलाही आता क्लिव्हडेनबद्दल अधिक विचार करायला हवा होता.

दिवाणखान्यात येणाऱ्या बोळात कुणीतरी येण्याचा प्रयत्न करीत आहे असे मला दिसले. बोळाच्या बाहेरच्या दारात पायऱ्यांवरती खाकी कपड्यातील एक व्यक्ती उभी होती. तो एक सार्जंट होता. त्याने घंटेचे बटण दाबण्यासाठी आपला हात वर उचलला होता. पण मी त्याच्याकडे पहाताच त्याने आपला हात खाली घेतला.

मी त्याच्याजवळ गेल्यावर त्याने मला म्हटले, ''मला इन्स्पेक्टर गिब्सन यांना भेटायचे आहे. ते येथे आहेत का?''

''गिब्सन?'' मी विचारले. पण माझ्या लगेच लक्षात आले की, मीच तो गिब्सन आहे. मी त्याला म्हटले, ''मीच तो इन्स्पेक्टर गिब्सन.''

त्याने आपल्या हातातील फाईल दाखवित म्हटले, ''आपल्यासाठी मी हे घेऊन आलो आहे; परंतु त्या आधी तुमची अधिकारपत्रे पहाण्याचे मला हुकूम देण्यात आले आहेत.''

मी ती अधिकारपत्रे दाखवल्यावर त्याने मला ती फाईल दिली आणि तो क्षमायाचनेच्या स्वरात म्हणाला, ''सर, मला असाही हुकूम दिलेला आहे की, ती फाईल माझ्या डोळ्यांसमोरून हलता कामा नये. कारण ती फाईल आपले जुने क्लॅन्डनसाहेब यांच्या ऑफिसातील रेकॉर्डमधून उचलून आणलेली आहे आणि 'अत्यंत गोपनीय' अशा वर्गातील ती फाईल आहे.''

''बरोबर आहे.'' मी म्हणालो. मी पुन्हा दिवाणखान्यात आलो. तो सार्जंटही माझ्या मागोमाग आला. त्याच्या दोन्ही बाजूला आणखी दोन माणसे मदतनीस म्हणून होती. ती कामवाली बाई मिसेस टर्पिन ही हळूच बोळात येऊन थांबली. तिथल्या अंधूक प्रकाशात ती माझ्या एकदम ध्यानात आली नाही. पण जेव्हा

मला समजले तेव्हा मी तिला तेथून निघून जाण्यास सांगितले. जळफळत व पाय आपटीत ती निघून गेली.

फायलीवर लावलेले सील मी तोडले आणि ती फाईल उघडली. त्या फायलीमध्ये आणखी एक जादा सील दिलेले होते. फाईल बंद करून परत करण्याआधी ते सील तिला लावावे लागणार होते. फायलीमध्ये डॉ. मॅक्डोनल्ड यांच्यावरचा सुरक्षा अहवाल होता. माझ्या आधीचे सुरक्षाप्रमुख ईस्टन डेरी हे जेव्हा नाहीसे झाले होते तेव्हा मी त्यांच्या पदाचा भार स्वीकारला होता. त्या वेळी मला हाच अहवाल पहावयास मिळाला होता. पण त्या वेळी मी त्याकडे म्हणावे तेवढे लक्ष दिले नव्हते. त्यासाठी तसे काही खास कारण नव्हते. पण आता तोच अहवाल मी शांतपणे वाचू शकत होतो.

फुलस्केप आकाराची सात पाने असलेला तो अहवाल होता. मी तो अहवाल पुन्हा पुन्हा असा तीन वेळा वाचला. प्रत्येक बारीकसारीक गोष्ट मी नीट ध्यानात ठेवली. किंचितशी का होईना कुठे काही संशय येण्याजोगी बाब आहे, सुगावा लागण्यासाठी काही धागादोरा आहे, हे पहात पहात वाचले. पण मला तसे काहीही सापडले नाही. फक्त एकच खटकण्याजोगी गोष्ट होती आणि ती पूर्वी हार्डेन्जरनेही लक्षात आणून दिली होती. मॅक्डोनल्डच्या लष्करातील नोकरीबद्दल अत्यंत तुटपुंजी माहिती होती. अन् त्याबद्दल आणखी माहिती काढण्याची क्षमता ईस्टन डेरीकडे नक्कीच असली पाहिजे. त्यानेच तर हा अहवाल तयार केला होता. '१९३८ मध्ये इंग्लंडमधील टेरीटोरियल आर्मीमध्ये मॅक्डोनल्ड 'प्रायव्हेट' म्हणून दाखल झाला. त्याची लष्करातील सेवा इटलीमध्ये १९४५ मध्ये समाप्त झाली. त्या वेळी तो रणगाडा विभागात लेफ्टनंट-कर्नल या पदापर्यंत पोचला होता.' बस्स, एवढ्याच ओळीमध्ये त्याची लष्करी कारकीर्द लिहिलेली होती. नंतरच्या पानावर अगदी वरच्या बाजूला एक संदर्भ दिला होता. त्या संदर्भानुसार एक सरकारी रसायनशास्त्रज्ञ म्हणून ईशान्य इंग्लंडमध्ये १९४६ मध्ये त्याची नियुक्ती झाली होती. ईस्टन डेरीला एवढीच माहिती मिळवता आली होती.

मी माझा चाकू बाहेर काढला व त्याच्या पात्याने कागदाच्या वरच्या डाव्या बाजूला असलेले जाड कापड काढू लागलो. त्या कापडाने सारे कागद एकत्र जुळवलेले होते. तो सार्जंट माझ्या या कृतीकडे डोळे फाडून पाहू लागला. पण मी त्याच्याकडे दुर्लक्ष करून माझे काम चालू ठेवले. तो कापडाचा त्रिकोणी तुकडा काढल्यावर त्याखाली स्टॅपलने सर्व कागदांना एकत्र जोडलेले मला दिसले. मी तो स्टॅपलही उचकटून काढला. मग सर्व कागदांचा मिळून असलेला खालचा उजवा कोपरा मी दुमडला. आता स्टॅपल काढला तरी सर्व कागद आहे तसेच रहाणार होते. नंतर मी प्रत्येक कागदाला स्टॅपलने पाडलेली भोके तपासत

गेलो. जर कोणी या कागदांमधील एखादा कागद काढून घेऊन नंतर परत नव्याने दुसरा स्टॅपल मारला तर पूर्वीची भोके व नंतरची भोके एकमेकांशी जुळणार नव्हती. मी काळजीपूर्वक प्रत्येक कागदाची तपासणी केली तरीही मला तसे काही आढळून आले नाही. कदाचित तशी हेराफेरी कोणी केली असेल तर ती कमालीची काळजी घेऊन केली असेल. वरवर पहाता असे दिसत होते की त्या फायलीत कोणीही कसलीही हेराफेरी केली नव्हती.

माझ्या शेजारी डिटेक्टिव्ह-सार्जंट येऊन उभा राहिला होता. त्याच्या हातात कागदांचा व फोल्डर्सचा एक गठ्ठा होता. तो मला म्हणाला, ''कदाचित तुम्हाला यात रस वाटेल. यावरती नजर टाकून पहा.''

''एक मिनिट,'' असे म्हणून मी आधी त्या अहवालाचे कागद एकत्र जुळवून त्याला नवीन स्टॅपल मारला व ते फायलीला लावून टाकले. सर्व फायलीला पुन्हा नवीन सील लावले आणि समोर उभ्या असलेल्या त्या सार्जंटला ती फाईल देऊन टाकली. तो व त्याच्याबरोबरची दोन माणसे निघून गेली. मी डिटेक्टिव्ह-सार्जंटला विचारले, ''काय आहे ते?''

''सर, हे सारे फोटोग्राफ्स आहेत.''

''फोटोग्राफ्स? अन् त्यात मला रस असेल असे कशावरून तुम्हाला वाटले?''

''सर, हे फोटोग्राफ्स पत्र्याच्या एका छोट्या पेटीत कुलूपबंद करून ठेवले होते आणि ती पेटी खालच्या शेवटच्या ड्रॉवरमध्ये होती. त्या ड्रॉवरलाही कुलूप लावलेले होते. त्याच ड्रॉवरमध्ये हा पत्रव्यवहारही सापडला. बहुतेक तो खासगी पत्रव्यवहार असावा.''

''ती पत्र्याची पेटी उघडायला खूप कष्ट घ्यावे लागले का?''

''नाही. माझ्याजवळच्या छोट्या हॅकसॉ ब्लेडने ताबडतोब ती पेटी उघडली. आता आम्ही सर्व आवराआवर केली आहे. सर्व वस्तूंची यादी केली आहे. तुम्ही जर ती यादी पाहिलीत तर आमचे काम आम्ही किती चोख बजावले आहे याची तुम्हाला कल्पना येईल.''

''संपूर्ण घराची झडती घेतलीत? तळघर तपासले?''

''तुम्ही ते तळघर पाहिले तर तुमच्या लक्षात येईल की ते किती घाणेरडे आहे.'' मग थोडा विचार करून तो डिटेक्टिव्ह सार्जंट म्हणाला, ''सर, माझ्या असे लक्षात आले आहे की, डॉ. मॅक्डोनल्ड यांची अभिरुची उच्च दर्जाची आहे. त्यामुळेच त्यांनी अप्रतिम वस्तू जमवल्यात. तसेच, नीटनेटकेपणा व टापटीप ठेवण्यात त्यांचा कटाक्ष असतो असे दिसते; परंतु एक गोष्ट मात्र खटकते. एवढी स्वच्छतेची, टापटिपीची आवड त्यांना आहे तर त्यांनी आपले तळघर इतके घाणेरडे व कोळशाचा पसारा केलेले का ठेवले? कोळसे ठेवण्यासाठी तिथे खास

जागा असल्याने तिथेच कोळसा साठवला तर एक केवढी मोठी व मोकळी जागा त्यांना मिळेल. ती जागा ते छान सजवू शकतील. पण त्यांनी असे का केले नाही?''

मॅक्डोनल्डने तसे का केले नाही? या प्रश्नाचे उत्तर शोधणे माझ्यावरती सोपवून तो डिटेक्टिव्ह-सार्जंट निघून गेला. मला त्या पत्र्याच्या पेटीत चार अल्बम सापडले. त्यातले तीन अल्बम हे त्याच्या दूरच्या नातेवाइकांच्या छायाचित्रांचे असावेत. कुठे तरी बाहेर सहलीला गेल्यावर छायाचित्रे काढण्याचे काम हौशी मंडळी करतात. त्या छायाचित्रात सर्वांचे डोळे उघड्यावरच्या प्रखर उजेडामुळे बारीक केलेले व कपाळाला आठ्या घातलेले येतात. अशा प्रकारच्या छायाचित्रांचा तो संग्रह होता. बहुतेक छायाचित्रे पिवळी पडलेली होती. मॅक्डोनल्ड २० ते ३० वयाचा असताना ती छायाचित्रे काढली असावीत. चौथा अल्बम मात्र अलीकडचा असावा. त्यात वर्ल्ड हेल्थ ऑर्गनायझेशनमधील त्याच्या सहकाऱ्यांनी मॅक्डोनल्डच्या कार्याची दखल घेणाऱ्या सत्कारासंबंधी होते. त्याच्या मागच्या पानावर छायाचित्रातील प्रत्येकाचे नाव आणि पत्ता चिकटवलेला होता. युरोपातील वेगवेगळ्या १२ शहरांमध्ये घेतलेली तशी छायाचित्रे त्या आल्बममध्ये होती. कालक्रमानुसार ती ओळीने चिकटवलेली होती. फ्रान्स, स्कॅन्डिनेव्हिया व इटली येथे व क्वचित अन्य देशांत ती छायाचित्रे घेतलेली होती. प्रत्येक छायाचित्राखाली तारीख व स्थळाचे नाव लिहिलेले होते. शेवटचे छायाचित्र हे हेल्सिन्की शहरात सहा महिन्यांपूर्वी घेतलेले होते.

मला त्या छायाचित्रांत कसलाही रस नव्हता. फक्त त्यातले एक छायाचित्र काढून घेतले होते. ते दीड वर्षापूर्वीचे होते. त्याखाली जे काही लिहिलेले होते ते त्याच रंगाच्या शाईने खोडून टाकलेले होते. मी दिवा लावून नीट ती खाडाखोड न्याहाळली. जे स्थळाचे नाव होते त्यातील पहिले अक्षरच मला समजू शकले, ते अक्षर T होते. त्यापुढचे अक्षर O किंवा D असावे. युरोपातील कोणतेही गाव हे TD अक्षरांनी सुरू होणारे नव्हते. म्हणजे ते TO च असणार. बाकी पुढची चार अक्षरे मात्र समजण्याच्या पलीकडची होती. पण त्यातील काही अक्षरे मात्र रेघेखाली आली होती. त्यामुळे ती j, p, g यापैकी काहीही असू शकतील.

युरोपातील TO ने सुरू होणारे कोणते शहर असेल? डब्ल्यू.एच.ओ.ची अधिवेशने फक्त शहरात भरतात. Torquay, Tornio, Todor, Toledo अशी शहरांची नावे माझ्या डोळ्यांसमोरून गेली. Tournal किंवा Toulon ही पण शहरे मला वाटली. शेवटी मी तो नाद सोडून दिला आणि पत्रांचा गठ्ठा हातात घेतला.

ती पत्रे सुमारे तीस-चाळीस असावीत. त्यांना किंचित सुगंधित वास येत

होता आणि सर्व पत्रे एका निळ्या रिबिनीने बांधून त्यांचा एक गठ्ठा केला होता. मला सापडलेला हा मॅक्डोनल्डचा एकमेव खासगी ठेवा होता. ती पत्रे प्रेमपत्रासारखी वाटत होती. त्यातील हस्ताक्षर समजून घेणे मला कठीण जात होते.

बरोबर पाच मिनिटांनी मी फोनवरती जनरलशी बोलत होतो.

''मला एका मादाम प्युगॉत बाईशी बोलायचे आहे. पॅरिसमध्ये १९४५ व १९४६ साली ती पाश्चर इन्स्टिट्यूटमध्ये काम करीत होती. तिची मुलाखत मला ताबडतोब हवी आहे. अगदी आज दुपारी हवी आहे. सर, तुम्हाला जमवता येईल हे?''

''कॅव्हेल, जमवीन मी ते. दोनच तासांपूर्वी पंतप्रधानांनी परिस्थितीचा आढावा घेऊन देशाची सारी यंत्रणा आपल्या दिमतीला देण्याची तयारी दर्शवली आहे. ते खूपच हादरलेले आहेत. ती मुलाखत कितपत तातडीची आहे?''

''सर, जीवन-मरणाच्या प्रश्नाइतकी ती तातडीची आहे. मला त्यातून नक्की काय प्रकार असावा याचा बोध होऊ शकणार आहे. ती बाई मॅक्डोनल्डच्या सहवासात दुसऱ्या महायुद्धात नऊ महिने आली होती. या काळातील त्याच्याबद्दलची माहिती आमच्याकडे नाही. जर ती बाई अजूनही जिवंत असेल आणि तिचा पत्ता लागत असेल तर ती मॅक्डोनल्डबद्दल नक्की काहीतरी महत्त्वाचे सांगू शकेल.''

''बस्स? एवढेच?'' जनरलच्या आवाजात थोडासा खेद होता. ''अन् त्या पत्रातून काय निष्पन्न झाले?''

''मी फक्त त्यातली एकदोनच वाचली. तशी निरुपद्रवी पत्रे आहेत. खासगी आहेत. पण कोर्टात सादर करण्याइतपत त्याला महत्त्व नाही.''

''कॅव्हेल, मला असे दिसते की, आपली प्रगती फार मंद गतीने होते आहे.''

''सर, मला आतून असे वाटते आहे की, मॅक्डोनल्डच्याविषयी असलेल्या सुरक्षा अहवालातील एखादे पान काढून घेतले गेले असावे. कारण इतर पानांवरील तारखांमध्ये मधेच एक तारीख नाही. त्या तारखेचे पान असते तर सर्व पाने सुसूत्र वाटली असती. इथेच काहीतरी पाणी मुरते आहे असे मला वाटते. मला त्याचा शोध घ्यायचा आहे.''

''पान गायब झाले आहे?'' जनरल काडकन बोलले. ''सुरक्षा विभागाच्या गोपनीय फायलीतील एखादे पान कसे काय काढून घेतले जाते? त्या फायली पहाण्याचे अधिकार कोणाकोणाला आहेत?''

''गायब झालेले ईस्टन डेरी, नंतर मी, नंतर माझ्या जागी आलेले व खून झालेले क्लॅन्डन, आत्ताचे त्याच पदावर आलेले क्लिव्हडेन आणि मरडॉनचे प्रमुख वेब्रिज.''

''बरोबर. क्लिव्हडेन!'' यानंतर ते सूचकपणे काही क्षण गप्प बसले. मग ते

पुढे म्हणाले, "मेरीला नुकतीच ती जी धमकी दिली आहे त्या संदर्भात विचार केला तर क्लिव्हडेन हा मरडॉनमध्ये एकच माणूस असा आहे की, ज्याला मी कोण आहे हे ठाऊक आहे आणि मेरीशी माझे नाते ठाऊक आहे. याच्या हातात साऱ्या सुरक्षा विभागाच्या फायली सध्या आहेत. क्लिव्हडेनकडे लक्ष द्यावे असे वाटते तुम्हाला?"

"मला वाटते की हार्डेन्जरने त्याच्याकडे लक्ष द्यावे. आता मला ताबडतोब मादाम प्युगॉत यांच्याशी संपर्क साधला पाहिजे."

"ठीक आहे. जरा थांबा." काही मिनिटांनी जनरलचा आवाज पुन्हा ऐकू येऊ लागला. ते म्हणत होते, "मरडॉनमध्ये ताबडतोब जा. तिथे एक हेलिकॉप्टर पाठवले आहे. त्यात बसून तुम्ही जवळच्या स्टॅन्टन विमानतळावरती जा. दोन जेट इंजिनांचे एक नाईट-फायटर विमान तुमच्यासाठी तिथे तयारीत असेल. ते तुम्हाला पॅरिसला घेऊन जाईल. चाळीस मिनिटांत ते पोचेल. हे ठीक वाटते ना?"

"उत्तम! पण सर, माझ्याकडे आत्ता पासपोर्ट नाही."

"त्याची गरज नाही. जर त्या मादाम प्युगॉत बाई जिवंत असतील आणि अजूनही पॅरिसमध्येच असतील तर त्या तुमची ओर्ले विमानतळावरती वाट पहात असतील. विमानतळाच्या ठरावीक क्षेत्राबाहेर मात्र तुम्ही जाऊ शकणार नाही. तसे केले तर फ्रान्समध्ये प्रवेश करण्यासारखे होईल. अर्ध्या तासात आल्फ्रिंगहॅमला जाण्यासाठी मी निघणार आहे."

त्यांनी फोन बंद केला आणि मी वळलो. माझ्या हातात तो पत्रांचा गठ्ठा होता. तिथल्या दरवाजात मिसेस टर्पिन उभी असलेली मला दिसली. तिचा चेहरा निर्विकार होता किंवा तसा चेहरा तिने मुद्दाम ठेवला असावा. माझ्यावरची दृष्टी काढून तिने माझ्या हातातील पत्रांच्या गठ्ठ्यावरती नेली. मग परत तिने माझ्याकडे पाहिले. एकदोन क्षणांनंतर ती वळली आणि आतमध्ये निघून गेली. ती तिथे किती वेळ उभी होती, काय पहात होती व तिने काय काय फोनवरचे माझे बोलणे ऐकले याची मला कल्पना करता येईना.

जनरलने आपला शब्द खरा केला. मरडॉनमध्ये माझ्यासाठी एक हेलिकॉप्टर वाट पहात होते. मी त्यातून स्टॅन्टन विमानतळावरती गेलो आणि त्या जेट विमानात बसलो. पॅरिसमधील ओर्ले विमानतळावर त्या विमानाने मला बरोबर पस्तीस मिनिटांत नेऊन पोचवले. ती पस्तीस मिनिटे ही अत्यंत थरारक होती. मादाम प्युगॉत ह्या एका पोलीस इन्स्पेक्टरबरोबर तिथल्या एका खोलीत माझी वाट पहात होत्या. किती झटपट हे सारे घडले!

मादाम प्युगॉत यांना ओळखणे मला कठीण गेले नाही. मात्र आता त्यांचे

नाव मादाम हॅले असे झालेले होते. ती अद्यापही मूळच्या जागी, म्हणजे पाश्चर इन्स्टिटयूटमध्ये, काम करीत असल्याने तिला शोधणे जड गेले नाही. पोलिसांनी तिला कामाची निकड सांगितल्यावर तिने विमानतळावर येण्याचे लगेच कबूल केले होते. लालसर गौर वर्णाची, बुटकी आणि नुकतीच चाळिशी ओलांडलेली व हसऱ्या डोळ्यांची ती होती. मी भेटलो तेव्हा तिच्या डोळ्यांत अनिश्चितता होती. कोण व कशाला आपल्याशी बोलणार आहे याची कल्पना नसल्याने ती किंचित घाबरलेली होती. जेव्हा पोलीस तुमच्यात रस घेतात तेव्हा कोणाचेही असेच होते. ती थोडीशी तणावाखाली आलेली होती.

त्या फ्रेंच पोलीस अधिकाऱ्याने आमची एकमेकांना ओळख करून दिली. मग अधिक वेळ वाया न घालवता मी तिला म्हणालो, "आपण जर आम्हाला एका इंग्लिश माणसाची माहिती दिलीत तर आम्ही आपले आभारी होऊ. ही इंग्लिश व्यक्ती १९४५ व १९४६ साली आपल्या सहवासात होती. त्यांचे नाव आहे डॉ. अलेक्झांडर मॅक्डोनल्ड."

"डॉ. मॅक्डोनल्ड? म्हणजे ॲलेक्स!" एवढे म्हणून ती हसली. "तुम्ही इंग्लिश माणूस म्हणालात. पण त्याला कोणी इंग्लिशमन म्हटले तर तो चिडायचा. निदान त्या काळात तरी. त्या वेळी तो एक अत्यंत कट्टर स्कॉटिश होता. तशा लोकांना तुम्ही काय म्हणता?"

"नॅशनॅलिस्ट?"

"बरोबर. तो एक स्कॉटिश नॅशनॅलिस्ट होता. एक तळमळीचा कार्यकर्ता वाटावा असा तो होता. तो नेहमी म्हणायचा, 'डाऊन विथ दी ओल्ड एनिमीज!' आमच्या पुरातन शत्रूचा, म्हणजे इंग्लंडचा, धिक्कार असो! आणि 'अप विथ दी ओल्ड फ्रॅन्को-स्कॉटिश अलायन्स!' जुनी फ्रेंच-स्कॉटलंड मैत्री चिरायू होवो! इंग्लंडपासून स्कॉटलंडने फुटून निघावे या मताचा तो होता. पण मला हेही ठाऊक आहे की, त्यांनी गेल्या महायुद्धात खूप शौर्य दाखवले. कदाचित युद्धकाळातील त्यांची मते मवाळ असतील." बोलता बोलता ती एकदम थांबली आणि धीटपणा आणि भीती असे चमत्कारिक मिश्र भाव तिच्या चेहऱ्यावर उमटले. तिने विचारले, "तो मरण पावला नाही ना?"

"नाही मादाम, ते जिवंत आहेत."

"मग तो कशात तरी अडकला आहे का? पोलिसांच्या लफड्यात गुंतला आहे का?" तिने चटकन विचारले. ती बाई हुषार होती आणि तिने माझ्या आवाजात बोलताना झालेला किंचित बदल अचूक हेरला होता.

"कदाचित तसेही असू शकेल. पण अद्याप तरी तसला काहीच प्रकार नाही. आपण त्यांना प्रथम केव्हा भेटला होतात, मादाम?"

"युद्ध संपायच्या आधी दोन-तीन महिने राहिले असतील. फ्रान्सच्या भूमीवरील युद्ध संपले होते. जर्मनीची संपूर्ण शरणागती व्हायला थोडासा अवकाश होता. कर्नल मॅक्डोनल्ड ह्याला जर्मनांनी चालवलेले दारूगोळ्यांचे आणि रसायनांचे कारखाने यांची पहाणी करण्यासाठी सरकारने नियुक्त केले होते. सेंट डेनिस येथे तसले कारखाने बरीच वर्षे चालू होते. तिथल्या एका रसायनाच्या कारखान्यातील संशोधन विभागात मी त्या वेळी काम करीत होते. 'करीत होते' असे म्हणण्यापेक्षा मला तसे करावयास भाग पाडले गेले होते. त्या वेळी हा तरुण कर्नल मॅक्डोनल्ड पहणी करण्यास तिथे आला. रसायनशास्त्रात तो एक तज्ज्ञ समजला जात होता; परंतु मला हे त्या वेळी ठाऊक नव्हते. म्हणून मी त्याला आमच्या विभागातील विविध रासायनिक प्रक्रियांची माहिती देऊ लागले, समजावून सांगू लागले. आमच्या कारखान्यात त्यांना हिंडवून बरीच माहिती दिली. सगळे दाखवून झाल्यावर माझ्या लक्षात आले की, ह्या माणसाला माझ्यापेक्षा जास्त माहिती आहे.'' एवढे म्हणून तिने स्मितहास्य केले. "त्या शूर कर्नलने केवळ मला दुखवायचे नाही म्हणून माझ्याबरोबर हिंडून सारे काही पाहिले. मलाही त्यांच्याबरोबर कारखान्यात हिंडण्याची इच्छा होती.'' तिने पत्रात जी भाषा वापरली होती त्यावरून ते दोघे प्रेमात पडत असल्याची गोष्ट मी तिच्या तोंडून ऐकत होतो.

"तो मग पॅरिसमध्ये कित्येक महिने राहिला. त्याच्या सैन्यातील ड्यूटीज काय होत्या ते मला ठाऊक नव्हते. पण त्या काहीतरी तांत्रिक कामाच्या असाव्यात. आम्हा दोघांना जेव्हा जेव्हा रिकामा वेळ मिळे तेव्हा आम्ही एकत्र हिंडायचो.'' मग आपले खांदे उडवून ती म्हणाली, "पण हे सारे पूर्वीचे आहे. त्या वेळी आम्ही दोघे एका वेगळ्या विश्वात वावरत होतो. सैन्यातील त्याची नोकरी युद्धकाळापुरती होती. नोकरी संपवण्यासाठी तो इंग्लंडला गेला. मग परत इकडे एका आठवड्यात परतला. पॅरिसमध्ये नोकरी शोधायचा त्याने खूप प्रयत्न केला. पण कुठेही त्याला नोकरी मिळेना. सरतेशेवटी त्याला ब्रिटिश सरकारच्या संशोधन खात्यात नोकरी मिळाली, असे मला वाटते.''

मी तिला यावर स्पष्ट विचारले, "तुम्हाला त्यांच्या बाबतीत, त्यांच्या वागण्यात, त्यांच्या विचारात काही संशयास्पद वाटले का? किंवा तसे काही कानावर आले का? किंवा काही दोषास्पद वाटले का?"

"कधीच नाही. तसे जर काही मला त्याच्यात आढळले असते तर मी त्याच्याशी मैत्री केलीच नसती.'' तिचे हे ठामपणे सांगणे व सौजन्याने सांगणे एवढे छाप पाडणारे होते की, तिच्या बोलण्यावर विश्वास ठेवण्यावाचून गत्यंतर नव्हते. माझ्या मनात एकदम पोकळी निर्माण झाल्यासारखे वाटले. कदाचित आपला अंदाज चुकला असेल व आपण उगाचच मृगजळामागे धावत आपला

वेळ वाया घालवित असू. आता या कॅव्हेलला परत इंग्लंडला खाली मान घालून जावे लागणार. मी निराश होऊ लागलो.

"नक्की? किंचित जरी तसे काही असले तर नीट आठवून पहा."

तिने शांतपणे म्हटले, "कदाचित तुम्हाला माझा अपमान करायचा असावा."

"माफ करा हं. माझा तसला अजिबात उद्देश नव्हता. आपण त्याच्या प्रेमात पडला होतात का?"

"या प्रश्नावरून मला असे दिसते की, डॉ. मॅक्डोनल्डने तुम्हाला माझ्याकडे पाठवले नसावे." पुन्हा ती हे शांतपणे म्हणाली. "आमच्या प्रेमात पडण्याची गोष्ट तुम्हाला आमच्या पत्रव्यवहारावरून समजली असावी. तेव्हा तुमच्या या प्रश्नाचे उत्तर तुमच्याकडेच आहे."

"ते तुमच्या प्रेमात पडले होते का?"

"होय. म्हणून तर त्याने मला लग्नाची मागणी घातली होती. किमान दहा वेळा तरी तशी मागणी घातली असावी. यावरून तो माझ्या नक्कीच प्रेमात पडला होता. हो ना?"

"पण तरीही तुम्ही त्याच्याशी लग्न केले नाही. मग त्याच्याबरोबरचा तुमचा संपर्कही तुटला. तुम्ही दोघे एकमेकांवर प्रेम करीत होता, त्यांनी तुम्हाला दहा वेळा लग्नाची मागणीही घातली होती. मग घोडे कुठे अडले होते? का तुम्ही त्यांना नकार दिलात? प्लीज, सांगता का मला? फारच खासगी कारण असेल तर मी आग्रह धरत नाही. पण रहावत नाही म्हणून हा प्रश्न विचारला. त्यांना नकार देण्यामागे नक्कीच तुमच्याकडे काहीतरी कारण असणार. हो ना?"

"याचे कारण आमची मैत्री काही प्रमाणात संपुष्टात आली होती. त्याच्या माझ्या प्रेमाबद्दल काही तक्रारी होत्या. पण त्याहीपेक्षा तो नेहमी दिसेल त्या बाईच्या मागे लागायचा. तो अत्यंत बाईलवेडा होता. त्याचा हा स्वभाव कधीही बदलणार नव्हता. परंतु हे काही लग्नाला नकार देण्यामागचे खरे कारण नव्हते. मुख्य कारण असे होते की, आमच्यामध्ये अत्यंत व तीव्र मतभेद होते. त्या वेळी आम्ही वयस्कर माणसांसारखे अनुभवी व शहाणे नव्हतो. आपल्या हृदयाच्या ताब्यात मेंदू असता कामा नये. मेंदूचे हृदयावरती नियंत्रण हवे. ही गोष्ट केवळ अनुभवातून शिकता येते. पण तोपर्यंत बराच काळ गेलेला असतो."

"मतभेद? मादाम, ते मतभेद कसले होते ते प्लीज सांगता का?"

"तुम्ही खूपच आग्रही आहात. पण त्याने विशेष काय फरक पडणार आहे म्हणा." एवढे बोलून तिने एक उसासा सोडला व पुढे ती म्हणाली, "पण कदाचित तुमच्या दृष्टीने तो फरक महत्त्वाचा असेलही. माझ्याकडून उत्तर मिळेपर्यंत तुम्ही मला विचारत रहाणार, छेडत रहाणार. अन् ते मतभेद गुप्त ठेवण्याइतपत

महत्त्वाचे नाहीत, ते केवळ आमचा मूर्खपणा दाखविणारे आहेत.''

''तरीही मला ते ऐकायचे आहेत.''

''अर्थातच. महायुद्ध संपल्यावर फ्रान्समध्ये राजकीयदृष्ट्या एक गोंधळाची स्थिती निर्माण झाली होती. आमच्याकडे अनेक पक्ष होते नि प्रत्येक पक्षाची अन्य पक्षांपासून पूर्णपणे वेगळी विचारसरणी होती. त्यामुळे टोकाचे उजवे पक्ष व टोकाचे डावे पक्ष असे होते. मी एक कॅथॉलिक पंथीय आहे. उजव्या पक्षांमध्ये एक कॅथॉलिक पक्ष होता. मी त्या पक्षाकडे वळली होते.'' नापसंती दर्शवणारे एक हास्य तिने केले. थोडा वेळ ती थांबली. मग कुठ तरी शून्यात नजर लावून ती पुढे म्हणाली, ''त्या आमच्या पक्षाला तुम्ही इंग्लंडमधला टोरी पक्षासारखा पक्ष समजा; परंतु मॅक्डोनल्ड या पक्षाविरुद्ध होता. त्याला माझी राजकीय मते बिलकूल मान्य नव्हती. यावरून आमच्यात संघर्ष होई. प्रत्येक संघर्षाच्या वेळी आमच्यातील मैत्री दूर दूर जात तुटत गेली. शेवटी आम्हाला मैत्री चालू ठेवणे अशक्य होऊन बसले. या गोष्टी कशा घडतात हे तुम्हाला ठाऊक आहेच. जेव्हा तुम्ही तरुण असता तेव्हा तुम्हाला राजकारण अत्यंत महत्त्वाचे वाटत असते.''

''तुमचे ते सनातन किंवा पुराणमतवादी किंवा कॉन्झर्व्हेटिव्ह दृष्टिकोन डॉ. मॅक्डोनल्ड यांनी काही प्रमाणातसुद्धा स्वीकारले नाहीत?

''तुम्ही 'कॉन्झर्व्हेटिव्ह' शब्द वापरलात. पण तो तसा नव्हता. तो एक अस्सल स्कॉटिश राष्ट्रवादी होता, असेही म्हणता येणार नाही; परंतु मी एवढे मात्र खात्रीने व ठामपणे म्हणू शकते की, क्रेमलीनच्या बाहेर जेवढे कम्युनिस्ट जगात आहेत त्यांच्यामध्ये तो एक अत्यंत निष्ठावान, कधीही न बदलणारा असा कट्टर कम्युनिस्ट होता. एक जबरदस्त कम्युनिस्ट होता.''

नंतर बरोबर एक तास दहा मिनिटांनी मी वॅगनर्स रेस्टच्या लाऊंजमध्ये परतलो.

# दहा

स्टॅन्टन विमानतळाकडे मी जेट फायटर विमानाने येत असता मला तिथल्या नियंत्रण कक्षाने वायरलेस फोन केला आणि आल्क्रिंगहॅमची लाईन जोडून दिली. हार्डेन्जरने फोनवर सांगितले की, ताबडतोब इकडे वॅगनर्स रेस्टमध्ये तडक यावे. इथल्या लाऊंजमध्ये तो आणि जनरल माझी वाट पहात आहेत. मी त्याप्रमाणे तडक तिथे पोचलो. ते दोघे एका टेबलापाशी बसले होते. जनरलच्या चेहऱ्यावरती खूप तणाव दिसत होता. तिथे व्हिस्कीचे रिकामे ग्लासेस होते. रात्री नऊनंतर जनरल मद्यपान करे आत्ता संध्याकाळ होत आलेली असताना त्याने मद्यपान केले म्हणजे मामला खरोखरच गंभीर आहे, हे माझ्या लक्षात आले. जनरलचा चेहरा पडला होता आणि प्रथमच मला त्याच्या चेहऱ्यावरती आता वार्धक्याच्या खुणा दिसू लागल्या. एवढा मोठा, खंबीर व धीराचा माणूस, अनेक जबाबदाऱ्या पेलून ताठ चालणारा हा माणूस आता या विषाणू प्रकरणात वाकला होता. खचलेला दिसत होता.

हार्डेन्जरचीही अवस्था अशीच थोडीफार झाली होती.

मी तिथे पोचल्यावर त्या दोघांना अभिवादन केले आणि एका नोकराकडून व्हिस्कीचा पेग असलेला ग्लास घेतला. आमचे संभाषण ऐकू येणार नाही एवढ्या दूर तो वावरत होता. मी खुर्चीत मटकन बसलो आणि म्हटले, "मेरी कुठे आहे?"

"चेसिंगहॅमची बहीण आणि आई यांना भेटायला गेली आहे." हार्डेन्जर मला सांगू लागला, "चेसिंगहॅमच्या अटकेच्या बातमीने ती हादरली होती. त्या दोघींच्या सांत्वनासाठी ती तिकडे गेली होती. चार धीराचे शब्द सांगायला ती गेली आहे. घरातील तरुण मुलाला अटक झाल्यावर त्याच्या आईला व धाकट्या बहिणीला दु:ख होणे साहजिक आहे; परंतु माझ्या मते घरी जाऊन धीरबीर देणे ह्याची काहीही गरज नाही. जनरलसाहेब इथे पोचण्याच्याआत ती तिकडे निघून गेली होती. माझे थोडेच ती ऐकणार होती. कॅव्हेल, तुमची बायको कशी आहे हे तुम्हाला चांगले ठाऊक आहे."

"ती उगाच तसले काही करण्यात वेळ वाया घालवते आहे." मी बोलू लागलो, "नुकतेच जन्माला आलेले मूल जेवढे निर्दोष असते तेवढाच चेसिंगहॅम निर्दोष आहे. आज सकाळी ८ वाजता मी जेव्हा त्यांच्या घरी गेलो होतो तेव्हा चेसिंगहॅमच्या आईला मी हेच सांगितले. तसे मला सांगावेच लागले. ती वृद्ध बाई बिछान्याला खिळून आहे. त्यातून आपल्या मुलास अटक झाली आहे असे तिला कळले तर त्या धक्क्याने तिचा मृत्यू झाला असता. जेव्हा चेसिंगहॅमला घेऊन पोलिसांची गाडी तिथून निघाली तेव्हा ताबडतोब म्हातारीने मी काय म्हणालो ते आपल्या मुलीला सांगितले. तेव्हा त्यांना उगाच सहानुभूती किंवा सांत्वन यांची गरज नाही."

"काय?" असे जोरात म्हणून हार्डेन्जर आपल्या आसनातून एकदम पुढे झुकला. त्याच्या चेहऱ्यावरती राग वाढत गेल्याचे दिसत होते. त्याच्या हातातील काचेचा ग्लास फुटणार असे मला वाटू लागले. तो म्हणत होता, "व्हॉट द डेव्हिल आर यू सेईंग? चेसिंगहॅम निर्दोष आहे? त्याच्याविरुद्ध परिस्थितीजन्य पुरावा भरपूर आहे."

"फक्त एकच पुरावा त्याच्याविरुद्ध जातो की, त्याने जाणूनबुजून त्याच्या ड्रायव्हिंगबद्दल खोटी माहिती दिली. अन् खराखुरा खुनी माणूस त्याला पैसे खोट्या नावाने पाठवित होता, त्याबद्दलही त्याने नीट सांगितले नाही. खोटेच सांगितले. यामुळे त्याच्यावर आपोआपच संशय टाकला गेला. आपले लक्ष चेसिंगहॅमकडे वळले. यामुळे खुन्याला वेळ मिळाला. त्याला तेच हवे होते. त्यामागे काय कारण आहे ते मला ठाऊक नाही. पण तो खुनी सारखे तसेच करत गेला आहे. वेळ ही त्याची गरज होती. त्यामुळेच तो निर्दोष माणसांवर संशय घेता येईल अशी कृत्ये करत गेला. पोलीस त्याबद्दल शहानिशा करतील, त्या माणसांना पकडतील आणि संशयाचे निराकरण करून घेतील. यात जो वेळ जाईल त्याचा फायदा त्या खुन्याला मिळत होता. तो खुनी एवढा असामान्य बुद्धीचा आहे की, तो प्रत्येकाबद्दल संशय वाटेल असे करत गेला. त्यामुळे आपण गोंधळून जाऊन प्रत्येकावर नजर ठेवू लागलो व त्याच्या मागे लागत गेलो. मला आज सकाळी पळवून नेण्यामागे असाच खुन्याला वेळ हवा होता. जुलैमध्ये चेसिंगहॅमच्या बॅन्क अकौन्टमध्ये प्रथम पैसे टाकले गेले. तेव्हापासून, म्हणजे गुन्हा घडण्याच्या कित्येक महिने अगोदर, आपल्या बाजूला वेळ खेचण्याचा त्या गुन्हेगाराचा प्रयत्न चालू झाला होता. त्याला असा वेळ का हवा होता?"

हार्डेन्जरला हे सारे नवीन होते. चेसिंगहॅम निर्दोष आहे असे मला जे ठाऊक होते तो मुद्दा आत्तापर्यंत मी त्याच्यापासून लपवून ठेवला होता. अशी अनेक माहिती आपल्यापासून लपवून ठेवलेली असणार हे त्याने ओळखले. जर आपण व कॅव्हेल असे दोघे मिळून तपासाचे काम करीत आहोत तर मग जी काही

माहिती व मुद्दे आपण शोधू ते एकमेकांना सांगायला हवेत. असे असताना आपल्याला काही सांगितले गेले नाही याचा त्याला राग आला.

तो चिडून म्हणाला, ''कॅव्हेल, अरे बेट्या, तू मला फसवलेस. तपासाचे श्रेय आपल्याकडे हिसकावून घेण्यासाठी तू-''

हार्डेन्जरचा राग शांत करण्याच्या मन:स्थितीत मी नव्हतो. मी त्याला म्हणालो, ''असे पहा, मी तुम्हाला सांगितले त्या साऱ्या सत्य घटना आहेत. त्यात कसल्याही थापा मी मिसळल्या नाहीत. जर मी चेसिंगहॅम निर्दोष आहे असे तुम्हाला म्हटले असते तर तुम्ही त्याला अटक केली असती? नक्की केली नसती. अन् हे तुम्हालाही ठाऊक आहे. म्हणून मी खोटे बोलून त्याला अटक करायला लावली. त्यामुळे आपल्यालाही उसंत मिळाली आहे, वेळ मिळाला आहे. कारण तो खुनी किंवा ती खुनी माणसे काल संध्याकाळची वृत्तपत्रे वाचून पोलीस कसे चुकीच्या मार्गाने गेले आहेत हे वाचून ढिले पडले असतील. आपला हेतू साध्य झाला.''

''आता तुम्ही म्हणाल की, हार्टनेल आणि त्याची पत्नी या दोघांनाही असेच फसवून सापळ्यात अडकवले आहे. तसे तेही निर्दोष आहेत. हो ना?'' हार्डेन्जर कर्कश आवाजात म्हणाला.

''ती हातोडी, पक्कड, स्कूटरला चिकटलेली लाल माती या पुराव्यांवरून तेच दोषी असल्याचे वाटते खरे. ते दोषी आहेत. त्यांच्यावर आपण जे आरोप लावले आहेत ते खरेच आहेत. पण ते आरोप कोर्टात टिकणारे नाहीत. कुठलेही कोर्ट त्यांना त्याबद्दल शिक्षा देणार नाही. बायकोने आरडाओरडा करत धावणे व सैन्याच्या गाडीला हात करणे हा काय गुन्हा होऊ शकतो? त्यातून त्यांना ब्लॅकमेल करून हे कृत्य करायला त्यांना भाग पाडलेले आहे. हार्टनेलला शिक्षा झालीच तर त्याने जेवणाच्या मेसच्या हिशेबात अफरातफर केल्याबद्दल होऊ शकेल. पण तो आरोप पूर्णपणे वेगळा आहे. मरडॉनमधील खून व विषाणूच्या चोऱ्या यांच्याशी त्याचा काहीही संबंध नाही. पण काही का असेना, त्यांच्या अटकेमुळे आपल्याला आणखी वेळ मिळतो आहे. खुन्यानेही गुन्ह्यात वापरलेली हातोडी व पक्कड हार्टनेलच्या टूल-शेडमध्ये ठेवून तिकडे संशय वळवला व वेळ मिळवला. आपण ती हातोडी व पक्कड मिळवली की नाही हे गुन्हेगारांना ठाऊक नाही. यामुळेही आपला फायदा होऊ शकतो.''

हार्डेन्जर जनरलकडे वळून म्हणाला, ''सर, तुम्हाला काय वाटते? कॅव्हेल मला चोरून, माझ्या नकळत तपास करतो आहे, हे तुम्हाला ठाऊक होते का?''

यावर जनरलने भुवया उंचावित म्हटले, ''असे म्हणणे जरासे जास्तच होते आहे, हो ना सुपरिन्टेन्डन्ट? आता मला काय वाटते, काय ठाऊक आहे, हे

तुम्ही सोडून द्या. पण तुम्हीच तर मला या केसमध्ये कॅव्हेल यांना तपासासाठी सामील करून घ्यावे अशी प्रथम विनंती केली होती ना?'' जनरलने मोठ्या चातुर्याने हार्डेन्जरचा मुद्दा निकालात काढला. तो पुढे म्हणाला, ''मी येथे हे कबूल करतो की, कॅव्हेल यांची कामाची पद्धत अत्यंत वेगळी आहे. पोलीस खात्यातली नाही. यावरून मला आठवण झाली म्हणून कॅव्हेल मी तुम्हाला विचारतो की, पॅरिसचे तुमचे काम नीट झाले ना? मॅक्डोनल्डच्या बाबतीत काही नवीन इंटरेस्टिंग सापडले का?''

यावर मी क्षणभर काहीही बोललो नाही. जनरलने विचारलेला प्रश्न हा अचानक त्यांच्या मनात उगवला असल्याने विचारलेला होता. त्यांच्या डोक्यात काहीतरी इतर महत्त्वाच्या विषयावरती विचार चालू असणार.

त्यांचा आदर करायचा म्हणून मी उत्तर दिले, ''तुम्ही कशाला 'इंटरेस्टिंग' म्हणता त्यावर ते अवलंबून आहे. या प्रकारामागे जी कोणी व्यक्ती आहे तिचे नाव मी खात्रीने तुम्हाला सांगू शकतो. अन् ती व्यक्ती म्हणजे डॉ. अलेक्झांडर मॅक्डोनल्ड. तो एक अत्यंत वरच्या पातळीवरचा कम्युनिस्ट माणूस असून, घातपात घडविण्यात वाकबगार आहे. कम्युनिस्टांचा पित्त्या म्हणून तो गेली १५ वर्षे काम करतो आहे. माझी ही माहिती अगदी खरी आहे, वादातीत आहे, असे समजा. यापेक्षा जास्त सांगण्याजोगे माझ्याकडे नाही.''

माझ्या या उत्तराने ते दोघे हादरले. त्यांचे डोळे विस्फारले गेले आणि आ वासून ते माझ्याकडे पाहू लागले. सेकंदभर ते पुतळ्यासारखे त्याच अवस्थेत होते. मग ते भानावर आले आणि एकमेकांकडे पाहू लागले. पॅरिसमध्ये जे काही संभाषण झाले त्याचा गोषवारा मी त्यांना एक मिनिटात सांगितला. हार्डेन्जर मंद आवाजात म्हणाला, ''ओऽ! डिअर गॉड!'' तो तेथून उठला व पोलिसांना फोन करण्यासाठी गेला.

जनरलने मला विचारले, ''तुम्ही बाहेर पोलिसांची वायरलेस व्हॅन पाहिलीत?''

मी मान हलवून होकार दिला.

''आम्ही सारखे सरकारशी व स्कॉटलंड यार्डशी संपर्क साधून आहोत.'' मग त्यांनी खिशात हात घालून दोन टाईप केलेले कागद बाहेर काढले. ''यातील पहिल्या कागदावरची माहिती ही दोन तासांपूर्वी आली आणि दुसऱ्या कागदावरची माहिती ही दहा मिनिटांपूर्वी आली.'' मी ते कागद झरझर वाचले आणि आयुष्यात प्रथमच मला माझे रक्त गोठून गेल्याचे खरोखरीच जाणवले. माझ्या अंगातून एक थंड लहर गेली. माझे शहारलेले अंग पूर्ववत होण्यास जरासा वेळ लागला. हार्डेन्जरने आणखी व्हिस्कीची ऑर्डर दिल्याने मला थोडेसे बरे वाटले. मी येथे आलो तेव्हा ते दोघेजण पडलेल्या चेहऱ्याने का व्हिस्की पीत होते तेही मला

कळले. मी पॅरिसला जाऊन काही माहिती काढून आलो त्याबद्दल त्यांना फारसे काही वाटत नव्हते. अन् मला आल्या आल्या त्यांनी नवीन माहितीबद्दल विचारले नाही. त्यांनी तसे का केले? याचेही उत्तर आत्ता मला मिळाले.

पहिल्या कागदावर टाईप केलेला निरोप हा जनरलला ज्यावेळी मिळाला तसाच तो असोसिएटेड प्रेस, रुटर या वृत्तसंस्थांनाही त्याच वेळी मिळाला होता. ती एक धमकी होती आणि ती थोडक्यात दिलेली होती. त्यातील भडक शैली ही सहज जाणवत होती. त्यात म्हटले होते :

खिस्तविरोधी असलेल्या मरडॉन संस्थेच्या भिंती अजूनही उभ्या आहेत. माझ्या हुकमांकडे तुम्ही दुर्लक्ष केलेले दिसते. आता पुढील परिणामांची जबाबदारी तुमच्यावरती राहील. मी एका विषाणूच्या कुपीला स्फोटक द्रव्ये लावून ठेवली आहेत. दुपारी ३:४५ वाजता त्यांचा स्फोट होईल. नॉरफॉक परगण्यातील लोअर हॅम्पटन गावात हे घडणार आहे. वारा ईशान्येच्या दिशेला तिथे वहातो आहे. जर आज रात्रीभरात मरडॉनच्या इमारती पाडण्याचे काम सुरू झाले नाही तर उद्या दुसरी कुपी मी लंडनच्या मध्यवस्तीत फोडणार आहे. त्यातून जो हाहाकार उडेल तो एवढा मोठा असेल की, आजवर जगाने तसा कधी पाहिला नसेल. कशाला पसंती द्यायची ते तुमचे तुम्ही पहा.

जनरल म्हणाला, "लोअर हॅम्पटन या खेडेगावात अवघे १५० लोक रहातात. हे ठिकाण समुद्रकिनाऱ्यापासून चार मैलांवरती आहे. वाऱ्याचा जो संदर्भ दिला आहे त्यावरून त्या गावापासून समुद्रापर्यंतच्या चार मैलातल्या सर्व जीवसृष्टीचा संहार होईल. त्यानंतर वाऱ्याबरोबर पुढे गेलेले विषाणू हे समुद्रावरती जातील. जोपर्यंत वाऱ्याची दिशा बदलत नाही तोर्यंत असे घडेल हे नक्की. आज दुपारी २:४५ वाजता ही धमकी दिली गेली. त्या भागातील पोलिसांच्या सर्व गाड्या त्या गावाकडे गेल्या असून, एव्हाना गाव खाली केले गेले आहे. तेथून समुद्रकिनाऱ्यापर्यंत असलेल्या एकूण एक व्यक्तींना हलवले गेले आहे." एवढे बोलून ते एकदम थांबले व टेबलाकडे रोखून पाहू लागले. मग पुन्हा बोलू लागले, "त्या ठिकाणी शेती जोरात चालते. नगदी पिके घेतली जातात. तिथे शेते जास्त व पोलिसांकडे मोटारगाड्या कमी आहेत. प्रत्येक शेतीवाडीवर पोचणे हे कठीण आहे. त्या गावात एक धावता शोध घेऊन तो जंतूंचा बॉम्ब कुठे लपवला आहे हे पहाण्याचा प्रयत्न केला. पण गवताच्या गंजीतील सुई शोधण्यापेक्षाही ही गोष्ट कठीण आहे. दुपारी बरोबर ३:४५ वाजता एका सार्जंटने व दोन कॉन्स्टेबलने एक छोटासा स्फोट ऐकला. एका वापरात नसलेल्या झोपडीला आग लागली व त्यातून धूर

येऊ लागला. ते ताबडतोब तेथून आपल्या गाडीकडे पळाले. तिथे पुढे काय झाले असेल याची तुम्ही कल्पना करू शकता.''

ते ऐकून माझ्या तोंडाला भयंकर कोरड पडली. मी माझ्या ग्लासातील निम्मी व्हिस्की एकदम एका घोटात संपवली.

जनरल पुढे सांगत गेला, ''४ वाजून २० मिनिटांनी रॉयल एअर फोर्सचे एक बॉम्बर विमान व एक फोटो घेणारे विमान ईस्ट आंग्लिया येथील तळावरून निघाले आणि त्या भागावर हिंडून आले. वैमानिकांना सूचना दिलेल्या होत्या की, त्यांनी कोणत्याही परिस्थितीत दहा हजार फुटांपेक्षा खालून उडायचे नाही. तिथे संध्याकाळ झाली असली तरी स्वच्छ प्रकाश होता. एअर फोर्सजवळचे आत्ताचे कॅमेरे हे अत्यंत आधुनिक स्वरूपाचे असल्याने त्या भागातील जमिनीचे फोटो काढणे सोपे गेले. त्या संपूर्ण भूभागाचे फोटो काढले गेले. दोन मैल उंचीवरून काही चौरस मैलांच्या भूभागाचे फोटो काढायला असा कितीसा वेळ लागतो. ते बॉम्बर विमान अर्ध्या तासात परतले. ताबडतोब काही मिनिटांत सर्व फोटो डेव्हलप केले गेले आणि तज्ज्ञांकडून तपासले गेले. या दुसऱ्या कागदावर त्यांचे निष्कर्ष टाईप केलेले आहेत.''

दुसऱ्या कागदावरील मजकूर हा पहिल्या कागदावरील मजकुरापेक्षा अगदी थोडक्यात टाईप केलेला होता. त्यात असे लिहिले होते :

नांगराच्या आकाराच्या क्षेत्रफळात लिटल हॅम्पटन हे खेडेगाव टोकाशी आहे. तेथून समुद्रकिनारा २॥ मैलांवरती आहे. कुठेही त्या खेड्यात जिवंतपणाचे लक्षण दिसले नाही. घरांभोवती, शेतातील झोपड्यांभोवतीसुद्धा आणि शेतातसुद्धा. गुराढोरांची प्रेते मात्र जागोजागी शेतात पडलेली दिसली. त्यांची संख्या सुमारे ३०० ते ४०० असावी. माणसांची सात प्रेते दिसली. मेंढ्यांचे तीन कळप मेल्यासारखे वाटले. गुरे आणि माणसे यांच्या प्रेतांच्या अवस्थेवरून त्यांना फार यातनामय मृत्यूला सामोरे जावे लागले असावे. कारण त्यांची प्रेते पिळवटल्यासारखी भासत होती. तपशीलवार अहवाल पुढे दिलेला आहे.

ते वाचल्यावर मी ग्लासातील उरलेली व्हिस्की एका दमात पिऊन टाकली. मी विचारले, ''सरकारने आता काय करायचे ठरवले आहे?''

जनरलने निर्विकारपणे म्हटले, ''मला ठाऊक नाही आणि खुद्द सरकारलाही ते ठाऊक नाही. आज रात्री १० वाजेपर्यंत ते काहीतरी निर्णय घेण्याची शक्यता आहे. तुम्ही पॅरिसहून आणलेली माहिती त्यांच्या कानावर आता गेली की, ते लवकर निर्णय घेतील. त्या माहितीमुळे सारेच उलटेपालटे झाले आहे. आम्हाला

वाटत होते की, आम्ही कोण्या बुद्धिमान माथेफिरूशी सामना देत आहोत. पण आता असे लक्षात आले आहे की, आपण एका कम्युनिस्ट कारस्थानाला तोंड देत आहोत. ब्रिटनकडचे सर्वांत शक्तिमान असलेले विषाणूंचे हत्यार त्यांना नष्ट करायचे आहे. त्या कारस्थानाची ही सुरुवात आहे. कदाचित त्यांचा संपूर्ण इंग्लंडलाच नष्ट करायचा हेतू असेल. मी यावर कधी विचार केला नव्हता आणि आता विचार करायला वेळ उरलेला नाही. कदाचित कम्युनिस्ट जगाला पाश्चात्त्य जगावर कुरघोडी करायची योजना असेल. तसे असेल तर ते एवढ्या जोरदार, त्वेषाने व हिंस्रपणे हल्ला करतील की, मग उलट प्रतिहल्ला करण्याचे मानसिक त्राण शत्रूमध्ये रहाणार नाही अशी त्यांची नक्की भूमिका असणार. मरडॉन व ते सैतानी विषाणू एकदा नष्ट झाले की, त्यांनी निम्मी लढाई जिंकल्यात जमा आहे. खरे काय असेल ते देव जाणे. यापेक्षा एखाद्या माथेफिरूशी सामना करणे परवडले. परंतु कॅव्हेल, मला एक शंका आहे की तुम्ही आणलेली माहिती खरी निघाली नाही तर?''

मी उठून उभा रहात म्हणालो, ''सर, त्याची खात्री करून घेण्याचा एक मार्ग आहे. मला बाहेर पोलीस ड्रायव्हर दिसतो आहे. सरळ मॅक्डोनल्ड यांचीच गाठ घेतली तर?''

आम्ही मरडॉनला पाच मिनिटांत पोचलो; परंतु फाटकावरतीच आम्हाला कळले की, मॅक्डोनल्ड हे दोन तासांपूर्वीच बाहेर पडले आहेत. नंतर आठ मिनिटांनी आम्ही मॅक्डोनल्डच्या घरी पोचलो व पुढच्या दारापाशी उभे राहिलो.

डॉ. मॅक्डोनल्डच्या घरात अंधार होता. आत कोणीही नव्हते. ती कामवाली बाई मिसेस टर्पिन ही पण निघून गेलेली होती. या वेळेला ती कधी जात नसे. याचा अर्थ उघड होता. पक्षी आमच्या हातून उडाला होता. कायमचा!

निघून जाताना मॅक्डोनल्डने घराच्या दाराला कुलूपही लावण्याची काळजी घेतली नव्हती. जाताना त्याला खूप घाई झाली असावी. आम्ही बोळातून पुढे दिवाणखान्यात गेलो. तिथले दिवे लावले. साऱ्या तळमजल्यावर हिंडून आम्ही पाहिले. पण कुठेही भिंतीतल्या फायरप्लेसमध्ये लाकडे पेटवली नव्हती. वाफ खेळवणाऱ्या रेडिएटरला हात लावून पाहिला. ते थंडगार होते. स्वयंपाकघरात कसलाही वास येत नव्हता. कुठेही सिगारेटचा धूर किंवा वास रेंगाळत नव्हता. आम्ही पुढच्या दाराने आत येत असलेले पाहून जर कोणी मागच्या खिडकीतून पळाले असेल तर त्या खिडक्याही आम्ही पाहिल्या. त्या आतून बंद होत्या. या सर्वांचा अर्थ मॅक्डोनल्ड खूप वेळापूर्वी येथून निसटला असावा. माझ्यातले त्राण एकदम गेले. हातापायात थकवा आला. आपले आता वय झाले असे मला वाटू

लागले. तो एवढ्या घाईत का निघून गेला याचे कारण मला ठाऊक होते. म्हणूनच माझ्या अंगातील बळ निघून गेले असावे.

वेळ वाया न घालवता आम्ही सारे घर तपासले. वरच्या मजल्यावरच्या डार्क-रूमपासून सारे तपासत आम्ही खालपर्यंत आलो. त्याच्या त्या खर्चिक फोटोग्राफीच्या कामासाठी वापरली जाणारी बॅटरी ही मी आधी पाहिली होती. आत्ताही ती तशीच होती. पण यावेळी मी तिच्याकडे वेगळ्या नजरेने पहात होतो. आम्ही त्याच्या झोपण्याच्या खोलीत गेलो. पण तिथेही निघून जाण्यापूर्वी घाईघाईत केलेली सामानाची बांधाबांध झाली अशी चिन्हे सापडली नाहीत. ही गोष्ट मला विचित्र वाटली. जी माणसे परत न येण्यासाठी प्रवासाला जातात तेव्हा ते आपल्याबरोबर किमान जरुरीच्या वस्तू तरी घेतात. मग ते कितीही घाईत असू दे. बाथरूममध्ये जाऊन तिथे आम्ही तपासणी केली. तिथेही तसाच कोड्यात टाकणारा प्रकार. दाढी करण्यासाठीची पाती, दाढीचा ब्रश, टूथब्रश इत्यादि सर्व काही जागच्या जागीच होते. मॅक्डोनल्ड हा एके काळी सैन्यात कर्नल होता. हे सैन्यातील अधिकारी अत्यंत शिस्तप्रिय असतात. विशेषत: रोजच्या रोज दाढी करण्यावर त्यांचा कटाक्ष असतो. असे असताना सर्व वस्तू जागच्या जागी कशा?

स्वयंपाकघरात तर आम्ही बुचकळ्यात पडलो होतो. मॅक्डोनल्ड संध्याकाळी ६॥ वाजता जेव्हा घरी येई तेव्हा मिसेस टर्पिन निघून जात असे. जाण्यापूर्वी ती त्याचे रात्रीचे जेवण तयार करून जात असे. मला हे ठाऊक होते. आपले जेवण आपणच वाढून घेण्याची त्याची सवय होती. जेवल्यावर उष्ट्या डिशेस व भांडी तो तशीच तिथे सोडून देत असे. दुसऱ्या दिवशी सकाळी मिसेस टर्पिन कामावर आल्यावर सारी स्वच्छता करीत असे. पण येथे तशा कुठल्याच खुणा दिसत नव्हत्या. स्वयंपाकही करून ठेवलेला नव्हता. पावाच्या भट्टीत मळलेल्या कणकेचे रोस्ट घालून ठेवलेले नव्हते. कोणत्याही भांड्यात गरम अन्न नव्हते. इलेक्ट्रिकची शेगडी थंड होती. कित्येक तास तिचा वापर केलेला नव्हता, हे समजत होते.

मी म्हणालो, "आज झडतीचे जे सत्र सुरू झाले ते बहुतेक दुपारी ३॥ वाजेपर्यंत चाललेले असणार. कदाचित त्यामुळेच मिसेस टर्पिनने मॅक्डोनल्डसाठी स्वयंपाक केला नसावा. आपले खाणे जर तयार केले गेले नाही तर मॅक्डोनल्ड एकदम चिडत असे. तो अशा प्रवृत्तीचा होता हे मला ठाऊक आहे. पण तरीही तिने त्याच्यासाठी काहीच कसे बनवले नाही? का बनवले नाही?"

हार्डेन्जर जडपणे म्हणाला, "तिला ठाऊक असेल की, त्याला आता कशाचीही गरज पडणार नाही. तिने नक्की दुपारी काहीतरी असे ऐकले असेल किंवा पाहिले असेल की, ते तिने आपल्या मालकाच्या कानावरती घातले असणार. नंतर त्याची जी प्रतिक्रिया झाली असेल त्यावरून तिने ताडले असणार

की, आता येथून पुढे आपला मालक इथे रहाणार नाही. म्हणून तर मॅक्डोनल्डच्या हालचालींकडे ती डोळेझाक करीत असावी.''

मी स्वतःवरच चिडून एकदम म्हणालो, ''छे! ही सारी माझी चूक आहे. माझ्यामुळेच हे घडले. जेव्हा मी जनरल साहेबांशी फोनवरून पॅरिसला जाण्याबद्दल बोलत होतो तेव्हा त्या बाईने माझे बोलणे चोरून ऐकले असावे. ती दारामध्ये उभी राहून किती वेळ ऐकत असावी याची मला कल्पना नाही. कारण माझी तिच्याकडे पाठ होती. माझ्या हातात मॅक्डोनल्डला आलेले एक जुने पत्र होते. तेही तिने पाहिले असावे. माझे किंचित लंगडत चालणे तिने पाहिले असावे. या साऱ्या गोष्टी आपल्या धन्याच्या कानावर घातल्यावर मॅक्डोनल्डला काय घडले ते सहज कळून चुकले असणार. पुढे काय घडेल हेही त्याने ओळखले असावे. हा सारा माझा दोष आहे. मी नीट खबरदारी घेतली नाही. तिच्याबद्दल माझ्या मनात कधीही संशय निर्माण झाला नाही. मला वाटते की, आपण आता मिसेस टर्पिनकडे गेले पाहिजे. मात्र ती घरी असली तरच आपले काम होईल.''

हार्डेन्जर फोनकडे गेला. मी व जनरल मॅक्डोनल्डच्या अभ्यासिकेत गेलो. मी त्याच्या जुन्या ठेवणीच्या भव्य टेबलाकडे गेलो. ज्या टेबलाच्या खणात तो आपली कागदपत्रे व छायाचित्रांचे संग्रह ठेवीत असे तो खण उघडायचा प्रयत्न केला. पण आता त्याचे अंगचे कुलूप घातलेले होते. कुणी? मॅक्डोनल्डने की त्या कामवाल्या बाईने? मग मी जनरलला म्हणालो, ''सर, मी एका मिनिटात परत येतो.'' मी घरातून बाहेर पडलो.

मी मॅक्डोनल्डच्या गॅरेजमध्ये गेलो. तिथे मला काहीतरी उपयोगाचे मिळेल असे वाटत होते. गॅरेजच्या वरती एक मोठी टूल-शेड होती. मी खिशातला टॉर्च काढून लावला आणि सर्वत्र पाहू लागलो. बागकामाला लागणारी सर्व हत्यारे तिथे पडली होती. तसेच सिमेंटची रिकामी पोती, ब्रीझ-ब्लॉक्स, एक सायकल व एक काम करण्याचे बेंच, एवढेच तिथे होते. मला कुठेही पक्कड दिसली नाही. मी तीच शोधत होतो. पण मला त्याहीपेक्षा एक चांगली व जड वस्तू मिळाली.

मी ती वस्तू घेऊन परत घरात आलो. अभ्यासिकेत गेलो. हार्डेन्जर नुकताच आत शिरत होता.

''तुम्ही हे टेबल तोडणार? का?'' त्याने विचारले.

''त्याबद्दल मॅक्डोनल्ड तक्रार करेल. आपण त्याची चिंता कशाला करायची?'' मग मी माझ्या हातातील कुऱ्हाड मागे नेली व हवेत फिरवून तिचा घाव टेबलाच्या खालच्या खणावर घातला. खण उघडल्यावर आतमध्ये तो पत्रव्यवहार आणि छायाचित्रांचा संग्रह होता. मी एका संग्रहातील पान उघडून तिथे असलेले छायाचित्र तेथून कसे काढून घेतले गेले आहे ते जनरलला दाखवले.

मी म्हणालो, ''आपल्या मित्राला येथे तो खास फोटो असणे आवडले नाही. याचा अर्थ तो फोटो महत्त्वाचा असला पाहिजे. तसेच त्याच्याखाली लिहिलेले नावही त्याने खोडून टाकले आहे. ते काहीतरी सहा अक्षरी नाव आहे, एवढेच समजते. त्याची सुरुवात TO अशा अक्षरांनी आहे. पण नक्की काहीच समजत नाही. टीपकागदासारख्या ह्या काळ्या कागदावरती पांढऱ्या शाईने लिहिले व नंतर पांढऱ्या शाईने ते खोडून टाकले आहे. त्यामुळे प्रयोगशाळेत तपासूनही काय खोडले आहे ते समजणार नाही.''

''पण ते एवढे महत्त्वाचे तुम्हाला का वाटते?'' हार्डेन्जरने विचारले.

''ते जर मला ठाऊक असते तर हा प्रश्नच उद्भवला नसता. त्या मिसेस टर्पिनचे काय झाले? ती बाई तिच्या घरी सापडली का?''

''तिचा फोन नंबर मी शोधून काढला व फोन केला; परंतु कोणीच फोन उचलत नाही. त्या भागातील पोलीस चौकीला फोन करून तिच्याबद्दल माहिती विचारली असता ते म्हणाले की, ती एक विधवा बाई असून एकटीच रहात असते. तिच्या घरी एका पोलिसाला पाठवले आहे. पण त्यालाही काही विशेष सापडणार नाही. तिच्या शोधासाठी सर्व पोलीस चौक्यांवरती कळवलेले आहे.''

''ठीक आहे,'' असे म्हणून मी मॅक्डोनल्डचा पत्रव्यवहार भरभर चाळला. वर्ल्ड हेल्थ ऑर्गनायझेशनकडून उत्तरादाखलची पत्रे शोधून त्यातील मला हवी असलेली पत्रे मी नेमकी वेगळी काढली. ती पत्रे व्हिएन्नाहून आलेली होती. डॉ. वेसमान यांनी ती पाठवलेली होती. ती पत्रे वेगळी करून हार्डेन्जर व जनरल यांच्यापुढे धरली व मी म्हटले, ''हा पुरावा नं. एक. कोर्टात दाखल करण्यासाठी. मॅक्डोनल्डला याच्या आधारे तुरुंगात पाठवता येईल किंवा फाशीच्या तख्तावर चढवता येईल.''

जनरलने माझ्याकडे निर्विकारपणे पाहिले. हार्डेन्जरने स्पष्टच विचारले, ''कॅव्हेल, तुम्हाला नक्की काय म्हणायचे आहे?''

मी जनरलकडे पाहिले. तो शांतपणे म्हणाला, ''ठीक आहे माय बॉय. हार्डेन्जरला नंतर कळेल ते. अन् आता यापुढे तो प्रकार थांबेल.''

हार्डेन्जर बुचकळ्यात पडला. आमचे काय बोलणे चालले आहे ते त्याला कळेना. त्याने माझ्याकडे पाहिले व पुन्हा त्या पत्रांकडे पाहिले. परत माझ्याकडे प्रश्नार्थक नजरेने पाहिले. तो म्हणाला, ''मला काय कळेल? मला पहिल्यापासून असे कळले होते की, येथे काहीतरी पाणी मुरते आहे, इथेच काहीतरी गोम आहे आणि माझ्यापासून काहीतरी लपवले जाते आहे. पण मी काहीही करू शकत नव्हतो. मी सरकारी नियम, कायदे यांना बांधला गेलो आहे. कॅव्हेल, तुमचे तसे नाही. तुम्ही सुरुवातीपासून हे काम करण्यासाठी सर्व अधिकार मागून घेतले

आहेत,'' तो चिडून बोलला.

मी यावर म्हणालो, ''हार्डेन्जर, आय ॲम सॉरी. माझा या केसमध्ये प्रवेश होणे हे अगदी अपरिहार्य आहे. तुम्हाला हे ठाऊक असेलच की, मी अनेक नोकऱ्या केल्यात. युद्ध संपल्यावर प्रत्येक नोकरीतून मी बाहेर पडून नवीन नोकरी धरत गेलो. सैन्य, पोलीस, स्पेशल ब्रॅन्च, अमली पदार्थ विरोधी शाखा, परत स्पेशल ब्रॅन्च, मग मरडॉनमध्ये सुरक्षाप्रमुख आणि नंतर एक खासगी डिटेक्टिव्ह. माझ्या या वेगवेगळ्या नोकऱ्यांमधून कोणालाही कसलाही अर्थ काढता येणार नाही. गेले १६ वर्षे माझी विविध नोकऱ्या बदलत भ्रमंती चालू आहे. मी ती भ्रमंती जनरल साहेबांसाठी केली. त्यांच्यासाठी ही कामे करत गेलो. जेव्हा जेव्हा मला नोकरीतून बाहेर काढले गेले तेव्हा ती गोष्ट जनरल साहेबांनी मुद्दाम घडवून आणली होती. आम्ही तसे आधीच ठरवले होते.''

''मला त्याचे आश्चर्य वाटत नाही,'' हार्डेन्जर जडपणे म्हणाला. त्याच्या चेहऱ्यावरती रागापेक्षा गोंधळ जास्त होता. ते पाहून मला थोडेसे बरे वाटले. ''मला पहिल्यापासून संशय येत होता.''

''म्हणून तर तुम्ही सुपरिन्टेन्डन्ट पदापर्यंत चढू शकलात,'' जनरल पुटपुटत म्हणाला.

आता मी हार्डेन्जरला खुलासा करू लागलो. ''एक वर्षापूर्वी माझ्या आधीचे सुरक्षाप्रमुख ईस्टन डेरी यांना प्रथम येथे घडत असलेल्या गैरप्रकारांबद्दलचा वास आला. कसा काय ते मी आता तपशिलात जाऊन सांगत नाही. पण ते शेवटी अशा निष्कर्षापर्यंत येऊन ठेपले की, जंतुशास्त्र व विषाणूशास्त्र या संदर्भातील काही अतिगुप्त स्वरूपाच्या वस्तू, रसायने, उत्पादने मरडॉनमधून बाहेर पळवून नेली जात आहेत. जेव्हा डॉ. बॅक्स्टर हे ईस्टन डेरीकडे नेमक्या तशाच तक्रारी घेऊन आले व त्यांनी त्यांच्याशी खासगीत चर्चा केली तेव्हा तर अशा चोऱ्या होत आहेत याची खात्रीच पटली.''

''डॉ. बॅक्स्टर!'' हार्डेन्जर सुन्न होऊन म्हणाला.

''होय. ही वस्तुस्थिती तुम्हाला ठाऊक नव्हती. याबद्दल बोलून मी वेळ घालवित नाही. डॉ. बॅक्स्टर यांनी डेरीला सांगितले की, ज्या वस्तू, बाटल्या, कुप्या पळवल्या जात आहेत त्यामुळे जरी फारसे नुकसान सध्या होत नसले तरीही ज्या गोष्टी गमावल्या आहेत त्या अत्यंत महत्त्वाच्या आहेत. सूक्ष्मजीवशास्त्रातील संशोधनात इंग्लंड सध्या आघाडीवरती आहे. युद्धात वनस्पती, माणसे व जनावरे यांच्यावरती जंतूंचा वापर करण्यात आपला देश अत्यंत पुढे गेलेला आहे. मरडॉन संस्थेचे बजेट लोकसभेत मांडताना व ते पास होताना ह्या गोष्टीची कधीच वाच्यता केली जात नाही. मरडॉनमधील आपल्या शास्त्रज्ञांनी प्लेग, टायफस,

देवी, कॉलरा इत्यादी रोगांच्या जंतूंचे द्रव अत्यंत शुद्ध केले आहेत आणि त्यांच्या अति भयानक अशा जाती निर्माण केल्या आहेत. तशाच जनावरांच्या रोगांच्या जंतूंच्याही नवीन संहारक जाती निर्माण केल्या आहेत. तसेच पिकांना मारक असलेले जे रोग आहेत, म्हणजे जॅपनीज बीटल, युरोपियन कॉर्न बोअरर, मेडिटरेनिअन फ्रूट-फ्लाय, बॉल-वीव्हल, सायट्रस-कॅन्सर, तांबेरा इत्यादी, त्याही रोगांच्या जंतूंच्या नवीन जाती त्यांनी शोधल्या. जंतूपेक्षा विषाणू हे अत्यंत लहान असतात. त्यांच्याही नवीन जाती त्यांनी तयार केल्या. त्या जाती म्हणजे सैतानाचे दूत म्हटले पाहिजे. सबंध जीवसृष्टीचा असा संहार करणाऱ्या जातींचे उत्पादन मरडॉनमध्ये झाले व अजूनही होत आहे. मर्यादित स्वरूपातील युद्ध किंवा सर्वंकष युद्ध यामध्ये या सूक्ष्मजीव अस्त्राचा वापर अत्यंत परिणामकारकरीत्या होऊ शकतो.''

''पण या साऱ्याचा डॉ. मॅक्डोनल्डशी कुठे संबंध येतो?'' हार्डेन्जरने विचारले.

''मी तिकडेच आता वळतो आहे. दोन वर्षांपूर्वी आपल्या हेरांनी पोलंडमधील एका प्रकल्पात रस घेतला. पोलंडच्या सरकारने एक नवीन लेनिन म्युझियम बांधले होते. वॉर्सा शहराच्या बाहेर ते संग्रहालय आहे. पण अद्यापपर्यंत ते संग्रहालय जनतेसाठी खुले केले गेलेले नाही आणि खुले केले जाणारही नाही. याचे कारण त्या जागेत मरडॉनसारखीच सूक्ष्मजीवशास्त्रात संशोधन करणारी संस्था पोलंडच्या सरकारने उघडली आहे. परंतु ती संस्था मरडॉन संस्थेशी कधीच बरोबरी करू शकणार नाही. आपला तिथला जो हेर आहे तो तिथल्या कम्युनिस्ट पक्षाचा अधिकृत सभासद आहे, कार्ड-होल्डर आहे. त्याने खूप लटपटी करून त्या संस्थेत नोकरी मिळवली. त्याला असे कळले आहे की, आता तिथे मघाशी म्हटलेल्या जंतूंच्या द्रवाचे शुद्धीकरण चालू झाले आहे. या तंत्रात मरडॉनने केव्हाच परिपूर्णता मिळवली होती. यातून काय निष्कर्ष काढायचा व काय बोध घ्यायचा हे तुम्हीच पहा.

''तर ईस्टन डेरी यांनी त्या चोऱ्यांच्या तपासाला सुरुवात केली. पण त्यांनी दोन चुका केल्या. आम्हाला किंवा वरिष्ठांना त्यांनी काहीही कळवले नाही आणि ते गुन्हेगारांच्या जवळ पोचले. नको तितके जवळ पोचले. पुढे काय व कसे झाले ते अद्याप समजले नाही. त्यांनी एकाला विश्वासात घेतले, पण जो माणूस त्या चोऱ्या करीत होता त्यालाच त्यांनी नकळत आपल्या विश्वासात घेतले असावे, असा आमचा अंदाज आहे. तो माणूस बहुतेक मॅक्डोनल्ड असावा. कारण एकाच कामासाठी दोन हेर ठेवले जाणे हे अशक्य वाटते. पण तरी तसेही असेल असे आपण धरून चालू. ते असो. मग त्यांच्यातीलच कोणाला तरी जाणीव झाली

की, ईस्टन डेरी याला नको तितकी माहिती झालेली आहे. साहजिकच एके दिवशी त्याला अदृश्य केले गेले.

"एवढे झाल्यावर जनरलने मला स्पेशल ब्रॅन्चमधून हलवले आणि ईस्टन डेरीच्या जागेवर नेमले. मरडॉनमध्ये आल्यावर पहिली गोष्ट मी काय केली तर गुन्हेगाराला जाळ्यात पकडण्यासाठी मी आमिष लावून पुढे केले. मी एक पोलादी थर्मास फ्लास्क घेतला. त्यावर 'बॉट्युलिनस टॉक्सिन, स्ट्रेन्थ' असे लेबल लावले आणि तो फ्लास्क एक नंबरच्या प्रयोगशाळेतील एका कपाटात ठेवून दिला. त्याच दिवशी तो फ्लास्क तेथून अदृश्य झाला. त्या फ्लास्कमध्ये टॉक्सिन वगैरे काहीही नव्हते. फक्त एक बॅटरीवर चालणारा व मायक्रोवेव्ह लहरी प्रसारित करणारा ट्रान्समीटर होता. मरडॉनच्या फाटकापाशी आम्ही फ्लास्कमधून बाहेर पडणाऱ्या बिनतारी मायक्रोवेव्ह लहरी पकडणारा रिसिव्हर बसवला होता. जो कोणी तो फ्लास्क घेऊन फाटकापासून ६०० फुटांपर्यंतच्या क्षेत्रात येईल त्या वेळी तो रिसिव्हर ताबडतोब आम्हाला सूचना देईल अशी व्यवस्था केली होती. ज्याने कोणी तो फ्लास्क चोरला तो माणूस फ्लास्क उघडून आत नक्कीच पहाणार नव्हता. कारण आत महाविषारी द्रव आहे असे बाहेरच्या लेबलवर लिहिले होते."

"पण सगळेजण मरडॉनमधून बाहेर पडले तरी फाटकावरच्या रिसिव्हरने काहीही सूचना दिली नाही. काय झाले असावे याचा तर्क करणे तसे कठीण नाही. अंधार पडल्यावर कोणी तरी तो फ्लास्क घेऊन कुंपणापाशी गेले व कुंपणावरून पलीकडे बाहेर तो फ्लास्क भिरकावून दिला. त्या माणसाला यात ट्रान्समीटर आहे आणि फाटकापाशी सापळा लावला आहे, वगैरे काहीही ठाऊक नव्हते. चोऱ्या करणाऱ्याची ती एक नेहमीची युक्ती होती. म्हणून नेहमीप्रमाणे त्याने कुंपणावरून फ्लास्क बाहेर भिरकावून दिला. सर्व कुंपणे ओलांडण्यासाठी फक्त ३० फूट अंतराची फेक आवश्यक होती. तेवढी फेक त्या व्यक्तीला सहज जमली. सुरक्षा विभागाचे लोक अनेकदा पहणी करत असतात. पण अधूनमधूनच. त्यामुळे अशा गोष्टी करणे चोरांना फावते. लंडनचा विमानतळ, साऊथ एन्डचा विमानतळ, लीडचा विमानतळ आणि बंदरे येथेही आम्ही मायक्रोवेव्ह रिसिव्हर्स बसवले होते. त्याच रात्री आठ वाजता–"

"एक मिनिट," हार्डेन्जरने मधेच माझे बोलणे तोडत विचारले, "कुंपणावरून जो फ्लास्क फेकला त्याच्यातील तो ट्रान्समीटर, काचेची बाटली यांची धक्क्यामुळे मोडतोड होणार नाही का?"

"नाही. तशी मोडतोड अजिबात झाली नाही," मी खुलासा करू लागलो, "याचे कारण त्या फ्लास्कमध्ये काचेची बाटली नव्हती. तो संपूर्णपणे धातूचा

होता. दुसरे असे की, आतला ट्रान्समीटर हा एका अमेरिकी कंपनीने बनवला होता. नौदलाच्या तोफेतून तो ट्रान्समीटर उडवून त्याच्या भक्कमतेच्या चाचण्या त्यांनी घेतल्या होत्या. तर, ते असो. त्या रात्री आठ वाजता लंडनच्या विमानतळावरती फ्लास्कमधील ट्रान्समीटरमधून बाहेर पडणाऱ्या बिनतारी लहरी पकडल्या गेल्या. पोलिसांनी मागोवा घेऊन तो फ्लास्क नेणाऱ्या व्यक्तीला पकडले. बीओएसी विमान कंपनीच्या विमानाने ती व्यक्ती वॉर्साला चाललेली होती. ती व्यक्ती कुरीअरचा व्यवसाय करणारी होती आणि दर पंधरा दिवसांनी दक्षिण लंडनमधील एका पत्त्यावरून माल उचलून घेऊन जायची. तो माल देणाऱ्या व्यक्तीला त्याने कधीच पाहिले नव्हते.''

हार्डेन्जर यावर म्हणाला, ''असे त्याने तुम्हाला सांगितले ना? त्याच्याकडून ती माहिती तुम्ही कशी काढून घेतली याची मी कल्पना करू शकतो.''

''चूक, साफ चूक. ती व्यक्ती ही एक ब्रिटिश नागरिक होती. मूळची झेकोस्लोव्हाकियातील होती. पण नंतर लंडनमध्ये स्थायिक होऊन येथले नागरिकत्व त्या माणसाने पत्करले होते. त्या माणसाने आम्हाला मनापासून सहकार्य दिले. आम्हाला मरडॉनमधून कोण तसला माल कुरीअरला पुरवतो त्यात रस होता. म्हणून मला सुरक्षा-प्रमुखाच्या पदावरून दूर केल्यासारखे केले गेले. मी जिथून मरडॉनमधील माल लंडनमधील पत्त्यावर पोचवला जात होता त्या पत्त्याच्या संबंधित माणसांचा मागोवा घेऊ लागलो. त्यासाठी वरवर खासगी डिटेक्टिव्हची भूमिका मी स्वीकारली. गेले तीन आठवडे मी तो पत्ता आणि आजूबाजूचा परिसर यावरती पाळत ठेवून आहे. हे काम दुसऱ्या कोणावरतीही सोपवता येत नव्हते. कारण मी एकटाच असा माणूस होतो की, जो मरडॉनमधील एकूण एक शास्त्रज्ञ व तंत्रज्ञ यांना ओळखत होतो. पण आमचे नशीब उजाडले नाही. तोपर्यंत डॉ. बॅक्स्टर यांनी कळवले की, वस्तू नाहीशा होणे थांबलेले आहे. म्हणजे ती गळती आम्ही तात्पुरती थोपवली आहे असे आमच्या लक्षात आले.

''परंतु डॉ. बॅक्स्टर आणि पोलंडमधील आमचा हेर यांच्या मते ही नुसतीच गळती नव्हती. पोलंडमधील लेनिन म्युझियमने जो विषाणू निर्माण केला आहे तो मरडॉनमधून चोरलेला नसून मरडॉनमधून मिळवलेल्या माहितीच्या आधारे बनवलेला आहे. याचा अर्थ विषाणू निर्माण करण्याची व त्यांची वाढ करण्याची माहिती मरडॉनमधून कोणीतरी चोरून बाहेर पाठवत आहे. अन् तसे कोण करीत होते हे आता उघड झाले आहे.'' मॅक्डोनल्डने व्हिएन्नातील वर्ल्ड हेल्थ ऑर्गनायझेशनशी जो पत्रव्यवहार केला त्याचा गठ्ठा तिथे होता. मी त्या गठ्ठ्यावर थोपटीत शेवटचे वाक्य उच्चारले. ''पत्रव्यवहारातून माहिती कळवणे ही काही नवीन पद्धत नाही. पण या पद्धतीत ती लपवलेली माहिती हुडकणे कठीण असते. सूक्ष्म छायाचित्रण!''

"वरच्या मजल्यावरती जी महागडी फोटोग्राफीची यंत्रे आहेत त्याचा आता खुलासा होतो आहे," जनरल पुटपुटत म्हणाला.

"अगदी बरोबर. लंडनहून कॅमेऱ्यामधील एक तज्ज्ञ येथे येणार आहे. तो याची ग्वाही देईलच. पण आता त्याची गरज नाही. डॉ. वेसमान यांच्याकडून आलेले प्रत्येक पत्र पहा. प्रत्येक पत्रातील पहिल्या परिच्छेदातील इंग्रजी 'i' अक्षरातील माथ्यावरचा बिंदू आणि पूर्णविराम हे नाहीत. वेसमान याने काही मजकूर टाईप केला. मग त्याचा फोटो काढून तो फोटो अगदी लहान म्हणजे एक पूर्णविरामाच्या आकाराएवढा केला. अन् जिथे जिथे i अक्षर आहे त्याच्या माथ्यावर आणि वाक्याच्या शेवटी पूर्णविराम म्हणून हे फोटोचे सूक्ष्म बिंदू चिकटवून टाकले. मॅक्डोनल्डनी ती पत्रे मिळाल्यावरती त्यातील हे फोटोंचे बिंदू काळजीपूर्वक काढून घेतले आणि ते मोठे करून पाहिले. आता मजकूर स्पष्ट वाचता येत होता. डॉ. वेसमानला पत्रे पाठवताना मॅक्डोनल्ड अशाच पद्धतीने गुप्त मजकूर पाठवायचा." भरपूर महागडी सजावट केलेल्या त्या खोलीत मी सर्वत्र नजर फिरवली आणि पुढे म्हटले, "मॅक्डोनल्डने गेल्या काही वर्षांत कसा पैसा कमावला याचे रहस्य यावरून उलगडते."

माझ्या बोलण्यानंतर तिथे मिनिटभर शांतता पसरली. मग जनरल मान हलवित बोलू लागला, "पण आता मॅक्डोनल्ड निघून गेल्याने येथून पुढे त्याची कटकट आपल्याला होणार नाही." माझ्याकडे पहात तो म्हणाला, "आता तबेल्यातून घोडा पळून गेला आहे. आणखी असे किती तबेले असू शकतील? तुम्ही सांगाल त्या तबेल्याची दारे मी बंद करेन. अन् तो खोडलेला शब्द कळला का?"

"Toulon, Tournai ही गावे?"

"नाही. यापैकी कोणतेच ते नाव नाही." एवढे बोलून जनरल पुन्हा छायाचित्रांच्या संग्रहाकडे वळला. "वर्ल्ड हेल्थ ऑर्गनायझेशनच्या काही सभासदांसाठी ही छायाचित्रे तयार केलीत. ती करून देणाऱ्या कंपनीचे नाव आहे Gucci Zanoltte, via XX Settembre, Geno. जो शब्द खोडलेला आहे तो Torino असा आहे. इटालियन भाषेत Turin गावाचे नाव Torino असे म्हणतात."

त्या एकाच शब्दामुळे मला माझ्यावरती अक्षरशः एक घणाघती घाव घातल्यासारखे झाले. मी एका खुर्चीत मटकन बसलो. त्या धक्क्यातून सावरल्यावरती माझ्या मेंदूच्या बधिर झालेल्या काही पेशी काम करू लागल्या. माझे विचारचक्र पुन्हा सुरू झाले. परंतु ते पूर्वीसारखे व्यवस्थित काम करीत नव्हते. अडखळत फिरत होते. सकाळी मला पळवले गेले होते. मी पाण्यात भिजला गेलो होतो. माझ्या छातीवर बुटांच्या लाथा मारल्या गेल्या होत्या. मला नीट झोप मिळाली

नव्हती आणि माझ्या पोटात पुरेसे अन्नही गेले नव्हते. माझ्या नेहमीच्या कार्यक्षमतेच्या पातळीच्या खाली मी पोचलो होतो. सावकाश आणि मोठ्या कष्टाने मी माझ्या मनात काही माहितीचे तुकडे आठवून आठवून गोळा करू लागलो. मनामधील धूसर वातावरणात ते तुकडे जुळवून एक अस्पष्ट का होईना पण चित्र उभे केले. सर्व तुकडे एकमेकांना व्यवस्थित जुळत होते. तुकडे जुळताना अन्य पर्याय नव्हते. दोन अधिक दोन बरोबर चार.

मी जडपणे उठून उभा राहिलो आणि जनरलला म्हणालो, ''सर, तुम्ही जे बोललात ते तुमच्या कल्पनेपेक्षाही अधिक सत्य ठरले आहे.''

हार्डेन्जर व जनरल यांना मी कशाबद्दल काय बोलतो आहे हे समजेना.

''कॅव्हेल, तुम्ही ठीक आहात ना?'' जनरल मला विचारीत होता. त्याच्या आवाजात तीव्र चिंता होती.

''सर, माझ्या मनाचे तुकडे तुकडे होत आहेत असा मला भास होतो आहे. पण तरीही माझे मन हिंदकळत कसेबसे काम करीत आहे. खरे काय आहे ते आपल्याला लवकरच कळेल.''

मी माझ्या हातात टॉर्च घेतला आणि त्या खोलीतून बाहेर पडलो. जनरल व हार्डेन्जर यांना काय करावे ते कळेना. पण शेवटी ते माझ्या मागे आले. ते दोघे एकमेकांकडे मधेच भीतीयुक्त नजरेने पहात राही. पण मी त्यांच्याकडे लक्ष दिले नाही.

मी गॅरेजमध्ये गेलो, टूल शेडमध्येही गेलो; परंतु तिथे पहाण्याजोगे काहीही सापडले नाही. बाहेर बागेत एके ठिकाणी झुडपे होती. तिथे झुडपांमध्ये काहीतरी विषण्ण करणारे असावे असा एक विचार माझ्या मनात तरळून गेला. बाहेर पाऊस पडत होता. त्यामुळे आम्ही तिघे परत घरात गेलो. मग मी दिवाणखान्यात आलो. तेथून स्वयंपाकघरात गेलो. तेथून मागच्या दरवाजाकडे मी जाणार होतो. तेवढ्यात मला तिथे खाली जाणारा जिना दिसला. तो तळघराकडे जात होता. झडती घेणारा डिटेक्टिव्ह-सार्जंट जे काही तळघराबद्दल दुपारी बोलला ते मला अंधूकपणे आठवले. मी जिन्याच्या पायऱ्या उतरून खाली गेलो. तळघराचे दार उघडले आणि आतल्या दिव्यांचे बटण दाबले. हार्डेन्जर व जनरल यांना आत येऊ देण्यासाठी मी बाजूला सरकलो.

मी हळू आवाजात जनरलला म्हणालो, ''तुम्ही म्हणालात त्याप्रमाणेच झाले आहे. आता यापुढे मॅक्डोनल्ड आपल्याला अजिबात त्रास देणार नाही.''

जनरलचे उद्‍गार तंतोतंत खरे ठरले होते. मॅक्डोनल्ड आता आम्हाला अजिबात त्रास देणार नव्हता. पण थोडासाच त्रास पोलीस-डॉक्टरला होणार होता आणि मॅक्डोनल्डचा फासाला लटकणारा देह खाली काढण्यासाठी ज्याला दोर

कापावा लागेल त्या माणसाला होणार होता. छताला एक लोखंडी रिंग होती. त्याला दोराचे एक टोक बांधून दुसऱ्या टोकाला अडकवलेला फास मॅक्डोनल्डच्या गळ्याला घट्ट आवळला गेला होता. जमिनीपासून काही इंचावरती त्याची पावले उचलली गेली होती. त्याचा हेलकावा खाणारा देह जवळच आडव्या पडलेल्या खुर्चीला अधूनमधून खेटून जात होता. त्याच्या चेहऱ्याकडे पाहिले असते तर कोणीही घाबरून किंकाळी फोडली असती. त्याचे डोळे विस्फारलेले होते व त्यामध्ये कमालीचे भय साठलेले होते. आपण मृत्यूला सामोरे जात आहोत याची जाणीव त्यातून स्पष्ट कळून येत होती. त्याने आ वासला होता व तोंडातून त्याची जीभ बाहेर लोंबत होती. ती जीभ सुजलेली दिसत होती. दोन्ही ओठ काळे पडलेले होते. सबंध चेहरा निळसर जांभळा झाला होता.

जनरल ते पाहून कुजबुजत्या स्वरात म्हणाला, "माय गॉड! मॅक्डोनल्ड!" मग त्याने लोंबकळणाऱ्या देहाकडे पाहून सावकाश म्हटले, "आपले जीवन संपणार आहे हे त्याला नक्की कळले असले पाहिजे."

मी मान हलवित म्हणालो, "त्याचे जीवन संपवायला हवे हे दुसऱ्या कोणीतरी ठरवले असावे."

"दुसऱ्या कोणीतरी–" हार्डेन्जरने त्या मृत देहाकडे निरखून पहात म्हटले, "त्याचे हात मोकळे आहेत. त्याचे पाय बांधलेले नाहीत. जेव्हा त्याच्या गळ्याला फास बसत होता तेव्हा तो पूर्ण शुद्धीवरती होता. ती खुर्ची स्वयंपाकघरातून ओढून आणलेली दिसते आहे. ही सरळ सरळ आत्महत्या आहे अन् तरीही तुम्ही म्हणत आहात की–"

"त्याचा खून झाला आहे. त्याच्या पायाखाली असलेल्या जमिनीवरती कोळशाच्या भुकटीचा थर बसलेला आहे. त्यामध्ये उमटलेले ओरखडे बघा. नीट बघा. तसेच तो जवळचा कोळशाचा ढीग बघा. मॅक्डोनल्डने झाडलेल्या लाथांमुळे तो कसा विस्कळीत झाला हे त्यावरून समजून येईल. त्याच्या दोन्ही अंगठ्यांवर उमटलेले वळ पहा. अंगठ्यांच्या आतल्या बाजूला आलेले रक्त पहा."

"शेवटच्या क्षणी त्याचा विचार बदललेला असेल. जसजसा त्याच्या गळ्याला फास घट्ट घट्ट आवळत गेला तसे त्याने वरचा दोर ओढून घट्ट धरायचा प्रयत्न केला असेल. त्यामुळे दोरावरचा भार कमी होऊन फास कमी आवळला जाण्याची शक्यता होते. अंगठ्यांवरचे वळ आणि रक्त यामुळेच आहे." हार्डेन्जरने आपले मत दिले.

"अंगठ्यांवरच्या खुणा या ट्वाईनचा दोरा किंवा एखादी तार याने दोन्ही अंगठे एकत्र बांधल्यामुळे झालेले आहेत." मी माझा तर्क सांगू लागलो. "त्याला बहुतेक पिस्तुलाच्या धाकाने येथवर आणले गेले असावे आणि जमिनीवर पालथे पाडले गेले असावे. कदाचित त्याचे डोळेही बांधलेले असतील. काही सांगता

येत नाही. मग कोणीतरी छताच्या रिंगला दोर बांधून पक्का केला, दुसऱ्या टोकाला एक फास तयार केला व तो मॅक्डोनल्डच्या गळ्यात घातला. मग दोर ओढून त्याचा देह वर नेला. आता मॅक्डोनल्ड कसलाही प्रतिकार करू शकत नव्हता. म्हणून तर खालच्या कोळशाच्या धुळीत त्याच्या पायाच्या हालचाली उमटल्या आहेत. तो जमिनीवर उभा असताना त्याचा फास आवळून ठेवला जात होता. त्या वेळी तो तडफडत पाय हलवत होता. त्याचे दोन्ही हात मागे नेऊन दोन्ही अंगठे बांधलेले होते. त्याने तरीही आपल्याला फाशी देणाऱ्याशी झुंज दिली असली पाहिजे. पण त्याचा काही उपयोग झाला नाही. त्याचा मृत्यू फार तर काही सेकंद पुढे ढकलला गेला. त्याचे अंगठेच बघा. त्या प्रयत्नात ते पार तुटण्याच्या बेतात आले होते. त्या वेळी कदाचित तो चवड्यावर उभा असावा. पण किती वेळ तशा अवस्थेत तो तग धरणार. शेवटी त्याची धडपड थांबली. हालचाल बंद पडली आणि त्याचा प्राण गेला. मग त्या मारेकऱ्याने खुर्ची आणून त्यावरती मॅक्डोनल्डचा देह उभा करून ठेवला. त्याच्या अंगठ्यांना बांधलेला ट्वाईनचा दोरा किंवा तार कापून सोडवली. खुर्ची पाडली. अशा रितीने आत्महत्येचा देखावा तयार झाला. वाटेल ती किंमत देऊन वेळ काढू पहाणाऱ्या मॅक्डोनल्डचा असा अंत झाला. आत्महत्येचा देखावा तयार करण्यामागचा विचार असा असला पाहिजे की, मॅक्डोनल्ड हाच एकमेव हेर आहे. त्याच्यामागे कोणतीही संघटना नाही की तिचे जाळे नाही. पण प्रत्यक्षात तसे अजिबात नाही.

"हा तुमचा तर्क झाला." हार्डेन्जर म्हणाला.

"नाही. नुसता तर्क नाही, तर माझी तशी खात्री झाली आहे. मॅक्डोनल्ड हा एक शूर माणूस होता. रणगाड्यांच्या रेजिमेंटमध्ये त्याने सहा वर्षे युद्ध खेळले. अनेक चकमकी जिंकल्या. असा माणूस आपल्या भोवती एखाद्या हेर संघटनेचे जाळे आवळले जात आहे हे कळल्यावरती आत्महत्या करेल? मॅक्डोनल्ड हा झुंज देणारा होता का शरण जाणारा होता? नीट विचार करून पहा. मला अशी शक्यता वाटते की, कदाचित काय करावे ते त्याला सुचले नसावे. त्याचा अगदी ठरवून खून केला गेला. भले ती खुनाची शिक्षा त्याला योग्य होती असे धरून चालले तरी. मॅक्डोनल्ड आपल्या जाळ्यात आणखी शास्त्रज्ञ खेचू शकत होता आणि पोलिसांची दिशाभूल करून आणखी वेळ काढू शकत होता. पण तरीही त्याचा खून केला गेला आणि ती आत्महत्या भासवली गेली. याचा अर्थ मॅक्डोनल्डच्या आणखी हालचाली जरी आपल्याला घातक असल्या तरी मॅक्डोनल्डसारखा सामर्थ्यवान माणूस त्याच्या संघटनेलाही घातक ठरू शकत असला पाहिजे. म्हणूनच आणखी नवी गुंतागुंत होऊ नये, संघटना अडचणीत येऊ नये म्हणून त्याला संपवण्यात आले असावे. मला यापेक्षा जास्त तर्क करता येत नाही."

हार्डेन्जर म्हणाला, ''मॅक्डोनल्ड हा मरायलाच हवा होता असे त्याच्या संघटनेला वाटले?'' एवढे म्हणून तो बराच वेळ विचार करीत होता. मग एकदम मला म्हणाला, ''तुम्हाला तसे खरोखरच वाटते?''

''होय,'' मी म्हणालो.

एवढे म्हणून मी तिथे पडलेले एक फावडे आणले व एका भिंतीपाशी गोळा करून ठेवलेला कोळशाचा ढीग थोडा थोडा करीत हलवू लागलो. भिंतीला लावून उभा केलेला तो ढीग छतापर्यंत पोचलेला होता. एकूण दोन टन तरी तो कोळसा असावा. खरे म्हणजे ब्रशने दात घासण्याइतपतही माझ्यात ताकद नव्हती. पण मी कसाबसा दोन फावडे कोळसा तिथून दूर केला. मी तळाचा कोळसा बाजूला करत असल्याने माथ्याचा कोळसा गडगडत खाली येत होता.

''आता तुम्हाला तिथे काय सापडणार आहे?'' हार्डेन्जरने जरासे उपरोधिक स्वरात मला विचारले. ''आणखी एखादे प्रेत सापडेल असे वाटते?''

''अगदी बरोबर! मी मिसेस टर्पिन हिचे प्रेत शोधतो आहे. माझ्या भावी हालचालींबद्दल तिनेच मॅक्डोनल्डला फोन करून कल्पना दिली होती. नंतर तिने स्वयंपाक केला नाही. याचा अर्थ मॅक्डोनल्ड जेवणार नाही किंवा त्यासाठी तो घरी येणार नाही किंवा त्याला आता उचलून रानात नेऊन संपवले जाणार हे तिला ठाऊक झाले असावे. त्याला संपवण्यासाठी संघटनेचा कोणी माणूस येथे येणार हेही तिला समजले असावे. त्याप्रमाणे तो मारेकरी आला. पण मिसेस टर्पिनना जिवंत ठेवून मॅक्डोनल्डचा खून करण्यात धोका होता. पोलिसांनी तिला पकडले तर तिच्या तोंडून तो खून सांगितला जाण्याची शक्यता होती. कदाचित तिने मॅक्डोनल्ड ऐवजी संघटनेच्या माणसाला फोन केल्यामुळे तिला भावी घटनेचा अंदाज आला असावा. म्हणून आधी तिला संपवले गेले व नंतर मॅक्डोनल्डला संपवले गेले.''

पण तिला संपवले गेले असले तरी तळघरात नक्कीच संपवले नाही. कारण तिचा देह आम्हाला येथे कुठेच सापडला नाही. आम्ही सारेजण वरती आलो. बाहेर पोलिसांची वायरलेस-व्हॅन आल्फ्रिंगहॅमहून येऊन उभी राहिली होती. मग स्क्रॅम्बलर बसवलेल्या वायरलेस फोनवरून जनरल बराच वेळ कोणाशी तरी बोलत राहिला. स्क्रॅम्बलरमुळे कोणीही जरी लाईनवरचे संभाषण चोरून ऐकले तरी त्याला ते समजणे शक्य नसते. नुसतेच चमत्कारिक गोंधळाचे आवाज कानावरती पडत रहातात. मग मी, हार्डेन्जर आणि दोन पोलीस असे चौघेजण हातात टॉर्चेस घेऊन घराबाहेरची जमीन तपासू लागलो. ते काम तसे सोपे नव्हते. त्या घराभोवतीचे आवार हे खूपच विस्तृत होते. सुमारे चार एकराचे तरी ते क्षेत्रफळ असावे. त्यात बरीचशी जागा गाड्यांच्या पार्किंगसाठी, भरपूर लांब-रुंद

असलेल्या बागेसाठी अशी व्यापलेली होता. सर्व आवाराभोवती अत्यंत दाट झुडपे लावून एक जाडजूड नैसर्गिक भिंत तयार केली होती. ती भिंत एवढी जाड होती की, तिने एखादा रणगाडा सहज थोपवून धरला असता. मॅक्डोनल्डने आपल्याला निवांतपणा लाभावा, खासगीपणा मिळावा म्हणून ही जागा खरेदी केली होती.

आता चांगलाच अंधार पडला होता. हवेत गारठा भरू लागला होता. कारण मुसळधार पाऊस कोसळू लागला होता. वारा नसल्याने पावसाच्या धारा सरळ उभ्या रेषेतून खाली येत होत्या. पानांवरून पावसाचे ओघळ खालच्या भिजलेल्या जमिनीवर आवाज करीत पडू लागले. वा:! एक प्रेत शोधण्यासाठी अगदी साजेसे वाटेल असे वातावरण तयार झाले होते. आम्ही चौघेजण त्या रात्री जमिनीवरच्या खुणा तपासत होतो. पावसामुळे त्या खुणा नष्ट व्हायच्या आत ते काम आम्हाला वेगाने करावे लागत होते. मेंदीच्या कुंपणाचा काही भाग हा एके ठिकाणी नीटनेटका कातरलेला होता. कापून काढलेल्या फांद्या, पाने वगैरेंचा ढीग एका कोपऱ्यात लावलेला होता. लांबून मला ती झुडपे वाटली होती. तिथेच त्या ढिगाखाली आम्हाला मिसेस टर्पिनचे प्रेत सापडले. ते प्रेत तसे ढिगामध्ये फार खोलवर नव्हते. त्या ढिगावरतीच तिला टाकून तिच्या अंगावरती डहाळ्या, फांद्या व पाने टाकलेली होती. ते प्रेत दिसू नये इतपत तिच्या अंगावर तो पाचोळा टाकलेला होता. ज्याने सकाळी माझ्या छातीत क्रूरपणे लाथा घातल्या होत्या त्यानेच मिसेस टर्पिनला ठार केले असावे. तिच्या शेजारी एक हातोडी पडलेली होती. टूल-शेडमध्ये मला ती का सापडली नाही याचे कारण आत्ता उलगडले. त्या हातोडीचे घाव तिच्या डोक्याच्या मागच्या बाजूला एवढे क्रूरपणे घातले होते की, कवटीचा पार चेंदामेंदा झाला होता. त्यावरून मारेकऱ्याचे मन किती विकृत असले पाहिजे याची कल्पना येत होती.

आम्ही सर्वजण घरात आलो. सुन्न होऊन बसलो होतो. व्हॅनमधून वायरलेस फोनवरचे आपले संभाषण आटपून जनरल आत आला. मला एकदम त्यांचे वय वाढलेले दिसले. त्यांच्या चेहऱ्यावरती नाक व तोंड येथल्या वृद्धापकाळाच्या रेषा या खूप खोल गेल्या आहेत असे मला वाटले.

"तुम्हाला ती मिसेस टर्पिन सापडली?" जनरलने विचारले.

हार्डेन्जर म्हणाला, "होय. कॅव्हेल यांनी म्हटल्याप्रमाणे ती मृत झालेली आहे. तिचा खून करण्यात आला आहे."

"आणखी एका खुनाची भर पडली. पण त्यामुळे परिस्थितीत फारसा फरक पडत नाही." जनरल विषण्णपणे म्हणाला. त्याचे अंग एकदम शहारले. मग तो पुढे म्हणाला, "एकाच व्यक्तीचा बळी पडला. पण उद्या? उद्या कित्येक हजार

माणसांचे काय होणार? त्या माथेफिरूने आणखी एक धमकीचा निरोप पाठवला आहे. तीच ती बायबलमधल्यासारखी भाषा वापरलेली आहे. त्याने आता त्यासाठी नवीन वेळापत्रक दिले आहे.

मरडॉनच्या भिंती अजून उभ्या आहेत. त्या पाडल्या जाण्याचे कोणतेही चिन्ह दिसत नाही. आज रात्री १२ वाजेपर्यंत जर ते पाडण्याचे काम सुरू झाले नाही तर उद्या लंडन शहराच्या मध्यभागी बॉट्युलिनस जंतूंचा विषारी द्रव दुपारी ४ वाजता टाकला जाईल. न्यू ऑक्सफोर्ड स्ट्रीटपासून पाव मैलाच्या त्रिज्येत कुठेही तो विषारी द्रव पसरून दिला जाईल.

हार्डेन्जर म्हणाला, ''सर, तो माणूस माथेफिरू नाही की वेडाही नाही.''

आपले कपाळ चोळत जनरल सांगू लागला, ''मी पंतप्रधान आणि वरिष्ठ पातळीवरील सर्वांना परिस्थितीची कल्पना दिली. कॅव्हेल यांना काय सापडले आणि आम्हाला काय वाटते हेही सांगितले. देशपातळीवरील काही वृत्तपत्रे तर सकाळी सहाच्या आत आपले अंक छापून रस्त्यावर विकायला लागतात. वरिष्ठ पातळीवर गोंधळ माजला आहे. काय करावे, काय निर्णय घ्यावा ते त्यांना सुचत नाही. जी वृत्तपत्रे प्रसिद्ध होतील त्यात लोकांची घबराट व्यवस्थित उमटेल. 'सरकारने त्या माथेफिरूच्या ज्या काही मागण्या असतील त्या मान्य करून देश वाचवावा', असा सूर वर्तमानपत्रांत निश्चित उमटेल. तासापूर्वी सर्वांची अशी समजूत होती की, कोणीतरी चक्रम माणूस काहीतरी वेडेचार करतो आहे. पण आता तसे नाही. घबराटीची लागण फार वेगाने होत चालली आहे. ईस्ट आंग्लिया प्रांताच्या काही भागात जीवसृष्टीचा पूर्णपणे संहार होणार आहे. नव्हे, तशी सुरुवातही झाली आहे. ही बातमी बाहेर पसरू लागली आहे. यात खरे किती खोटे किती याचा विचार कोणीही करायला तयार होणार नाही. रेडिओ व टेलिव्हिजन ही प्रसारमाध्यमे तर सतत हीच बातमी लावून धरीत आहेत. भीतीची त्सुनामी लाट उद्‌भवली असून ती किती वेगाने पसरत जाईल याची कल्पना येत नाही. जो कोणी सैतान या कारस्थानामागे आहे तो खरोखरीच बुद्धिमान असला पाहिजे. प्रत्येक प्रसारमाध्यमात एकच एक प्रश्न सारखा विचारला जातो आहे. तो म्हणजे त्या माथेफिरूला बॉट्युलिनसचा विषारी द्रव आणि सैतानी विषाणू यातील फरक नक्की समजला आहे का? तो धमकी देणारा माणूस आपली योजना कमालीच्या वेगाने पुढे रेटतो आहे. आत्ता होणाऱ्या संहारानंतर जर त्याने नंतर सैतानी विषाणू वापरल्यावर काय होईल याचे कल्पनाचित्र प्रसारमाध्यमे करू लागली आहेत. आपल्याला या संदर्भात वरून आदेश येतील की नाही आणि

आलेच तर ते काय असतील याची मलाही आता कल्पना करता येत नाही.''

मी यावर म्हणालो, ''अणुयुद्धाच्या छायेत आपण जगत असल्याने अशा जगण्यात काय अर्थ आहे, असा धोशा अनेकजण इतके दिवस करीत होते. आता त्यांना अचानक जगण्याचे महत्त्व कळलेले दिसते. सरकार त्या माथेफिरूच्या मागण्यांपुढे झुकले असे काही तुम्हाला वाटते का?''

जनरल म्हणाला, ''तेही मला सांगता येत नाही. पंतप्रधानांच्या बाबतीत माझा अंदाज चुकला, असे आता मला वाटते. शेवटी तेही वारा वाहील तिकडे पाठ फिरवणारे असतील असे वाटले. पण आश्चर्यकारकरित्या ते चिवट निघाले आहेत. कदाचित या आधीच्या घाबरून जाण्याच्या प्रतिक्रियेची त्यांनाच शरम वाटली असावी. कदाचित इतिहासावर आपला ठसा उमटवण्याची हीच एकमेव संधी आपल्यापुढे उभी आहे याची त्यांना जाणीव झाली असावी. आत्ता या क्षणाला ते आपल्या मंत्रिमंडळाशी सल्लामसलत करीत आहेत. ते असे म्हणाले की, जर हे कम्युनिस्टांचे कारस्थान असेल तर त्यापुढे आपण झुकणार नाही! जर अन्य कोणाचे कारस्थान असेल आणि त्याला कम्युनिस्टांचा पाठिंबा असेल तर आम्ही त्यापुढे माघार घेणार नाही! मरडॉन संस्था पाडून किंवा त्या अतिरेकी मागण्या मान्य करून सर्वजणच शेवटी मृत्युमुखी पडत असतील तर कशासाठी राज्य करायचे? मला वाटते की, हा दृष्टिकोन असणे हाच आपला एकमेव आधार आहे. पंतप्रधान शेवटी मला असेही म्हणाले की, वेळ पडलीच तर लंडन खाली करण्याची आपली तयारी आहे. मी त्यांच्याशी सहमत झालो.''

ते ऐकताच हार्डेन्जर आश्चर्याने म्हणाला, ''काय! लंडन खाली करणे? एक कोटी लोकांना दहा तासांत दूर हलवणे? अशक्य! केवळ अशक्य!''

''पण आपल्याला वाटते तितके ते अवघड नाही हेही खरे आहे. एक तर संध्याकाळी ते बॉट्युलिनसचे विष लंडनवर टाकणार आहे. त्या संध्याकाळी, म्हणजे उद्याच्याच संध्याकाळी हवामान खात्याच्या अंदाजानुसार वारा अजिबात नाही आणि जोरदार पाऊस पडणार आहे. त्या बॉट्युलिनस जंतूंना पाण्याला चिकटून रहाण्याचा गुणधर्म आहे. त्यामुळे हवेतच पावसाच्या पाण्याला ते चिकटून वाहून जातील. जिथे तो विषारी द्रव सोडला जाईल तिथेच तो भिजल्याने तीनचारशे फूट परिघाच्या परिसरात ते जंतू मर्यादित रहातील. फार दूर पसरू शकणार नाहीत, असा तज्ज्ञांचा अंदाज आहे. जर तशीच वेळ आली तर यूस्टन रोड आणि थेम्स नदी, पोर्टलंड स्ट्रीट ते रीजंट स्ट्रीट ह्या पश्चिमेच्या भागापासून ते पूर्वेला ग्रेज इन रोड पर्यंतचा भाग खाली केला तरी काम भागण्याजोगे आहे.''

''तसे असेल तर मग ठीक आहे. रात्रभरात या भागातील लोक आपण होऊन दुसरीकडे जातील.'' हार्डेन्जर मान्य करीत म्हणाला. पण पावसाच्या

पाण्यात मिसळलेले बॉट्युलिनस हे वाहून जातील, थेम्स नदीला मिळतील. ती नदी प्रदूषित होईल. तिथले पाणी पिण्याच्या पाण्यात मिसळेल. म्हणून लोकांना पाणी साठवू नका असा इशारा द्यावा लागेल. निदान पहिले बारा तास तरी. कारण ऑक्सिडेशन होऊन ते जंतू नष्ट होण्यास बारा तासांचा काळ जावा लागतो. हो ना?''

''होय. तज्ज्ञ मंडळी असेच म्हणत आहेत. परंतु आधीचे पाणी भरून ठेवले असेल तर मात्र ते पिण्यास हरकत नाही. बापरे! हे कसे काय प्रत्येकवेळी जमणार? सबंध आयुष्यात आजच्या इतका हतबल मी कधीच झालो नव्हतो. त्या माथेफिरूपर्यंत पोचण्यासाठी आपल्याला एकही धागा अद्याप मिळाला नाही. कोण या मागे आहे ते समजत नाही. जर ती व्यक्ती समजली किंवा तिच्याबद्दल नुसता संशय जरी आला तर मी सरळ कॅव्हेलला तिच्यावर सोडेन आणि माझे डोळे झाकून घेईन.'' जनरल उद्वेगाने म्हणाला.

''सर, तुम्हाला खरेच असे वाटते?''

यावर त्यांनी माझ्याकडे आपले थकलेले घारे डोळे रोखीत म्हटले, ''म्हणजे काय? कॅव्हेल, तुम्ही कोणाकडे तरी संशयाचे बोट दाखवत आहात काय?''

''त्याच्यापेक्षाही अधिक चांगल्या रितीने मला ते ठाऊक होऊ शकेल. ती व्यक्ती कोण आहे याचा मला अंदाज आला आहे.''

यावर जनरलने कसलीही प्रतिक्रिया व्यक्त केली नाही. अशा वेळी माणसाचे डोळे कुतूहलाने मोठे होतात, रोखून पहात बसतात किंवा नि:श्वास टाकतात. त्याऐवजी तो फक्त पुटपुटत म्हणाला, ''ती व्यक्ती शोधली तर माझे अर्धे राज्य मी तुला देईन बेटा. कोण आहे ते?''

''त्याआधी मी शेवटचा पुरावा शोधतो आणि नंतरच मी काय ते सांगेन. आपले त्या पुराव्याकडे लक्ष गेले नाही. प्रत्यक्षात तो पुरावा आपल्यासमोर उभा राहिलेला होता. तो पुरावा माझ्याकडे पहात होता आणि हार्डेन्जरकडेसुद्धा पहात होता. आमच्यासारख्या माणसांवर हवाला ठेवून देशातील माणसे निर्धास्तपणे जगत आहेत. पोलीस, डिटक्टिव्ह्ज, सैन्य!'' मग मी हार्डेन्जरकडे वळून म्हणालो, ''आपण बाहेरच्या बागेत कसून शोध घेतला होता ना?''

''होय. मग?''

''एकही चौरस फूट सोडला नाही ना?'' मी खात्री करून घेण्यासाठी म्हटले.

''ठीक आहे. पुढे सांगा.'' तो अस्वस्थ होत म्हणाला.

''कुठेही नवीन बांधकाम, गवंडीकाम झालेले तुम्हाला आढळले का? झोपड्यांसारखी छोटी घरे? शेड्स? भिंती? छोटे तलाव? सजावटीसारखे दगडी

बांधकाम? किंवा कसलेही बांधकाम?'' मी त्याची उत्सुकता ताणीत म्हणालो.

त्याने आपली मान नकारार्थी हलवली. तो म्हणाला, ''नाही, नाही, नाही. तसले बांधकाम कुठेही दिसले नाही.''

''असे असेल तर टूल-शेडमध्ये आपल्याला सिमेन्टची अनेक रिकामी पोती दिसली. त्याचे काय? तिथेच आपल्याला एक ताडपत्रीही दिसली. ती कशाला होती? म्हणजे कधी तरी ती भरलेली सिमेंटची पोती आणून, रचून, त्यावर ती ताडपत्री घातलेली होती. जर बाहेर कुठे बांधकाम झालेले नाही तर मग कशाकरता हे सारे? आत डायनिंगरूममध्ये? बेडरूममध्ये? कुठे झाले?''

''कॅव्हेल, ते तुम्हीच सांगा,'' हार्डेन्जर म्हणाला.

''त्यापेक्षा मी ते सरळ दाखवतोच तुम्हाला. चला माझ्याबरोबर.'' एवढे म्हणून मी तिथून उठलो, बाहेर गेलो व त्या टूल-शेडमध्ये गेलो. मला एखादी लोखंडी कटावणी हवी होती. पण ती तिथे सापडली नाही. त्याऐवजी एक लहान घण सापडला. तो घेऊन मी निघालो. जाता जाता तिथली एक बादलीही मी उचलून घेतली. मग परत आत येऊन स्वयंपाकघरात गेलो. तिथल्या नळाखाली ती बादली पाण्याने भरून घेतली. जनरलही आता तिथे येऊन माझ्याकडे पाहू लागला. मग आम्ही सारेजण जिन्याने खाली तळघरात जाऊ लागलो. हार्डेन्जरला पुन्हा तळघरात जाण्याची इच्छा नव्हती. परत तेच प्रेत टांगलेले ओंगळवाणे दृश्य पहावयास तो राजी नव्हता. तो कुरकुरत म्हणाला, ''कॅव्हेल, तुम्ही कसले प्रात्यक्षिक करून दाखवणार आहात? कोळशापासून कांडी कोळसा कसा बनवायचा ते?''

आम्ही जिन्याने खाली जात असताना वरच्या हॉलमध्ये टेलिफोन खणाणला. तो आवाज ऐकताच आम्ही एकमेकांकडे पाहू लागलो. मॅक्डोनल्डला येणारा फोन हा महत्त्वाचाच असणार. हार्डेन्जर म्हणाला, ''मी बघतो तिकडे. मी घेतो तो फोन.'' एवढे म्हणून तो वरती निघून गेला.

आम्हाला त्याचा आवाज खाली ऐकू येत होता. मधेच एकदा त्याच्या तोंडून माझ्या नावाचा उल्लेख झाला. मग मी जिना चढून वरती जाऊ लागलो. जनरलही माझ्या मागून येऊ लागला.

हार्डेन्जरने माझ्या हातात फोन देत म्हटले, ''तुमचा फोन आहे. पलीकडची व्यक्ती आपले नाव सांगायला तयार नाही. त्यांना तुमच्याशीच बोलायचे आहे.''

मी फोन घेऊन म्हटले, ''कॅव्हेल स्पीकिंग.''

''म्हणजे तुम्ही शेवटी कैदेतून सुटलात तर! ती तुमची छोटी बाई खोटे बोलली नाही. तिला तुमच्याशी स्वत: बोलायचे आहे.'' नंतर त्या फोनलाईनवरून जे शब्द आले ते खोलवरून आल्यासारखे मला वाटले. घशातल्या घशात

बोलल्यासारखे, कुजबुजत्या आवाजातले वाटले. काही क्षणांनी बोलणारी व्यक्ती म्हणाली, "कॅव्हेल, तुम्ही तुमचे काम थांबवा. अन् जनरललाही तेच सांगा. जो काही शोध घेत आहात तो थांबवा. जर तुम्हाला तुमची बाई जिवंत परत हवी असेल तर!"

काय झाले असावे ते मी लगेच ताडले. मला प्रचंड संताप आला. मी फोनचा रिसिव्हर एवढा आवळून धरला की, त्याचा चुराडा होईल असे वाटले. माझे हृदय धडधडू लागले. मी त्या व्यक्तीला म्हणालो, "तुम्ही कशाबद्दल बोलता आहात ते मला समजत नाही."

"कशाबद्दल? अहो, तुमच्या बायकोबद्दल! तीच ती मेरी, सुंदर मेरी. मिसेस मेरी कॅव्हेल. तिला तुमच्याशी बोलायचे आहे."

क्षणभर फोनवरती शांतता होती. नंतर मेरीचा फोनवर आवाज आला, "माय डिअर, आय ॲम सो सॉरी–" तिचा आवाज एकदम बंद पडला. त्यानंतर तिने वेदनेमुळे एक किंकाळी फोडल्याचेही मला ऐकू आले. पुन्हा ती मघाची व्यक्ती फोनवर बोलू लागली, "कॅव्हेल, तुमचे तपासाचे काम थांबवा." त्यानंतर रिसिव्हर खाली ठेवल्याचा आवाज ऐकू आला. मीही इकडे फोन बंद केला. माझा हात थरथरत होता. जणू काही मला हिवताप झाला आहे एवढा तो थरथरत होता.

मला बसलेला धक्का आणि भीती यामुळे माझा चेहरा गोठून गेला होता. त्यावर कोणतेच भाव उमटेना. जनरलने मला विचारले, "कोण होते ते?" त्याच्या प्रश्नात उत्सुकता साठली होती.

"ते मला ठाऊक नाही." एवढे म्हणून मी काही क्षण थांबलो आणि नंतर यांत्रिकपणे म्हणालो, "त्यांनी मेरीला पळवले आहे."

जनरलचा एक हात दारावरती होता. माझे शब्द ऐकताच तो हात सावकाश घसरत घसरत खाली गेला. चित्रपटातील स्लो-मोशन ॲक्शनप्रमाणे तो हात खाली जाण्यास दहा सेकंद लागले. त्याच्यामधले काहीतरी कायमचे मृत झाले आहे असे भाव त्याच्या चेहऱ्यावरती दिसले. हार्डेन्जर काहीतरी कुजबुजत म्हणाला. ते शब्द सभ्य जगातले नव्हते. त्याचाही चेहरा फत्तरासारखा कठीण झाला. मी काय बोललो ते परत सांगण्याचा आग्रह त्या दोघांनी मला केला नाही. मी जे काही सांगितले त्याचा अर्थ त्यांना पुरेपूर उमजला होता.

मी बोलू लागलो, "ते म्हणत आहेत की तपासाचे काम थांबवा. नाहीतर ते तिला ठार करतील. मेरीने एक-दोन शब्द बोलले. नंतर ती किंचाळली. त्यांनी तिला चांगलीच दुखापत केली असणार."

हार्डेन्जर बेभानपणे म्हणाला, "पण तुम्ही निसटल्याचे त्यांना कसे कळले? किंवा तसा संशय तरी कसा आला? असे कसे–"

''कसे? डॉ. मॅक्डोनल्डमुळे.'' मी सांगू लागलो, ''मिसेस टर्पिनने त्याला सांगितले असणार आणि त्या मारेकऱ्याला ते मॅक्डोनल्डकडून कळले असणार.'' मी जनरलकडे पाहिले. त्यांचा चेहरा गोठून गेला होता. त्या चेहऱ्यावरचे सारे रंग उडाले होते. मी पुढे म्हणालो, ''जर मेरीला काही झाले तर तो माझाच दोष आहे. माझाच निष्काळजीपणा भोवला आहे. मी वेषांतर केले होते; परंतु माझा किंचित लंगडेपणा मी लपवला नव्हता. मिसेस टर्पिनने ते बरोबर ओळखले होते.''

जनरल मला विचारीत होते, ''माय बॉय, आता आपण काय करायचे आहे?'' त्यांच्या आवाजात ओतप्रोत थकवा भरलेला होता. त्यांच्या डोळ्यांतील नेहमी दिसणारे ते सैनिकी धैर्य आता विझून गेले होते. तो पुढे म्हणाला, ''ते शेवटी मेरीला ठार मारणार. अशी माणसे नेहमी असेच करतात.''

मी एकदम कर्कशपणे म्हणालो, ''आपण उगाच वेळ घालवतो आहोत. खात्री करून घेण्यासाठी मला अजून दोन मिनिटे द्या.''

मी धावत धावत परत खाली तळघरात गेलो. जाताना पाण्याने भरलेली बादली आणि तो छोटा घणही बरोबर घेतला. माझ्या मागोमाग जनरल व हार्डेन्जर आले. समोरच्या भिंतीवरती मी बादलीतील निम्मे पाणी भिरकावले. ते पाणी भिंतीवर आपटून चटकन खाली जमिनीवर ओघळून गेले. ती भिंत परत जशीच्या तशीच दिसू लागली. म्हणजे कोळशाच्या धुळीने काळपट पडलेली दिसू लागली. पाण्यामुळे ती जराशीही स्वच्छ झाली नाही. अनेक वर्षे तिच्यावर कोळशाच्या धुळीच्या कणांची पुटे चढल्यामुळे तसे झाले होते. जनरल व हार्डेन्जरला मी काय करतो आहे ते समजत नव्हते. मग बादलीतील उरलेले निम्मे पाणी मी त्या भिंतीमागच्या भिंतीवर भिरकावले. तिथेच त्या भिंतीला लागून कोळशाचा ढीग रचला होता. मी मघाशी तो ढीग पाडला होता व भिंत मोकळी केली होती. मी भिरकावलेले पाणी भिंतीवरून खाली कोळशावर जाऊन पडले. ती भिंत लगेच स्वच्छ झाली होती. तिचा पृष्ठभाग नवा कोरा वाटू लागला होता. याचा अर्थ ती भिंत काही आठवड्यांपूर्वी बांधलेली होती. हार्डेन्जरने त्या भिंतीकडे पाहिले व एकदा माझ्याकडे पाहिले. मग परत डोळे मोठे करून भिंतीकडे पाहिले. मला काय दाखवायचे होते ते त्याला पुरते उमगले होते.

तो म्हणाला, ''कॅव्हेल, तुमचेच शेवटी बरोबर ठरले आहे. म्हणून तर या भिंतीला लागून छतापर्यंत कोळसा रचून ठेवला होता. भिंतीमागे काहीतरी लपवलेले आहे.''

मग मी बोलण्यात वेळ घालवला नाही. बरोबर आणलेला छोटा घण भिंतीच्या वरच्या बाजूला फेकून मारला. कारण भिंतीचा बराचसा खालचा भाग हा सिमेंट कॉन्क्रीटचा होता. तो घण फेकताना आधी मी हवेत त्याचा एक मोठा

झोका घेऊन मारला होता. पण त्यामुळे माझ्या दुखावलेल्या बरगड्यांमधून एक जोरदार कळ उठली. जणू काही कोणीतरी माझ्या बरगडीत टोकदार बुटाने लाथ मारली होती. मी काहीही न बोलता खाली पडलेला घण उचलला व तो हार्डेन्जरकडे दिला. ती बादली पालथी ठेवून मी त्यावरती बसून राहिलो.

हार्डेन्जरचे वजन १०० किलोच्या पुढे होते. या चक्रावून टाकणाऱ्या तपासकार्याने तो वैतागला होता. त्यातून लोकसंहार करण्याच्या धमकीने हादरला होता. शिवाय मेरीला पळवून दिलेल्या इशाऱ्यामुळे चिडला होता. त्याने संतापाने, अगदी जीव खाऊन तो घण भिंतीवर मारला. त्याच्या या दणक्यापुढे भिंत टिकली नाही. तिला तडा गेला. तिसऱ्या आघातापुढे ज्या ब्रीझ ब्लॉकने भिंत रचली होती त्यातला एक ठोकळा फुटला, निखळला. तीस सेकंदात हार्डेन्जरने घणाचे घाव घालून घालून तिथे दोन फूट लांबी-रुंदीचे एक भगदाड पाडले. मग तो थांबला व माझ्याकडे पाहू लागला. मी उठून उभा राहिलो. एखादा वृद्ध माणूस जसा कष्टाने उठतो तसा मी उठलो. माझ्या जवळचा टॉर्च मी पेटवला आणि आम्ही दोघे त्या भगदाडात प्रकाश सोडून आत पाहू लागलो. आमच्या मागोमाग जनरलही येऊन पाहू लागला.

पलीकडच्या बाजूला दोन फूट रुंदीची मोकळी जागा होती. तेवढ्या चिंचोळ्या जागेत तळाशी काहीतरी होते. त्यावरती फोडलेल्या भिंतीचे डबर पडलेले होते. फुटलेले ब्रीझ ब्लॉकचे तुकडे, धूळ यांनी जरी झाकलेले असले तरी त्याखाली एक मनुष्यदेह पडला आहे हे समजत होते. तो देह वाटेल तसा कोंबला होता. मोडलेला, पिळवटलेला, क्रूरपणे अत्याचार केलेला देह अगदी स्पष्टपणे समजून येत होता.

कमालीच्या शांत आवाजात हार्डेन्जरने मला विचारले, "कॅव्हेल, तो कोण आहे ते ठाऊक आहे?"

"होय. माझ्या आधी सुरक्षा-प्रमुख म्हणून मरडॉनमध्ये काम करीत असलेले ईस्टन डेरी."

"ईस्टन डेरी." जनरल मोठ्या कष्टाने संयम करीत म्हणाला, "कशावरून तुम्ही तसे म्हणता? त्या प्रेताचा चेहरा पार छिन्नविच्छिन्न झालेला आहे. अजिबात ओळखू येत नाही."

"होय. प्रेताच्या डाव्या हाताच्या बोटात एक अंगठी आहे. त्यात एक निळा खडा बसवलेला आहे. त्यावरूनच मी सांगतो की, ईस्टन डेरीच आहेत."

"त्यांना... त्यांना असे का केले?" जनरलने त्या अर्धवट उघड्या प्रेताकडे पहात मला विचारले. "रस्त्यावरचा अपघात? का एखाद्या हिंस्र जनावराने केलेला हल्ला?" बराच वेळ जनरल ईस्टन डेरीच्या प्रेताकडे न बोलता पहात

होते. मग ते ताठ उभे राहिले व माझ्याकडे वळले. आता पूर्वीपेक्षाही जनरलचे वय खूप वाढल्याचे मला दिसले. पण त्याच्या डोळ्यांत अजूनही चमक होती. पुटपुटत जनरल म्हणाला, "माणूस नावाच्या हिंस्त्र जनावराने दुसऱ्या एका माणसाचा मरेपर्यंत छळ केला."

"होय सर. त्यांना छळ करून मारले." मी म्हणालो.

"अन् कोणी तसे केले हे तुम्हाला ठाऊक आहे?" हार्डेन्जरने विचारले.

"होय, मला तेही ठाऊक आहे."

हार्डेन्जरने लगेच आपल्या खिशातून एक वॉरंटचा फॉर्म बाहेर काढला, पेनही काढून हातात घेतले आणि मी कुणाचे नाव सांगतो आहे त्याची वाट पाहू लागला.

मी म्हणालो, "वॉरंटची काहीही जरुरी नाही. त्या व्यक्तीचे नाव मला ठाऊक नाही. अन् वॉरंटवर नाव घालायचेच असेल तर ते डॉ. गिओव्हिनी ग्रेगरी यांचे घालावे लागेल. पण ते आता जिवंत नाहीत. त्यांची जागा एका तोतयाने घेतली आहे."

# अकरा

आठ मिनिटांनी पोलिसांची एक मोठी जग्वार गाडी चेसिंगहॅमच्या घराबाहेर जोरात ब्रेक मारून थांबली. गेल्या चोवीस तासांत तिसऱ्यांदा मी त्या दगडी घराच्या पायऱ्या वरती चढत होतो. मी दारावरचे घंटेचे बटण दाबले. माझ्या मागेच जनरल उभा होता. हार्डेन्जर वायरलेस-व्हॅनमध्ये होता. तो अनेक पोलीस चौक्यांना ग्रेगरी व त्याची फियाट गाडी यांचे वर्णन सांगून सूचना देत होता. ग्रेगरी व त्याची गाडी शोधा, पण त्यांचा पाठलाग करीत रहा. त्यांना पकडू नका अशा त्या सूचना होत्या. मेरी शेवटी त्याच्या ताब्यात होती. जर काही संशय आला तर तो मेरीला मारून टाकू शकत होता.

“मिस्टर कॅव्हेल?” चेसिंगहॅमच्या बहिणीने दार उघडून विचारले. कालच्यासारखी ती दिसत नव्हती. आज ती उत्साही वाटत होती. चेहऱ्यावरती तजेला आल्यासारखा दिसत होता. कालचा संत्रस्त चेहरा अदृश्य झाला होता. ती उत्साहाने मला म्हणाली, “हाऊ नाईस! सकाळी मी तुमच्याशी जे वागले त्याबद्दल तुमची माफी मागते. तुम्ही माझ्या आईला जे सांगितले ते खरे आहे ना?”

“मिस चेसिंगहॅम, अगदी १०० टक्के खरे आहे.” असे म्हणून मी हसायचा प्रयत्न केला. पण तसे करताना माझा चेहरा दुखू लागला. कारण मॅक्डोनल्डच्या घरून निघताना माझ्या चेहऱ्यावरचा तो मेक-अप मी खसाखसा पुसला होता. त्यामुळे माझा चेहरा थोडासा खरवडला गेला होता. आता मेक-अप करण्याची गरज नव्हती. पण कालच्यानंतर आज पारडे आमच्या शत्रूच्या बाजूने झुकले होते. शिवाय तो शत्रू सूडाने पेटला होता. मी तिला म्हटले, “त्या वेळी मी जे काही बोललो त्याची तेव्हा गरज होती. म्हणून मला बोलावे लागले होते. आज रात्री तुमच्या भावाला सोडून देण्यात येईल. आज दुपारी तुम्ही माझ्या बायकोला भेटला होतात का?”

“अर्थातच. अहो, तुमची पत्नी किती गोड आहे. ती आपण होऊन आमच्याकडे आली होती. आत्ता तुम्ही व तुमचे हे मित्र माझ्या आईला भेटायला आलात का?

तुम्हाला पाहून तिला खूप आनंद होईल.''

मी हाताने खूण करून तिचे बोलणे थोपवित तिला विचारले, ''माझी बायको येथून केव्हा गेली?''

''साधारणपणे ५॥ वाजता, असे मला वाटते. अंधार पडायला नुकतीच सुरुवात झाली होती... त्यांना काही झाले आहे का?'' तिने हळू आवाजात शेवटचे वाक्य उच्चारले.

''होय. त्या खुनी माणसाने तिला पळवून नेले आहे आणि ओलीस ठेवले आहे.''

''ओह् नो!... नो!'' तिने आपल्या दोन्ही हाताने आपला गळा घाबरून पकडला होता. ''असे... कसे शक्य आहे?''

''ती येथून कशी निघून गेली?''

''पळवली गेली? तुमची पत्नी पळवली गेली?'' भयभीत झालेल्या आपल्या टपोऱ्या डोळ्यांनी ती माझ्याकडे बघत रहात म्हणाली. ''पण त्यांनी तिला कशासाठी पळवून–''

मी जरा जोरात तिला म्हटले, ''कृपा करून आधी माझ्या प्रश्नांची उत्तरे द्या. ती कशातून गेली? टॅक्सी, भाड्याची गाडी, बस सर्व्हिस? कोणते वाहन होते?''

ती हळू आवाजात उत्तरली, ''एक मोटर कार आली होती. त्यांना न्यायलाच आली होती. कोणीतरी एक माणूस आला व तो तुमच्या पत्नीला म्हणाला की, 'एका अर्जंट कामासाठी चला.' मग तीही घाईघाईने गेली. बोलता बोलता तिचा आवाज मंद होत गेला. आपल्या बोलण्याचा अर्थ तिला समजत गेला होता.

''कोण माणूस होता? ती गाडी कसली होती?'' मी विचारले.

''एक मध्यमवयीन माणूस होता.'' ती अडखळत बोलू लागली. ''काळ्या केसांचा माणूस होता. निळ्या गाडीतून तो आला होता. मागच्या सीटवरती आणखी एक माणूस बसला होता. ती गाडी कोणत्या मेकची होती ते मला कळले नाही. पण परदेशी बनावटीची होती. लेफ्ट-हॅन्ड-ड्राईव्ह असलेली होती.''

''म्हणजे ग्रेगरी व त्याची फियाट?'' जनरल हळू आवाजात बोलले. ''पण मेरी येथे आली आहे हे त्याला कसे कळले?''

''साधा फोन उचलून त्याला कळले.'' मी कडवटपणे म्हणालो. ''मी वॅगनर्स रेस्टमध्ये उतरलो आहे हे त्याला ठाऊक होते. त्याने तिथे फोन करून मेरीची चौकशी केली असणार. मग काऊंटरमागचा तो लठ्ठ व मूर्ख माणूस म्हणाला असणार : 'छे! त्या येथे नाहीत. मिस्टर कॅव्हेल यांनी त्यांना गाडीतून चेसिंगहॅमच्या घरी दोन तासांपूर्वीच सोडले.' तो रस्ता ग्रेगरीच्या घरावरून येणारा असल्याने तो वाटेत चेसिंगहॅमच्या घरापाशी थांबला. पुढचे तुम्हाला ठाऊक आहे. आता त्याला सारे काही मिळाले आहे. गमावण्याजोगे त्याच्याकडे काहीच नाही.''

आम्ही तिथून निघालो. मिस चेसिंगहॅमला आम्ही गुडबायसुद्धा केले नाही. आम्ही भराभरा पायऱ्या उतरून गेलो. हार्डेन्जर वायरलेस व्हॅनमधून बाहेर आला व आमच्या जग्वारमध्ये बसला. मी चटकन ड्रायव्हरला म्हटले, ''आल्फ्रिंगहॅम, फियाट.'' नंतर हार्डेन्जरला म्हटले, ''त्याने बरोबर संधी साधली.''

हार्डेन्जर म्हणाला, ''नाही. आत्ताच वायरलेसवरती एक माहिती हाती आली आहे. त्याची गाडी ग्रेलिंग खेड्यामध्ये एका खड्ड्यात पडली. ते खेडे येथून तीन मैलांवरती आहे. बाजूच्या रस्त्यावर आहे. त्या कॉन्स्टेबलच्या ठिकाणापासून अवघ्या ५० फुटांवरती ती गाडी पडली. त्या वेळी तो वायरलेसवरती त्या गाडीची बातमी व वर्णन ऐकत होता. मग त्याने सहज बाहेर नजर टाकली, तर त्याला ती गाडी पडलेली दिसली.''

''ती रिकामी असणार.''

''होय, रिकामीच होती. दुसऱ्या कोणाची तरी गाडी चोरून ते पुढे पळून गेले. सगळ्या पोलीस स्टेशन्सना त्या गाडीच्या चोरीबद्दल कळवले आहे. ग्रेलिंग खेड्यातीलच ती गाडी असणार. ते खेडे म्हणजे अवघी दहा-बारा घरे असलेले खेडे असणार असा माझा अंदाज आहे. त्यामुळे चोरलेल्या गाडीचे वर्णन व नंबर सहज मिळेल. लवकरच ती सापडेल.'' हार्डेन्जर म्हणाला.

त्याप्रमाणे लवकरच ती गाडी सापडली. आम्हालाच सापडली. नंतर दोन मिनिटात ग्रेलिंग खेड्यात शिरत असताना आम्हाला एक माणूस फुटपाथवरती उन्माद झाल्यासारखा नाचत आपल्या हातातील ब्रीफकेस हलवत आम्हाला इशारा करीत होता. त्याच्यापाशी जग्वार थांबली व हार्डेन्जरने काच खाली करून त्याला पाहिले.

तो माणूस ओरडत सांगू लागला, ''कमाल आहे. दिवसाढवळ्या माझी गाडी पळवली. तुम्ही लगेच आलात त्याबद्दल थॅन्क्स! भर दिवसा अशा घटना घडतात म्हणजे काय!''

हार्डेन्जरने त्याला बोलायचे थांबवत विचारले, ''नीट सांगा काय घडले ते.''

''माझी गाडी. भरदिवसा पळवली. चोरली. या घरात मी भेटायला गेलो होतो आणि बाहेर येऊन–''

''तुम्ही त्या घरात किती वेळ होतात?''

''किती वेळ? त्याचा काय संबंध?''

''उत्तर द्या.'' हार्डेन्जर त्याला दरडावून म्हणाला.

''चाळीस मिनिटे. पण का–''

''गाडीचे वर्णन करा.''

''व्हॅन्डेन, प्लास प्रिन्सेस. ३ लिटर.'' तो माणूस रागाने फणफणत बोलत

होता. "अगदी ब्रॅन्ड न्यू कार. तीन आठवडेच झाले ती घेऊन. अन्–"

हार्डेन्जरने त्याला गप्प बसवत म्हटले, "काळजी करू नका." आमची जग्वार गाडी तिथून हलायला सुरुवात झाली. "आम्ही ती गाडी तुम्हाला नक्की मिळवून देऊ." एवढे बोलून त्याने खिडकीची काच वर केली. आमची गाडी पुढे सटकली. मी मागे वळून पाहिले. तो माणूस आ वासून पहात उभा होता. हार्डेन्जर ड्रायव्हरला म्हणाला, "आधी आल्फ्रिंगहॅम. मग लंडनच्या रस्त्याला लागायचे. त्या फियाटच्या शोधाचा कॉल रद्द करा. आता त्याऐवजी 'व्हॅन्डेन प्लास प्रिन्सेस. ३ लिटर' या गाडीच्या शोधासाठी वायरलेसवरून सर्व स्टेशन्सना कळवा. गाडीचा ठावठिकाणा पहा. तिचा पाठलाग करा. पण तिच्या फार जवळ जाऊ नका."

"ती गाडी निळसर हिरव्या रंगाची आहे." जनरलने आठवण करून देत हार्डेन्जरला म्हटले. "तुम्ही पोलिसांशी बोलत आहात. त्यांच्या बायकांशी नाही. नाहीतर, बऱ्याचजणांना ते ख्रिसमस पार्टीचे निमंत्रण वाटेल."

ओल्या झालेल्या रस्त्यावरून ती मोठी पोलीस गाडी हिस्स आवाज करीत धावत होती. रस्त्याच्या दुतर्फा पाईन वृक्षांच्या रांगा होत्या. ते वृक्ष मागच्या काळ्याकुट्ट अंधारात पळत जात असल्याचा भास होत होता. अशा एकसुरी वातावरणात नुसते बसून राहिल्याचा कंटाळा येत होता. शिवाय जनरल आणि हार्डेन्जर हे बराच वेळ गप्प बसून होते. म्हणून मी बोलायला सुरुवात केली. "हे सारे मॅक्डोनल्डपासून सुरू झाले. आपल्या सर्वांना मॅक्डोनल्डला पकडण्याची इच्छा होती. केवळ कम्युनिस्ट जगतासाठी तो काम करत होता म्हणून त्याला पकडायचे नव्हते, तर इतरही कारणे त्यामागे होती. डॉ. मॅक्डोनल्डच्या आयुष्यात फक्त त्याला एकाच विषयात फार खोलवर रस वाटत होता. तो विषय म्हणजे मादाम प्युगॉत ऊर्फ मिसेस हॅले. त्याला ती बाई मनापासून आवडली होती. मी त्या बाईला भेटलो, बोललो, प्रश्न विचारले. मला ती अत्यंत प्रामाणिक बाई वाटली. तिचा निर्णय कधीही चुकीचा असणार नाही याची मला खात्री पटली. मॅक्डोनल्डने गेल्या काही वर्षांत भरपूर पैसा मिळवला असला पाहिजे. त्याच्या घरातील सर्व सामानसुमानावरती एक नजर टाकली तरी ते तुमच्या ध्यानात येईल. पण त्याने जो खर्च केला तो मात्र अक्कलहुषारीने आणि वैध मार्गाने. वाटेल तशी उधळपट्टी एका वेळी कधीच केली नाही."

यावर हार्डेन्जर म्हणाला, "त्याच्याकडे ती महागडी बेन्टले कॉन्टिनेन्टल गाडी होती. ती उधळपट्टी ठरत नाही का?"

"त्या बाबतीत त्याने आपले हिशेब चोख ठेवले होते. अगदी बिनचूक व सर्व कागदपत्रांसहित खरेदी केल्यावर हप्ते भरून तो ती किंमत चुकवित असे.

कुठेही बोट ठेवायला जागा नव्हती. पण शेवटी तो लोभी बनत गेला. त्याने गेल्या काही महिन्यांत त्या लोभापायी एवढे पैसे मिळवले की, शेवटी ते त्याच्या खिशाला जड होऊन भोके पडू लागली.''

''ओव्हरटाईम काम करून वॉर्साला इथल्या प्रयोगशाळेतले नमुने चोरून पाठवून आणि व्हिएन्नाला माहिती पाठवून ना?'' जनरलने विचारले.

''नाही. ग्रेगरीला ब्लॅकमेल करून तो पैसे मिळवित होता,'' मी म्हणालो.

''सॉरी,'' जनरल आपल्या कोपऱ्यातील आसनात अस्वस्थ होत म्हणाला, ''मला नीट समजले नाही.''

''तसे ते फारसे अवघड नाही. ग्रेगरी – म्हणजे ज्याला आपण ग्रेगरी समजत होतो तो – याच्याजवळ दोन गोष्टी होत्या : एक आकर्षक योजना आणि कमनशीब. ग्रेगरी इंग्लंडमध्ये कसा आला याचा गुप्त अहवाल पोलिसांकडे नाही. त्या वेळी एक छोटासा आंतरराष्ट्रीय वाद निर्माण झाला होता. इटलीमधील जीवरसायनशास्त्रातील अत्यंत श्रेष्ठ असे वैज्ञानिक आकर्षक नोकरीच्या मोहापायी आपला देश सोडून इंग्लंडला जात होते. त्यांच्याविरुद्ध जनतेत प्रक्षोभ उसळला होता. मग कोणी तरी – की ज्याला जीवरसायनशास्त्राचे थातूरमातूर ज्ञान होते आणि दिसण्यात त्याचे ग्रेगरीशी कमालीचे साम्य होते – त्याने माहिती काढली. त्याला कळले की, आपल्यासारखी दिसणारी एक व्यक्ती इंग्लंडला लठ्ठ पगारावर काम करण्यासाठी चालली आहे, कायमची चालली आहे. मग त्याने त्या ग्रेगरीची जागा घेण्यासाठी आपली योजना बनवली व ती अमलात आणली.''

हार्डेन्जर म्हणाला, ''म्हणजे त्याने खऱ्या ग्रेगरीचा खून पाडला.''

''प्रश्नच नाही. त्याने तसेच केले. खरा ग्रेगरी तुरीन शहरातून आपले सगळे मौल्यवान सामान गाडीत घालून, चंबूगबाळे आवरून इंग्लंडला जाण्यासाठी निघाला. वाटेत त्याच्या फियाट गाडीला अपघात झाला व ग्रेगरी गायब झाला. बहुतेक तो अपघात घडवण्यात आला, हे उघडच समजते. मग त्याची जागा, खऱ्या ग्रेगरीची जागा, तोतया ग्रेगरीने घेतली. कदाचित त्यासाठी त्याने आपला चेहरा व शरीर यांच्यावरती काही छोट्या शस्त्रक्रिया करवून घेऊन खऱ्या ग्रेगरीच्या अंगावरील कायदेशीर खुणा आपल्या अंगावर निर्माण केल्या. या खुणा व हातात असलेली कागदपत्रे, यांच्या आधारे त्याचे तोतयेपण लपून गेले किंवा नाहीसे झाले. मग खऱ्या ग्रेगरीची फियाट गाडी, त्याचे कपडे, त्याचे मौल्यवान सामानसुमान, कागदपत्रे, पासपोर्ट व फोटो घेऊन तो राजरोस इंग्लंडमध्ये प्रवेश करता झाला. येथवर त्याचे सारे काही पचून गेले, जमून गेले. त्याची आकर्षक योजना यशस्वी झाली.

''पण आता त्याचे कमनशीब पहा. खऱ्या ग्रेगरीच्या वैज्ञानिक कर्तृत्वाखेरीज बाकी त्याची माहिती इंग्लंडमध्ये कोणालाही नव्हती. म्हणजे त्याची वैयक्तिक

माहिती कोणालाही नव्हती. पण इंग्लंडमध्ये असा एक माणूस होता की, त्याला मात्र ती माहिती होती. अन् खरोखरीच कित्येक लाखांत एक अशा योगायोगाने नेमका तोच माणूस तोतया ग्रेगरीबरोबरच त्याच प्रयोगशाळेत नोकरीवर आला. तो माणूस म्हणजे डॉ. मॅक्डोनल्ड. मॅक्डोनल्डला खऱ्या ग्रेगरीची माहिती आहे, आपले तोतयेपण त्याला माहिती आहे, हे तोतया ग्रेगरीला मात्र ठाऊक नव्हते. मॅक्डोनल्ड हा अनेक वर्षे डब्ल्यू.एच.ओ.कडे, म्हणजे जागतिक आरोग्य संघटनेकडे इंग्लंडचा अधिकृत प्रतिनिधी म्हणून जात होता. तसेच, इटलीतर्फे खरा ग्रेगरी हाही आपल्या देशातर्फे तिथे जायचा.''

जनरल हळूच म्हणाले, ''आता त्या अल्बममधील फोटो का काढून घेतला गेला याचे रहस्य उलगडते आहे.''

''बरोबर. त्याच फोटोत मॅक्डोनल्ड व खरा ग्रेगरी हे एकमेकांच्या गळ्यात हात घालून खांद्याला खांदा भिडवून उभे असले पाहिजेत. तुरीनमध्ये तो फोटो काढलेला होता. बहुतेक एक-दोन दिवस वाट पाहून, परिस्थिती नीट अभ्यासून, परिणाम जोखून मॅक्डोनल्डने तोतया ग्रेगरीला सत्याची जाणीव करून दिली. त्या वेळी ग्रेगरीने खिशातून पिस्तूल काढून मॅक्डोनल्डला धमकी दिली असावी. 'माझ्याविरुद्ध काही गडबड करशील तर तुला खलास करून टाकीन.' पण मॅक्डोनल्ड हा काही बावळट नव्हता की मूर्ख नव्हता. त्याने खिशातून तो जुना फोटो किंवा कागदाचा एखादा पुरावा काढून त्याला दाखवला असला पाहिजे. अन् असे म्हटले असावे की, 'जर आपल्याला ठार मारले किंवा मी अचानक मेलो तर आमच्या देशातील पोलीस तुला सोडणार नाहीत. मीच तशी आगाऊ व्यवस्था करून ठेवेन. माझ्या वकिलाकडे एक सीलबंद पाकीट ठेवून त्यांनी ते माझ्या मृत्यूनंतर पोलिसांच्या हवाली करावे अशी त्यांना सूचना देऊन ठेवेन. पाकिटात सारी माहिती व पुरावे असतील. त्यामुळे तुझी तोतयेगिरी आपोआप उजेडात येईल.'

''एवढे झाल्यावर त्या तोतयाने आपले पिस्तूल बाजूला करून आपसात तडजोड केली असावी. ती तडजोड अर्थातच एकतर्फी होती. अमुक एक रक्कम दर महिन्याला ग्रेगरीने मॅक्डोनल्डला द्यावी, अशा स्वरूपाची होती किंवा तत्सम अशी अन्य काही असावी. मॅक्डोनल्ड आता मूळ ग्रेगरीच्या खुनाबद्दल तोतयाकडे सहज बोट दाखवू शकत होता.''

हार्डेन्जर म्हणाला, ''मला हे खटकते आहे. येथे एका प्रकल्पावर कम्युनिस्टांसाठी काम करणारा मॅक्डोनल्ड नेमला गेलेला आहे. तर तसलेच काम करण्यासाठी कम्युनिस्ट पोलंडमध्ये तसल्याच प्रकल्पावरती जनरलने आपला एक हेर नेमलेला आहे. त्या दोघांचे एकच काम. पण त्यांचे उद्दिष्ट मात्र वेगवेगळे आहे. ते एकमेकांविरुद्ध काम करतात. एकाच्या कामामुळे दुसऱ्याचा गळा पकडला जातो.

कॅक्हेल, असे हे वर्षानुवर्षे चालते अन् तरीही कम्युनिस्टांच्या हेर संस्थेला त्याचा पत्ता लागत नाही? कम्युनिस्टांची हेर संस्था ही अत्यंत बुद्धिमान व कार्यक्षम आहे, वरच्या दर्जाची आहे, असे माझे मत आहे.'

यावर जनरल म्हणाला, ''माझीही तीच शंका आहे.''

''आणि ती रास्त आहे,'' मी माझी सहमती दर्शवित म्हणालो. मी फक्त एवढेच म्हणालो की, ''मॅक्डोनल्ड हा कम्युनिस्टांसाठी काम करीत होता. ग्रेगरी तसे करत होता असे मी म्हटले नाही किंवा त्या सैतानी विषाणूंच्या मामल्याशी कम्युनिझमचा संबंध आहे, असेही म्हटले नाही. तुम्ही दोघेही तसे मनात नकळत गृहीत धरून चालला आहात.''

हार्डेन्जर माझ्याकडे जरासा झुकला व म्हणाला, ''तुम्हाला असे म्हणायचे आहे का, की हा तोतया ग्रेगरी म्हणजे एक माथेफिरू, चक्रम, वेडपट माणूस आहे?''

''तुम्हाला तसे वाटत असेल तर खुशाल तसे समजा. बरेच दिवस तुम्ही मोठ्या रजेवरती गेला नाहीत. ग्रेगरीने ते विषाणू हस्तगत करून घेण्यामागे एक फार मोठे जबरदस्त असे कारण आहे आणि ते कारण ग्रेगरीने नक्कीच मॅक्डोनल्डला सांगितले आहे. मी अगदी पैजेवरती सांगतो. ग्रेगरी त्यासाठी मॅक्डोनल्डकडून सहकार्याची अपेक्षा करीत होता आणि तशी हमी त्याच्याकडून हवी होती. जर त्याने मॅक्डोनल्डला नुसतेच 'मला ते बॉट्युलिनसचे विष हवे आहे' असे सांगितले असते तर त्या भानगडीत मॅक्डोनल्ड कधीच पडला नसता, अशी माझी खात्री आहे. पण जर त्याबद्दल ग्रेगरीने त्याला भली मोठी रक्कम देऊ केली असेल तर? समजा एक लाख पौंड रकमेची लालूच दाखवली असेल तर? तर मग मात्र मॅक्डोनल्डचे मन ताबडतोब बदलेल. मॅक्डोनल्ड नुसताच कट्टर कम्युनिस्ट नव्हता. तो एक अत्यंत लोभी माणूसही होता.''

आम्ही आता आल्फ्रिंगहॅममध्ये शिरत होतो. पोलिसांची ती मोठी जग्वार गाडी वेगाने धावत होती. नियमापेक्षा दुप्पट वेगाने गाडी जात होती. ड्रायव्हरने आता गाडीचा भोंगा चालू केला. वाहतुकीमधले अडथळे चुकवित तो सुसाट वेगाने गाडी दामटीत होता. हा ड्रायव्हर गाडी चालवण्यात अत्यंत हुषार होता. कोणताही अपघात न घडवता जास्तीत जास्त किती वेगाने गाडी पळवायची ते त्याला चांगले ठाऊक होते. खुद्द जनरलनेच त्याची लंडनमधून निवड केली होती.

''गाडी थांबवा!'' हार्डेन्जर एकदम ओरडला. ''तो वाहतुकीचा पोलीस.''

आम्ही आता वाहतुकीच्या सिग्नलकडे झपाट्याने चाललो होतो. आल्फ्रिंगहॅममध्ये तो एकमेव सिग्नल होता. तो सिग्नल आपोआप बदलत नव्हता. हाताने एक खटका खाली-वर करून सिग्नल बदलला जायचा. जुन्या पद्धतीचा होता. खांबावरच्या दिव्याच्या प्रकाशात त्या पोलिसाच्या अंगावरचा पांढरा रेनकोट

उजळून दिसत होता. पावसामुळे तो ओला झाला होता व त्यावरून प्रकाश परावर्तित होऊन चमकत होता. तो त्या सिग्नलच्या नियंत्रण खटक्यापाशी उभा होता. आमच्या ड्रायव्हरने त्याच्यापाशी नेऊन गाडी थांबवली. हार्डेन्जरने खिडकीची काच खाली करून त्याला खूण करून जवळ बोलावले.

"मी सुपरिन्टेन्डन्ट हार्डेन्जर, लंडन. तुम्ही येथून एक निळसर हिरव्या रंगाची व्हॅन्डेन प्लास प्रिन्सेस गाडी जाताना पाहिली का? साधारणपणे तासापूर्वी?"

"खरे सांगायचे तर मी ती गाडी पाहिली. पिवळा सिग्नल लागला असताना तो ड्रायव्हर जोरात येत होता. पण चौकाच्या हद्दीवर येताना लाल सिग्नल झाला. मी माझी शिट्टी वाजवली. दुसरा सिग्नल ओलांडल्यावर त्याने गाडी थांबवली. मी त्याबद्दल ड्रायव्हरला खुलासा विचारला. तो म्हणाला की, 'आपण वेळेत गाडी पार करू असे वाटले होते आणि मागची चाके ब्रेक मारला तरी ओल्या रस्त्यावर फिरण्याची थांबत नव्हती. मग ब्रेकवरचा पाय काढून पुन्हा ब्रेक दाबला. जोरात दाबला. आपली मुलगी मागच्या सीटवर झोपली होती. अचानक ब्रेक दाबला तर तिचा तोल जाऊन ती पुढे आपटेल अशी भीती वाटली.' त्याने असे म्हटल्यावर मी मागच्या सीटकडे पाहिले. तिथे ती खरोखरच झोपली होती. गाढ झोपली होती. आमच्या मोठ्याने बोलण्यानेही ती जागी झाली नाही. तिच्या शेजारी आणखी एक माणूस बसला होता. म्हणून – म्हणून मी त्यांना वॉर्निन्ग दिली आणि पुढे निघून जाण्यास सांगितले...." त्याचा आवाज लहान लहान होत गेला.

हार्डेन्जर ते ऐकून अक्षरश: डरकाळी फोडत म्हणाला, "हे सारे तुला आता कळते आहे. कोण झोपले आहे आणि कोणाला झोपेच्या अमलाखाली ठेवले आहे, यातला फरक तुला कळत नाही? तो माणूस तिच्या शेजारी पिस्तूल घेऊन बसला होता. नीट पाहिले असते तर तुला ते दिसले असते. तुला आता मी खात्यातून काढून टाकले आहे असे समज."

"येस, सर." तो पोलीस म्हणाला. त्याचे डोळे जग्वार गाडीच्या माथ्यावरून पलीकडे कशावर तरी रोखल्यासारखे होते. तो ताठ उभा राहिला होता. तो म्हणाला, "आय ॲम सॉरी, सर."

"ती गाडी कोठल्या रस्त्याने गेली?" हार्डेन्जरने विचारले.

"लंडनच्या रस्त्याने," तो पोलीस तशाच ताठ अवस्थेत राहून समोर पहात म्हणाला.

"काय ड्यूटी करता ते समजत नाही. त्या गाडीचा नंबर घेतला नसेलच. बाकी तुमच्याकडून ती अपेक्षाही करण्यात अर्थ नाही." हार्डेन्जर उपरोधाने शेवटचे वाक्य म्हणाला.

"एक्स ओ डब्ल्यू ७९३, सर."

"काय?"

"त्या गाडीचा नंबर. एक्स ओ डब्ल्यू ७९३."

"ठीक आहे, ठीक आहे. तुला मी परत खात्यात घेतले आहे," हार्डेन्जर गुरगुरत म्हणाला.

खिडकीच्या काचा परत वर करून आम्ही तिथून निघालो. गाडीतला सार्जंट वायरलेसवरती हळू आवाजात बोलू लागला. हार्डेन्जर म्हणाला, "त्याच्याशी मी थोडासा कडकच वागलो. सॉरी कॅव्हेल. तुमच्या बोलण्यात मी व्यत्यय आणला."

मेरीला पिस्तुलाच्या धाकाने पळवून नेले जात आहे, या माहितीमुळे मी इतका काळजीत पडलो होतो व गडबडून गेलो होतो की, मला काही सुचत नव्हते. म्हणून मी मुद्दाम ती रहस्यकहाणी येथे सांगायला घेतली होती. त्यामुळे निदान काही काळापुरते तरी माझे डोके ठिकाणावर राहू शकत होते. मी हार्डेन्जरला म्हणालो, "ठीक आहे. काही हरकत नाही. हं, तर मी काय सांगत होतो? मॅक्डोनल्ड. तर हा लोभी मॅक्डोनल्ड पैशांच्या व्यवहारात भलताच कठोर होता. म्हणून तर तो अशा हेरगिरीच्या व्यवसायात इतके दिवस टिकून राहू शकला. बॉट्युलिनस द्रवाच्या आणि त्या सैतानी विषाणूच्या चोऱ्यांमुळे आता प्रयोगशाळेत काम करणाऱ्या प्रत्येकाचीच फाईल उघडली जाणार. त्याचा मागचा भूतकाळ पुन्हा तपासला जाणार. आपल्या हेरगिरीमुळे सर्वच शास्त्रज्ञांवरती संशय घेतला जाऊन चौकशी सुरू होईल, असेही त्याला वाटले असणार. आपल्या स्वत:चा जो काही ज्ञात भूतकाळ आहे तो सुरक्षा-प्रमुखाच्या ऑफिसातील फायलीत आहे, अन् त्यातील युद्धकाळातील कामगिरीमुळे तर आपल्यावर फार संशय घेतला जाणार नाही याची त्याला खात्री होती. सुरक्षा-प्रमुख ईस्टन डेरी हा त्याला चांगलाच ठाऊक होता. त्याच्याकडेच फक्त फायली होत्या. परंतु त्या फायलीत आपल्यावर नंतर संशय घेतला जाऊ शकेल असा कोणताही मजकूर असता कामा नये, असे त्याला वाटत होते. म्हणून त्याने ग्रेगरीला म्हटले असावे की, 'जोपर्यंत त्या फायलीतील एकूण एक माहिती आपल्याला पहायला मिळत नाही तोपर्यंत नवीन योजनेत भाग घेणार नाही. आपल्याला कसलीही जोखीम पत्करायची नाही की, जुगार खेळायचा नाही.' "

"तेवढ्यासाठी ईस्टन डेरीचा छळ करून त्याला ठार केले तर!" जनरल शांतपणे म्हणाला.

"होय. पण मी हे जे सांगतो आहे ते तर्क आहेत. परंतु ती तर्कमालिका सुसंगत आहे व त्याखेरीज दुसरी कोणतीही कल्पना चपखल बसू शकत नाही. मॅक्डोनल्डला त्याच्यासंबंधीचे रेकॉर्ड पहायचे होते, तर ग्रेगरीला आणखी काही हवे होते. एक नंबरच्या प्रयोगशाळेच्या दरवाजाचे इलेक्ट्रॉनिक कुलूप कसे उघडायचे ते फक्त ईस्टन डेरी आणि डॉ. बॅक्स्टर यांनाच ठाऊक होते. म्हणून

माझा असा अंदाज आहे की, त्या दोघांनी मिळून एक छोटी योजना ठरवली. त्यानुसार मॅक्डोनल्डने 'आपल्याला काहीतरी महत्त्वाचे सांगायचे आहे' असे ईस्टन डेरीला फोनने कळवून आपल्या घरी बोलावले. डेरी त्यानुसार तिकडे गेला. त्याने मॅक्डोनल्डच्या घरात पाऊल टाकले ते कधीही न परतण्यासाठी. मृत्यूच्या दाढेत तो शिरला होता. हातात पिस्तूल घेऊन प्रथम त्यांनी त्याच्या खिशातल्या किल्ल्या काढून घेतल्या. आपल्या अंगावरती नेहमी तो त्या किल्ल्या बाळगायचा. त्या किल्ल्या डेरीच्या घरातील तिजोरीच्या होत्या. त्यामध्येच त्या फायली ठेवल्या होत्या. नंतर प्रयोगशाळेच्या दाराच्या इलेक्ट्रॉनिक्स कुलूप उघडण्याचे सांकेतिक नंबर त्याला विचारले. अर्थातच त्याने नकार दिल्यानंतर त्याला मारहाण करण्यात आली. त्याचा छळ करण्यात आला. अत्यंत क्रूरपणे छळ केला गेला. किती क्रूरपणे केला गेला ते आपण डेरीचे प्रेत पाहिल्यावर समजून आलेच. हे छळ करणे मॅक्डोनल्डने केले नसावे, ग्रेगरीने ते केले असावे. कारण त्याने खऱ्या ग्रेगरीचा खून पाडला होता. या छळ करण्यात मॅक्डोनल्डचा हात नव्हता; परंतु तो तिथेच असल्याने त्याला काय चालले आहे हे ठाऊक होते. ग्रेगरी हा माथेफिरू, वेडा किंवा चक्रम नाही, पण तो एक मनोरुग्ण नक्कीच आहे. त्याचे मानसिक संतुलन केव्हाही ढळू शकते. दुसऱ्याचे रक्त सांडण्याची वृत्ती त्याच्यात केव्हाही उफाळून येऊ शकते. तो रक्तपिपासू आहे. दुसऱ्याच्या यातना पाहून त्याला आनंद होतो. त्याने डेरीचा छळ केला, मिसेस टर्पिनच्या कवटीचा चेंदामेंदा केला आणि माझ्या बरगड्यात टोकदार बुटाने लाथा घातल्या आणि जिवंत मॅक्डोनल्डला फास देऊन ठार मारले.''

''पण त्यामुळेच त्याची संयुक्त योजना फसली,'' हार्डेन्जर म्हणाला. ''त्याने ईस्टन डेरीचा एवढ्या हिंस्रपणे छळ केला की, तो काही बोलायच्या आत मृत्यू पावला. हा तोतया ग्रेगरी मूळचा कोण आहे हे शोधून काढणे फारसे कठीण नाही. असल्या प्रवृत्तीच्या माणसाचे पूर्वीचे काही ना काही गुन्हे असणारच. कुठे ना कुठे तरी रेकॉर्डवर त्या गोष्टी आल्या असतीलच. त्याच्या बोटांचे ठसे आणि सिफॅलिक इन्डेक्स पॅरिसमधील इंटरपोलला दिला की, ते तासाभरात त्याची माहिती हुडकून काढतील.'' एवढे बोलून तो पुढे वाकला आणि पुढच्या आसनावरील सार्जंटला त्याने काही सूचना दिल्या.

मी पुन्हा बोलू लागलो, ''होय, ते फारसे कठीण नाही. ईस्टन डेरी काही बोलायच्या आत त्याचा मृत्यू झाला. त्यामुळे एक नंबरच्या प्रयोगशाळेत शिरण्यासाठी ग्रेगरीला आता दुसरी काही तरी युक्ती शोधावी लागली. प्रथम त्या दोघांनी डेरीचे घर नक्की तपासले असावे. त्याच्या खासगी गोष्टीही पाहिल्या. त्यात त्यांना डेरीचा एक फोटो दिसला. एका लग्नसमारंभात तो वराचा करवला म्हणून उभा

होता. तो फोटो माझ्या लग्नाचा होता. फोटोमध्ये जनरलसुद्धा आलेले होते. म्हणून तर त्यांना कळून चुकले की, मेरी ही जनरलची कन्या असून मी त्यांचा जावई आहे. त्यांनी ती तिजोरी उघडली. मॅक्डोनल्डच्या फायलीमधून त्यांना आक्षेपार्ह वाटणारे पान त्यांनी काढून घेतले. शिवाय त्यांनी इतर शास्त्रज्ञांच्याही फायली पाहिल्या. त्यामुळे त्यांना डॉ. हार्टनेलवरचे आर्थिक संकट समजले. मरडॉनमधून जेव्हा त्या कुप्या चोरून बाहेर आणल्या जातील त्या वेळी डॉ. हार्टनेलचा उपयोग करून घेता येईल हे त्यांनी ठरवले. त्यासाठी त्याला ब्लॅकमेल केले गेले. पण प्रयोगशाळेच्या दाराचे कुलूप उघडू शकत नव्हते. म्हणून ग्रेगरीने एक नवीन शक्कल लढवली.'' मग मी त्यांना ती युक्ती सांगितली. दोन माणसांना पेटाऱ्यातून प्रयोगशाळेत घुसवणे. त्यातला एकजण बॅक्स्टरसारखा दिसणारा असणे. प्रत्यक्ष चोरी दुसऱ्याने करणे वगैरे वगैरे. हा दुसरा माणूस रात्री ११ वाजेपर्यंत आत लपून बसला होता. मग त्याने डॉ. बॅक्स्टर यांना बॉट्युलिनस विषारी द्रवाने मारून पळ काढला. वाटेत क्लॅन्डन भेटल्यावर त्याला सायनाईडचे चॉकलेट दिले. मग बाहेर येऊन कुंपण तोडून कुप्यांसह पलायन केले.''

ते सर्व ऐकल्यावर हार्डेन्जर म्हणाला, ''व्हेरी व्हेरी इंटरेस्टिंग. माय गॉड!''

गाडीतील वायरलेस सेटमधून एकदम निरोप आला. त्या पळवलेल्या व्हॅन्डन प्लास गाडीचा मालक एक डॉक्टर होता. आम्ही त्याला सोडून निघाल्यावर तो स्थानिक पोलीस स्टेशनमध्ये गेला, तिथे त्याने आपली तक्रार नोंदवली. आणखी एक बाब त्या तक्रारीमध्ये उघड झाली. ती म्हणजे त्या गाडीत पेट्रोल अगदीच जेमतेम उरले होते. हार्डेन्जरने ताबडतोब ड्रायव्हरला फर्मावले की, जवळपास कुठे एखादा पेट्रोल पंप असेल तर लक्ष ठेवावे. ती गाडी तिथे असण्याची शक्यता आहे. मग परत माझ्याकडे वळून तो म्हणाला, ''ठीक आहे, पुढे सांगा.''

''पुढे फारसे काही नाही. ग्रेगरीला कळून चुकले की, हार्टनेल हा टफ्नेल सावकाराच्या पाशात अडकला आहे. पण त्याचबरोबर हार्टनेल हा मरडॉनमधील मेसचा सेक्रेटरी असल्याने त्याने तेथील काही रकमेचा अपहार केलेला आहे. त्यानंतर मात्र–''

हार्डेन्जर मध्येच म्हणाला, ''तो अपहार त्यांना कसा कळला ते मी सांगतो. मला ते कळले, पण नेहमीप्रमाणे खूप उशिरा कळले,'' तो चरफडत बोलत होता. ''मॅक्डोनल्ड हा त्या मेसचा अध्यक्ष होता. हार्टनेलची आर्थिक परिस्थिती समजल्यावर त्याने संशय घेऊन मेसचे हिशेब तपासले. त्याला तेवढे अधिकार होते.''

''बरोबर,'' मी दुजोरा देत बोलू लागलो. ''आपला पैशांचा अपहार उघडकीस आल्यावर हार्टनेल मॅक्डोनल्डपुढे लाचार झाला. हार्टनेलबद्दल त्याच्या फायलीमधील मजकूर पहाता कधीतरी त्याच्या सर्वच वर्तनाची बारकाईने चौकशी होणार हे

त्याने हेरले. म्हणून पोलिसांना अधिक गोंधळात टाकण्यासाठी त्याने ती हातोडी व पक्कड हार्टनेलच्या टूल-शेडमध्ये ठेवून दिली. तसेच लाल मातीचा चिखलही त्या स्कूटरच्या मडगार्डवर आतून फासला. हे कृत्य ग्रेगरीने स्वत: केले नसेल तर आपल्या एखाद्या मदतनिसाकरवी केले असणार. थोडक्यात, त्याला दुसऱ्या कोणाचा तरी बळीचा बकरा करायचे होते. आता बळीचा बकरा नं. दोन पहा. तो बकरा म्हणजे चेसिंगहॅम. एका काल्पनिक 'जॉर्ज' नावाची व्यक्तिरेखा चेसिंगहॅमचा परागंदा काका आहे असे दाखवून त्याने खूप आधी चेसिंगहॅमच्या खात्यावर पैसे भरले. पोलीस-तपास चालू झाला की, ते प्रथम बॅन्केतील खात्यांची चौकशी करतात हे ग्रेगरीला ठाऊक होते.''

''पण असे बळीचे बकरे गुन्ह्यांमध्ये नेहमी का केले जातात? शेवटी सत्य काय आहे ते उघडकीस येतेच ना?'' हार्डेन्जरने विचारले.

''ते गुन्हेगारांनाही ठाऊक असते. निर्दोष माणसे पकडली गेली की, ती पुढे निर्दोष आहेत हे उघडकीस येईपर्यंत बराच वेळ जातो. गुन्हेगारांना तेवढा वेळ पळून जाण्यास, हडप केलेली रक्कम पचवण्यास किंवा अन्य काही हेतू साध्य करण्यास पुरेसा असतो. थोडक्यात, अशा रितीने ते वेळ विकत घेतात.''

''मरडॉनमधील दोन खून आणि विषाणूंची चोरी यांचे काय? ते नक्की कोणी केले?'' त्याने विचारले.

''त्याबद्दलचे माझे पहिले अंदाज चुकले.''

ते ऐकताच जनरल माझ्याकडे पहात राहिला. त्याचा चेहरा बरेच काही सांगून जात होता. मी पुढे सांगावयास सुरुवात केली, ''सुरुवातीला माझी अशी कल्पना होती की, एक नंबरच्या प्रयोगशाळेत काम करणाऱ्या शास्त्रज्ञांपैकी कोणीतरी डॉ. बॅक्स्टर व क्लॅन्डन यांचा खून केला. मिळणारा प्रत्येक दुवा, पुरावा हा त्याच दिशेने बोट दाखवित होता. त्यामुळे मी फसलो होतो, चुकलो होतो. तसे चुकणे अपरिहार्य होते. प्रयोगशाळेतील प्रत्येक शास्त्रज्ञाची व प्रत्येक तंत्रज्ञाची मी अगदी कसून चौकशी केली. खुनाच्या वेळी आपण दुसरीकडे होतो याचे पक्के पुरावे प्रत्येकाकडे होते. ते पुरावे खोडून काढता येणे अशक्य होते. दोन माणसांना पेटाऱ्यातून आत नेले गेले. ठीक आहे, वाटल्यास तिघाजणांना आत नेले गेले असे समजा. नक्की मला ठाऊक नाही. पण एवढे नक्की की, ग्रेगरीच्या मागे कोणती तरी टोळी नक्की उभी होती. टोळीतील ती माणसे तीन असण्याची शक्यता जास्त आहे. मरडॉनमध्ये चोरून घुसलेल्या त्या तिघांपैकी एकजण डॉ. बॅक्स्टरचे सोंग घेऊन निघून गेला. उरलेल्या दोघातील एकजण, म्हणजे ग्रेगरी, हा नेहमीच्या ठरलेल्या वेळेनुसार बाहेर पडला व घरी गेला. ग्रेगरीच्या काळ्या व्यवसायात मॅक्डोनल्ड हा एक भागीदार होता. पण निष्क्रिय

भागीदार होता. ग्रेगरीने ते विषाणू स्वत:बरोबर नेले असतील वा नसतील. बहुतेक नसतील हेच खरे. कारण कुंपण तोडून जर तो बाहेर गेला असता तर अधूनमधून बाहेर गस्त घालणाऱ्या पहारेकऱ्यांच्या तावडीत तो सापडला असता. त्याने प्रयोगशाळा सोडताना बॉट्युलिनसची एक कुपी आणि एक सायनाईडचे चॉकलेट मागे ठेवले. क्लॅन्डन हा सुरक्षा-प्रमुख होता. तो एका चॉकलेटच्या मोहाला बळी पडेल असे वाटत नाही.''

यावर जनरलने विचारले, ''पण एक कुपी व एक चॉकलेट आपल्या माणसाजवळ ठेवण्याचे कारण काय? मॅक्डोनल्ड येईल असे त्यांना आधी कसे काय कळू शकेल?''

''ग्रेगरीने त्याच्या माणसाला अशा सूचना दिल्या होत्या की, बॅक्स्टरच्या डोक्यावर तडाखा मारावा आणि बॉट्युलिनसची एक कुपी फोडून पळून जावे. त्याप्रमाणे ती दोन माणसे बाहेर आली. क्लॅन्डन आपल्या घरातून प्रयोगशाळेबाहेरच्या प्रकाशित कॉरिडॉरवरती दुर्बिणीतून नजर ठेवीत होता. ती माणसे बाहेर आलेली पहाताच क्लॅन्डन हातात पिस्तूल घेऊन तिकडे गेला. समोरच्या माणसावर त्याने पिस्तूल रोखले. पण त्याला आपल्या मागे एक माणूस आला आहे हे दिसले नाही. त्या माणसाने पटकन त्याचे पिस्तूल एका हाताने काढून घेतले व दुसऱ्या हाताने ते सायनाईडचे चॉकलेट त्याच्या तोंडात जबरदस्तीने कोंबले. काय होते आहे कळायच्या आत क्लॅन्डनचा मृत्यू झाला.''

''भयानक क्रूरपणा!'' जनरल पुटपुटला.

''हे सारे अशासाठी केले की आपला नंतर असा समज व्हावा की, क्लॅन्डनला समोरचा खुनी ठाऊक होता. तो त्याच्या व बॅक्स्टरच्याही ओळखीचा माणूस असावा. त्यांचा तो हेतू साध्य झाला. तिसऱ्याही एका बड्या माणसाला त्यांनी बळीचा बकरा केला आणि त्यामुळे आपण चुकीच्या मार्गाने तपास करू लागलो. यामुळे त्यांना अधिक मोकळा वेळ मिळणार होता. फसवणूक करण्यात ग्रेगरी पटाईत होता, बुद्धिमान होता. त्याने मलाही फसवले. काल रात्री १० वाजता मला लंडनला फोन करून फसवले. तो फोन त्याने स्वत: केला होता. किती लोकांना तो असे फसवत जाणार आहे देव जाणे.''

''ग्रेगरीने तुम्हाला फोन केला?'' हार्डेन्जरने माझ्याकडे पहात विचारले. ''त्या वेळी तो दुसरीकडे होता. तुम्हीच त्याबद्दल खात्री करून घेतली होती ना? म्हणजे दुसऱ्या दिवशी त्याच्या घरी जाऊन तो एक पुस्तक त्या वेळी टाईप करीत होता, वगैरे वगैरे.''

''परंतु मी तसा सहजासहजी फसणार नव्हतो. टायपिंग करण्याचा आवाज रात्री त्याच्या खोलीतून नक्कीच बाहेर येत होता. त्याने तो आवाज प्रथम एका

टेप-रेकॉर्डरवर टेप केला होता. मग तो टेप-रेकॉर्डर चालू करून तो खिडकीतून बाहेर पडला. मी जेव्हा सकाळी त्याच्या खोलीत शिरलो तेव्हा तिथे एक विशिष्ट वास तरळत होता. तसेच भिंतीतल्या फायर-प्लेसमध्ये पांढऱ्या राखेचा ढीग जमला होता. ती राख त्या टेपची होती.''

''पण मला कळत नाही–'' हार्डेन्जर बोलू लागला. परंतु पुढे बसलेल्या सार्जंटने एकदम मागे वळून बोलायचा प्रयत्न केला.

तो सार्जंट म्हणाला, ''हे पहा, एक गॅरेज आले.''

हार्डेन्जरने त्याला हुकूम दिला, ''चला तिकडे आणि चौकशी चालू करा.''

आमची गाडी रस्ता सोडून तिकडे वळली. ड्रायव्हरने गाडीचा भोंगा चालू केला. तो आवाज एवढा मोठा होता की कोणाचीही झोप उडवेल; परंतु पंपाच्या केबिनमधून कोणीही बाहेर आले नाही. मग पुढे बसलेला सार्जंट झटकन गाडीचे दार उघडू लागला. ब्रेक मारून गाडी थांबली. सार्जंट खाली उतरून धावतच त्या केबिनकडे गेला. केबिनमध्ये कोणीही नव्हते. तो बाहेर आला व धावत धावत केबिनच्या मागच्या बाजूला गेला. एवढे पाहिल्यावर मी काय ते ओळखले. मी गाडीबाहेर उतरलो. हार्डेन्जरही उतरला.

पेट्रोल पंपाच्या मागे एक गॅरेज होते. तिथे तो पंपावर काम करणारा माणूस होता. बांधलेल्या अवस्थेत पडलेला होता. त्याचे तोंड भरपूर चिकटपट्ट्या लावून बंद केले होते. त्याच्या डोक्यावर मागच्या बाजूने फटका मारण्यात आला होता. तो बेशुद्ध होऊन पडला होता. आम्ही त्याचे बांधलेले हातपाय सोडवत असतान तो शुद्धीवर आला. तो एक स्थूल व मध्यमवयीन माणूस होता. त्याचा चेहरा पांढराफटक पडला होता.

त्याच्या मनगटांना व पायाला चिकटवलेल्या चिकटपट्ट्याही आम्ही काढल्या. तोंडावरच्या पट्ट्या काढल्या आणि त्याला बसता केले. त्याच्या मनाला जबरदस्त धक्का बसला होता. जणू काही त्याने एखादा खून होताना पाहिले असावे. तो मोठ्याने बरळू लागला होता. काही क्षण त्याला तसे बोलू दिले. पण आमचाही वेळ महत्त्वाचा असल्याने हार्डेन्जरने शेवटी त्याला दटावले.

हार्डेन्जर त्याला म्हणाला, ''ठीक आहे बाबा. पुरे झाले तुझे ओरडणे. तुला असे करणारा माणूस एक खुनी माणूस आहे आणि तो पळून जात होता. आम्ही पोलीस अधिकारी आहोत. तू जर असा रडत, भेकत, ओरडत बसशील तर तो खुनी आणखी लांब पळून जाईल. आम्हाला त्याच्याबद्दल सांग आणि झटपट बोल बाबा.''

त्या माणसाने आपले डोके हलवले. अजूनही तो पुरा शुद्धीवर आला नव्हता. तरी तो अडखळत सांगू लागला, ''मध्यमवयीन, काळे केस असलेला तो माणूस

येथे पेट्रोल भरून घेण्यासाठी आला. ६॥ वाजले होते. त्याने विचारले–''

"साडेसहा,'' मी मधेच बोललो. "म्हणजे फक्त वीस मिनिटांपूर्वी. तुमची खात्री आहे का तशी?''

"अगदी पूर्ण खात्री आहे,'' तो माणूस निक्षून सांगत होता. "त्याच्या गाडीतील पेट्रोल संपले होते. फक्त एखादा मैल ती गाडी पुढे गेली असती. तो खूप घाईत होता. इतका घाईत होता की, त्याचा श्वासोच्छ्वास भरभर चालला होता. तो धापा टाकीत बोलत होता. त्याने एक गॅलन पेट्रोल कॅनमध्येही द्यायला सांगितले. मी कॅन शोधायला वळलो आणि त्याने मला मागून डोक्यावर मारले. शुद्धीवर आलो तेव्हा मी गॅरेजमध्ये होतो. तेवढ्यात तुम्ही मला दिसलात. पण मी बेशुद्ध पडण्याआधी एका माणसाला पाहिले. त्याच्या हातात पिस्तूल होते व ते त्याने एका बाईवर रोखले होते. तिचे केस सोनेरी होते. दुसरा माणूस ती गाडी मागे घेत होता आणि–''

"त्या गाडीचा मेक, रंग आणि नंबर सांगता येईल?'' हार्डेन्जरने त्याचे बोलणे तोडीत विचारले. त्याने तो सांगितला. "तुम्ही येथेच थांबा. अजिबात हलू नका. तुमच्या डोक्याला तडा गेला असेल. आम्ही वायरलेसने सारे कळवून तुम्हाला ताबडतोब मदत पाठवतो. आल्फ्रिंगहॅमहून पोलीस येऊन तुम्हाला मदत करतील.''

दहा सेकंदांनी आम्ही गाडीत बसून निघालो. वेगाने निघालो. तो माणूस आमच्या निघून जाण्याकडे आ वासून पहात राहिला.

गाडीतला सार्जंट वायरलेसवरती आता भरभर बोलत होता. मी म्हणालो, "वीस मिनिटे. गाडी रस्त्यावरून पंपावर आणण्यात आणि परत रस्त्याला लागण्यात त्यांचा काही वेळ गेला असणार. पेट्रोल संपल्यामुळे त्यांना ती गाडी ढकलत ढकलत पंपावर न्यावी लागली असेल.''

हार्डेन्जर आत्मविश्वासाने म्हणाला, "पण आता ते निसटू शकत नाहीत. पुढच्या तीस मैलांत हायवेवरती पोलिसांच्या सात-आठ तरी गाड्या गस्त घालीत आहेत. त्यातील एखादी तरी गाडी ग्रेगरीच्या मागे जाईल.''

मी म्हणालो, "मग त्या सर्वांना कळवा की, रस्त्यावरती अडथळे निर्माण करा. काय वाटेल ते करून ग्रेगरीची गाडी थोपवा.''

ते ऐकून हार्डेन्जर म्हणाला, "काय वेडबीड लागले आहे का, कॅव्हेल? तुमची पत्नी मारली जावी असे वाटते तुम्हाला? तो माणूस एक जिवंत ढाल म्हणून तिला वापरतो आहे. आत्ता जरी ती त्यांच्या ताब्यात असली तरी ती सुरक्षित आहे. एक ट्रॅफिक पोलीस सोडला तर अजूनपर्यंत ग्रेगरीने घर सोडल्यापासून एकही पोलीस पाहिलेला नाही. त्याला असे वाटत असेल की, आपण त्याचा पाठलाग करणे सोडून दिले असावे. ही गोष्ट कशी तुमच्या लक्षात येत नाही?''

मी आग्रह धरीत म्हणालो, ''रस्त्यात अडथळे निर्माण करा. त्याच्या पाठलागावरच्या गाड्या कोठवर पाठलाग करतील? लंडनच्या मध्य वस्तीपर्यंत? तिथेच तो बॉट्युलिनस सोडणार आहे ना? एकदा तो लंडनमध्ये शिरला की, त्याच्या मागावर रहाणे कठीण जाईल. अगदी नक्की तसे होईल. त्याला आधीच कुठेतरी थोपवून धरला पाहिजे. तसे केले नाही तर तो लंडनमध्ये घुसणारच.''

हार्डेन्जर मग जनरलला म्हणाला, ''जनरल, तुम्ही तरी कॅव्हेलला समजावून सांगा.''

''हार्डेन्जर, मेरी ही माझी एकुलती एक मुलगी आहे. अन् एखाद्या वृद्ध माणसाच्या हातात त्याच्या एकमेव अपत्याच्या जीवनमरणाचा निर्णय देऊ नये,'' जनरल निर्विकारपणे बोलत होते. ''माझ्यासारखाच विचार कोणताही माणूस करेल.'' मग थोडे थांबून तो पुढे म्हणाला, ''मी कॅव्हेलशी सहमत आहे. कृपा करून ते जे सांगत आहेत तसे करा.''

हार्डेन्जरने मग चेहरा वाकडा केला. पुढे वाकून त्याने सार्जंटला आवश्यक त्या सूचना दिल्या. मग जनरल शांतपणे म्हणाले, ''ती गाडी अडवली जाण्यासाठी अजून थोडासा वेळ आहे. तोपर्यंत आम्हाला या केसबद्दल सांगत रहा. मला स्वतःला आता या केसबद्दल काहीही बोलता येणे अशक्य झाले आहे. हार्डेन्जर यांनी उपस्थित केलेला तो प्रश्न मी परत विचारतो. नेहमी भलत्याच माणसांना बळीचे बकरे का केले जाते? का?''

''कारण त्यामुळे पोलीस त्या व्यक्तीला छेडत बसतात व भलत्याच दिशेने तपासाची गाडी नेतात. जेव्हा त्यांची चूक त्यांच्या ध्यानात येते तेव्हा ते परत पहिल्यापासून विचार करू लागतात. पण यात जो वेळ जातो त्याचा लाभ गुन्हेगारांना होतो. योजनाबद्ध गुन्हे करणारे गुन्हेगार नेहमीच अशी युक्ती करतात.''

माझ्या मेंदूला आता या केसचे चित्र उभे करण्याचा शीण आला होता. शिवाय ग्रेगरीच्या गाडीत माझ्या प्रिय मेरीवर पिस्तूल रोखलेले असून, तिला पळवून नेले जात आहे या कल्पनेने मी मनातून हैराण झालो होतो. एका खुनी व विकृत माणसाने माझ्या बायकोला ओलीस धरले आहे या जाणिवेने माझ्या मनाच्या अक्षरशः चिंधड्या होत होत्या. पण तरीही मी बोलू लागलो. ''ग्रेगरीला अवसर हवा होता, वेळ हवा होता. त्यासाठी त्याने खोटे दुवे आपल्या मार्गात पेरले. शेवटी बंद असलेल्या रस्त्यावर आपल्याला नेऊन सोडले. आपण जितक्या खोट्या रस्त्याने तपास करत राहू तितका वेळ त्याला मिळत राहिला. शेवटी आपला तपास आपल्याला कोणत्या तरी धोक्याच्या जागी नेऊन सोडेल. त्याने असा विचार केला होता; परंतु त्याचा आपल्याबद्दलचा होरा चुकला. त्याच्या कल्पनेपेक्षा आपण खूप वेगाने तपासात मजल मारली. गुन्हा घडल्यापासून आत्तापर्यंत अवघे ४० तास उलटले आहेत; परंतु

तरीही त्याला एक जाणीव अशी होती की, आपण कधी ना कधी तरी त्या जागी पोचणार आहोत. ती जागा म्हणजे मॅक्डोनल्डचे घर. जिथे ईस्टन डेरीचा खून पाडून त्याचे प्रेत बंदिस्त केले. पोलीस तिथे पोचतील याची त्याला सतत भीती वाटत होती. आज ना उद्या मॅक्डोनल्डलाही संपवावे लागणार आहे हे त्याला आधीपासून समजले होते. त्याखेरीज त्याच्यापुढे दुसरा पर्याय नव्हता. तरीही तो घाबरलेला होता. कारण मॅक्डोनल्डने एका सीलबंद पाकिटात सारी हकिकत लिहून ते पाकीट एखाद्या वकिलाकडे किंवा बॅन्केत बंदोबस्तात ठेवले असेल तर? शेवटी ते पाकीट पोलीस स्टेशनमध्ये उघडले जाणारच. मग ते एखाद्या एक्स्प्रेस आगगाडीसारखे आपल्यावर धावून येतील अशी भीती त्याला वाटत असावी. ग्रेगरीचे अंतिम हेतू काहीही असोत, पण त्याने ते वाटेल ते झाले तरी साध्य करायचे ठरवले होते, हे उघड आहे. अन् त्या शेवटच्या क्षणापर्यंत त्याने समाजातील एक आदरणीय व्यक्ती म्हणून वावरायचे ठरवले होते. त्याप्रमाणेच तो करत गेला. आल्फ्रिंगहॅममध्ये असेपर्यंत तो खुनी म्हणून ओळखला न जाता एक सभ्य माणूस म्हणून समजला जात होता.''

जनरल माझ्या म्हणण्याला दुजोरा देत म्हणाले, ''कोणत्याही सरकारला किंवा राष्ट्राला धमकी देऊन काही साध्य करणे हे कोणलाही नेहमी कठीण असते. त्यातून प्रत्येकाच्या पाठीमागे कायदा उभा राहून त्याला मदत करीत असतो. जवळून पहात असताना आणखी कठीण होते.'' त्या वृद्ध माणसाची वृत्ती आता संन्यस्त स्वरूपाची होत चालली होती. तरीही ते कठोर संयमाने वागत होते. त्यांनी पुढे विचारले, ''परंतु मॅक्डोनल्डला मारून काय साधले जाणार होते?''

''दोन कारणांमुळे त्याची हत्या झाली. ग्रेगरीचा अंतिम हेतू त्याला कळला होता आणि जर मॅक्डोनल्डचे मन बदलून त्याने ती बातमी फोडली असती तर? तर ग्रेगरीला त्याची योजना कधीच राबवता आली नसती. मॅक्डोनल्ड हा एक चिवट माणूस होता. पोलीस त्याच्याकडे गेले तरी त्यांच्याबरोबर काय बातचीत झाली हे त्याने शेवटपर्यंत ग्रेगरीला सांगितले नसावे. म्हणून त्याच्याकडून मॅक्डोनल्डची हत्या झाली. त्याने स्वत: ती केली नसली तरी आपल्या माणसांकरवी त्याने ती घडवून आणली. त्या खुनाला कोणी साक्षीदार राहू नये म्हणून त्याने आधी मिसेस टर्पिन हिची हत्या घडवून आणली. कोणत्याही खुनात त्याचा प्रत्यक्ष हात नसला तरीही तो आपल्या गुन्ह्यात खोल अडकला होता. मिसेस टर्पिनला ग्रेगरीची तोतयेगिरी ठाऊक असावी असाही एक संशय मला येतो. पॅरिसमध्ये मादाम प्युगॉत ऊर्फ मिसेस हॅले यांनी मला स्पष्ट सांगितले होते की, मॅक्डोनल्ड हा बायकांना भुलवण्यात पटाईत होता. अन् अशी माणसे सहसा आपला स्वभाव बदलत नसतात. त्याने मिसेस टर्पिन हिलाही भुलवले असले पाहिजे, भुरळ घातली असली पाहिजे. एक तर ती दिसायला बरी होती व तिच्या मागे कसलेही

पाश नव्हते. अन् आपल्या मालकाचे काय वाटेल ते करून रक्षण करून तिने मला दाखवून दिले होते. याचा अर्थ ती नक्कीच मॅक्डोनल्डच्या प्रेमात पडली असावी. तो तिच्या प्रेमात खरेच पडला होता की नाही याचा मला अंदाज करता येत नाही. पण त्यामुळे फारसे काही बिघडत नाही. त्यामुळे तिला मॅक्डोनल्डची रहस्ये ठाऊक झाली असावी. ग्रेगरीची अंतिम योजनाही तिला ठाऊक झाली असावी. काहीतरी मोठी चूक घडली असती तर मॅक्डोनल्डकडे असलेला ग्रेगरीविरुद्धचा सॉलिड पुरावा हा उघड करायला ती बिलकूल कचरली नसती. परिणामी ग्रेगरीची योजना उद्‌ध्वस्त होऊन तो पूर्ण गाळात गेला असता. मॅक्डोनल्डकडचा तो ग्रेगरीविरुद्धचा पुरावा हा एवढा महत्त्वाचा असावा, अति महत्त्वाचा असावा की, तो उघड केल्याने खुद्द मॅक्डोनल्डला फार तर किरकोळ शिक्षा झाली असती. अशी तिची किंवा मॅक्डोनल्डची खात्री पटली असावी. ग्रेगरीकडून आता पैसे मिळण्याची आशा नाही असे मॅक्डोनल्डला पटल्यावर तो महत्त्वाचा पुरावा पोलिसांना देण्यास तो नक्की कचरला नसता. उलट वरती त्याने आपल्याला खुनाच्या कटातील सहभागाची माफी मिळावी म्हणूनही अर्ज केला असता. नाहीतर तो अशा गुन्ह्यासाठीची फाशी कशी चुकवू शकत होता? ग्रेगरीला उघडा पाडणारा पुरावा एवढा अतिमहत्त्वाचा असला पाहिजे की, त्यामुळेच त्याला आपल्याला माफी मिळण्याची खात्री वाटत असली पाहिजे. जर तो तसे काही करण्यास कचरला असता तर मिसेस टर्पिनने नक्की त्याचे मन वळवून त्याला तसे करण्यास भाग पाडले असते.

"माझा असा एक तर्क आहे – आणि तो तर्क तुम्ही मरडॉनमध्ये तपासू शकता – की मी मॅक्डोनल्डच्या घरून गेल्यावर तिने लगेच त्याला प्रयोगशाळेत फोन करून काय घडले ते कळवले असले पाहिजे. ग्रेगरी त्या वेळी फोनपाशी असला पाहिजे व त्याला ती बातमी समजली असावी किंवा मॅक्डोनल्डने काय झाले ते त्याला सांगितले असावे. मग ग्रेगरीने त्याला सहानुभूती दाखवत घरापर्यंत सोबत केली असावी. मॅक्डोनल्डला संपवायला घरातील परिस्थिती कितपत अनुकूल आहे याची चाचपणी त्याला करायची असावी. मॅक्डोनल्ड आता संतापला होता. आपल्याजवळच्या एकमेव पुराव्यावरती पोलिसांची नजर पडली. आपल्या माजी प्रेयसीचे नाव कळले व तिला भेटण्यासाठी पोलीस म्हणजे मी, पॅरिसला जाणार या बातमीमुळे तो सैरभैर झाला असावा. ते पाहून ग्रेगरीला जाणवले असावे की, आता काहीही होऊ शकते. आता आपली धडगत नाही. शेवटी मॅक्डोनल्ड व मिसेस टर्पिन यांना संपवणे एवढाच उपाय आहे असे त्याला वाटत असावे."

हार्डेन्जर यावरती मख्ख चेहरा करून म्हणाला, "सुरेख जुळणी झाली आहे हं!"

मी त्यावर म्हणालो, "बरोबर! पण आता जाळे ताणले गेले आहे आणि संपूर्णपणे बंद झालेले आहे. फक्त तो मोठा मासा जाळ्यातून निसटला आहे आणि जे काही मागे उरले आहे त्याचा फारसा उपयोग नाही. पण एक गोष्ट आपल्याला ठाऊक आहे. मरडॉन संस्थेच्या इमारती पाडण्याच्या भुक्कड धमकीची बात सोडा. ग्रेगरीची खरेच तशी इच्छा असती, त्यासाठीच त्याने आपली योजना राबवली असेल, तर मग मॅक्डोनल्डच्या ग्रेगरीचे पितळ उघडे पाडण्याला काहीही अर्थ उरत नाही. कारण ग्रेगरीची धमकी ही सबंध राष्ट्राविरुद्ध होती आणि ती सर्व जनतेला ठाऊक झाली आहे. योजना कितीही मोठ्या प्रमाणावर असली, कितीही महत्त्वाची असली तरी असली योजना कशाने तरी कोसळू शकते. आपल्याला बरेच आधी कळले असते तर आपणही तसली मोठी योजना कोसळवू शकलो असतो."

"असली कोणती योजना असू शकते?" हार्डेन्जरने विचारले.

"ते तुम्हीच सांगा. माझी तर्कशक्ती आजच्या दिवसापुरती तरी संपली आहे." अन् खरोखरीच मला आता बोलण्याचा थकवा आला होता. मी मनाने दमलो होतो. अगदीच नाईलाज झाला तरच मी बोलणार होतो. मी त्या गुबगुबीत आसनात माझे अंग टाकून दिले. माझ्या दिवसभराच्या कामगिरीची व बडबडीची प्रतिक्रिया आता हळूहळू माझ्यामध्ये निर्माण होऊ लागली. कोणीतरी भूल दिल्याने आपली गात्रे शिथिल होत चालली आहेत असे मला वाटू लागले. माझी बुद्धीही हळूहळू विचार करेनाशी होऊ लागली. आपले वय वाढत चालले आहे अशी जाणीव मला होऊ लागली. त्यामुळे माझे सारे अंग ठणकू लागले. एकावेळी फक्त एकच वेदना जाणवते, ही जी समजूत आहे ती कशी खोटी आहे ते मला कळू लागले. माझा पाय, माझ्या बरगड्या, माझे डोके यापैकी जास्त काय दुखते आहे ते मला समजेनासे झाले. शेवटी मी या निष्कर्षाला पोचलो की, सर्व ठिकाणी वेदना चालू असून, त्यात बरगड्यांच्या वेदना सर्वांत जास्त आहेत.

ड्रायव्हरने आता गाडीला तुफान वेग दिला होता. ताशी ९० मैलांपेक्षा जास्त वेगाने तो ओल्या रस्त्यावरून गाडी दामटीत होता. पण तो एवढ्या कौशल्याने गाडी चालवित होता की, कसलेही धक्के बसत नव्हते की वळणावरती तोल जाऊन शरीर झुकत नव्हते. मेरीच्या चिंतेने मी व्यग्र झालो असलो तरीही त्या वेगाची नशा मला चढू लागून हळूहळू माझ्या डोळ्यांवरती झापड येऊ लागली. पण अचानक वायरलेसचा लाऊडस्पीकर वाजला.

वायरलेसवरच्या निरोपामध्ये पलीकडून जे कोणी बोलू लागले होते त्याची ओळख सांगितली गेली. "ग्रे हंबर सलून, हव्या असलेल्या गाडीचे वर्णन ऐका. नंबर नीट पहाता आला नाही. लंडनच्या रस्त्यावरून ती गाडी B रस्त्याकडे वळली. कारण पुढे फ्लेमिन्टन रस्त्याच्या चौकात अडथळे उभे केलेले आहेत.

क्रचले गावापासून मी २॥ मैलांवरती आहे. त्या गाडीच्या मागावरती आहे.''

''फ्लेमिन्टन क्रॉस-रोड्स.'' आमचा ड्रायव्हर उत्तेजित स्वरात म्हणाला. त्याला त्या भागातील सर्व माहिती होती. ''म्हणजे ती गाडी अशा रस्त्याला गेली आहे की, तो रस्ताच शेवटी फ्लेमिन्टनला मिळतो, दुसरीकडे कुठेही जात नाही. लंडनला जाण्यासाठी परत मागे तीन मैल यावे लागेल.''

''या क्रचले ठिकाणापासून आपण किती दूर आहोत?'' हार्डेन्जरने विचारले.

''सुमारे चार मैल, सर.''

''म्हणजे नवव्या व दहाव्या मैलांच्या मध्ये कुठेतरी ग्रेगरी पुन्हा लंडनला जाणाऱ्या जंक्शनवरती येईल. तो आत्ता ज्या बाजूच्या रस्त्याने वळसा घालून जाऊ पहात आहे त्या रस्त्यावर त्याला किती वेळ लागेल?''

''सर, तो रस्ता खूप वळणावळणांचा आहे. पाच किंवा सहा मैलांचा तो आहे. जर त्याने ॲक्सिलेटर पूर्ण दाबून, काळजी घेऊन, गाडी चालवली तर दहा मिनिटांत रस्ता संपेल. पण रस्त्यात न दिसणारे खूप कोपरे व वळणे आहेत.''

''तुम्हाला तिथे दहा मिनिटांत पोचता येईल असे वाटते?''

''ते काही सांगता येणार नाही. मला तो रस्ता ठाऊक नाही,'' ड्रायव्हर कचरत बोलला.

यावर पुढे बसलेला सार्जंट आत्मविश्वासाने म्हणाला, ''पण मला ठाऊक आहे तो रस्ता. आपल्याला जमेल ते.''

अन् तसेच झाले. आम्ही तिथे खरेच दहा मिनिटांत पोचलो. वरून पाऊस सरळ उभा खाली कोसळत होता. रस्ते निसरडे झाले होते. रस्त्याला सरळ भाग कमी होते. त्या रात्री आमच्या सर्वांच्या डोक्यावरती काही पांढऱ्या केसांची भर नक्कीच पडली असावी. पण काही का असेना, शेवटी आम्ही ते जमवलेच. वेळेच्या आधीच पोचल्याने आमच्या हाताशी आता जादा वेळ आला होता. ग्रेगरीच्या मागावर असलेल्या पोलिसांच्या गाड्यांकडून सतत आम्हाला वायरलेसवरती वस्तुस्थिती सांगितली जात होती. आमचा ड्रायव्हर कमालीचा कुशल होता हे मी कबूल केले पाहिजे.

आमच्या गाडीने ब्रेक्स दाबले व ती वळण घेऊन जरा पुढे जाऊन फ्लेमिन्टन रोडच्या बाजूला थांबली. आम्ही सर्वजण ताबडतोब बाहेर पडलो. लंडनच्या रस्त्याला जोडणारा फ्लेमिन्टनचा रस्ता पूर्णपणे बंद केला होता. ड्रायव्हरने ताबडतोब गाडीच्या माथ्यावरचा स्पॉट लाईट चालू केला. आम्ही सर्वजण भर पावसात योग्य त्या ठिकाणी हातात शस्त्रे घेऊन, पवित्रे घेऊन जग्वार गाडीच्या मागे थांबलो. मात्र दहा फूट दूर थांबलो. पाऊस एवढा कोसळत होता की, गाडीच्या काचा धूसर होत होत्या, अन् वायपर जर चांगले नसतील तर आमची

जग्वार गाडी पाहिल्यावर कोणत्याही ड्रायव्हरला वेगाने पळून जाता आले नसते. अन् कुशल नसलेल्या ड्रायव्हरला तर तसे करणे केवळ अशक्य होते.

मी आजूबाजूला नीट न्याहाळले. आजूबाजूला खूप झुडपे माजलेली होती. त्यात लपून आमच्यावर गोळीबार करणे खूप सोपे गेले असते. पुढे रस्ता लंडनच्या रस्त्याला जिथे मिळत होता ती जागा कोपऱ्यावरच्या झाडांमुळे अजिबात दिसत नव्हती. फक्त एकच बाजू जग्वारच्या स्पॉटलाईटमुळे प्रकाशित झाली होती. तिथे एक मोकळा गवताळ भाग होता. त्यावरती एक फार्म हाऊस रस्त्यापासून पाचशे फुटांवरती होते. त्याच्या आजूबाजूला एक धान्याचे गोदाम व किरकोळ इमारती होत्या. फार्महाऊसमध्ये एक दिवा लागल्याचे मी पाहिले. मुसळधार पावसात तो अंधूक व धूसर दिसत होता.

फ्लेमिन्टन रस्त्याच्या एका बाजूला चर खणल्यासारखा एक लांबलचक खड्डा होता. त्या खड्ड्यात एका ठिकाणी मला लपून रहावेसे वाटले. तिथेच ग्रेगरीच्या गाडीला थांबणे भाग पडले असते. मग मी तिथून उठलो असतो व एका उंच दगडाच्या आधारे लपून आणखी वर आलो असतो. ड्रायव्हरच्या बाजूच्या विरुद्ध ही बाजू होती. त्यामुळे त्याला दिसण्याची शक्यता खूप कमी होती. शिवाय त्या दगडाच्या आडोशामुळे मला होऊ शकणारा विरोध त्यांनी गोळीबार सुरू करण्यापूर्वीच निम्मा कमी झाला असता. फक्त दोन्ही बाजूंनी होणाऱ्या गोळीबारात मेरीला कसे वाचवायचे ही समस्या होती. शिवाय ती पुढच्या आसनावर नव्हती. मागे ग्रेगरीच्या शेजारी बसली होती. आत्ता ती ग्रेगरीच्या कोणत्या बाजूला बसलेली असेल याची कल्पना करता येत नव्हती. शेवटी मी जिथे होतो तिथेच थांबायचे ठरवले.

रस्त्यावर पडणाऱ्या पावसाचा रपरप आवाज येत होता. जग्वार गाडीच्या टपावरती थेंब पडल्याचे ताडताड आवाज येत होते. अचानक या सर्वांच्यावर मात करणारा एक नवीन आवाज ऐकू येऊ लागला. लांबून येणाऱ्या मोटारीच्या इंजिनाचा तो आवाज होता. चढावर चढत असल्याने इंजिनाच्या आवाजाची तीव्रता वाढत चाललेली जाणवत होती. काही सेकंदांतच आम्हाला त्या गाडीच्या हेडलाईट्सचा पांढरा, पण धूसर प्रकाश दिसू लागला. तो प्रकाश झगझगीत व समोरचे सर्व दृश्य व्यापून टाकणारा वाटत होता. त्या प्रकाशझोतात पावसाच्या धारा उजळून निघत होत्या. जग्वार गाडीमागे लपून आम्ही एकदम गुडघ्यावरती बसलो. मी माझे खिशातील पिस्तूल बाहेर काढले व त्याचा सेफ्टी कॅच मागे ओढला.

नंतर अचानक एकदम गिअर बदलल्याचा खडखडाट होऊन इंजिनाची गती वाढवली गेल्याचे आवाजावरून समजले. ड्रायव्हरने तसे करायला नको होते. ती गाडी सरळ आमच्या दिशेने आली. आम्ही रस्त्याच्या एका कोपऱ्यानंतर उभे

होतो. त्यामुळे गाडी वळवल्यावरतीच त्या ड्रायव्हरला आम्ही दिसणार होतो. गाडी वळल्यावर ती आमच्यापासून अवघ्या २०० फुटांवर आली होती. अन् त्याचवेळी ती आपला वेग वाढवित होती. त्यानंतर एकदम इंजिनाचा आवाज बंद होऊन करकचून ब्रेक्स मारल्याचा आवाज ऐकू आला. ओल्या रस्त्यावरून गाडी घसरत पुढे चालली. गाडीच्या हेडलाईट्सचे झोत उजव्या-डाव्या बाजूला झुलत गेल्याचे मी पाहिले. ड्रायव्हर गाडीवर ताबा ठेवण्याचा प्रयत्न करीत होता. आता ती गाडी जग्वार गाडीच्या बाजूवर येऊन आदळणार अशी अपेक्षा मी केल्याने माझे सर्व स्नायू ताठरले.

पण ती टक्कर झाली नाही. त्यासाठी दैव किंवा त्या ड्रायव्हरची हुषारी कारणीभूत असेल. त्याने आपली गाडी जग्वारपासून पाच फुटांवरती थांबवली. आता ती रस्त्याच्या मधोमध व थोडीशी डाव्या बाजूला उभी राहिली. तिच्या हेडलाईटच्या प्रकाशामुळे माझे डोळे दिपून गेले होते. आमच्या जग्वार गाडीच्या टपावरचा प्रखर स्पॉटलाईट समोर आलेल्या गाडीच्या काचेवरती सारा प्रकाश पाडत होता.

मग मी विचार न करता माझ्या हातातील पिस्तुलाने समोरच्या गाडीच्या दिव्यांवरती नेम धरून गोळ्या झाडल्या. दोन्ही हेडलाईट्स फुटले आणि विझले. मी जग्वारला वळसा घालून पुढे गेलो. माझ्यामागून बाकीचे येऊ लागले. त्याच वेळी पाठलाग करत येणारी गाडी ग्रेगरीच्या गाडीमागून आली. मी अजूनही जग्वारच्या पुढच्या बाजूला पोचलो नव्हतो. समोरून येणाऱ्या पोलिसांच्या गाडीच्या प्रकाशात ग्रेगरीच्या गाडीची उजवीकडची दोन दारे धडाधड उघडली जाऊन दोन माणसे चटकन धडपडत बाहेर पडत असलेली मला दिसली. मेरी अजून गाडीतच होती. एक सेकंदभरच अशी परिस्थिती होती. तो एक सेकंद माझ्या हातात होता. त्या सेकंदात मी माझ्याकडे विजयश्री खेचून आणू शकत होतो. मी त्या दोघांवर सटासट गोळ्या झाडू शकत होतो. त्यातल्या एकाची तर माझ्याकडे पाठ होती. कसलाही नैतिक विचार न करता मी त्याच्या पाठीत बेधडक गोळ्या झाडल्या असत्या. पण मी मूर्खासारखा कचरलो. माझा पिस्तुलाचा हात वर करून नेम धरायला मला किंचित वेळ लागला. अगदी किंचितच. पण एव्हाना विजय मिळवून देणारा तो क्षण माझ्या हातून निसटून गेला होता. कारण एव्हाना मेरी गाडीतून बाहेर पडली होती. खसकन तिचा दंड धरून ग्रेगरीने तिला बाहेर ओढून घेतले. त्याने तिला एवढ्या जोरात खेचले होते की, ती वेदनेमुळे कळवळली. ग्रेगरीने तिला आपल्यापुढे ढालीसारखे धरून उभे केले. तिच्या उजव्या खांद्यावर पिस्तूल ठेवून त्याने माझ्यावरती नेम धरला. तो दुसरा माणूस बुटका व रुंद खांदे असलेला होता. तो अट्टल व निर्ढावलेला गुन्हेगार वाटत होता. बहुतेक तो ग्रीक असावा. त्याच्या हातात एक पिस्तूल होते. बंदुकीची नळी

कापून ती छोटी केल्यावर जसे दिसते तसे ते पिस्तूल होते. त्याने ते डाव्या हातात धरले होते. याचा अर्थ तो डावखुरा होता आणि यानेच मरडॉनच्या कुंपणाच्या तारा डाव्या हातात पक्कड धरून कापल्या होत्या. कदाचित हाच तो खुनी असावा आणि त्याने बॅक्स्टर व क्लॅन्डन यांचे खून पाडले असावेत. त्याचा चेहराच खुनी माणसाचा असल्याचे सांगत होता. खरोखरच तो खुनी आहे याची मला आता खात्री पटली. अशी मंडळी जरी इतर माणसांसारखी वाटली, निरुपद्रवी भासली, तरी त्यांच्या डोळ्यांत मात्र एक वेडाची झाक दिसून येते. खरे म्हणजे ती काही वेगळी जादा झाक नाही. उलट तिथे काहीतरी नाही म्हणून ते डोळे तसे दिसतात. हा माणूस तसा होता.

आणि ग्रेगरी कसा दिसत होता? मला जो ग्रेगरी ठाऊक होता तोच तो होता. तीच उंची, डोक्यावरचे तेच काळे केस असलेला, रापलेली त्वचा असलेला होता. पण त्या वेळी मात्र तो वेगळा वाटत होता. कारण त्याने चष्मा घातलेला नव्हता. आता शून्य नंबरचा का होईना त्याला चष्मा घालायची जरुरी नव्हती.

त्याने निर्विकारपणे व हळू आवाजात म्हटले, "कॅव्हेल!" जणू संभाषण करत असल्यासारखा तो बोलत होता. "काही आठवड्यांपूर्वी तुला मी मारू शकत होतो. ती संधी मी उगाच सोडली. माझी ती बेपर्वाई ठरली. फार काळ मी तुला ओळखत आलेलो आहे. तुझ्याबद्दल मला सावधगिरीची सूचना मिळाली होती. पण मी ती ऐकली नाही."

एका दोरीने माझे पिस्तूल मी खांद्याला जखडलेले होते. ते आता माझ्या बाजूला लोंबकळत होते. त्या खुन्याने बरोबर माझ्या डाव्या डोळ्यावर नेम धरला होता. मी त्याच्या चमत्कारिक पिस्तुलाच्या नळीकडे पहात म्हटले, "हा तुझा साथीदार वाटते. डावखुरा आणि बॅक्स्टर व क्लॅन्डन यांचा खुनी."

"अर्थातच!" असे म्हणून ग्रेगरीने आपली मेरीवरची पकड अधिकच घट्ट केली. तिचे विंचरलेले केस विस्कटले होते. चेहऱ्यावरती चिखलाचे बरेच शिंतोडे उडालेले होते. तिच्या डाव्या डोळ्यावरती आता नुकतेच खरचटल्यासारख्या खुणा उगवू लागल्या होत्या. पेट्रोल पंपावर गाडी गेली असताना त्या वेळी तिने पळून जाण्याचा प्रयत्न केला असला पाहिजे; परंतु तिच्या चेहऱ्यावरती भीतीची भावना फारशी दिसत नव्हती. "माझ्या या मित्राने, हेन्रिकने, मला तुझ्याबद्दल सावध केले होते. त्याने आणखी काही छोटे अपघात घडवून आणले आहेत. बरोबर ना हेन्रिक? त्यामुळे तुझ्या बरगड्यांना जी थोडीशी दुखापत झाली ती त्याच्यामुळेच झाली आहे."

यावर मी मान हलवली. हेन्रिक हा एक मारेकरी होता. मी त्याच्या कठोर चेहऱ्याकडे आणि विझलेल्या डोळ्यांकडे पाहिले. ग्रेगरी जे सांगत होता ते खरे

आहे हे मला पटले. पण यामुळे तो काही अजाण ठरत नव्हता. यावरून मला आणखी एक गोष्ट समजली. जे कोणी गुन्ह्यांचे सूत्रधार असतात ते कधीही स्वत: गुन्ह्यात भाग घेत नाहीत. ते नेहमीच दुसऱ्यांकरवी गुन्हे घडवून आणत असतात.

मागून पाठलाग करीत येणाऱ्या पोलिसांच्या गाडीतून दोन पोलीस बाहेर पडत होते. ग्रेगरीच्या नजरेने ते टिपले. त्याने आपला हात फिरवून त्या पोलिसांवर आपले पिस्तूल रोखले. ते दोन्ही पोलीस जागच्या जागीच थबकले. मी माझे पिस्तूल उचलून ग्रेगरीच्या दिशेने एक पाऊल टाकले.

ग्रेगरी मघाच्याच शांत स्वरात म्हणाला, "कॅव्हेल, तसले काही धाडस करू नकोस." त्याने आपल्या पिस्तुलाची नळी मेरीच्या कुशीत खुपसली. इतक्या जोरात खुपसली की, ती वेदनेने कळवळून ओरडली. "कॅव्हेल, मी तिला गोळी घालायला अजिबात कचरणार नाही."

मी आणखी एक पाऊल पुढे टाकले. आमच्या दोघांत आता फक्त चार फूट अंतर राहिले होते. मी त्याला म्हणालो, "तू तिला तसे करू शकणार नाहीस. जर तू तसे केलेस, तर मी तुला गोळी घालेन. तसे करायला मी कचरणार नाही हे तुला चांगले ठाऊक आहे. तू केवढी व कशाची जोखीम घेतो आहेस ते देव जाणे. शेवटी तुला जे साध्य करायचे आहे तेच तू पणाला लावतो आहेस. त्यासाठीच तर तू एक मोठी योजना आखलीस, खून पाडलेस. अन् आता जर तू माझ्या बायकोला गोळी घातलीस तर मग तुला ते कधीच मिळणार नाही. मिळेल का? तुझे स्वप्न कधीच पुरे होणार नाही. तुझा हेतू साध्य होईल?"

मेरी विव्हळत मला म्हणाली, "या मवाल्याला दूर करा." तिचा आवाज मंद झाला होता आणि तो कापरा बनला होता.

मी तिला शांतपणे म्हणालो, "त्याला तुझ्या केसालाही धक्का लावता येणार नाही. तेवढे धाडस त्याच्यात नाही. अन् ते त्यालाही ठाऊक आहे."

"वा:! तुम्ही एक मानसशास्त्रज्ञ म्हणून छान शोभून दिसता." ग्रेगरीचा आवाज अजूनही सहज संभाषण केल्यासारखा होता. अन् झटकन त्याने ते केले. त्याची ती कृती अचानक व अनपेक्षितपणे केलेली होती. प्रथम त्याने आपली पाठ गाडीला टेकवली. मग त्याने आपल्या दोन्ही हातांनी मेरीला जोरात माझ्याकडे ढकलले. मेरी माझ्या अंगावर येऊन आदळली. मी अडखळत दोन पावले मागे सरकलो गेलो. मेरीचा व माझा तोल जात होता. पण तिला कसेबसे धरून ठेवीत मी स्वत:ला सावरले. झटकन माझे पिस्तूल हातात घेऊन ते ग्रेगरीवरती रोखले.

ग्रेगरीने पसरलेल्या एक हातामध्ये एक काचेची कुपी होती. तिच्यावरती निळ्या रंगाचे एक सील दिसत होते. त्याच्या दुसऱ्या हातामध्ये एक पोलादी फ्लास्क होता. मी ग्रेगरीच्या चेहऱ्याकडे पाहिले. त्यावरती कसलेही भाव उमटले

नव्हते. तो निर्विकारपणे माझ्याकडे पहात होता. माझ्या तळहाताला घाम सुटला आहे व पिस्तुलावरची माझी पकड ढिली होत चालली आहे असे मला जाणवले.

माझ्या मागे जनरल, हार्डेन्जर आणि दोन पोलीस होते. मी मान वळवून त्यांच्याकडे पाहिले. त्या सर्वांच्या हातात जड पिस्तुले होती. ग्रेगरीच्या पाठलागावर आलेल्या गाडीतील दोन पोलीस मला समोर दिसत होते. त्यांच्यावर ग्रेगरीच्या मारेकऱ्याने आपले पिस्तूल रोखले होते. सर्व परिस्थिती लक्षात घेऊन मी मोठ्याने, सावकाश व स्पष्टपणे म्हणालो, "कोणीही काहीही करू नका. कसलीही घाई नको. ग्रेगरीच्या हातातील कुपीमध्ये सैतानी विषाणू आहेत. आजच्या वर्तमानपत्रात तुम्ही त्याबद्दल वाचले असेलच. जर ती कुपी फुटली तर काय होईल हे तुम्हाला ठाऊक आहे."

होय, सर्वांनाच ते ठाऊक होते. सर्वजण कसलीही हालचाल करेनात. जणू काही सर्वजण थिजले होते किंवा सर्वजण मादाम ट्यूसॉच्या संग्रहालयातील मेणाचे पुतळे बनले होते. किती वेळ तशा स्थितीत सारेजण होते ते समजेना. ग्रेगरी कालच म्हणाला होता की, अतिशुद्ध केलेला तो विषाणूंचा द्रव जर पसरला तर संपूर्ण इंग्लंडमधील जीवसृष्टीचा विनाश होईल. मला त्याचे शब्दप्रयोग आता नीट आठवत नव्हते. पण त्यामुळे फारसे बिघडत नव्हते.

ग्रेगरी शांतपणे म्हणाला, "बरोबर. लाल रंगाचे कुपीचे झाकण हे बॉट्युलिनस विषाणूंच्या कुपीसाठी, तर निळ्या रंगाचे झाकण हे सैतानी विषाणूंसाठी. कॅव्हेल, आपल्या बायकोच्या आयुष्याशी जुगार खेळताना तू थोड्याशा थापा मारीत होतास. पण मी जे सांगतो आहे त्यात बिलकूल थापा नाहीत. शेवटी आज रात्री मी ते साध्य करणार आहे. त्यासाठी मी कष्ट घेतले आहे. माझा जीव त्यात ओतला गेला आहे." एवढे बोलून तो काही क्षण थांबला. आता सर्वांकडे त्याने आळीपाळीने पाहिले. पोलिसांनी पाडलेल्या प्रकाशात त्याचे डोळे चमकत होते. "जर मला तुम्ही त्रास दिलात, पुढे जाऊ दिले नाही, तर मला जे मिळवायचे आहे ते मला मिळवता येणार नाही. मग जिवंत रहाण्यातही मला स्वारस्य नसेल. तेव्हा तशा परिस्थितीत मी माझ्या हातातील ही कुपी आत्ता येथे सरळ फोडून टाकेन. मी तुम्हा सर्वांना तळमळून सांगतो आहे की, मी बोलेन ते खरे करून दाखवणारा आहे."

त्याच्या या बोलण्यावरती माझा पूर्ण विश्वास होता. तो आता घायकुतीला आला आहे, बेभान झाला आहे. एक फार मोठी योजना त्याने कित्येक दिवसांपासून मनात घोळवली होती. त्यावर कष्ट घेतले होते. ती योजना आता साकार होत होती. त्यासाठी त्याने खून पाडावयासही कमी केले नाही. अशा वेळी शेवटच्या क्षणी यश हातातून निसटून जाते आहे पाहिल्यावर तो वेडा झाला होता. तो काय वाटेल ते करू शकत होता.

मी त्याला म्हणालो, "तुझा हा मारेकरी मित्र, हेन्रिक, त्याचा आपल्या

आयुष्याबद्दलचा दृष्टिकोन कसा आहे? तुझ्यासारखेच त्यालाही तसेच वाटते का?''

''मी त्याला एकदा बुडताना वाचवले होते. दोनदा विजेच्या खुर्चीतून सोडवले होते. त्याचे आयुष्य त्याने मला वाहून टाकले आहे. मी त्याच्या आयुष्याचे वाटेल ते करू शकतो. अन् ते त्यालाही नीट समजलेले आहे. शिवाय हेन्रिक हा बहिरा आणि मुका आहे.''

मी कर्कशपणे ओरडून म्हणालो, ''तू एक मूर्ख माणूस आहेस. काल तू जाहीर केले होतेस की आग, समुद्र व पर्वत हे विषाणूंच्या प्रसाराला आळा घालू शकत नाहीत.''

''होय, अन् ते खरे आहे. तंतोतंत खरे आहे. जर मला मरावे लागणार असेल तर माझ्यामागे हे जग जिवंत असले काय आणि नाश पावलेले असले काय. मला थोडाच फरक पडतो! मी जिवंत रहाणार नसेल तर मी हे जगही जिवंत राहू देणार नाही. मग खड्ड्यात जाईना का ती मनुष्यजात!''

''पण–'' एवढा शब्द बोलून मी एकदम क्षणभर थांबलो. नंतर पुढे बोलू लागलो, ''ग्रेगरी, आता मात्र तू खरोखरीच मूर्ख आहेस हे मला पटते. तुझ्याइतका राक्षसी वृत्तीचा गुन्हेगार जगात आजवर कधीही पैदा झाला नसेल, असले विचार कोण्याही गुन्हेगाराच्या मनात कधीही आले नसतील. बापरे! स्वप्नातसुद्धा मानवजात नष्ट करण्याचे कोणाच्याही मनात येणार नाही.''

''तसे तुम्ही खुशाल म्हणा. खुशाल मला मूर्ख ठरवा,'' तो म्हणाला.

तो असेच म्हणणार यात मला शंकाच नव्हती. मी त्याच्याकडे पहात राहिलो. त्याने ती कुपी अत्यंत निष्काळजीपणे हातात धरली होती. मग त्याने ती सफाईने खालच्या ओल्या रस्त्यावरती ठेवली. त्यावर त्याने आपला बुटाचा पाय धरला, टाच मात्र जमिनीवर टेकवली होती. क्षणभर माझ्या मनात आले की, त्याच्या त्या पायावर दोन गोळ्या झाडून आपण त्याचा पाय मागे घ्यायला लावू. पण हा विचार जेवढ्या वेगाने मनात उद्‌भवला तेवढ्याच वेगाने विरून गेला. मी अक्षरश: सुन्न होऊन गेलो.

''मी काही रिकाम्या कुप्यांवरती प्रयोगशाळेत प्रयोग करून पाहिलेत. किती दाबाला त्या टिकतात हेही पाहिले आहे. ७॥ पौंड दाबाला कुपी टिकत नाही, ती फुटते याची खात्री करून घेतली आहे. त्याचबरोबर मी आणि हेन्रिकने आपल्या जवळ सायनाईडच्या गोळ्या बाळगलेल्या आहेत. प्राण्यांवर या विषाणूंचा प्रयोग करताना आम्हाला असे दिसले की, त्यांचा मृत्यू लवकर होत नाही. त्याला वेळ लागतो. शिवाय मरताना तडफड जास्त होते. त्यापासून बचाव करण्यासाठी आमच्याकडे सायनाईडच्या गोळ्या आहेत. त्या खाल्ल्यावर आम्हाला चटकन मृत्यू येईल.

आमची सुटका होईल. तुमचे काय होईल ते मी सांगायची गरज नाही.''

त्याच्या या बोलण्याने तिथे असलेले आम्ही सर्वजण हादरून गेलो. हा वेडा माणूस खरेच बोलल्याप्रमाणे करेल याची सर्वांना खात्री पटली. तो परत बोलू लागला, ''आता एकेकजण माझ्या जवळ या. आपापली पिस्तुले घेऊन या. एका वेळी एकानेच माझ्याजवळ यायचे. माझ्यापासून एक हात अंतरावर उभे राहून आपले पिस्तूल मला द्यायचे आणि निघून जायचे. जर कोणी काही चमत्कारिक हालचाल केली तर माझा तोल जाईल. मग माझ्या पायाखालची कुपी फुटेल. पुढच्या हाहाकाराला तुम्हीच जबाबदार रहाल. तेव्हा चला एकेकजण. कॅव्हेल, चल. तूच प्रथम पुढे ये.''

त्याच्या सांगण्याप्रमाणे मी त्याच्याकडे सावकाश चालत गेलो. पिस्तूल हातात उलटे धरून त्याच्यापुढे केले. माझा हात जेवढा लांब करून त्याला देता येईल तेवढा तो लांब केला होता. आमचा पराभव झाला होता! पूर्ण पराभव झाला होता. पोलीस खात्याचा पराभव, सरकारचा पराभव आणि एका देशाचा पराभव! तोही एका विकृत माणसापुढे! हा माथेफिरू आता निसटणार व त्याला जे हवे ते साध्य करणार. नक्कीच साध्य करणार. फक्त त्याचा पाय स्थिर राहील व त्याचा तोल जाणार नाही, एवढे पहाणे जरुरीचे होते.

एकामागोमाग प्रत्येकाने आपापली हत्यारे त्याला देऊन टाकली. त्यानंतर त्याने आम्हा सर्वांना एका ओळीत उभे केले. त्याचा साथीदार हेन्रिक हा आमच्या मागे गेला आणि त्याने प्रत्येकाची झडती घेतली. एखाद्याजवळ जादा पिस्तूल असेल तर ते कळावे म्हणून त्याने ही खबरदारी घेतली होती. हेन्रिक या कामी तरबेज असावा. त्याने फार कुशलतेने व झटपट ही झडती घेऊन दाखवली; परंतु कोणाकडेही जादा शस्त्र मिळाले नाही. मग ग्रेगरीने अत्यंत सावकाश त्याचा कुपीवरचा पाय काढून घेतला. खाली वाकून ती कुपी उचलली व ती स्टीलच्या फ्लास्कमध्ये ठेवली.

हातातील एक पिस्तूल नाचवित तो प्रसन्नपणे म्हणाला, ''आता ही नेहमीची शस्त्रे वापरायला हरकत नाही. तुमच्यापैकी कोणी जर उगाच आततायीपणा केला, काही चूक केली, तर याच शस्त्राने त्या व्यक्तीवरती एक कायमस्वरूपी खूण उमटवली जाईल.'' मग त्याने हेन्रिकला खूण करून जवळ बोलावले. त्याच्याशी आवाज न करता तो भरभर बोलला. म्हणजे त्याने आपले ओठ फार वेगाने हलवून शब्दाकृती करून दाखवली. नुसते ओठ हलवून बोलण्याचा अभिनय केलेला मला कळतो. पण ते हळू केले तरच मला समजते. पण येथे ग्रेगरी काय बोलतो ते मला समजेना. कदाचित तो फ्रेंच किंवा इटालियन भाषेत बोलला असेल. ग्रेगरीने आपल्या हातातील पिस्तुलाने मागच्या गाडीतील दोन

पोलिसांकडे दर्शवून हेन्रिकला काहीतरी सांगितले. हेन्रिकनेही समजल्यासारखी आपली मान हलवली.

मग ग्रेगरी त्या पोलिसांना म्हणाला, ''तुमची अंगावरची वर्दी उतरवून ठेवा. आता वेळ लावू नका.''

त्या पोलिसांनी एकमेकांकडे पाहिले. त्यातल्या एकाने आपले दात आवळीत म्हटले, ''ते अजिबात शक्य नाही. वर्दी उतरवली तर आम्ही मूर्ख ठरू.''

''आणि नाही उतरवली तर मराल. तुम्ही कोणाशी बोलता आहात ते लक्षात आहे ना? चला, पटपट कपडे उतरवा.''

''मी कपडे उतरवणार नाही.'' एक पोलीस ठामपणे म्हणाला.

आता हार्डेन्जर चिडून त्या पोलिसाला म्हणाला, ''हा माझा हुकूम आहे हे समजा. तुमचे कपडे काढून घ्यायला त्याला वेळ लागणार नाही. तो सरळ तुमच्या कपाळात गोळी घालेल आणि कपडे काढून घेईल.'' हार्डेन्जर सावकाश एकेका शब्दावरती जोर देत म्हणाला.

नाखुषीने व चरफडत त्या दोन्ही पोलिसांनी तसे केले आणि कोसळणाऱ्या थंड पावसात ते काकडत उभे राहिले. हेन्रिकने ते गणवेश घेतले व जग्वार गाडीत टाकले.

ग्रेगरीने नंतर विचारले, ''या गाडीतील वायरलेस सेट कोण चालवतो?'' ते ऐकताच कोणीतरी आपल्या कानशिलामध्ये एक सळई खुपसून ती आत फिरवतो आहे असे वाटले. परंतु ग्रेगरी अशी चाल खेळणार याचा मी अंदाज केला होताच.

आमच्या सार्जंटने म्हटले, ''मी चालवतो.''

''छान. हेडक्वॉर्टरशी संपर्क साधा आणि त्यांना सांगा की, गुन्हेगारांना पकडले असून, त्यांना आम्ही लंडनला घेऊन जात आहोत. या भागातल्या सर्व पोलीस गाड्यांना 'शोध घेणे थांबवा व परत फिरा' असा आदेश द्यायला सांगा. फक्त नेहमीच्या गस्तीच्या गाड्या रस्त्यावरती राहू द्या. त्यांना त्यांचे काम करू द्या.''

हार्डेन्जर त्या सार्जंटला वैतागून म्हणाला, ''कर बाबा, तो सांगतो तसे कर. उगाच काही हुषारी लढवू नकोस. ती वेळ नाही.''

त्या सार्जंटने ग्रेगरीने सांगितल्यानुसार तसे केले. त्यातून ग्रेगरीच्या पिस्तुलाची नळी त्याच्या डाव्या कानावर असताना तो दुसरे काय करू शकत होता? त्याचे काम झाल्यावर ग्रेगरीने समाधानाने आपली मान हलवली.

चोरलेल्या गाडीत हेन्रिक शिरला. त्याच्याकडे पहात ग्रेगरी बोलला, ''हे ठीक होईल. आम्ही आणलेली गाडी आणि आमच्या पाठलागावरची पोलिसांची

गाडी या दोन्ही गाड्या आता लांब रानात सोडून दिल्या जातील. तिथे गाड्यांचे डिस्ट्रिब्यूटर्स निकामी केले जातील. डिस्ट्रिब्यूटर्स शोधायचे प्रयत्न केले तरी पहाटेपर्यंत ते नक्की सापडणार नाहीत. आता आमचा शोध थांबला आहे. तेव्हा तुमची जग्वार गाडी आणि दोन पोलिसांचे गणवेश अंगात घालून लंडनला जायला आम्हाला अडचण येणार नाही. जेव्हा तुमच्या हेडक्वॉर्टरला सत्य समजेल तेव्हा तिथे रागाचे स्फोट होतील. पण शेवटी ती तुमची समस्या आहे. आमची नाही. हो ना?''

हेन्रिकने जवळच्या रानात दोन्ही गाड्या सोडून दिल्या. त्यांचे डिस्ट्रिब्यूटर्स निकामी केले. हे काम त्याने विलक्षण वेगाने उरकले. तो परत आल्यावर ग्रेगरी म्हणाला, ''जग्वारमध्ये एखादा पोर्टेबल सर्चलाईट आहे का? बहुधा तो असतोच. काय सार्जंट?''

''तसा एक बॅटरीवर चालणारा दिवा आहे. डिकीत आहे.'' सार्जंट मलूलपणे म्हणाला.

''मग आणा तो.''

त्याने सभोवतालच्या आसमंतावर एक नजर फिरवली. दूरचे फार्म हाऊस पहाताच ग्रेगरीचे डोळे व चेहरा यावरती एक आसुरी आनंदाची लहर पसरून गेली. एखाद्या खोल खड्ड्यात पडलेल्या वाघाला वरती येता येत नसेल व तो तिथे फार वेळ पडून राहिला असेल तर तो भुकेने व निराशेने व्याकुळ होतो. अशावेळी खड्डे खणणारा एखादा माणूस त्या खड्ड्यात पडला तर वाघाच्या चेहऱ्यावर जसा आनंद प्रगट होईल तसे ग्रेगरीच्या चेहऱ्यावरती ते अस्फुट आसुरी हास्य प्रगटले.

ग्रेगरी म्हणाला, ''मी तुम्हाला गोळ्या घालण्यासाठी बिलकूल कचरणार नाही. पण ते समोरचे फार्म हाऊस जवळ आहे म्हणून तुम्ही वाचलात. मी तुम्हा सर्वांच्या डोक्यावरती सणसणीत तडाखे मारू शकतो. पण जर तुम्ही मी सांगतो तसे वागलात तर मात्र मी तसे करणार नाही. मी तुमचे हातपाय, तोंडे बांधून जाणार नाही. कारण आठजणांना बांधण्याएवढे दोर माझ्याकडे नाहीत. पण त्या समोरच्या शेतातील काही छोट्या इमारती आहेत. तिथे मी तुम्हाला तात्पुरते कोंडू शकतो. सार्जंट, तुम्ही तो बॅटरीवर चालणारा दिवा घ्या आणि सर्वांना वाट दाखवित तेथवर न्या. तुमच्या मागून सर्वजण दोनदोनच्या ओळीतून चालतील. मिसेस कॅव्हेल आणि मी अगदी शेवटी रहाणार आहोत. तिच्या पाठीवर मी पिस्तूल टेकवलेले असेल. जर तुमच्यापैकी एकजण जरी पळून जाण्याचा प्रयत्न करेल तर मी सरळ तिला गोळी घालेन.''

तो तसे करेल यात शंकाच नव्हती. कोणालाच तशी शंका नव्हती.

आम्ही चिखलातून मार्ग काढीत त्या फार्म हाऊसवर पोचलो. तिथल्या सर्व छोट्या इमारती रिकाम्या होत्या. फक्त जवळपास कुठेतरी गोठा होता. त्यातील जनावरांच्या हालचालींचे व ओरडण्याचे अस्पष्ट आवाज अधूनमधून कानावर पडले. परंतु संध्याकाळच्या धारा काढून झाल्या होत्या. आम्ही धान्याच्या एका कोठारावरून गेलो. नंतर त्या गोठ्याजवळूनही गेलो. नंतर एक घोड्यांचा तबेला लागला. त्याचे रूपांतर ट्रॅक्टर-शेडमध्ये केलेले होते. आणखी एक-दोन शेड्स आम्ही ओलांडल्या. त्यानंतर मात्र त्याला हवी तशी एक शेड सापडली. त्याचा हेतू साध्य करायला ती शेड अगदी योग्य होती.

ती एक बोळकांडीवजा शेड होती. तिचे छत खूप खाली होते. तिथल्या खिडक्या डोक्याच्या वर होत्या. त्यामुळे ते एखाद्या किल्ल्यातील माऱ्याचे झरोके आहेत असे वाटत होते. ती एक दारू गाळण्याची शेड होती. टोकाशी भिंतीला एक लाकडी दाबयंत्र होते. त्यात सफरचंद घालून त्यांचे रस काढले जात असत. दारूची काही लाकडी पिंपेही तिथे पडली होती. सफरचंदाचे मद्य तयार करून ठेवलेली मोठमोठी लाकडी भांडी तिथे होती आणि ती फडक्यांनी झाकून ठेवलेली होती. त्या शेडचे दार ओक जातीच्या लाकडांनी बनवलेले होते. ते जाडजूड व भक्कम होते. ते फोडण्यासाठी मोठा ओंडकाच वापरावा लागला असता.

आमच्याकडे ओंडका नव्हता. पण आम्ही बेभान झालो होतो आणि मुख्य म्हणजे आम्ही सारेजण बुद्धिमान होतो. जाअर्थी ग्रेगरीने आम्हाला या दारू गाळण्याच्या खोलीत पाठवले त्याअर्थी नक्कीच त्याला आम्ही येथे फार काळ राहू असे वाटले नसावे. आमच्या ओरडण्यामुळे रस्त्यावरून जाणाऱ्या-येणाऱ्यांचे किंवा या शेतावर कुठेतरी रहाणाऱ्यांचे लक्ष नक्कीच वेधले गेले असते. ग्रेगरीलाही ते समजले असणार. कोंडले गेल्यावर आम्ही दारावर धक्के मारणार नाही किंवा आरडाओरडाही करणार नाही याची खात्री ग्रेगरीला कशी काय वाटली? याचा एकच अर्थ होता... तो अर्थ समजल्यावर माझ्या मणक्यातून एक शिरशिरी निघून गेली.

“जा, पार शेवटी. टोकाला भिंतीपाशी जाऊन उभे रहा. मी आता हे दार बंद करणार आहे. आता निरोपाची भाषणे करण्यासाठी माझ्याकडे वेळ नाही. अजून बारा तासांनी मी ह्या देशातून कायमचा बाहेर जाणार आहे. तुम्हा सर्वांची मला आठवण येत राहीलच. गुडबाय!”

मी शांतपणे त्याला म्हणालो, “शत्रूला पराभूत केल्यावर विजयाचे काही प्रदर्शन करणार की नाही?”

“कॅव्हेल, तशी केवळ इच्छा करीत रहा. पण एक छोटी गोष्ट करण्यासाठी माझ्याकडे वेळ आहे. माझी योजना फसू नये म्हणून मला फार जपून वेळ खर्च

केला पाहिजे.'' एवढे बोलून तो पुढे सरकला. त्याने आपले डाव्या हातातील पिस्तूल माझ्या पोटात खुपसले. मग उजव्या हातातील पिस्तुलाच्या टोकाने माझ्या चेहऱ्यावर ओरखडे ओढले. पिस्तुलाच्या टोकावर नेम धरण्यासाठी असलेल्या टोकदार भागाने ते ओरखडे काढले गेल्याने मला खूप वेदना झाल्या. कोणीतरी तापलेल्या सुईने माझ्या चेहऱ्यावरती रेघा ओढल्या आहेत असे मला वाटले. माझ्या गालावरून रक्त ओघळू लागले. ते पाहून मेरीने त्याला एक सणसणीत शिवी ओरडून घातली. ती माझ्याकडे येण्यासाठी धावू लागली. पण तिला वाटेतच हार्डेन्जरने पकडून थोपवून धरले. ग्रेगरी मागे सरकला व मला म्हणाला, ''कॅव्हेल, तुझ्यासारख्या भिकारड्यांना माझ्याकडून ही बक्षिसी.''

मी माझी मान हलवून ते मान्य केले. त्याने जे ओरखडे माझ्या चेहऱ्यावरती काढले त्यामुळे माझा चेहरा फारसा विद्रूप होणार नव्हता. मी अजूनही माझे हात उचलून चेहऱ्याकडे नेले नव्हते. मी त्याला म्हणालो, ''तुम्ही माझ्या पत्नीला बरोबर नेऊ शकता.''

ते ऐकताच मेरीचा संयम सुटला. आपला नवरा आपल्याला असा सोडून देतो आहे हे पाहून ती दुःखी झाली व निराश झाली. ती हुंदके देत रडू लागली. हार्डेन्जर माझे बोलणे ऐकून हादरला व रागाने माझ्याकडे पाहू लागला. तो म्हणाला, ''कॅव्हेल, तुम्ही काय बोलता आहात!'' तर जनरल काहीही न समजल्याने माझ्याकडे नुसते पहात राहिले.

ग्रेगरी स्तब्ध उभा होता. तो निर्विकारपणे माझ्याकडे टक लावून पहात होता. मग त्याने आपल्या मानेची एक चमत्कारिक हालचाल केली व मला म्हटले, ''माफ कर मला, पण तुझ्याकडे मागणी करायची आता माझी पाळी आहे. तुला ते ठाऊक होते तर. पण तुला ठाऊक आहे हे मला माहीत नव्हते. जेव्हा माझी पाळी येईल तेव्हा–'' त्याने एकदम आपले बोलणे थांबवले व तो मेरीकडे वळला आणि म्हणाला, ''असे करणे चूक ठरेल. कॅव्हेल, माझ्यातल्या मानवी भावना संपलेल्या नाहीत. निदान स्त्रिया व मुले यांच्या बाबतीत तरी. आल्फ्रिंगहॅम फार्मवरून मी जी दोन मुले पळवून नेली किंवा मला नाइलाजाने न्यावी लागली. त्यांना मी यापूर्वीच सोडून दिले आहे. तासाभरात ती आपल्या आईवडिलांच्या घरी पोचतील. चला, मिसेस कॅव्हेल.''

त्याच्याबरोबर जाण्याऐवजी ती माझ्याकडे आली. माझ्या चेहऱ्याला तिने हलकासा स्पर्श केला. तिने कुजबुजत मला विचारले, ''हा काय प्रकार आहे?'' तिच्या आवाजात दुःख नव्हते की, ती मला दूषण देत नव्हती. फक्त प्रेम होते, दया होती, करुणा होती आणि कुतूहल होते.

मी म्हणालो, ''गुडबाय मेरी! डॉ. ग्रेगरी यांना फार वेळ वाट पहायला

लावणे योग्य नाही.'' यावर ती काही बोलणार होती. पण ग्रेगरीने तिच्या दंडाला धरून तिला बाहेर नेण्यासाठी आपल्याबरोबर चालवले. दोन हातात दोन पिस्तुले असलेला बहिरा व मुका हेन्रिक आपल्या वेडसर डोळ्यांनी आमच्याकडे पहात होता. तोही आपल्या धन्याच्या पाठोपाठ निघून गेला. त्यानंतर ते अवजड दार लावले गेले. दारावरचा अडसरही लावण्यात आला. जमिनीवरती बॅटरीवर चालणारा दिवा ठेवलेला होता. त्याच्या उजेडात आम्ही सर्वजण एकमेकांकडे पहात राहिलो.

"अरे हलकटा,'' हार्डेन्जर चिडून माझ्यावरती ओरडून हिंस्रपणे बोलू लागला. "मूर्ख माणसा तू काय–''

"शट अप, हार्डेन्जर!'' मी हळू आवाजात, पण घाईघाईने बोलू लागलो. "चला, सारेजण विखरून जा. त्या वरच्या खिडक्यांकडे लक्ष द्या. झटपट!''

माझ्या आवाजात असे काहीतरी होते की, त्यामुळे सर्वांना आणीबाणीच्या परिस्थितीचे भान आले. मी एवढ्या कळकळीने बोललो होतो की, ते ऐकून खुद्द इजिप्तची एखादी ममीसुद्धा हलली असती. मी परत कुजबुजत म्हणालो, "तो आता खिडकीतून खाली काहीतरी फेकणार आहे. नक्कीच ती बॉट्युलिनसची कुपी असणार. त्या फ्लास्कचे झाकण फिरवून उघडायला त्याला वेळ लागणार नाही. मग ती कुपी हातात घेऊन तो आत भिरकावेल. कोणत्याही सेकंदाला ते घडेल. ती कुपी झेला. खाली पडू देऊ नका. ती जर फुटली तर आपण सारेजण मरून जाऊ.''

मी एवढे बोलत असतानाच बाहेर काहीतरी हालचाल झाली. एका हाताची छायाकृती दिसली आणि काहीतरी आत भिरकावले गेले. दिव्याच्या प्रकाशात काहीतरी चमकत व भिरभिरत गेले. ती काचेची कुपी होती व तिच्यावरती लाल रंगाचे सील होते. तीच ती बॉट्युलिनसची कुपी होती.

अनपेक्षितपणे व वेगाने ती कुपी आत फेकली गेली. फेकणाऱ्याने बरोबर खालच्या कोनातून जमिनीकडे नेम धरला होता. त्यामुळे ती कुपी कोणालाच झेलता आली नाही. जमीन व भिंत यांच्यामध्ये असलेल्या कडेवर ती कुपी आपटली, खळकन फुटली व तिच्या काचांचे बारीक बारीक शेकडो तुकडे उधळले गेले.

# बारा

तसे मी का केले हे मला कधीही कळणार नाही. आता मागे वळून पाहिले तर मी त्यावर केवळ विचार करू शकतो; परंतु त्यावेळची माझी प्रतिक्रिया तशी झाली खरी. अन् तीही अत्यंत झटपट. जेव्हा शत्रू तुमच्यावर हातातला दंडुका उगारून घाव घालू पहातो तेव्हा तुमची प्रतिक्षिप्त क्रिया होते. तुम्ही झटकन हात वर करून तो दंडुका अडवू पहाता. हे सारे विचार न करता घडते. शिवाय विचार करायला वेळही नसतो. जे काही तुमच्याकडून होते ते आपोआप होते. आपल्या मेंदूची रचनाच तशा कृतीसाठी केलेली आहे. माझ्या त्या कृतीमागे विचार नव्हता, असलाच तर आशेचा एक नाजूक धागा होता. 'आपण यातून वाचू' अशी आशा त्यामागे होती.

ती कुपी जेव्हा भिरभिरत हवेतून आत आली आणि तिला आता वाटेत अडवणे अथवा झेलणे शक्य नाही हे तेव्हाच माझ्या ध्यानात आले. त्याक्षणीच मी ते सायडर मद्याने भरलेले लाकडी पिंप उचलले. काचा फुटण्याचा खळखळ आवाज अजून माझ्या कानावर पडत होता. मी ते पिंप धाडकन ज्या जागी ती कुपी फुटली तिथे आपटले. त्या पिंपाच्या चिरफळ्या उडाल्या. कारण त्याच्या लाकडी भिंती खूप पातळ होत्या. मग आतले ते दहा गॅलन सायडर मद्य, सफरचंदाचे मद्य तिथेच खाली जमिनीवरती व भिंतीवरती सांडले.

मग मी ओरडून म्हणालो, "अजून एक पिंप घेऊन यावरती ओता. जमिनीवर ओता, भिंतीवर ओता. जिथे ती कुपी पडली त्या जागेवरील हवेवरसुद्धा सायडर फेका. आपल्या अंगावरती मात्र सायडरला स्पर्श करू देऊ नका. चला! झटपट करा! वेळ लावू नका! घाई करा!"

"हा काय चमत्कारिक प्रकार चालला आहे," हार्डेन्जरने विचारले. त्याचा नेहमीचा कठोर चेहरा आता पांढरा पडला होता. कशासाठी मी सांगतो आहे ते त्याला समजत नव्हते. पण तरीही तो एक छोटे पिंप उघडून त्यातले मद्य

जमिनीवरती काळजीपूर्वक ओतत होता. ''त्यामुळे काय होणार आहे?'' त्याने विचारले.

मी म्हणालो, ''तो बॉट्युलिनसचा द्रव हा पाणी शोषून घेणारा आहे. हवेपेक्षा त्याला पाण्याचे आकर्षण जास्त असते. त्या द्रवाला नायट्रोजनपेक्षा हायड्रोजनचे आकर्षण १०० पट जास्त असते. जनरल आज संध्याकाळी तसे बोलत होते. ते ऐकले ना तुम्ही?''

''पण हे पाणी नाही,'' हार्डेन्जर हरकत घेत म्हणाला. ''हे तर सायडर आहे. सफरचंदाचे मद्य आहे.''

मी चिडून म्हणालो, ''अरे देवा, आता कसे समजावून सांगू? येथे सायडरखेरीज दुसरे काहीही नाही. हार्डेन्जर, नीट लक्षात ठेवा. अल्कोहोलमध्ये नेहमी पाणी, जास्तीत जास्त पाणी असते. अल्कोहोलचे आणि पाण्याचे असे दुहेरी आकर्षण त्या विषारी द्रवाला आहे.'' असे म्हणून मी आणखी एक लहान पिंप उचलले. पण त्याच वेळी माझ्या छातीतून एक तीव्र कळ उमटली. त्या भयानक क्षणाला मला वाटले की, त्या विषारी द्रवाचा आपल्याला संसर्ग झालाच शेवटी. पण दुसऱ्याच क्षणाला मला कळून चुकले की, आपल्या एका तुटक्या बरगडीचे टोक आपल्याला आतमध्ये टोचले असावे. घाईगर्दीत लाकडी पिंप उचलून ते फेकताना तसे होणे अगदी साहजिक होते. पण ते टोक आत फुप्फुसात तर घुसले नाही ना? या शंकेने मी हैराण झालो. पण आत्ताच्या संकटापुढे ही शारीरिक इजा काहीच नाही, असे म्हटले पाहिजे.

आपण किती काळ जगणार आहोत? जर बॉट्युलिनसचा काही द्रव जर हवेत पसरला असेल तर? तर आचके देण्यास कधी सुरुवात होईल? ग्रेगरीबरोबर बोलताना तो याबद्दल काय म्हणाला होता? पंधरा सेकंदात तसा परिणाम उंदरावर दिसू लागतो. पण उंदरावरती तसा दिसतो. माणसावर तसा परिणाम व्हायला किती वेळ लागतो. कुणास ठाऊक! परंतु जास्तीत जास्त ३० सेकंद लागत असावेत. मी जमिनीवर असलेला दिवा उचलून हातात घेतला.

''थांबा! थांबा आता. ओतू नका. पुरे झाले,'' मी ओरडून बोलू लागलो. ''जिवंत रहायचे असेल तर जमिनीवर सांडलेल्या सायडरपासून दूर रहा. तुमच्या बुटाला, अंगाला थोडे जरी सायडर लागले की, तुम्ही मेलात म्हणून समजा.'' मी दिवा उंच करून पाहिले. ते सायडर मद्य खालच्या दगडी जमिनीवरती कुठे कुठे पसरत चालले आहे ते पाहू लागलो. ते मद्य वेगाने पसरत होते. त्याच वेळी मला बाहेरून जग्वार गाडीचे इंजिन सुरू झाल्याचा आवाज ऐकू आला. आपलाच साथीदार हेन्रिक, माझी पत्नी मेरी यांना घेऊन ग्रेगरी निघाला होता. आपले महाप्रचंड स्वप्न पुरे करायला तो निघाला होता. आपल्या मागे आपण एक

कबरस्तान निर्माण करून निघालो आहोत याची त्याला खात्री होती. आपण पोलिसांच्या अडथळ्यावरती मात केली. पोलिसांना संपवले. विशेषत: त्या कॅव्हेलला संपवले. याबद्दल तो नक्की खुषीत आला असणार. आता त्याच्यापुढे एक स्वप्न होते व ते त्याला खुणावत होते.

तीस सेकंद झाले. नक्कीच झाले. पण कोणालाच त्रास होत नव्हता. कोणीही आचके देत नव्हते. कोणाचेही स्नायू आक्रसत नव्हते. काळ फार सावकाश चालला होता. जीवघेण्या मंद गतीने चालला होता. मी प्रत्येकावरती दिव्याचा प्रकाश जवळ जाऊन पाडत होतो. प्रत्येकाची तपासणी करीत होतो. कोणाच्या अंगाला, कपड्याला सायडर चिकटले का ते पहात होतो. सर्वजण भयभीत चेहऱ्याने उभे होते. ज्या दोन पोलिसांच्या अंगावरील वर्दी उतरवली गेली होती, त्यांची तर मी बारकाईने तपासणी करत होतो.

त्यातल्या एकाला मी तीव्रपणे म्हणालो, "तुमचा उजवा बूट काढून टाका. अरे मूर्खा, हाताने काढू नकोस. दुसऱ्या पायाने दाबून तो काढा. हार्डेन्जर, तुमच्या कोटाची डावी बाही भिजली आहे." ते ऐकताच हार्डेन्जर स्तब्ध उभा राहिला. माझ्याकडे न पहाता तो समोर पहात राहिला. मी त्याच्या कोटाची बटणे सैल केली. सावकाश उजवा हात कोटातून काढायला लावला आणि मग संपूर्ण कोट काळजीपूर्वक काढून खाली टाकला.

तो सार्जंट घाबरून म्हणाला, "आपण... आपण आता सुरक्षित झालो आहोत ना?"

"सुरक्षित? मी तर म्हणेन की, ही जागा विषारी नाग आणि ते काळे विषारी कोळी यांनी बुजबुजलेली आहे. त्यापेक्षाही वाईट आहे असे समजा. आपण अजूनही सुरक्षित नाही. त्या भिंतीवर उडालेल्या विषारी द्रवाचे शिंतोडे वाळले की, ताबडतोब त्यातले विषाणू हे हवेत संचार करू लागतील. मग एका मिनिटात येथील वातावरण विषारी होऊन जाईल."

"याचा अर्थ आपण येथून ताबडतोब निघून गेले पाहिजे. असेच ना?" हार्डेन्जर म्हणाला.

"होय," एवढे म्हणून सभोवताली एक नजर टाकली. "दोन दोन पिंपे दाराच्या दोन्ही बाजूला एकापुढे एकेक अशी ठेवा. दोन पिंपे त्याच रांगेत मध्यभागी, पण जराशी अलीकडे ठेवा. मग दोन दोन माणसांनी दोन्ही बाजूच्या पिंपावरती उभे रहायचे. दोन्ही बाजूने ते सफरचंदाचा रस काढायचे यंत्र धरायचे. त्याला हेलकावे देऊन एक मोठ्ठा झोका त्या दारावर आदळायचा. त्या यंत्राचे वजन सुमारे दीडशे किलो तरी असणार. तेव्हा त्याच्या धडकांपुढे दार तुटेल असे वाटते."

हार्डेन्जर म्हणाला, "त्यामुळे या जागेतून बाहेर पडता येत असेल तर मी

यंत्र एका हाताने उचलून दारावर आपटायला तयार आहे. तेव्हा कमॉन, चला सारे जण.''

बाहेर पडायची घाई झाल्यामुळे सर्वांनी पटापटा हातपाय चालवले. मी सांगितल्याप्रमाणे सहा पिंपे योग्य जागी ठेवण्यात आली. मधल्या दोन पिंपांवरती ते जड यंत्र आणून ठेवले गेले. बाजूच्या दोन्ही पिंपावरती दोघे दोघे असे चारजण चढून उभे राहिले. मधल्या दोन पिंपावर आणून ठेवलेले ते सफरचंदाचा रस काढणारे यंत्र आणून ठेवले गेले. मग दोन्ही बाजूंनी दोघादोघांनी मिळून ते यंत्र हवेत उचलले, त्याला हेलकावा देत देत एक मोठा झोका घेतला व तो झोका दारावर आपटला. मी सांगितल्यापासून हे सारे अवघ्या एका मिनिटात घडले. याचे कारण प्रत्येकाला जिवाची भीती होती. हार्डेन्जर, सार्जंट आणि दोन पोलीस यांनी त्या यंत्राच्या धडका द्यायला सुरुवात केली.

ते दार ओक झाडाच्या लाकडाचे होते. अत्यंत मजबूत व ठणठणीत होते. त्याच्या बिजागऱ्याही तशाच मोठ्या, दणकट व जड वजन पेलणाऱ्या होत्या; परंतु ती चार बलदंड माणसे जिवाच्या कराराने त्या दारावर यंत्राच्या धडका मारू लागली. तेव्हा ते दार टिकाव धरेना. त्याच्या चिरफळ्या होऊ लागल्या. शेवटच्या धडकेच्या वेळी दार फोडून ते यंत्र बाहेर अंधारात फेकले गेले. ते फुटके दार आपल्या बिजागऱ्यांमधून निखळून पडले होते. नंतर पाच सेकंदांत आम्ही सर्वजण बाहेर पडलो, मुक्त झालो.

हार्डेन्जर घाईघाईने म्हणाला, ''फार्म हाऊस. तिकडे चला. तिथे एखादा टेलिफोन असेल.''

''थांबा!'' मी ओरडून म्हणालो. माझ्या आवाजातील कळकळीची धोक्याची जाणीव सर्वांना झाली. मी म्हणालो, ''आपल्याला असे करता येणार नाही. आपल्या अंगावर कुठे एखादा विषाणू चिकटला असेल तर आपण आत जाऊन त्याचा संसर्ग तिथल्या कुटुंबाला निष्कारण करू. ते सारे कुटुंब हकनाक मारले जाईल. त्यापेक्षा इथेच पावसात थोडा वेळ थांबू या. म्हणजे कपड्यावर कुठे विषाणू चिकटला असेल तर तो धुतला जाईल.''

हार्डेन्जर घायकुतीला येऊन म्हणाला, ''डॅम इट. तेवढा थांबायला वेळ नाही. जर आपल्याला आतमध्ये विषाणूचा संसर्ग झाला नाही तर इथे उघड्यावर तो कसा होईल? जनरल साहेब, तुमचे काय मत आहे?''

जनरल कचरत म्हणाले, ''मला नक्की काहीच कळत नाही. पण तुमचे मत मला चूक वाटत नाही. आपल्याजवळ फारच थोडा वेळ–''

बोलता बोलता ते एकदम थांबले. भयभीत नजरेने पाहू लागले. मी त्यांच्या नजरेच्या दिशेने पाहिले. ज्या एका पोलिसाच्या अंगावरती वर्दी नव्हती, त्याच्याच

बुटाला ते मद्य लागले होते. तो आता वेदनेमुळे किंचाळू लागला होता. त्याच्या किंकाळीचा आवाज वाढत गेला. तो विव्हळत किंचाळू लागला. यापेक्षा जास्त जोरात किंकाळी फोडता येत नसल्याने त्याचा आवाज फाटल्यासारखा येऊ लागला. तो खोकू लागला. आपल्या दोन्ही हातांनी त्याने आपला गळा पकडला. तो एवढा घट्ट पकडला होता की, त्याची नखे आता गळ्यात घुसणार असे वाटले. पहाता पहाता तो एकदम ताठ झाला. त्याच्या गळ्याचे स्नायू, स्नायूबंध व शिरा टरारून फुगल्या. मग तो खाली पडला. खालच्या चिखलात रपकन आपटला. खाली पडल्यावर त्याचे ओरडणे थांबले. अंगावरची वर्दी उतरवलेला त्याचा जो सहकारी पोलीस होता, तो ते पहाताच पुढे धावला. पण मी त्याला थोपवले. मी त्याचे मानगूट एवढे घट्ट धरले होते की तो वेदनेने विव्हळला.

मी खर्जात ओरडून त्याला म्हटले, "त्याला स्पर्श करू नका. जर स्पर्श केलात तर तुमचीही तशीच अवस्था होऊन तुम्ही मराल. त्याने आपल्या बुटावरचे विषाणू हाताने साफ केले असले पाहिजेत आणि तो हात किंवा ते बोट आपल्या तोंडात चुकून घातले असले पाहिजे. आता त्याला कोणीही वाचवू शकणार नाही. मागे सरून उभे रहा. त्याच्यापासून दूर रहा."

शेवटी त्याला मृत्यू आला. अवघ्या वीस सेकंदांत झाला. तो मृत्यू पहाणाऱ्यांना आता भयाण स्वप्नात पुन:पुन्हा ते दृश्य दिसणार होते. आजवर पुष्कळ माणसे मी मरताना पाहिली. पण ती पिस्तुले, बंदुका यांच्या गोळ्यांनी. बॉम्बच्या तुकड्यांनी. त्यांनाही यातना झाल्या होत्या. पण विषाणूच्या यातनांपुढे त्या यातना अगदीच किरकोळ व सुसह्य म्हटल्या पाहिजेत. या भयानक विषाणूंमुळे शरीर वेडेवाकडे होत जाते, माणूस आचके देऊ लागतो आणि शेवटी बेभान होऊन शरीराचा आकार विकृत होत जातो. उसाच्या चरकात घातल्यासारखे त्याचे शरीर पिळवटले जाते. तो जमिनीवर पडला तर एवढा थडाथड उंच उडू लागतो की, वर उडल्यावर त्याच्या अंगाखाली एखादे टेबल सहज सारता यावे. अन् मग जसा अनपेक्षितपणे व अचानक तो त्रास सुरू झाला तसा तो झटकन थांबतो आणि त्याचा मृत्यू होतो. त्यानंतर त्याचे शरीर आकारविहीन असा लोळागोळा झालेले असते. समोरचा पोलीस तसाच मरण पावला होता. तो पालथा पडला होता. त्याचे तोंड चिखलात खुपसले गेले होते. ते पाहून माझ्या तोंडाला कोरड पडली. काहीतरी खारट खाल्ल्यासारखे मला वाटू लागले. तीच ती मृत्यूची चव होती.

त्या मुसळधार पावसात तो मृतदेह पहात आम्ही किती वेळ उभे होतो देव जाणे. बराच वेळ उभे असलो पाहिजे. मग कधीतरी आम्ही एकमेकांकडे पाहू लागलो. आम्हा सर्वांच्या मनात एकच एक प्रश्न उमटला होता. आता यानंतर कोणाची पाळी? माझ्या हातात तो बॅटरीवरचा दिवा होता. त्याच्या प्रकाशात

आम्ही एकमेकांकडे पहात होतो. डोळे फाडफाडून पहात होतो. विषाणूचा संसर्ग झाल्याची प्राथमिक चिन्हे कोणाकोणाच्या चेहऱ्यावर दिसत आहेत का ते पहात होतो. मग कधीतरी मी एकदम ओरडलो, अचानक ओरडलो. शिव्याशाप देऊ लागलो. त्या शिव्या माझ्या भित्रेपणाला असतील किंवा ग्रेगरीला उद्देशून असतील. मी दिवा हातात घेऊन पळत सुटलो. त्या अंधारात दिव्याचा प्रकाश समोर सोडत मी पळालो. बाकीचे सारेजण मृत देहाभोवती उभे होते. काळोखात व पावसात मृत देहाभोवती जमलेली ती माणसे पाहून काहीतरी प्राचीन काळातील विधी करीत आहेत, असेच कोणालाही वाटले असते.

मी गोठा शोधत पळत होतो. तो गोठा मला सापडला. मला एक होज पाईप पाहिजे होता. तोही मला ताबडतोब मिळाला. मी तो ओढत ओढत बाहेर आणला. तिथे एक हायड्रन्ट होता. त्याला पाईपचे एक टोक फिरवून बसवले आणि हायड्रन्टचे चाक पूर्णपणे फिरवले. आता होज पाईपातून जबरदस्त दाबाने आणि वेगाने पाणी बाहेर पडू लागले. तिथल्या एका गवताच्या वॅगनवर चढून मी जनरलला हाक मारली व म्हटले, ''कमॉन सर, तुमची पहिली पाळी.''

ते धावत तिथे आले व सरळ होज पाईपाच्या झोतात उभे राहिले. पाईपातून इतक्या मोठ्या प्रमाणात पाणी बाहेर पडत होते की, तेवढ्या पाण्यात कुठे विषाणू चिकटले असतील तर ते सहज वाहून निघून जावेत. जेव्हा त्यांना पूर्ण धुवून काढले तेव्हा ते मला रात्रभर नदीत उभे राहून आल्यासारखे वाटू लागले. ते आता कुडकुडू लागले होते. त्यांचे दातावर दात आपटणे मला सहज ऐकू येऊ लागले. मग सर्वजणांना मी पाळीपाळीने धुवून काढले. पाईपातील पाणी बर्फासारखे थंडगार होते. परंतु विषाणूमुळे येणारा मृत्यू कसा असतो हे नुकतेच दिसल्यामुळे सर्वांनी पाण्याचा त्रास सहन केला. माझ्या चेहऱ्यावरती ओरखड्यांच्या जखमा होत्या. त्यावरती गार पाण्याचा मारा हार्डेन्जर करू लागला. जखमा चिघळण्याची व न्यूमोनिया होण्याची भीती त्यामुळे होती; परंतु आत्ता पाहिलेल्या मृत्यूमुळे मी सारे सहन केले.

होज पाईपातील पाणी बंद करीत हार्डेन्जर म्हणाला, ''सॉरी कॅव्हेल, खरे तर प्रथम आम्ही तुला भिजवून विषाणूमुक्त करायला हवे होते.''

मी त्याच्या बोलण्याकडे दुर्लक्ष करीत म्हणालो, ''हा सारा माझा दोष होता.'' माझा आवाज मलाच बद्द व निर्जीव असा ऐकू येत होता. ''मी त्या पोलिसाला नाकाला व तोंडाला हात लावू नका असे सांगायला हवे होते.''

''पण ते धोके त्यालाही समजायला हवे होते. या विषाणूंच्या संसर्गामुळे काय काय होते याची माहिती आजच्या साऱ्या वृत्तपत्रांत प्रसिद्ध झालेली आहे. चला, आता आपण येथल्या शेतकऱ्याकडे जाऊन त्याच्याकडे फोन असेल तर पाहू या. त्यामुळे काही फारसा फरक पडत नाही म्हणा. ग्रेगरीला ठाऊक आहे

की, जग्वारचे इंजिन फार दामटता येणार नाही. ते एव्हाना खूप गरम झालेले असेल. आत्ता काटले त्यापेक्षा येथून पुढचे लंडनचे अंतर जास्त आहे. आत्तापर्यंत त्याने बाजी मारली आहे. आत्ता त्याला कोण अडवू शकेल? त्याने बारा तासांची मुदत दिली आहे. बारा तासांनी त्याला जे करायचे आहे ते तो करून दाखवेल.''

''पण आत्तापासून बारा तासांच्या आत ग्रेगरी मरणार आहे,'' मी म्हणालो.

''काय?'' असे म्हणून हार्डेन्जर माझ्याकडे डोळे फाडून पहात राहिला. ''तुम्ही काय म्हणालात?''

मी परत तेच म्हणालो, ''तो बारा तासांच्या आत मरणार आहे. उद्याची सकाळ तो पहाणार नाही.''

''ठीक आहे,'' असे हार्डेन्जर म्हणाला खरे, पण त्याच्या स्वरावरून असे जाणवले की, त्याचा यावरती विश्वास बसला नाही. कॅव्हेलचे मन भरकटले गेल्याने तो चमत्कारिक बरळत आहे, अशी त्याची समजूत झाली. त्याने माझा हात धरला आणि त्या शेतकऱ्याच्या ज्या खिडकीतून प्रकाश येत होता तिकडे तो पहात राहिला. तो पुढे म्हणाला, ''हे सारे लवकर संपले पाहिजे. जितक्या लवकर संपेल तितक्या लवकर मला जेवण करता येईल, विश्रांती घेता येईल आणि झोप काढता येईल.''

''मी मात्र ग्रेगरीला ठार केल्यानंतरच विश्रांती घेईन. आज रात्रीच मी त्याला मारेन. प्रथम मेरीला सोडवेन व नंतर त्याला ठार करेन.''

''कॅव्हेल, मेरी ठीक असणार व असेल. तो तिला सोडून देईल. तिला काही करण्याचा त्याचा हेतू नाही. आपल्या बरोबर ती असती तर विषाणूच्या संसर्गाने तिला मृत्यू आला असता असे तुम्हाला वाटले होते ना?''

''बरोबर आहे. मलाही तसेच वाटते आहे,'' जनरल म्हणत होते. माझ्या एका बाजूने जनरल चालत होते. ते म्हणाले, ''मेरीला काहीही केले जाणार नाही.''

मी उद्धटपणे त्या दोघांना म्हणालो, ''पण मी स्वत: ज्याअर्थी तिला त्याच्याबरोबर पाठवले त्याअर्थी नक्की तिला काहीही केले जाणार नाही हे मला ठाऊक असणार, असा का नाही तुम्ही विचार केलात. तिला पाठवून देण्यात माझा काही डाव होता, हे कसे तुमच्या लक्षात आले नाही?''

हार्डेन्जर थांबला व त्याने माझा दंड दाबला. तो माझ्याकडे पाहू लागला. ज्या वेळी तुम्हाला एखाद्याच्या मनाची गाडी रुळावरून घसरली आहे असे वाटते, तेव्हा तुम्ही त्याबद्दल अजिबात बोलत नाही. यामागचे साधे कारण असे आहे की, त्याची खात्री पटलेली असते की, आपल्या मनाची गाडी मात्र अजूनही रुळावरतीच आहे. त्यांना याचाच खेद होत असतो. पण तरीही तो सावधगिरीने म्हणाला, ''कॅव्हेल, तुम्ही काय म्हणत आहात ते मला समजत नाही.''

“आता नसेल समजत, पण कधीतरी नंतर समजेलच.” मग मी जनरलना म्हणालो, “सर, तुम्ही मंत्रिमंडळाला पटवले पाहिजे की, लंडनची ती बिझनेस एरिया असलेली मध्यवस्ती रिकामी करा, हलवा. रेडिओ आणि टीव्हीवरून सतत तशा सूचना जनतेला देत रहा. मध्यवस्तीतील लोकांचे मन वळवणे तसे फारसे कठीण नाही, हे लक्षात असू द्या; परंतु तसे करताना फारसा गोंधळ होणार नाही हे पहा. तो भाग व्यापारी संकुलांनी आणि ऑफिसेसनी गजबजलेला असल्याने तिथे रात्री रहाणारे फारसे कोणी नाहीत.” मग मी हार्डेन्जरकडे वळून म्हणालो, “तुमच्याकडची सर्वांत चांगली अशी दोनशे सशस्त्र माणसे निवडा. मला एक पिस्तूल व चाकू द्या. ग्रेगरी आज रात्री नेमके काय करणार आहे याची मला कल्पना आहे. त्याला जे काही साध्य करायचे आहे ते मला ठाऊक आहे. तसेच तो हा देश सोडून कसा पळून जाणार आहे आणि कुठून जाणार आहे, तेही मला ठाऊक आहे.”

“माय बॉय, तुम्हाला कसे काय ते ठाऊक झाले आहे?” जनरलने इतक्या शांत व हळू आवाजात विचारले की, पावसाच्या आवाजात मला त्यांचे शब्द ऐकू येण्यास कठीण गेले.

“कारण ग्रेगरी खूप बोलून गेला. केव्हा ना केव्हा तरी ही गुन्हेगार मंडळी फार बडबड करू लागतात. पण जेव्हा ग्रेगरीला कळून चुकले की, आता या पोलीस मंडळींची शस्त्रे काढून घेतली आहेत, त्यांना खोलीत कोंडून ती कुपी आत फेकल्यावरती सर्वजण एका मिनिटात मरणार आहेत तेव्हा तो खुषीत आला. नको तितकी बडबड करू लागला. तो काही फार बोलला नाही; परंतु बोलायला नाखूश असलेल्या ग्रेगरीचा स्वभाव पहाता तो खूपच बोलून गेला असे म्हटले पाहिजे. मॅक्डोनल्डचे प्रेत सापडल्यानंतर प्रथमच मला ग्रेगरीच्या बोलण्यातून नवीन माहिती कळत गेली.”

हार्डेन्जर उपरोधिकपणे म्हणाला, “आम्हाला जे ऐकू आले नाही ते त्याचे बोलणे कदाचित तुम्हाला ऐकू आले असेल.”

“तसे काही नाही. तुम्हीही ते सगळे ऐकले आहे. तो लंडनला जाणार आहे हे तुम्हाला त्याच्याकडून कळले. त्याने दिलेल्या धमकीनुसार मरडॉन संस्था पाडली नाही तर विषाणूंचा तो वापर करणार होता. असा जर त्याचा खराच हेतू असता तर तो मरडॉनमध्येच राहिला असता व पुढे काय घडते आहे यावर त्याने लक्ष ठेवले असते. त्याऐवजी तो लंडनला चालला आहे. याचा अर्थ त्याला मरडॉनमध्ये काहीही रस नाही आणि कधीही नव्हता. त्याला लंडनमध्ये आणखी काही करायचे आहे. जाता जाता कोणावर तरी संशयाचे बोट ठेवून त्याला बळीचा बकरा करायचे आहे. आपला संबंध नाही असे दाखविण्यासाठी तो कम्युनिस्टांचा बकरा करणार आहे. विषाणूंकडून होणारे हत्याकांड ही कम्युनिस्टांची

योजना आहे असे तो दाखवणार आहे. सरकारचे लक्ष भलतीकडे वळवणार आहे. हे एक झाले. दुसरे असे की, तो आज रात्री काहीतरी फार मोठे साध्य करणार आहे. तिसरे असे की, त्याने आपला साथीदार हेन्रिक याला दोन वेळा विजेच्या खुर्चीत बसवून दिल्या जाणाऱ्या मृत्युदंडातून वाचवले आहे. यावरून एक तर त्याचा स्वभाव कळून येतो आणि ही घटना अमेरिकेतील आहे हे समजते. कारण जगात फक्त तिथेच विजेच्या खुर्चीत बसवून गुन्हेगाराला मारले जाते. याचा अर्थ ग्रेगरी हा एक आंतरराष्ट्रीय गुन्हेगार आहे. म्हणजे इंटरपोलकडे त्याच्याबद्दलचे रेकॉर्ड नक्की असणार. त्याच्यावर एखादी फाईल असणार. अमेरिकेतील गुन्हेगार टोळ्यांमधला तो एक फार मोठा दादा असणार. अशा माणसाला शेवटी अमेरिकेने इटलीमध्ये, त्याच्या मायदेशात हद्दपार केले असणार. एवढे सारे त्याच्या बोलण्यावरून मी ओळखले. पण इतके होऊनही त्याचा स्वभाव तोच राहिला. त्याच महत्त्वाकांक्षा आणि तीच गुन्ह्याची पद्धत! चौथे असे की, त्याला आता या देशातून पळ काढायचा आहे आणि तोही येत्या बारा तासांत. अन् पाचवी गोष्ट म्हणजे आज शनिवारची रात्र आहे. हे सारे तुकडे एकत्र जुळवा अन् मग बघा कोणते चित्र उभे रहाते. मला हे सारे त्याच्या तुटपुंज्या बोलण्यातून समजत गेले.''

"ते जे चित्र उभे रहाते त्याची आम्ही कल्पना करण्याऐवजी तुम्हीच ते सांगितलेत तर बरे पडेल,'' हार्डेन्जर उतावीळ होत म्हणाला.

अन् मग मी त्यांना ते सांगितले.

पाऊस अजूनही मुसळधार पडत होता; परंतु त्यामुळे बॉट्युलिनस विषाणूंचा त्या जागेतील प्रभाव पार धुतला गेला. फक्त एका पोलिसाचा मात्र बळी घेतला गेला. आम्ही त्या जागेतून झटपट दूर गेलो. आता रात्रीचे ३ वाजून २० मिनिटे झाली होती. पावसाचे पाणी गार ठणक होते; परंतु मला पाण्याचा गारवा जाणवेना. कदाचित माझ्या संवेदना बधिर झाल्या असतील. पण तसे म्हणावे तर मला खूप दमल्यासारखे वाटत होते. माझ्या प्रत्येक श्वासागणिक माझी तुटकी बरगडी हलत असल्याने सुया खुपसल्यासारख्या कळा छातीत उमटत. त्याचबरोबर मी कितीही आत्मविश्वासपूर्वक माझे ग्रेगरीबद्दलचे अंदाज सांगितले तरी कुठेतरी एक विचार माझ्या मनाला सारखा टोचत होता. आपल्या अंदाजानुसार ग्रेगरी वागला नाही, पुढच्या घटना घडल्या नाहीत तर? तर जी दुर्घटना घडणार ती घडेल, त्याला जे साध्य करायचे ते तो करेल आणि सहीसलामत देशाबाहेर पळून जाईल. मग मेरी मला कायमची अंतरली असे होईल. हा विचार मनात सारखा प्रबळ होत चालला. शेवटी मी मोठ्या कष्टाने व माझ्या इच्छाशक्तीने तो

विचार बाजूला सारला. माझे मन मी दुसऱ्या विचारांकडे वळवले.

आता मी लंडनमध्ये होतो. एका इमारतीच्या अंगणात गेले तीन तास अंधारात उभा होतो. चारही बाजूने उंच भिंती उभ्या होत्या. लंडनच्या मध्यवस्तीमधील इमारतीत कोणीही नव्हते. मद्यपानगृहे, नृत्यगृहे, थिएटर्स आदी ठिकाणीच रात्री १२ वाजेपर्यंत या मध्य वस्तीत वर्दळ असे. पण सतत रेडिओ व टीव्हीवरून धोक्याच्या सूचना दिल्या गेल्याने आज येथे सर्वत्र कमालीचा शुकशुकाट होता. ऑफिस, दुकाने तर नेहमीपेक्षा लवकर बंद केली गेली. रात्री ९ वाजता रेडिओवरून असे जाहीर केले गेले की, नवीन माहितीनुसार जे बॉट्युलिनस विषाणू पहाटे ४ वाजता टाकले जाणार आहेत ते दीड तास आधीच, म्हणजे रात्री अडीच वाजता टाकले जाणार आहेत; परंतु तरीही लोकांनी त्या आधीच संध्याकाळपासून येथून दूर जायला सुरुवात केली होती. कुठेही गडबड उडाली नाही, गोंधळ झाला नाही की फारशी घबराट पसरली नाही. दुसऱ्या महायुद्धात लंडन शहरावरती सतत शंभर रात्री हवाई हल्ले झाले होते. कदाचित त्या सार्वत्रिक संकटाची आठवण होऊन लोकांनी शांतपणे आपल्या सूटकेसेस भरून ही मध्यवस्ती सोडली होती.

रात्री ९॥ ते १० च्या दरम्यान येथे सुमारे एक हजार सैनिक शिरले आणि त्यांनी अत्यंत पद्धतशीरपणे माणसांचा शोध घेत त्यांना दूर नेऊन हलवले. प्रत्येक लहान मूल, स्त्रिया, वृद्ध माणसे, आजारी माणसे यांचा शोध घेऊन त्यांना वाहनातून झटपट हलवले. कोणीही चुकूनसुद्धा मागे राहिले नाही याची खात्री करून घेतली गेली.

मग त्या मध्यवस्तीत रात्री ८॥ वाजता टेम्स नदीतून एक काळ्या रंगाची नौका हंगरफोर्ड पुलाखाली आली व तिने उत्तरेचा किनारा गाठला. रात्री १२ वाजता सशस्त्र सैनिक व पोलीस यांनी सारा भाग पार विंचरून काढून नाकेबंदी करून टाकली. आता नवीन व्यक्तीला या मध्यवस्तीत शिरता येणार नव्हते. रात्री एक वाजता या मध्यवस्तीमधील सर्व वीजपुरवठा तोडण्यात आला. सुमारे एक चौरस मैलाचा हा भाग निर्मनुष्य झाला आणि पूर्ण अंधारात बुडाला. या भागाला सर्व बाजूने सैनिक व पोलीस यांनी गराडा घातला.

३ वाजून २० मिनिटे झाली. ते विषाणू सोडल्यापासून पन्नास मिनिटे होऊन गेली. एव्हाना बरेच विषाणू पावसामुळे वाहून गेले असतील. अन् जे विषाणू कोरडे झाले असतील ते प्राणवायूशी संयोग पावून नष्ट झाले असतील. नदीच्या उत्तर किनाऱ्यावरती एक हेलिकॉप्टर उतरवण्याचा छोटा तळ होता. मी तो कधी पाहिला नव्हता की, त्याचा फोटोही पहायला मिळाला नव्हता. पण एका मेट्रोपॉलिटन पोलीस इन्स्पेक्टरने मला त्याचे एवढे तपशीलवार वर्णन करून सांगितले की, मी डोळे बांधून तिथे सहज वावरू शकेन अशी माझी खात्री पटली. मी नौकेतून किनाऱ्यावर उतरलो. मला दिलेले एक पिस्तूल मी कातडी म्यानात ठेवले.

खिशात चाकू ठेवला आणि त्या हेलिपोर्टच्या दिशेने निघालो. काळ्याकुट्ट अंधारात वरून पाऊस पडत असताना मी अंदाजाने पुढे जात राहिलो.

हेलिपोर्टपर्यंत पोचण्यासाठी तीन वेगवेगळे मार्ग आहेत असे मला सांगितलेले होते. हा हेलिपोर्ट रेल्वे स्थानकाच्या एका छपरावरती होता. लंडनमधल्या रस्त्यांपासून १०० फूट उंच होता. तिथे जाण्यासाठी दोन लिफ्ट होत्या. पण आता वीजपुरवठा बंद केलेला असल्याने त्यांचा मला काहीही उपयोग नव्हता. त्या दोन्ही लिफ्टच्या मध्ये एक गोल गोल जिना वरती गेलेला होता. जिन्यावर कोणताही बंदोबस्त नव्हता. ग्रेगरी नक्की याच जिन्याने येणार अशी माझी अटकळ होती. वर जाण्यासाठी लिफ्ट, हा गोल गोल जिना आणि आणखीही एक तिसरा मार्ग होता. तो म्हणजे आगबिग लागली तर निसटून जाण्यासाठी, संकटकाळात वापरण्यासाठी एक मार्ग होता. मी त्याच मार्गाने वरती हेलिपोर्टकडे जायचे ठरवले.

मी अंगणातून तिकडे जाऊ लागलो. एक अरुंद मार्ग भिंतीजवळून फुटपाथसारखा जात होता. मी त्यावरून चालू लागलो. सुमारे ६०० फूट अंतर चालून गेल्यावर तो मार्ग एकदम संपला होता. तिथे एक लाकडी कठडा उभा होता. त्यावर चढून मी पलीकडे उतरलो. अजिबात आवाज न करता उतरलो. तिथे रेल्वेचे रूळ होते.

त्या स्थानकातून अनेक रूळमार्ग समांतरपणे गेलेले होते. इतक्या मोठ्या संख्येने ते रूळमार्ग होते की, तेवढे इंग्लंडमधील कोणत्याही रेल्वे स्थानकात नसतील. मला ते सर्व रूळमार्ग पार करायचे होते. दोन रूळमार्गांमध्ये असंख्य अडथळे होते. केबल्स, सिग्नलच्या तारा, इलेक्ट्रिक वायर्स, पाण्याचे पाईप, हायड्रन्ट्स इत्यादी असंख्य गोष्टींची तिथे गर्दी झाली होती. मी पाय पुढे करून अडथळ्यांचा अंदाज घेत पुढे पुढे सरकत होतो. रात्रीच्या अंधारात मी दिसू नये म्हणून मी तोंडाला काळे फासले होते. बुचे जाळून त्याचा जो कोळसा करतात तो मी फासला होता. आता हळूहळू तो थर चेहऱ्यावरून उडून जाऊ लागला होता. त्याचे कण डोळ्यांत गेल्यावरती मला चांगलेच झोंबायला लागले. डोळ्यांची जबरदस्त आग होऊ लागली. मला फक्त एकच धोका नव्हता. काही रुळांमधून वीज नेलेली होती. त्यांचा आता धोका वाटत नव्हता. कारण त्यातील वीजप्रवाह बंद केला होता.

सर्व रूळमार्ग ओलांडल्यावरती मला परत एक लाकडी कठडा लागला. तो बुटका कठडा मी सहज ओलांडून स्थानकाच्या पलीकडच्या बाजूला गेलो. मी डावीकडे वळलो आणि जिथे त्या बाजूचा संकटकालीन मार्ग होता तिथे मी गेलो. वरून खाली आलेला तो मार्ग आत गेलेल्या एका छोट्या अंगणात उघडत होता. मला तसे आधी सांगण्यात आलेले होते. मला ते अंगण सापडले. मी अंगणात गेलो व भिंतीला चिकटून वरून येणाऱ्या जिन्याकडे जाऊ लागलो. तो संकटकालीन मार्ग ऊर्फ जिना वीस फुटांवरती होता. त्याच्या पहिल्या दोन-तीन पायऱ्या दिसत

नव्हत्या. मी वरती पाहिले. आकाश फारसे काळे नसल्याने त्याच्या पार्श्वभूमीवरती मला नागमोडी वळणात मागेपुढे होत गेलेला तो जिना दिसला.

मी तीन मिनिटे आहे तिथेच उभा राहिलो. स्तब्ध उभा राहिलो. रेड इंडियन जमातीमध्ये बरेच लाकडी पुतळे उभे करून ठेवतात. तसा एक लाकडी पुतळा मी झालो होतो. माझ्या अंगावर पाऊस कोसळत होता. खांद्यावर पडणाऱ्या थेंबांचा आवाज होत होता. पण अचानक मी काहीतरी आवाज ऐकला. थेंबांच्या आवाजावर वरताण करणारा तो आवाज नक्कीच होता. गटारातून पावसाचे पाणी खळखळ आवाज करीत वहात होते. त्या आवाजावरही मात करणारा तो आवाज होता. प्रथम मला तो भास वाटला. पण तो भास नव्हता. कोणाच्या तरी पावलांचा आवाज आला होता. कोणीतरी आपली पायांची अवघडलेली स्थिती बदलणारा तो आवाज होता. तो आवाज पुन्हा ऐकू आला नाही. पण मी तो परत ऐकण्याची गरज आता नव्हती. एकदा ऐकले तेवढे मला पुरेसे होते. कोणीतरी थेट त्या जिन्याखाली अंधारात उभे होते. ती व्यक्ती कदाचित निष्पाप व्यक्ती असेल. पण आता त्यावर विचार करण्यात अर्थ नव्हता. निष्पाप असो वा नसो. आता त्या व्यक्तीने किंचित जरी हालचाल केली तरी त्या व्यक्तीचा मी बेधडक मुडदा पाडणार होतो.

त्या व्यक्तीला जर मी ठार केले तर तो माझा दोष असणार नव्हता, त्या व्यक्तीचा असणार होता किंवा त्या निष्पाप व्यक्तीच्या नशिबाचा तो दोष असणार होता. तिथे कोणीतरी असल्याने माझ्या मनाचा गोंधळ अजिबात झाला नाही किंवा मी निराश झालो नाही. दिलेल्या धमकीचे स्वरूप एवढे गंभीर होते की, त्या धमकीशी सामना करताना असले अडथळे येणार अशी अपेक्षा मला होतीच.

आपल्या अपेक्षेप्रमाणे घडते आहे हे पाहून उलट मला आनंदच झाला. ग्रेगरी पुढे काय करेल याचा मी अंदाज केला होता, तर्क केला होता. तो अंदाज म्हणजे एक प्रकारचा जुगार होता. त्या जुगारात हजारो माणसांचे प्राण आणि माझ्या मेरीचे भवितव्य पणाला लागले होते. पण माझ्या अंदाजानुसार सारे काही घडते आहे पाहून मला हुरूप आला.

मी खिशातला चाकू काढून हातात घेतला. त्याचे पाते अत्यंत सावकाश व आवाज न करता उघडले. माझ्या अंगठ्याने ते पाते साफ केले. तो एक छोटा चाकू होता; परंतु त्याचे ३।। इंची पाते माणसाचा जीव घेण्यास पुरेसे होते. पाते अत्यंत धारदार होते व टोकदार होते. जो परिणाम एखाद्या खंजिराने होईल तसाच परिणाम या पात्याने होऊ शकत होता. फक्त माणसाच्या शरीरात पाते कुठे खुपसायचे यावर बरेच अवलंबून होते. मला त्याची कल्पना असल्याने त्या व्यक्तीच्या शरीराची ती जागा मी मनात निश्चित केली. काही पावलांवर असलेल्या त्या व्यक्तीचा मी पिस्तुलाने जसा सहज बळी घेऊ शकत होतो तसाच बळी त्या

चाकूने मी सहज घेऊ शकणार होतो. तसा मला आत्मविश्वास होता.

वीस फूट अंतरापैकी मी सोळा फूट अंतर दहा सेकंदात कापले. एखादी सावली जशी आवाज न करता पुढे सरकत असते तसा मी सरकत होतो. आता तो माणूस मला दिसू लागला. अगदी स्पष्टपणे दिसू लागला. त्या जिन्याच्या पहिल्या लॅन्डिंगच्या खाली तो भिंतीला पाठ लावून उभा होता. पावसापासून आश्रय घेण्यासाठी तो तिथे थांबला होता. त्याचे डोके पुढे वाकले होते. एवढे वाकले होते की, त्याची हनुवटी त्याच्या छातीला भिडली होती. दोन पायांवर उभा राहून तो पेंगत होता. त्याने डोके वर न घेता, कसलीही हालचाल न करता नुसत्या पापण्या उघडून दोन्ही बाजूला डोळे फिरवले असते तरी मी त्याच्या दृष्टीला सहज पडू शकत होतो.

तो तशा अवस्थेत अनंत काळपर्यंत उभा राहू शकत नव्हता. मी सावकाश हात वर करत नेला. शेवटी चाकूचे पाते त्याच्या छातीच्या रोखाने वर आले. आता एकदम पुढे जाऊन चाकू खुपसायचा बाकी होते. पण मी कचरू लागलो. तसे करण्यास का कू करू लागलो. ती व्यक्ती कोणी का असेना, पण आत्ता त्या व्यक्तीची योग्यता ही मरण्याचीच आहे यात मला कसलीही शंका नव्हती. पण एका कदाचित निरपराध असलेल्या व अर्धवट झोपेत असलेल्या माणसाला कसा ठार करायचा? मग भले त्याची लायकी मरण्याचीच असली तरी? हा काही युद्धाचा काळ नव्हता. मी अत्यंत सावकाश चाकू मिटून खिशात ठेवला. मग झोपलेल्या मांजराला वळसा घालून जाताना उंदीर जशी काळजी घेतो तशी काळजी घेत, चवड्यावर चालत त्याच्यापाशी गेलो. माझे पिस्तूल बाहेर काढून मी त्याची नळी हातात धरली आणि त्याच्या डाव्या कानाच्या खाली पिस्तुलाचा दस्ता जोरात हाणला. माझ्या तडाख्यामध्ये भलताच जोर एकवटला होता. याचे कारण मला राग आला होता. ऐनवेळी आपले मन दोलायमान होते आहे हे पाहून माझा मलाच राग आला होता. एखाद्या झाडावर कुऱ्हाडीने घाव घातल्यावर जसा आवाज होतो तसा आवाज झाला. तो माणूस खाली पडायच्या आत मी त्याला धरले आणि सावकाश खाली जमिनीवरती पडू दिले. आता तो उद्या सकाळपर्यंत नक्की उठणार नव्हता. कदाचित तो कायमचा झोपी जाणार होता. पण मी त्याची काळजी का करावी? मी आता तो आणीबाणीच्या प्रसंगी निसटून जाण्याचा जिना चढू लागलो.

मला कसलीही घाई करायची नव्हती. मी अत्यंत सावकाश आवाज न करता जिना चढू लागलो. जर घाई केली तर सारेच मुसळ केरात जाणार होते. एका वेळी एकच पायरी चढून वरती पहात थांबत थांबत मी प्रगती करीत जात होतो. मी माझ्या योजनेच्या शेवटास पोचत असताना किंचित जरी घाई केली तर प्रचंड अपयश येणार होते.

दोन लॅन्डिन्गमधला जिना चढल्यावर थांबून सावधगिरीने वाट पहात पुन्हा

पुढचा जिना चढत होतो. असे सात जिने मी पार केले. आता मी आणखी मंद गतीने सरकू लागलो. दमल्यामुळे माझा श्वास उथळ होऊ लागला. पाय दुखू लागला. पण म्हणून मी मंद गतीने जात नव्हतो. तर मला आता धूसर प्रकाश एकदम डोक्यावरती दिसू लागला. वरच्या एका भिंतीचा तो भाग होता. पण त्या भिंतीवर अंधूक प्रकाश तरी का पडला होता? वीजपुरवठा बंद केला असताना हा प्रकाश कोठून आला? त्याचा उगम कोणता होता?''

जर भुतांचे चेहरे काळे असते तर पुढचा व शेवटचा जिना मी चढून जाईन तेव्हा वरती जर कोणी असेल तर त्याला खालून भूत वर आले आहे असेच वाटेल. मी वर गेल्यावर मला दिसले की, तो प्रकाश तिथल्या एका दाराच्या जाळीच्या खिडकीतून आत येत होता.

त्या रेल्वे स्थानकाचे मोठे छत पेलून धरण्यासाठी मोठमोठ्या पोलादी तुळया वापरलेल्या होत्या. आडव्या पसरलेल्या अनेक तुळयांची गर्दी तिथे झालेली मला दिसली. मी आता त्या पातळीला आलो होतो. खरे छप्पर या तुळयांच्या आधारावरती अजूनही वर होते. खाली जिथे रूळमार्ग संपत होते, तिथे दोन हायड्रॉलिक बफर्स होते. एखादी गाडी वेगात येऊन धडकली तर तो धक्का पचवण्यासाठी ते बफर्स होते. गाडीच्या ड्रायव्हरला आपण एका बंद रूळमार्गावरती आलो आहोत हे लांबून कळावे म्हणून ते दिवे होते. पण वीज नसली तरी ते कसे जळत होते ते मला समजेना. मग एकदम माझ्या ध्यानात आले. जर अचानक स्थानकातील वीजपुरवठा खंडित झाला व अंधार झाला तर ते दिवे आपोआप बॅटरीवरती चालावेत अशी व्यवस्था केलेली होती. खालच्या रूळमार्गावरच्या त्या दिव्यांचा मंद प्रकाश इकडे दारावरच्या खिडकीतून आत आला होता.

छत तोलून धरणाऱ्या व काजळीने काळ्या पडलेल्या तुळयांच्या भूमितीय सारखेपणाकडे मी क्षणभर पहात राहिलो. माझ्यापासून त्या तुळया दूर जात अंधारात लुप्त झालेल्या होत्या. मी प्रयोगासाठी त्या दरवाजावरती हाताने अगदी किंचित दाब देऊन पाहिला. पण तेवढ्या दाबानेही ते दार आत थोडेसे सरकले. नुसते सरकले नाही तर त्याने कुंई आवाजही केला. मी एकदम दचकलो. रात्रीच्या वाऱ्यामुळे एखादा लाकडी वधस्तंभ त्यावर टांगलेल्या प्रेतामुळे जसा कुरकुरावा तसे ते दार किंचित का होईना कुरकुरले होते. मी तो वधस्तंभ व प्रेताची कल्पना मनातून काढून टाकली. आपले मन भरकटू नये म्हणून मी माझ्या कामावरती लक्ष केंद्रित केले.

ते दार पुरेसे उघडले गेले होते. तिथे मला दोन शिड्या दिसल्या. त्या छताच्याही वरती गेल्या होत्या. छताच्या कडेकडेने एक अरुंद व लांबलचक वाट गेलेली होती. त्या वाटेला खालून आधार नव्हता. त्याच्यावर मात्र काहीही नव्हते, फक्त आकाश होते. दुसरी शिडी खालच्या दिशेने तशाच एका वाटेकडे गेली

होती. पहिली शिडी खिडक्या बाहेरून पुसण्याच्या कामासाठी त्या वाटेवर जाण्यासाठी असली पाहिजे. तर दुसरी शिडी जी खाली गेली होती ती इलेक्ट्रिशियन कर्मचाऱ्यांसाठी असली पाहिजे. या माहितीचा मला फार उपयोग होणार होता. मी ताठ उभा राहिलो. तुळयांवर काही खांब उभे होते. त्यातले काही सरळ व काही तिरपे उभे होते. त्या उभ्या खांबांवरून आडवी तुळई गेलेली होती आणि त्यावर वरचे छत पसरलेले होते. मला अजूनही आणखी किमान सहा जिने तरी चढून छताकडे जायचे होते.

अचानक माझी मान कोणाच्यातरी हाताच्या विळख्यात सापडली. माझ्या मागून त्या व्यक्तीने आपल्या हाताचा विळखा घट्ट घट्ट करीत नेला. ती पकड जबरदस्त होती. आपला दंड व कोपरापासून पुढचा हाताचा भाग यांची कात्री करून त्यात माझी मान त्याने पकडली होती. एका गोरिला माकडाची ती पकड होती. त्या गोरिलाने शर्ट, पॅन्ट व कोट अंगात चढवला होता. त्या गोरिलाचे नाव होते हेन्रिक. पहिल्या काही सेकंदांत माझ्या मनाला अनपेक्षितपणे धक्का बसल्याने मी स्तब्ध झालो होतो. माझी मान आता मोडणार असे मला वाटू लागले. मी काही प्रतिक्रिया द्यायच्या आत त्या राक्षसाच्या दुसऱ्या पोलादी हाताने माझ्या मनगटावर एक फटका मारला. त्या जबरदस्त फटक्याने माझ्या मनगटाला झिणझिण्या आल्या व तो बधिर झाला. माझ्या हातातील पिस्तूल गळून पडले. खालच्या लोखंडी लॅन्डिन्गवरती ते पडले आणि तेथून खाली हवेत गेले. भिरकावले गेले. पुढे ते कुठे गेले ते मला समजले नाही. कारण जमिनीवर पडल्याचा आवाज मला ऐकू आला नाही.

मी जिवाच्या कराराने आता त्याच्याशी झगडू लागलो. माझा उजवा हात तात्पुरता बधिर होऊन गेला होता. म्हणून डावा हात वर करून मी त्याचे मनगट पकडले व ते दूर करू लागलो. पण एखाद्या झाडाची जाडजूड व चार इंच लांबीची फांदी हाताने तोडून काढणे जसे अशक्य असते तसाच तो प्रकार होता. तो माझ्यापेक्षा कित्येक पटीने ताकदवान होता आणि माझ्यातील सारे जीवन तो पिळवटून बाहेर काढू पहात होता अन् तेही सावकाश नव्हे!

माझ्या पाठीला, किडनीच्या जागेच्या जरा वरती काहीतरी घासले गेले. पाठ पुढे दाबून व मान मागे दाबून माझी मान तोडण्यासाठी तो धडपडू लागला. मला त्याचा हा हेतू स्पष्ट कळला. आणखी दाब वाढवला गेला तर माझी मान नक्कीच तोडली जाणार होती. पण तरीही मी झगडत राहिलो. मी माझा उजवा पाय समोरच्या जाळीच्या दाराला लावला नि जोरात दाबला. त्यामुळे आम्ही दोघेही धडपडत मागे गेलो. तो लॅन्डिन्गच्या कठड्याला जाऊन भिडला. त्याच्या कमरेएवढा तो कठडा उंच होता. आम्हा दोघांचा तोल जात होता व कठडा ओलांडून आम्ही

खाली कोसळणार होतो. माझ्या मानेभोवती त्याचा हात अजूनही आवळलेला होता. एकदम ती पकड व पाठीवरचा दाब कमी झाला. तोल जाऊ नये म्हणून तो स्वत:ला सावरू पहात होता. त्याने तो कठडा हाताने धरला होता.

मी त्याच्यापासून स्वत:ला सोडवले आणि खोकत खोकत श्वास घेऊ लागलो. इतका वेळ मी घुसमटलो होतो. वर जाणाऱ्या जिन्याच्या पायऱ्यांवरती मी धाडकन पडलो. माझ्या उजव्या बाजूवर पडलेल्या तुटक्या बरगड्यांवर मी आपटलो होतो. वेदनेचे मोहोळ छातीत उठले. मला अंधारी आल्याने सर्व जग काळोखात बुडत चालल्याचा भास मला होऊ लागला. मी जर माझे भान हरपू दिले असते, शरीराच्या कणाकणाची विश्रांतीची मागणी होती ती मान्य केली असती, क्षणभर जरी मी ढिला पडलो असतो, तर मात्र मी ताबडतोब बेशुद्ध झालो असतो. पण बेशुद्ध होण्याची चैन मला परवडणारी नव्हती, निदान हेन्रिकबरोबर सामना करताना तरी! तो जे काही मला करत होता त्यावरून त्याचा इरादा मला कळला. मला बेशुद्ध पाडायचे व नंतर ठार करण्याचे त्याच्या मनात असते तर त्याने आपल्या पिस्तुलाच्या दस्त्याने माझ्या डोक्यावरती प्रहार केला असता. मला नुसतेच ठार करायचे असते तर त्याने मला पाठीत गोळी घातली असती. जर त्याच्या पिस्तुलाला सायलेन्सर नसते तर आवाज येऊ नये म्हणून प्रथम माझ्या डोक्यावर प्रहार करून मला बेशुद्ध केले असते व नंतर सरळ मला कठड्यावरून खाली ढकलून दिले असते. मग साठ फूट उंचीवरून खाली जमिनीवर आपटून मी ताबडतोब मेलो असतो. पण मग त्यामुळे त्याच्या मनातला हेतू त्याला साध्य करता आला नसता. मला नुसते ठार करण्यात त्याला रस नव्हता, तर माझे हाल करून पाहाण्यात त्याला आसुरी आनंद घ्यायचा होता. शेवटी मला ठार करायचे होते. शांतपणे येणारा व वेदनारहित मृत्यू त्याला मंजूर नव्हता. जर त्याला मला खरोखरच ताबडतोब ठार करायचे असते तर त्याने गोळी घालण्याआधी मला तसे सांगितले असते. पण त्याला माझी तडफड, माझ्या यातना, माझे हाल पहाण्यात खराखुरा रस होता. त्याचा आनंद हा दुसऱ्याचा छळ पहाण्यात होता. अत्यंत दुष्ट व विकृत असलेले त्याचे काळे मन हे रक्तपिपासू होते. ग्रेगरीचा अंकित असलेला हा मारेकरी बहिरा व मुका असला तरी तो आंधळा नव्हता. त्याला आपल्या डोळ्यांवाटे मिळणारा विकृत आनंद उपभोगायचा होता.

मी त्या पायऱ्यांवर अर्धवट वाकलो होतो, अर्धवट उभा होतो. तो पुन्हा माझ्यावरती चाल करून आला तेव्हा मी त्याच्याकडे वळलो. तो वाकून येत होता व आपल्या हातात त्याने आपले पिस्तूल धरले होते. पण त्याला ते पिस्तूल वापरायचे नव्हते. पिस्तुलाच्या एका गोळीने मृत्यू चटकन येतो. त्याच्या मनात काय आहे ते एकदम माझ्या लक्षात आले. तो आपल्या पिस्तुलाचा रोख असा काही माझ्या शरीराकडे वळवत होता की, त्या भागावर गोळी बसली तर लगेच

मृत्यू येणार नव्हता, पण यातना मात्र होणार होत्या. मग बऱ्याच वेळाने तडफडत तडफडत माझा मृत्यू होणार होता. त्याची तीच इच्छा होती. मी माझे हात वरच्या पायरीवर सरळ केले. अन् मग तो आणखी जवळ येताच उजवा पाय एकदम वर करून मी त्याच्यावर झाडला. पण माझी दृष्टी अंधूक व धूसर बनली होती. मला नीट नेम धरता आला नाही. माझी लाथ त्याच्या हाताच्या कोपराच्या पुढे बसली. त्यामुळे त्याने हातात धरलेले पिस्तूल उडून खालच्या लॅन्डिन्गवरती पडले. तेथून ते दोन पायऱ्या खाली खडखड आवाज करीत गेले.

ते पिस्तूल घेण्यासाठी तो मांजरासारखा एकदम वळला. वरच्या पायरीवर वाकून त्याने खाली चाचपून पाहिले व त्याला ते पिस्तूल शेवटी मिळाले. पण तेवढ्या वेळात मी उडी मारून त्याच्या पाठीवर बसलो व माझ्या दोन पायांत त्याची मान पकडली. अगदी घट्ट पकडली. त्याने घशातून काहीतरी खर्जातील चमत्कारिक व वेडाविद्रा आवाज काढला. मग तो खाली आपटला व गडगडत खालच्या लॅन्डिन्गवर जाऊन पडला. पण तरीही व्यवस्थित दोन पायांवर उठून उभा राहू शकला. आता तर त्याच्याजवळ पिस्तूल परत आले होते.

मग मात्र मी उचल खाल्ली. अजिबात कचरलो नाही. वर जाणारे सारे जिने पार करून मी छतावर गेलो असतो तर त्याने वेगाने धावत येऊन काही सेकंदांत मला वाटेतच अगदी सहज पकडले असते. चमत्कार अजूनही घडतात अशी अपेक्षा ठेवून मी जरी वरती पोचलो असतो तरी वरती ग्रेगरीच्या कचाट्यात सापडलो असतो. माझ्या मागून आलेल्या हेन्रिकमुळे माझ्या योजनेतील गुप्तता नाहीशी झाली असती. त्या दोघांच्या गोळीबारामध्ये मी सापडलो असतो. मग माझ्या मागे मेरीच्या हालाला पारावार उरला नसता. तो आता खालच्या लॅन्डिन्गवरती होता. तिथे खाली जाणे म्हणजे आपण होऊन मृत्यूकडे जाण्यासारखे होते, आत्महत्या करण्यासारखे होते. त्याच्याकडे पिस्तूल होते, तर माझ्याकडे फक्त एक चाकू होता. माझा उजवा हात बधिर झाला होता व हळूहळू त्याच्यात जीव येत होता. पण तरीही आत्ता त्या हाताने चाकू चालवता येणे कठीण होते. अन् समजा, जरी आम्ही दोघे नि:शस्त्र असतो, माझी तब्येतही उत्कृष्ट असती, तरीही त्या बहिऱ्या व मुक्या राक्षसापुढे माझी ताकद कमीच पडली असती. मी आता अशक्त झालो होतो, दमलो होतो, थकलो होतो. आत्ता मी हॉस्पिटलमध्ये पडून विश्रांती घ्यायला हवी होती. शेवटी बिळातून बाहेर पडणाऱ्या सशासारखा पळत जाऊन मी त्या जाळीच्या दारातून बाहेर पडलो.

तिथे तो छोटा प्लॅटफॉर्म होता. बचावासाठी मी आसपास पाहिले. वरती नेणाऱ्या शिडीवरून मी संपूर्ण छताभोवतालून जाणाऱ्या हवेतल्या गॅलरीकडे, गॅन्गवेकडे जावे? का खाली इलेक्ट्रिशियनच्या गॅलरीकडे जावे? परंतु अर्ध्या सेकंदातच मला

कळून चुकले की, मी दोन्हीकडे जाऊ शकत नाही. एक हात अर्धवट बधिर झाल्याने निकामी झालेला असला तरीही मी दोन्हीपैकी कोणतीही एक शिडी निवडू शकत होतो; परंतु मला गाठणे त्या राक्षसाला अगदी सोपे गेले असते.

त्या प्लॅटफॉर्मपासून सहा फुटांवरती एक भली मोठी तुळई पुढे गेलेली होती. पार स्थानकाच्या पलीकडच्या भिंतीपर्यंत सारी रुंदी पार करून गेली होती. त्यावरती अनेक खांब सरळ व तिरपे असे उभे केले होते. वरच्या छताला आधार देण्यासाठी ते छतापर्यंत पोचले होते. माझ्या अव्यक्त मनात तुळईच्या पर्यायाचा विचार झाला असावा. मी जर त्या प्लॅटफॉर्मवर हतबद्ध होऊन उभा राहिलो असतो तर केव्हाच हेन्रिकच्या ताब्यात गेलो असतो. त्याच्याकडे पिस्तूल असो वा नसो, तो मग माझी थोडीच गय करणार होता? पण मी तिथे क्षणभरही थांबलो नाही. त्या प्लॅटफॉर्मभोवती एक साखळीचा कठडा होता. त्या साखळीखाली मी वाकून बसलो आणि सरळ समोरच्या पोलादी तुळईवरती झेप घेतली. हवेतील सहा फूट अंतर मी पटकन कापले. ती तुळई जमिनीपासून ६० फूट उंचीवर असल्याने मी जर खाली पडलो असतो तर तत्काळ माझा कपाळमोक्ष झाला असता.

मी लोंबकळत्या अवस्थेत असताना उजवा पाय वर करून तुळईवर टाकला व जोर करून सारे शरीर वर खेचून घेतले; परंतु माझा अधू असलेला डावा पाय वर ओढून घेताना तुळईवरून घसरू लागला. कारण त्या तुळईला साऱ्या बाजूने मोठ्या प्रमाणात काजळी चिकटलेली होती. पहिले कोळशाचे इंजीन दोन शतकांपूर्वी जेव्हा धावले तेव्हापासूनच्या अनेक इंजिनांच्या धुरांची काजळी त्या तुळईला लागलेली होती. माझ्या पायाच्या नडगीला तुळईच्या कडेचा मार लागला व कुठेतरी आत नडगीच्या हाडाला भेग गेली असावी, कारण आता तिथे वेदना होऊ लागल्या. माझ्या डाव्या हाताने मी तुळई पक्की धरली व दोन-तीन सेकंद मी तसाच निपचित पडून राहिलो. खाली नजर टाकल्यावर ते भलेमोठे रिकामे रेल्वे स्थानक माझ्या भोवती तरंगू लागले, असा मला भास होऊ लागला. पण क्षणभरातच सारे काही ठीक झाले. आता मला थोडेसे सुरक्षित वाटू लागले. पण क्षणभरच. मी लटपटत्या पायाने तुळईवर उठून उभा राहिलो.

त्या तुळईवरून मी रांगत पुढे सरकू शकलो असतो. पण मी तसे केले नाही. मी हवेत दोन्ही हात आडवे पसरून हलक्या पावलाने चालत गेलो नाही. मी सरळ डोके खाली करून चालत चालत गेलो. त्या तुळईची रुंदी ही आठ किंवा नऊ इंच असेल. त्यावरती काजळीची पुटेच्या पुटे चढली होती. त्यांच्यावरून पाऊल घसरण्याची शक्यता जास्त होती. तुळईच्या दोन्ही कडांना ठोकून मारलेल्या बोल्ट्सच्या किंवा रिव्हेटसच्या दोन रांगा गेल्या होत्या. त्या रिव्हेट्सची अर्धवर्तुळाकृती डोकी वरती आली होती. त्यांच्यावर पाय पडला तर घसरण्याची शक्यता

आणखी वाढत होती. पण मी कशाचीही पर्वा न करता जिवाच्या भीतीने त्या तुळईवरून बेधडक पळत गेलो. तुळईचा मध्यभाग सत्तर फुटांवरती होता. तिथे एक उंच खांब तुळईपासून निघून छताकडे गेला होता. मी तेथवर जाऊन पोचलो. एवढे अंतर मी काही सेकंदांत कापले. अंधारात तुळईचा मध्यभाग लांबून दिसत नव्हता. त्यातून मी त्या उभ्या खांबाआड जाऊन थांबलो. तिथे उभा राहून मी जेथून आलो तिकडे मागे वळून पाहू लागलो.

त्या छोट्या प्लॅटफॉर्मवरील जाळीच्या दारापाशी हेन्रिक उभा होता. त्याने आपला उजवा हात लांब करून हातातील पिस्तूल रोखले होते. तो सर्वत्र पहात आपला हात फिरवित होता. माझ्याकडेही तो पिस्तूल रोखे, पण मधेच हात खाली घेई. याचा अर्थ त्याला मी दिसत नसलो पाहिजे. त्याने मला तुळईवरून पळत जाताना पाहिले होते. पण मी आता खांबाआड गेल्याने त्याला दिसेनासा झालो असावा. त्यातून इतक्या दूरचा खांब किंवा तुळईचा मध्यभाग अंधारात गडप झाला असावा. मी त्या खांबाला धरून उभा होतो. माझ्या हातातील बधिरपणा आता ओसरून गेला. हेन्रिकला काय करावे कळत नव्हते. तो विचारात पडला होता. तेवढ्या वेळात मी विचार करू लागलो. माझ्या लक्षात आले की, शेवटी माझीच चूक आत्ताच्या अनर्थाला कारणीभूत ठरली आहे. त्या जिन्याने वर येताना मी एकदाही मागे वळून पाहिले नव्हते. तो बहिरा-मुका हेन्रिक हा आपले नेमलेले पहारेकरी काय करीत आहेत हे पहाण्यासाठी चक्कर मारीत होता. छताकडे जाणाऱ्या सर्व मार्गांवरती ग्रेगरीने भाडोत्री पहारेकरी किंवा गुंड लपवून ठेवलेले असणार. मी त्या पहारेकऱ्याला बेशुद्ध पाडल्यावरती काही सेकंदांतच हेन्रिक तिथे आला असावा. मग त्याला जेव्हा बेशुद्ध पडलेला पहारेकरी दिसला तेव्हा तो ताबडतोब जिना चढून माझा पाठलाग करू लागला.

शेवटी हेन्रिकचा मी उभ्या असलेल्या आडव्या तुळईवरती येण्याचा निश्चय झाला असावा. पण त्यासाठी माझ्यासारखी तुळईवर झेप टाकण्याची त्याची तयारी नव्हती. तो जाळीचे दार उघडून बाहेर गेला. ती लोखंडी शिडी चढून छताभोवतालून जाणाऱ्या गॅलरीच्या मार्गावरती गेला. माझ्या डोक्यावरून एक आडवी तुळई गेली होती. माझ्या पायाखालच्या तुळईला ती समांतर होती. तिचे एक टोक गॅलरीकडे गेले होते. दोन्ही तुळयांत फक्त चार फुटांचे अंतर असावे. हेन्रिकने वरच्या तुळईवरती आपले पाऊल ठेवले. मग हवेत दोन्ही हात आडवे करून आपला तोल सांभाळत तो चालत येऊ लागला. थोडेसे अंतर पार केल्यानंतर तो खाली बसला. आपले दोन्ही पाय त्याने एका बाजूने खाली सोडले. मी ज्या तुळईवरती उभा होतो त्यावर उतरण्याचा त्याचा इरादा मला दिसला. त्याचे पाय आता फक्त काही इंच वर माझ्या तुळईच्यापाशी पोचले होते.

मग हिय्या करून त्याने खाली ती चारपाच इंचाची उडी मारली. शेवटी तो माझ्या तुळईवरती आलाच. हवेत परत हात आडवे पसरून तो माझ्याकडे येऊ लागला. मी त्याच्याकडे पाठ वळवली व पुन्हा चालू लागलो.

त्या तुळईवरती मी तसा फार चाललो नाही. कारण तेवढे चालण्याजोगी जागाच तिथे नव्हती. मध्याच्या पलीकडे स्थानकाच्या मुख्य हॉलची इमारत वरपर्यंत आली होती. तुळई त्या इमारतीच्या भिंतीत शिरून गडप झाली होती. मी कोठवर जाऊ शकत होतो? मागे फिरावे तर तो नराधम माझ्याकडे येत होता. एक तर ६० फूट खाली उडी टाकून आत्महत्या करावी किंवा सरळ त्या राक्षसाशी सामना द्यावा. ती तुळई जिथे भिंतीत घुसली होती तिथे कोणताही छोटा प्लॅटफॉर्म उभे रहाण्यासाठी नव्हता की, वरती किंवा खाली गॅलरीसारखा मार्ग नव्हता. मी खाली पाहिले. तिथे अनेक रूळमार्ग होते. ते रूळ अंधारात चमकल्यासारखे वाटत होते. काही रूळमार्ग संपलेले असल्याने तिथे धक्का शोषणारे बफर्स होते. त्यांचे बॅटरीवर चालणारे इंडिकेटर दिवे लागलेले होते. एका भिंतीपाशी ६० फूट उंचीवरती मी कैद झालो होतो. शेवटी मी भिंतीकडे पाठ वळवून तुळईवरती बसलो व मृत्यूला सामोरे जाण्यास तयार झालो.

आता हेन्रिक माझ्याकडे सरकू लागला. माझ्यापासून ५० फुटांवर आल्यावर तो खाली बसला. आपले लोंबकळणारे दोन्ही पाय एकमेकांत अडकवून स्वतःला तुळईशी जखडून टाकले. माझी केविलवाणी परिस्थिती पाहून तो हसला. त्या काळोखात त्याचे दात चमकलेले मला दिसले. माझी अडचणीची परिस्थिती त्याने अचूक हेरली होती. माझ्या साऱ्या पळवाटा बंद झाल्या होत्या. समोर तो हेन्रिक नावाचा मृत्युदूत हळूहळू माझ्या दिशेने सरकत सरकत येऊ लागला. माझे भवितव्य आता पूर्णपणे त्याच्या मर्जीवर अवलंबून होते. तो स्वतःच 'मृत्यू' होता. एक विकृत, बहिरा, मुका व गुन्हेगार माणूस दुसरे काय बनू शकत होता?

तो क्षणभर आहे त्याच जागी थांबला. काहीतरी विचार त्याच्या मनात आला असावा. परत तो माझ्याकडे सरकू लागला. आम्हा दोघांतील अंतर कमी कमी होऊ लागले. त्याच्या अंगावरती भारी कापडाचा इटालियन सूट होता. तुळईवरच्या काजळीच्या थराने तो सूट मळत होता, काळा होत होता; परंतु त्याला त्याचे दुःख नव्हते. त्याने आता आपल्या दोन्ही हातात पिस्तूल धरले. हात उचलून माझ्यावर नेम धरला. माझ्या शरीरावर मध्यभागी नेम धरला.

आता मात्र मी काहीही करू शकत नव्हतो. मृत्यू माणसाला नेहमी असाच खिंडीत गाठत असतो. मी मागे सरकत सरकत गेलो; परंतु शेवटी ती भिंत आलीच. माझ्या पाठीला भिंतीचा स्पर्श झाला. मी भिंतीला हात टेकवले व शरीर ताठ केले. मृत्यूला सामोरे जाताना केलेला तो एक व्यर्थ प्रयत्न होता. पण ताठ

झालेल्या शरीरात गोळी घुसणार नाही असे थोडेच असते? मी त्याच्या पिस्तुलाच्या हातावर नजर ठेवायला हवी होती. पण त्याऐवजी मी डोळे मिटून घेतले. एक किंवा दोन सेकंदच मी डोळे मिटले असतील. मी परत जेव्हा डोळे उघडले तेव्हा त्याने पिस्तूल खाली केले होते, तुळईला एका हाताने पकडले होते आणि तो माझ्याकडे पाहून दात विचकत होता.

विकृती व क्रौर्य यांचे मूर्तिमंत उदाहरण म्हणजे हेन्रिक होता. त्याची सर दुसऱ्या कोणालाही येणार नव्हती. मला हे आधीच कळायला हवे होते. याच वेड्या राक्षसाने क्लिव्हडेनच्या तोंडात सायनाईडचे चॉकलेट खुपसले होते. यानेच मॅक्डोनल्डला फास देऊन मारले होते. यानेच मिसेस टर्पिनच्या डोक्यावर घाव घालून तिच्या कवटीचा चेंदामेंदा केला होता. ईस्टन डेरीला यानेच हालहाल करून ठार मारले होते. यानेच माझ्या छातीवर लाथा मारून माझ्या बरगड्या मोडल्या होत्या. असा हा माणूस मला झटपट मारणार नव्हता. त्याला आपल्या बळीच्या मनातील भीती पहायची होती. तिचा आनंद घ्यायचा होता. गोळी घालून एक क्षणात समोरच्या व्यक्तीला संपवण्यात त्याला आनंद नव्हता. दुसऱ्याची घालमेल, तडफड, भीती चवीने पहाण्यात त्याला मोठे सुख वाटत होते. त्याच्या रिकाम्या डोळ्यांत मला ती लालसा आता प्रकर्षाने प्रगट झालेली दिसली. त्याचे दात विचकणे पाहून मला लांडग्याची आठवण झाली. तो आता बोका बनला होता, तर मी त्याच्यापुढे उंदीर बनलो होतो. तो माझ्या जिवाशी आता खेळणार होता. आपले समाधान होईपर्यंत खेळणार होता. अगदी शेवटी तो मला गोळी घालणार होता. त्या वेळीही मी तुळईवरून खाली कसा कोसळत जाईन हे तो आनंदाने पहाणार होता. खालच्या जमिनीवर किंवा एखाद्या लोखंडी भागावर माझे डोके आपटून ते कसे फुटेल हेही तो जिभल्या चाटीत पहाणार होता.

मी अत्यंत घाबरलो होतो. मी काही चित्रपटातील नायक नव्हतो. माझा मृत्यू निश्चित झाला, खून पक्का झाला असताना उगाच कशाला धैर्याचा आव आणायचा! शारीरिकदृष्ट्या मी पूर्णपणे थकलो होतो. आता मानसिकदृष्ट्याही पार खचून गेलो होतो. एकदम मला चीड आली, राग आला. माझे व मेरीचे भवितव्य केवळ एका विकृत, अर्धमानवी गुंडाच्या मर्जीवर अवलंबून रहावे याचा मला संताप आला.

मला एकदम माझ्या जवळच्या चाकूची आठवण झाली.

तो चाकू माझ्या मागच्या खिशात होता. मी माझे हात सावकाश मागे नेले. चाकू काढून घेतला. त्याचे पातेही मागच्या मागे उघडले आणि तो माझ्या बोटांमध्ये तयारीत ठेवला. माझ्या बोटांचा बधिरपणा खूपच कमी झाला होता. मी हात पुढे घेतले. डाव्या बाहीमध्ये चाकूचा मागचा भाग दिसणार नाही असा ठेवला. हेन्रिकने आता पुन्हा आपले पिस्तूल हातात घेऊन नेम धरला. त्याचे

ओठ विलग होऊन त्यावर ते खुनशी हास्य पुन्हा प्रगट झाले. तो मला एकदम गोळी घालणार नव्हता. या जीवघेण्या खेळाची मजा तो पुरेपूर चाखणार होता. जेव्हा त्याला कंटाळा येईल तेव्हाच तो पिस्तुलाचा चाप ओढणार होता.

त्याने परत आपले पिस्तूल खाली ठेवले. जराशी जागेवरती हालचाल केली. थोडीशी अधिक आरामदायी अशी बसण्याची अवस्था घेतली. आपले लोंबकळणारे पाय त्याने परत एकदा नीट गुंतवून ठेवले. मग त्याने खिशातून एक सिगारेटचे पाकीट व आगपेटी बाहेर काढली आणि तो आरामात सिगारेट तोंडात धरून शिलगावू लागला. तो हसत होता. विकृत सुखाच्या कळसावर तो पोचला होता. समोरचा बळी भीतीने पूर्ण ग्रासल्यावर त्याला समाधान वाटत होते. आपला घास केव्हा घेतला जाईल याची अद्यापही कल्पना न आलेले सावज भीतीने थरथर कापत असताना तो त्याला वाटेल त्या क्षणी गोळी घालणार होता.

त्याच्या तोंडात एक सिगारेट होती. काडी ओढण्यासाठी तो पुढे वाकला. त्याच्या उजव्या हातात अजूनही पिस्तूल होते. आगपेटीची काडी पेटून उजळून निघाली आणि अर्धा सेकंद तरी त्याला दिसेनासे झाले.

पेटलेल्या काडीच्या पार्श्वभूमीवरती त्याला समोरचे काही काही दिसेना. अन् त्याच नेमक्या क्षणी मी हातातला चाकू नेम धरून फेकला, त्याला मारला. काय झाले त्याला समजले नाही, तो क्षणभर खोकला. त्याच्या गळ्यात माझा चाकू घुसला होता. चाकूचे पाते पार आत, घशात घुसून पलीकडच्या बाजूतही रुतले असणार. कारण फक्त चाकूची मूठ गळ्याबाहेर राहिली होती. त्याने एकदम उचल खाल्ली. मागच्या बाजूने तो वाकला. जणू काही त्याला एक जबरदस्त विजेचा धक्का बसला होता. त्याच्या हातातील पिस्तूल उडाले. एका वक्रमार्गाने फिरत ते खाली गेले. ते जमिनीवर कधी पडले ते मला कळले नाही. जमिनीवर पडताना त्याचा आवाज झाला नाही, फक्त तिथे काही ठिणग्या उडाल्याचे मला दिसले. कोणत्या तरी लोखंडी भागावरती ते आपटले असावे. पण खाली पडेपर्यंतचा तो काळ मला एखाद्या युगाप्रमाणे वाटला.

मी परत हेन्रिककडे पाहिले. आता तो सरळ झाला होता व थोडासा पुढे वाकू लागला होता. कोड्यात पडल्यासारखे भाव डोळ्यांत आणून तो माझ्याकडे पाहू लागला. त्याने आपला उजवा हात वर उचलला आणि चाकूची मूठ हातात धरली व तो चाकू त्याने ओढून बाहेर काढला. क्षणार्धात त्याच्या कपड्याचा पुढचा भाग रक्ताने माखून निघाला. गळ्याला पडलेल्या भोकातून भळाभळा रक्त बाहेर वाहू लागले होते. त्याच्या चेहऱ्यावरती एक भयानक हसू पसरल्याचा मला भास झाला. त्याच्या हातातील चाकूचे पाते आता चमकत नव्हते. पात्यावर लागलेले रक्त भरभर वाळू लागले असावे. त्याने तोच चाकू माझ्या दिशेने फेकण्यासाठी उगारला; परंतु

एकदम त्याच्या शरीरातील शक्ती नाहीशी झाली असावी. तो चाकू त्याच्या हातून गळून पडला. खालच्या कॉन्क्रीटच्या जमिनीवर कुठेतरी तो पडला. पडण्याचा आवाज मला ऐकू आला. आता मात्र तो पूर्णपणे नि:शस्त्र झाला होता. त्याचे पिस्तूल गेले, हातातील चाकू गेला आणि अंगातील ताकदही गेली. हळूहळू त्याचे डोळे मिटत गेले. मग तो एका बाजूला झुकला आणि त्याचे शरीर खाली डोके करून हवेत लोंबकळू लागले. मला ते दृश्य चित्रपटातील स्लो-मोशनसारखे वाटले. त्याचे दोन्ही पाय एकमेकांत गुंतवलेले असल्याने तो लोंबकळत होता. काही क्षणांनी ते पाय एकमेकांपासून वेगळे होत गेले आणि तो अखेर खाली कोसळला. ६० फूट खाली गेला व धपकन कशावर तरी आपटला. तो खाली पडत असताना मला दिसला नाही. मला एकदम दिसले ते त्याचे मोडतोड झालेले शरीर, रूळमार्गावरील लांबलचक बफरवरती पडले होते. एखादा कपडा वाळत घालावा तसे ते पडले होते. आजवर त्याने ज्या ज्या व्यक्तीचे बळी घेतले त्या सर्व व्यक्तीच्या छाया किंवा आत्मे तिथे जमून आनंद व्यक्त करीत असतील, असा विचार माझ्या मनात येऊन गेला. माझ्या गालाचे स्नायू ठणकू लागले. मग माझ्या लक्षात आले की, आपणही आत्ता हसतो आहोत.

मी ती तुळई पुन्हा उलट दिशेने पार करू लागलो. आजारी माणसासारखे माझ्या अंगातील त्राण नाहीसे झाले होते. तुळईवर उभे राहून चालणे तर शक्यच नव्हते. मी रांगत जाऊ लागलो. हिवतापाने वृद्ध माणूस जसा सारखा थरथरत असतो तसा थरथरत मी जात होतो. मी किती वेळ रांगत होतो ते मला समजेना. खूप वेळाने मी ती तुळई पार केली, असे मला वाटले. पुन्हा मला तुळईवरून प्लॅटफॉर्मवरती सहा फूट लांबीची उडी मारावी लागली. अंगात त्राण नसताना, शरीर व मन पूर्णपणे थकून गेले असताना ती उडी मी कशी मारली हे मला आजही आठवत नाही; परंतु उडी मारल्यावर लगेच पकडण्यासाठी प्लॅटफॉर्मच्या कठड्याची साखळी तिथे होती. त्यामुळे माझी सोय झाली होती. मग मी प्लॅटफॉर्मवरती कोसळून पडलो.

मी किती वेळ तसा पडून होतो ते मला आठवत नाही. मी झोपलो होतो का बेशुद्ध पडलो होतो, तेही मला आठवत नाही. पण जेव्हा मी माझ्या घड्याळात पाहिले तेव्हा मी फक्त दहा मिनिटेच तिथे पडून होतो, असे मला कळले. रात्रीची लंडनमधील थंड हवा मला अत्यंत आल्हाददायक वाटली. पहाटेचे चार वाजायला अद्याप दहा मिनिटे बाकी होती.

मी उठून उभा राहिलो आणि जिन्याने खाली उतरून जमिनीवरती शेवटी पोचलो. तिथेच कुठेतरी माझे पिस्तूल पडले असावे. पण मी ते शोधण्याचा प्रयत्न केला नाही. ते शोधण्यास फार वेळ लागला असता. माझा मोलाचा वेळ मला गमवायचा नव्हता. शिवाय एवढ्या उंचावरून खाली पडल्यामुळे ते बिघडले असण्याची

शक्यता जास्त होती. ग्रेगरीने जो गुंड पहारेकरी जिन्याखाली उभा केला होता त्याच्या खिशात नक्कीच पिस्तूल असणार, असा विचार करून मी त्याच्यापाशी गेलो आणि त्याचे खिसे तपासले. मला पिस्तूल मिळाले. अन् त्यात आश्चर्य काहीच नव्हते. ते पिस्तूल कोणत्या मेकचे होते व ऑटोमॅटिक होते का नाही हे मला समजले नाही. त्या पिस्तुलात गोळ्या आहेत, एक चाप आहे आणि एक सेफ्टी कॅच आहे, एवढेच मी पाहिले. अन् तेवढे मला पुरेसे होते. मी परत तो जिना चढू लागलो.

शेवटचे जे पाच-सहा जिने चढायचे राहिले होते तेही मी चढून गेलो. पण माझ्या अंगातले बळ संपत गेले होते. शेवटचे दोन जिने तर मी रांगत रांगत चढून गेलो. अखेर मी छतावरती पोचलो. छतावरती हेलिपोर्ट होता. एक पॅसेन्जर लाऊंजची बुटकी इमारत होती. तिच्या भिंतीला टेकून मी बसलो. काही वेळ विश्रांती घेतली. मग उठून मी अत्यंत हळूहळू चालू लागलो. टोकाशी एक हॅन्गार होते.

तिथे पोचल्यावर मला कळले की, हॅन्गारमधून एक अत्यंत मंद प्रकाश बाहेर पाझरतो आहे. हॅन्गारची दोन्ही दारे सताड उघडी होती. आत मध्यभागी एक हेलिकॉप्टर उभे होते. २४ आसनांची क्षमता असलेले ते एक अवाढव्य हेलिकॉप्टर होते. लंडनपासून अनेक शहरांकडे प्रवाशांना ने-आण करण्याची वाहतूक हे हेलिकॉप्टर करे. 'इंटरसिटी फ्लाईट्स' कंपनीचे ते हेलिकॉप्टर होते. जो प्रकाश हॅन्गारमधून बाहेर येत होता तो त्या हेलिकॉप्टरमधून येत होता. मला आत बसलेल्या वैमानिकाचे खांदे व डोके स्पष्ट दिसले. त्याच्या डोक्यावरती टोपी नव्हती. अंगात करड्या रंगाचा गणवेश चढवलेला होता. वैमानिक डाव्या बाजूच्या आसनात बसला होता, तर उजव्या बाजूच्या आसनात ग्रेगरी बसला होता.

मी त्या हॅन्गरला वळसा घालून बाजूच्या लहान दाराकडे गेलो. ते दार सरकणारे होते. त्यामुळे न ढकलता मी ते हळू ओढत गेलो. सुदैवाने त्याच्या खालच्या चाकांना व लांबट खाचेमध्ये तेलपाणी केलेले असल्याने आवाज न करता ते सरकत गेले. हेलिकॉप्टरच्या मध्यभागी बाजूला एक दार होते. ते उघडे होते. तिथे एक हलवता येण्याजोगा जिना ठेवलेला होता. माझ्यापासून ते हेलिकॉप्टर वीस फुटांवरती होते. मी पिस्तूल बाहेर काढले. सेफ्टी कॅच मागे ओढला आणि त्या पायऱ्यांच्या दिशेने जाऊ लागलो. मी हळुवारपणे आवाज न करता चाललो होतो. जो काही किंचित आवाज माझ्याकडून होत असेल तो फक्त अशा व्यक्तीला ऐकू येईल की, जिला गवताचे पाते जमिनीतून उगवताना होणारा आवाजही ऐकता येतो.

पॅसेन्जर केबिनमध्ये एक दिवा लावलेला होता. पण त्याचा प्रकाश फार मंद होता. तो दिवा दारावरती होता. मी सावकाश पायऱ्या चढून आत गेलो आणि माझे डोके आत घातले. अन् तिथेच, दारापासून तीन फुटांवरती, एका आसनात मेरी बसली होती. तिला बांधून ठेवलेले होते. आसनाच्या हाताला तिचे हात

बांधलेले होते. हेलिकॉप्टरच्या मागच्या बाजूकडे तोंड असलेल्या एका आसनात तिला बसवलेले होते. तिच्या एका डोळ्यावर मार बसला होता आणि तिथे एक टेंगूळ आले होते. चेहऱ्यावरती असंख्य ओरखडे उमटलेले होते. चेहरा प्रेतासारखा पांढरा पडला होता. पण ती मेली नव्हती. तिचे डोळे उघडे होते. ती माझ्याकडे सरळ पहात होती. माझ्या चेहऱ्याला मी काळे फासले होते. पण तरीही तिने मला ओळखले. तिचे डोळे आश्चर्याने विस्फारत गेले आणि तिने मला हाक मारली. एकदा नव्हे, दोनदा हाक मारली. एक बोट तोंडावर ठेवून मी तिला गप्प बसण्याचा इशारा करत असताना हे घडले. म्हणजे माझ्याकडून काही सेकंदांचा उशीर झाला होता. नेहमी असेच होत आले आहे. प्रत्येक वेळी मला काही सेकंदांचा उशीर होऊन माझ्यावर संकट चाल करून येते. मेरी निराशेच्या गर्तेत कोसळली होती. पराभवाचे शल्य तिला बोचत होते. आपला नवरा नक्की मृत्यू पावला आहे अशी तिची खात्री झाली होती. अशा विमनस्क अवस्थेत ती आसनात बसून राहिली असताना जर तिला आपला नवरा जिवंत परतलेला दिसला तर भान हरपून ती हाक मारणारच. तिची तशी प्रतिक्रिया झाली नसती तर ती 'माणूस नाही' असेच म्हणावे लागले असते.

तिने मला मारलेल्या हाकेत आनंद होता, आशा होती व आश्चर्याचा धक्का होता.

मी तिच्याकडे न पहता फक्त वैमानिकाच्या केबिनमध्ये जाणाऱ्या प्रवेशद्वारावरती नजर ठेवून होतो. माझे पिस्तूलही तिकडेच रोखलेले होते. केबिनमधून एक बद्द आवाज झाला आणि ग्रेगरी दारात अवतीर्ण झाला. त्याच्या एका हातात पिस्तूल होते. दुसरा हात त्याने वर नेऊन त्या बुटक्या दाराच्या माथ्याला स्वत:ला सावरून धरण्यासाठी धरला होता. त्याने आपले डोळे बारीक केलेले होते. बाकी त्याचा चेहरा तसाच निर्विकार व थंड होता. पिस्तूल धरलेला हात मात्र त्याने उचललेला नव्हता. मी माझे पिस्तूल उचलून त्याच्या कपाळावरती नेम धरला आणि चापावरचा दाब वाढवला.

धीरगंभीर आवाजात मी म्हणालो, "स्कार्लेटी, तुझा खेळ खलास झाला आहे. मी तुझी वाट पहात होतो. फार काळ मी वाट पाहिली. आज रात्री येथे माझ्याखेरीज दुसरे कोणीही येणार नाही. तुझा तो हेन्रिक मारेकरी तर कधीच येणार नाही. फक्त मीच तुला भेटणार. स्कार्लेटी, फक्त मीच! माझी भेट अटळ आहे. ती तुला कधीच समजली नाही."

# तेरा

"कॅव्हेल?" तो आश्चर्याने म्हणाला. मी बोलेपर्यंत त्याने मला ओळखले नव्हते. आता त्याचा रापलेला चेहरा एकदम पांढरा पडला. जणू काही त्याने मला पाहिले नव्हते, माझे भूत पाहिले होते. अन् मी दिसत होतोही तसाच. "कॅव्हेल! पण हे अशक्य आहे!"

"स्कार्लेटी, तरीही ते सत्यच आहे आणि तुझ्या मनात ते रेंगाळत होते. चल, आत केबिनमध्ये चल. तो पिस्तुलाचा हात अजिबात उचलू नकोस." मी म्हणालो.

"स्कार्लेटी?" तो म्हणाला. त्याने माझा हुकूम जणू काही ऐकलाच नाही असे भासवले होते. या नावाचा उच्चार मी दुसऱ्यांदा केल्यावरती त्याला ते पटले असावे. त्याने हळूच विचारले, "तुम्हाला कसे ठाऊक झाले?"

"ते मला इंटरपोलकडून आणि एफबीआय यांच्याकडून कळले. त्यांनी पाच तासांत तुझा मागचा सारा भूतकाळ शोधून काढला. काय तुझा इतिहास आहे! वा:! तुझे मूळचे नाव एन्झो स्कार्लेटी. शिक्षण पदवी परीक्षेपर्यंत. रिसर्च केमिस्ट म्हणून काम केले. नंतर अमेरिकेत गुन्हेगारांचा बादशहा ठरावा एवढे गुन्हे तिकडे केले. गुन्ह्यांचे विविध प्रकार अवलंबिले. उदाहरणार्थ, पिळवणूक, लूटमार, खून, नशील्या पदार्थांचा व्यापार वगैरे वगैरे. अन् इतके करून पोलीस तुझ्याकडे बोट दाखवू शकले नाहीत. पण शेवटी त्यांनी तुला पकडलेच. हो ना स्कार्लेटी? मग नेहमीचेच कारण. ते म्हणजे अमेरिकी सरकारचा कर बुडवला, असा आरोप ठेवून तुला तुझ्या मायदेशात सक्तीने पाठवून दिले गेले." एवढे बोलून मी दोन पावले पुढे सरकलो. जर गोळीबार करावा लागला तर त्यात मेरी मधे सापडू नये म्हणून मला खबरदारी घेणे भाग होते. मी पुढे म्हणालो, "चल स्कार्लेटी, आत केबिनमध्ये चल."

तो अजूनही माझ्याकडे रोखून पहात होता. पण त्याच्या चेहऱ्यात फार बदल

होत गेला. तो माणूस अत्यंत चिवट होता. आपल्या मनावर चटकन ताबा मिळवण्याचे त्याचे कौशल्य अफलातून होते. तो सावकाश म्हणाला, ''आपल्याला याबद्दल बोललेच पाहिजे.''

''ते नंतर बोलूच. पण आत्ता आधी आतमध्ये चल. नाहीतर तू आत्ता जिथे उभा आहेस तिथेच मी तुझा मुडदा पाडेन.''

''नाही कॅव्हेल, तुला तसे करता येणार नाही. मला ठाऊक आहे ते. निदान आत्ता तरी तू तसे नक्की करणार नाहीस. कॅव्हेल, मी जेव्हा मृत्यूला भिडू पहातो तेव्हा मला ते समजते. आत्ताही तसेच होत आहे. मी माझ्या मृत्यूला पहातो आहे. तू मला आत नेशील, एका आसनात बसवशील आणि मग मला गोळी घालशील. पण तोपर्यंत तू मला गोळी घालणार नाहीस.''

मी त्याच्या दिशेने आणखी एक पाऊल पुढे टाकले. त्याचा डावा हात आता मला दिसू लागला. हातातील वस्तू दाखवित तो म्हणाला, ''कॅव्हेल, तू याच गोष्टीला भीत आला होतास ना? जेव्हा मी कोसळेन तेव्हा हे फुटेल. यालाच तू भीत होतास ना? खरे की नाही कॅव्हेल?''

मी त्या वस्तूकडे पाहिले. ती एक काचेची कुपी होती. त्यावर निळे झाकण होते व ती सीलबंद होती. त्याचा चेहरा आता ताणला गेला होता. तो पुढे म्हणाला, ''तेव्हा कॅव्हेल, तुझे पिस्तूल तू आता खाली ठेवावेस.''

''नाही. यावेळी तर मुळीच नाही. मी जोपर्यंत तुझ्या दोन डोळ्यांच्या मध्ये माझे पिस्तूल रोखलेले आहे तोपर्यंत तू कसलीही हालचाल करता कामा नये. ज्या क्षणाला मी पिस्तूल खाली ठेवेन, त्या क्षणाला तू मला गोळी घालशील हे नक्की. अन् पूर्वी जे मला ठाऊक नव्हते ते आता मला कळले आहे. तू ती कुपी मुळीच वापरणार नाहीस. स्कार्लेटी, मला वाटते की तू मूर्ख आहेस. पण आता मला कळले आहे की, तू केवळ धमकी देण्यासाठी ती कुपी वापरतो आहेस. पण आता तू मला संपूर्णपणे कळला आहेस. तुझा मागचा सर्व इतिहास कळला आहे. तू जिद्दीला पेटला असशील; पण तू वेडेपणा नक्कीच करणार नाहीस. मी जेवढा सुबुद्ध आहे तेवढाच तूही सुबुद्ध आहेस. तेव्हा तू ती कुपी फोडणार नाहीस. तुला स्वत:ला जगायचे आहे. तू स्वत:च्या आयुष्याला, स्वत:च्या योजनेला आणि योजनेच्या यशाला किंमत देतोस. खरे ना?''

''चूक! कॅव्हेल, तू चुकतो आहेस. मी ती कुपी बेधडक वापरू शकतो. अन् मी माझे आयुष्य मौल्यवान आहे हेही मानतो.'' त्याने आपल्या मागे चटकन पाहिले व परत तो वळून माझ्याकडे पहात बोलू लागला, ''आठ महिन्यांपूर्वी मरडॉनमध्ये नोकरीला लागलो. तेव्हाच मी ते सैतानी विषाणू पळवून नेऊ शकलो असतो. पण मी तसे केले नाही. मी वाट पहात होतो. कारण बॅक्स्टर व

मॅक्डोनल्ड हे त्या सैतानी विषाणूची सौम्य जात निर्माण करू पहात होते. तरीसुद्धा ही जात बॉट्युलिनस जंतूंच्या विषापेक्षा अत्यंत प्रभावी होती; परंतु याचे हवेतले आयुष्य हे २४ तासांचे होते. नंतर त्यांचा प्राणवायूशी संयोग होऊन ते मरून जात. फिनॉल व फॉरमॅलिन ही रसायने आणि उष्णता व अल्ट्रा व्हायोलेट यांची किरणे यांची अचूक मात्रा दिल्यावर ती जात निर्माण करता आली. मी त्याचीच वाट पहात होतो. आता हे सैतानी विषाणू अस्त्र म्हणून वापरता येऊ शकत होते.'' त्याने ती कुपी आपला अंगठा व त्याच्या शेजारचे बोट यात धरली आणि म्हटले, ''या कुपीत तो सुधारित सैतानी विषाणू आहे. तसेच माझ्या शरीरातील रक्तात या विषाणूंचा प्रभाव नष्ट करणारे सूक्ष्म जीव आहेत. ते आता सुप्तावस्थेत आहेत. पण ते विषाणू शरीरात शिरले तर त्यांचा नायनाट करण्यासाठी ते एकदम सुप्तावस्थेतून बाहेर पडून कार्यरत होतात. थोडक्यात, माझ्यावर या कुपीतील विषाणूंचा कोणताही वाईट परिणाम घडू शकणार नाही. 'आपल्याजवळ सायनाईडची गोळी असून ती खाऊन आम्ही आधीच आत्महत्या करू,' हे मी जे सांगितले त्या साऱ्या थापा होत्या. बॅक्स्टरच्या शरीरात अशा सैतानी विषाणूंना प्रतिरोध करणारी द्रव्ये नव्हती, म्हणून तो मेला.'' मग तो एक नाट्यपूर्ण विराम घेऊन पुढे म्हणाला, ''मी या कुपीचा वापर करायला का घाबरत नाही हे आत्ता लक्षात आले असेल. मी कधीही–''

तो एकदम बोलायचे थांबला. त्याचा रापलेला चेहरा एकदम गंभीर झाला. ''कसला आवाज झाला?'' त्याने विचारले. मीही तो आवाज ऐकला होता. रिव्हेट मारण्याच्या हातातील यंत्रातून जसा आवाज येतो, तसा तो आवाज होता. प्रत्यक्षात तो आवाज एकापाठोपाठ दोन गोळ्या झाडल्याचा होता. फक्त त्या दोन्ही गोळ्यांचे एकापाठोपाठ झालेले आवाज पाचपट वेगाने होते.

मी त्याला म्हटले, ''का बरे? स्कार्लेटी, तुला ठाऊक नाही? तो आवाज 'मर्लीन मार्क-२' या हातातल्या मशिनगनचा आहे. ती एक वेगाने गोळ्या झाडणारी बंदूक आहे. नाटो करारातील राष्ट्रांच्या सैनिकांना त्या अत्याधुनिक छोट्या बंदुका पुरवण्यात आल्या असून, लंडनच्या पोलिसांनी आत्ता तशा सुमारे दोनशे बंदुका त्यांच्याकडून तात्पुरत्या घेतल्या आहेत.'' एवढे बोलून मी त्याच्या चेहऱ्यावरचे भाव निरखून पाहू लागलो. ''मी काय बोललो ते ऐकू आले ना? मी मघाशीच तुला म्हटले होते की, आज रात्री तुझ्याकडे आता कोणीही येणार नाही. तुला कोणीही भेटणार नाही. फक्त मीच तुला भेटणार! मीच तुझ्याकडे येणार! दुसरे कोणीही नाही.''

तो हळू आवाजात यावर मला म्हणाला, ''काय बोलतो आहेस, कॅव्हेल?'' त्याची कुपीवरची पकड घट्ट होत चालल्याचे मी पाहिले. ''कशाबद्दल बोलतो आहेस?''

मग मी त्याला म्हणालो, ''असं? ऐकायचे आहे तुला? तर मग ऐक. येथून पुढे तुझ्या मित्रांना कित्येक वर्षे आपापल्या घरी जाता येणार नाही. ते तुरुंगात सडत पडतील. तुझ्या गुन्हेगारी जगातील एक्के, राजे समजली जाणारी मंडळी गेल्या दोन-तीन आठवड्यांत रहस्यमयरित्या भूमिगत झाली होती. ही सर्व मंडळी लंडन, पॅरिस, अमेरिका व इटली येथील होती. ऑक्सिअॅसिटिलीन ज्योतीच्या साहाय्याने धातू कापण्यात वाकबगार असलेले गुन्हेगार, नायट्रो-ग्लिसरीनसारखी स्फोटक द्रव्ये लीलया हाताळणारे गुन्हेगार आणि अन्य काही गुन्हेगार गेले काही आठवडे लंडनमध्ये आश्रय घेऊन गुप्तपणे वावरत होते. कितीही भक्कम तिजोरी, व्हॉल्ट असू दे; ते हा हा म्हणता या गोष्टी फोडण्यात तज्ज्ञ होते. इंटरपोलकडून आम्हाला ही बातमी, म्हणजे या लोकांच्या गायब होण्याची बातमी, गेल्या महिन्यात कळली होती. पण हे सर्वजण का गायब झाले ते आम्हाला कळू शकले नाही. तसेच हे सर्वजण लंडनमध्ये एकत्र जमले आहेत हेही समजले नाही.''

स्कार्लेटीने आपले काळे डोळे माझ्यावर रोखले होते. तो दिङ्मूढ झाल्यासारखा बनून माझे बोलणे ऐकत होता. त्याच्या दातातून उच्छ्वासाचा आवाज बारीक शिट्टी बनून बाहेर पडत होता. पण त्याचा चेहरा मात्र कोंडीत सापडलेल्या हिंस्र लांडग्यासारखा झाला होता.

मी पुढे सांगत राहिलो, ''स्कार्लेटी, एफबीआय ही अमेरिकी गुप्तहेर संस्था तुला एक उत्कृष्ट योजना बनवणारा व ती राबवणारा म्हणून मानते. हे ऐकून तुला बरे वाटले असेल ना? पण तू खरोखरीच एक बुद्धिमान संयोजक आहेस. तू आम्हा सर्वांना फसवलेस, उल्लू बनवलेस. मरडॉन संस्थेची इमारत जमीनदोस्त करा यावर तू जोर दिलास. ईस्ट आंग्लियातील खेड्यात तू बॉट्युलिनसच्या विषाचे प्रात्यक्षिक करून दाखवलेस. असे करून दाखवण्यात तुझी अशी बतावणी होती की, आपण चोरलेल्या कुप्यांतील तीन कुप्या या सैतानी विषाणूंच्या आहेत असा आपला समज झाला आहे. यावरून आपली एका वेड्या माथेफिरूशी गाठ पडली आहे, असे आम्हाला तू वाटू दिलेस. लंडनमधील एक चौरस मैलाचा परिसर हा निर्जीव करून टाकण्याच्या धमकीमागे मरडॉन जमीनदोस्त व्हावे अशी त्या माथेफिरूची इच्छा आहे असेच आम्हाला वाटू दिलेस. पण नंतर आम्हाला असे वाटले किंवा तू तशी आमची समजूत करून दिलीस की, इंग्लंडकडे असलेले व शत्रूकडे नसलेले एकमेव असे संरक्षणाचे अस्त्र हे कम्युनिस्टांना नष्ट करायचे आहे. हे सारे त्यांचे कारस्थान आहे; परंतु आम्हाला काही तासांपूर्वीच उमगले की, लंडनच्या मध्यवस्तीला दिलेली धमकी ही एका विशिष्ट हेतूसाठी आहे. तो हेतू एकच एक आहे. अन् तो म्हणजे हा मध्यवस्तीचा भाग खाली करून पूर्णत: निर्मनुष्य करणे.''

मी थोडे क्षण बोलण्याचे थांबलो. स्कार्लेटीच्या चेहऱ्यावरील प्रतिक्रिया अजमावत गेलो. त्याला आपला चेहरा निर्विकार ठेवण्यासाठी खूप कष्ट पडत होते. मी सांगत गेलो, "लंडनच्या या मध्यवस्तीतील एक चौरस मैलाच्या परिसरात जगातल्या अनेक मातब्बर बॅन्का एकवटलेल्या आहेत. या बॅन्कांमध्ये ५० देशांतील विनिमय होण्याजोग्या चलनांचा अफाट साठा आहे. तसेच सेफ-डिपॉझिट व्हॉल्ट्समध्ये असंख्य प्रकारचे जडजवाहीर ठेवलेले आहे. ते जर हडप केले तर जगातील दहा-बारा श्रीमंतांना आपले जवाहीर परत मिळवण्यासाठी तुझ्या विनवण्या कराव्या लागतील. तू मागेल ती रक्कम तुला देण्यास ते आनंदाने तयार होतील. या सर्व खजिन्यातील मुद्देमाल तू घेणार होतास स्कार्लेटी! खरे ना? तू, तुझी माणसे, त्यांची हत्यारे व यंत्रसामग्री ही इथल्या रिकाम्या इमारतीत किंवा सामान्य वाटणाऱ्या व्हॅनमध्ये लपवून ठेवली होतीस. ज्या वेळी ही मध्यवस्ती निर्मनुष्य होईल त्या वेळी तुझ्या माणसांना आता कोणाचीच भीती उरणार नाही. प्रत्येक बॅन्केमध्ये पहारेकरी आणि धोक्याचे गजर करणारी स्वयंचलित यंत्रणा अशी दुहेरी सुरक्षा असते. ते धोक्याचे गजर पोलीस स्टेशनमध्येसुद्धा आपोआप केले जाऊन कोणत्या बॅन्केवर दरोडा पडत आहे हे पोलिसांना कळेल; परंतु बॉट्युलिनसच्या विषाच्या भयाने पहारेकरीसुद्धा सोडून जातील आणि धोक्याची सूचना देणाऱ्या यंत्रणेबद्दल म्हणायचे झाल्यास विजेअभावी ती चालणारच नाही. तुझ्या माणसांना इलेक्ट्रिसिटी बोर्डाच्या वायरिंगचे आराखडे, नकाशे सहज मिळवता येत होते. मग पुढचे काम फारच सोपे होते. फक्त काही बटणे वर करायची, कोणते तरी खटके ओढायचे, कुठले तरी मोक्याचे फ्यूज उडवायचे, काही ठिकाणच्या वरून जाणाऱ्या उच्च दाबाच्या वाहिन्या तोडायच्या, म्हणजे या भागातील संपूर्ण वीजपुरवठा बंद करता येतो. तुझ्या माणसांनी तसे केले म्हणून तर आत्ता या भागात अंधाराचे साम्राज्य आहे. म्हणून तर कोठल्याही बॅन्कांचे धोक्याचे गजर होत नाहीत. हो ना स्कार्लेटी? तू ऐकतो आहेस ना?"

तो लक्षपूर्वक ऐकत होता. म्हणून तर त्याच्या चेहऱ्यावरती राग पसरत चालला होता.

मी पुढे सांगत गेलो, "एवढे झाले की किती सोपे झाले होते तुझे काम! अन् या हेलिकॉप्टरच्या वैमानिकाबद्दल म्हणशील तर माझ्या अंदाजाप्रमाणे तू त्याला कालच पळवून आणलेले असणार. तुझ्या माणसांनी बॅन्कांमधून लुटलेला खजिना मग येथे येणार, तो हेलिकॉप्टरमध्ये चढवला जाणार आणि अत्यंत वेगाने तू त्या खजिन्यासह युरोपात पलायन करणार. या संपूर्ण मध्यवस्तीला पोलिसांनी गराडा घातलेला असल्याने हेलिकॉप्टरखेरीज दुसरा निसटण्याचा मार्ग कोणता असू शकेल? तुझी गुंड माणसे याच भागात लपून बसतील. जेव्हा लोकांची भीती ओसरेल तेव्हा

लोक येथे येतील. पुन्हा पूर्वीसारखी या भागातून जा ये होईल. परत एकदा हा भाग गजबजून जाईल. अशा वेळी तुझी माणसे त्यांच्यात मिसळून सहज निसटून जातील, अदृश्य होऊन जातील. बॅन्केतील लोकांना झाल्या गोष्टीचा पत्ता तीस-बत्तीस तासांनी, म्हणजे सोमवारी सकाळी लागणार. कारण आत्ता रविवारची पहाट चालू आहे. अन् तोपर्यंत, स्कार्लेटी, तू हवाई मार्गाने दोन खंड पार केले असशील. पण आता ते शक्य नाही. त्याचे कारण मी सुरुवातीलाच सांगितले. तेच आता परत सांगतो की, स्कार्लेटी, तुझा खेळ खलास झालेला आहे.''

यावर मेरीने माझ्या मागून हळू आवाजात मला विचारले, ''म्हणजे, म्हणजे आता सारे संकट दूर झाले?''

''होय, आता सारे संपले आहे. काल रात्री दहा वाजेपर्यंत सैनिकांकडून या मध्यवस्तीच्या प्रत्येक चौरस इंचाचा झाडा घेतला होता. शिवाय पोलिसांचे दोनशे डिटेक्टिव्ह मोक्याच्या जागी आत्ता बसलेले आहेत. ते बॅन्केत असतील किंवा बॅन्केच्या जवळ असतील. अर्थातच ते लपून बसलेले असणार. त्यांना सूचना दिल्या गेल्या आहेत की, पावणेचार वाजेपर्यंत त्यांनी लपून रहावे. आता चार वाजून गेलेले आहेत. तेव्हा ते सर्वजण बाहेर पडलेले असणार. स्कार्लेटी, तुझे सारे गुंड-लुटारू आत्ता पकडले जात आहेत. या डिटेक्टिव्हज्‌पुढे त्यांचे काहीही चालणार नाही. कारण त्यांच्या हातात त्या आधुनिक व स्वयंचलित मर्लीन सब-मशिनगन्स आहेत. जर एखाद्या माणसाने किंचित जरी हालचाल केली, मग ती हालचाल अगदी पापणी हलवण्याची जरी असली तरी, त्याला तत्काळ गोळी घालावी असे त्यांना हुकूम दिले गेलेले आहेत. मघाशी जो गोळ्यांचा आवाज तू ऐकला ना, तो तुझ्या एखाद्या माणसाने बेधडक हालचाल केली असेल किंवा आपली पापणी हलवली असेल.''

''कॅव्हेल, तू खोटे बोलतो आहेस.'' त्याचा चेहरा वेडावाकडा झाला होता. त्यावर दुष्ट भाव प्रगट झाले होते आणि त्याचे ओठ थरथरत होते. त्याच्या आयुष्यातील एक मोठे स्वप्न मी फोडून नष्ट करीत होतो. पार चक्काचूर करत होतो. मग तो घोगरट आवाजात म्हणाला, ''कॅव्हेल, तू खऱ्याखोट्या गोष्टींची सरमिसळ करून बनवाबनवी करतो आहेस.''

''स्कार्लेटी, तुला माझे बोलणे आवडले नाही म्हणून तू बनवाबनवीचे आरोप करत आहेस. मला सर्वांत जास्त माहिती असते हे तुला ठाऊक आहे. बाकीच्यांच्या बाबतीत तुझे म्हणणे कदाचित खरे असेल. पण माझ्या बाबतीत तसे नाही.''

त्याच्या डोळ्यांत खून उतरला होता. मग तो हळू आवाजात, पण अत्यंत हिंस्रपणे म्हणाला, ''ते दार बंद कर. मी म्हणतो ना बंद कर म्हणून, नाही तर मी सारे काही उद्ध्वस्त करून टाकेन. सर्वांचाच खेळ संपेल.'' त्याने माझ्या

दिशेने दोन पावले टाकली. आपल्या डाव्या हातात धरलेली कुपी त्याने हात उंच करून वर केली होती. त्या कुपीत ते सैतानी विषाणू होते.

मी क्षणभर त्याला नीट न्याहाळले. मग मी माघार घेतली. त्याची माणसे व बॅन्कांचा खजिना ताब्यात घेतल्यावर त्याच्याकडे काहीच उरत नव्हते. गमावण्याजोगे आता त्याच्याकडे काहीच नव्हते. मग तो जिवावर उदार होणे साहजिकच होते. शिवाय त्याला विरोध केल्याने मेरीचे आणि माझे आयुष्य धोक्यात येत होते. त्या बिचाऱ्या वैमानिकाचाही जीव धोक्यात येत होता. म्हणून मी माघार घेतली आणि हेलिकॉप्टरमध्ये आत शिरण्याचे सरकणारे दार लावून टाकले. पण हे करत असताना त्याच्यावरची माझी नजर ढळली नाही व त्याच्यावर रोखलेले माझे पिस्तूल किंचितही हलवले नाही.

त्याने माझ्या दिशेने आणखी दोन पावले टाकली व मला म्हटले, ''कॅव्हेल, आता तुझे पिस्तूल.'' अजूनही त्याने डावा हात वर करून ती कुपी धरली होती. तो वेडा माणूस केव्हाही ती कुपी आपटून फोडून टाकू शकत होता.

''स्कार्लेटी, माझे पिस्तूल मी कधीच देणार नाही.'' मी माझी मान हलवित म्हणालो. हा माणूस खरंच वेडा आहे का एक उत्तम अभिनेता आहे हे मला समजेना. ''मी माझे पिस्तूल कशाला बरे देऊ? तू जर ती कुपी फोडलीस तर मी मरेन. तुझ्या सांगण्याप्रमाणे तुझ्या शरीरात त्या विषाणूंविरुद्ध प्रतिकार करणाऱ्या पेशी असल्याने तू मात्र मरणार नाहीस. मग एवीतेवी मी जर कुपी फोडल्यावर मरणार असेल, तर तेवढ्या काही सेकंदांत मी तुला गोळी घालून ठार करू शकतो. तेव्हा स्कार्लेटी, खुशाल फोड ती कुपी. अन् मग बघ मी किती चटकन तुला गोळी घालतो ते.''

तो तरीही माझ्या दिशेने पुढे सरकला. त्याचे डोळे विस्फारलेले होते, चमकत होते. त्याचा डावा हात त्याने मागे नेला. ती कुपी फेकण्याचा पवित्रा त्याने घेतला. कदाचित त्याच्याबद्दलचा माझा अंदाज चुकत असेल किंवा खरोखरच त्याचे डोके फिरले असेल. तो किंचाळून म्हणाला, ''तुझे पिस्तूल दे. ताबडतोब दे!''

मी माझी मान पुन्हा नकारार्थी हलवली. मग तो जोरात ओरडून काही तरी म्हणाला. कुपी धरलेला हात त्याने मागे नेला होता. तो आता त्याने कुपी फेकण्यासाठी जोरात पुढे आणला. त्याच्या तळहाताची बाजू मला दिसेल अशी माझी अपेक्षा होती. पण त्याऐवजी तळहाताची मागची बाजू, म्हणजे त्याचा मळहात मला दिसला. पुढच्या क्षणाला त्या हेलिकॉप्टरमध्ये काळोखाचे साम्राज्य पसरले. कारण त्याच्या डाव्या मुठीने छताला जळत असलेला एकमेव बारका दिवा फोडला होता. पण नंतरच्या क्षणात पिवळसर प्रकाशाच्या दोन शलाका एका पाठोपाठ उमटल्या व त्या काळोखाचा भेद करून निघून गेल्या. कारण मी

माझे पिस्तूल दोनदा झाडले होते. गोळ्या झाडण्याचा आवाज घुमला आणि एकदम शांतता पसरली. पुन्हा काळोखाचे साम्राज्य पसरले. काही क्षणात त्या शांततेचा भेद मेरीच्या विव्हळण्याने झाला.

स्कार्लेटी गुरकावून म्हणाला, ''कॅव्हेल, मी माझे पिस्तूल तुझ्या बायकोच्या मानेवर टेकवले आहे. तिला मी आता बेधडक ठार करेन.''

म्हणजे त्याला वेड लागले नव्हते तर. तो शहाला काटशह देत होता. माझा डाव उलटवत होता.

मी माझे पिस्तूल खाली टाकले. खालच्या धातूच्या जमिनीवर ते खणखणत पडले. मी त्याला म्हणालो, ''स्कार्लेटी, शेवटी तू जिंकलास.''

''तो केबिनमधला मोठा दिवा लाव. दाराच्या डावीकडे तो आहे.'' त्याने मला दरडावून म्हटले.

मी तिथे चाचपडले. दिव्याचे बटण सापडल्यावरती ते दाबले. लगेच डझनभर दिवे लागले व सारी पॅसेन्जर केबिन लख्ख प्रकाशाने उजळून निघाली. स्कार्लेटी मेरीच्या शेजारच्या आसनात बसला होता. दिवा फोडल्यावर ताबडतोब त्याने स्वत:ला त्या आसनात झोकून दिले होते. आता तो उठून उभा राहिला. तिच्या मानेवर रोखलेले पिस्तूल त्याने आता माझ्या मानेवरती रोखले. मी त्याच्या डाव्या हाताकडे पाहिले. अजूनही त्या हातात ती कुपी होती. ती सुरक्षित होती. या धावपळीत त्याने तेवढी काळजी घेतली होती. पण तरीही एक मोठी जोखीम त्याने पत्करली होती. अंधारात कशावरही आपटून ती कुपी फुटू शकत होती. याचा अर्थ त्याच्यापुढे या मार्गाखेरीज दुसरा कोणताही पर्याय उरलेला नव्हता. त्याच्या डाव्या हाताची बाही खांद्यापाशी फाटली होती. माझी गोळी तिथे चाटून गेली होती. थोडक्यात तो बचावला होता. नाहीतर तो माझ्या गोळीने मेला असता. पण मग कुपी खाली फुटून आम्हीही मरून गेलो असतो.

स्कार्लेटी थंड आवाजात म्हणाला, ''मागे सरक.'' त्याचे परत आपल्या आवाजावर नियंत्रण आले होते. आज रात्रीच्या त्याच्या कारस्थानाचे बक्षीस त्याला आता नक्की मिळणार होते. तो पुढे म्हणाला, ''जा, केबिनच्या मागे सरकत जा.''

मी त्याप्रमाणे केले. मग तो पुढे आला. खाली पडलेले माझे पिस्तूल त्याने उचलले, कुपी खिशात ठेवली आणि दोन्ही पिस्तुलाने खुणावत मला तो म्हणाला, ''चल, पायलटच्या केबिनमध्ये जा.''

मी त्याप्रमाणे करू लागलो. जेव्हा मी मेरीच्या आसनाजवळून जाऊ लागलो तेव्हा तिने मान वर करून माझ्याकडे पाहिले. तिच्या डोक्यावरचे विस्कटलेले केस तिच्या चेहऱ्यावर अस्ताव्यस्त विखुरले होते. माझ्याकडे पाहून तिने एक गोड हास्य केले. तिच्या डोळ्यांत पाणी तरळले होते. मी तिच्याकडे पाहून एक

हास्य केले.

वैमानिकाच्या केबिनमध्ये वैमानिक त्याच्या पुढे असलेल्या कंट्रोल्सवरती वाकून पडला होता. तो बेशुद्ध झाला होता. तिथून निघताना स्कार्लेटीने तो निसटणार नाही याची काळजी घेतली होती. वैमानिकाच्या डोक्याला मागच्या बाजूला जखम झाली होती. तिथे बाहेर आलेले रक्त मला दिसले. तो वैमानिक जाडजूड होता. त्याचे केस काळे होते. त्याचा चेहरा उन्हाने रापलेला आहे हे कळत होते. स्कार्लेटीकडे शस्त्र नसते तर त्याला ह्या वैमानिकाला आवरता आले नसते.''

स्कार्लेटीने मला हुकूम सोडला, ''को-पायलटच्या आसनात बस. पायलटला जागे कर.''

''ते मला कसे काय जमणार?'' मी त्या आसनात बसत म्हणालो. स्कार्लेटीने दोन्ही पिस्तुले माझ्यावरती रोखली होती. त्याचे हात किंचितही थरथरत नव्हते. मी पुढे म्हटले, ''तू त्या बिचाऱ्याला उगाचच हाणले आहेस.''

''पण फार जोरात मारले नाही. चल, लवकर. घाई कर.''

माझ्यापुढे पर्यायच उरला नाही. मी जमेल तसे करत त्या वैमानिकाला शुद्धीवरती आणले. त्याला मी गदगदा हलवले. हलक्याशा थपडा मारल्या. हाका मारल्या. पण स्कार्लेटीने त्याला जोरात मारले असावे; परंतु परिस्थितीच अशी होती की, आपण किती जोरात मारतो आहोत याचे भान त्या वेळी स्कार्लेटीला झाले नसावे. तो त्या वेळी अस्वस्थ झाला होता, उतावीळ झाला होता आणि मांजरासारखा भेदरला होता. या भागाला सैन्याने वेढा घातला असेल, पोलीस आत घुसले असतील, याची त्याला कल्पना असावी. पण मी फक्त एकटाच येथे पोचेन याची मात्र त्याला कल्पना नव्हती, की त्याने अपेक्षा केली नव्हती. जनरल आणि हार्डेन्जर यांची मोठी मनधरणी करून येथे एकटे येण्याची मी परवानगी घेतली होती. जितकी गुप्तता राखता येईल तेवढी राखली तरच मेरीला सोडवता येईल हे माझे म्हणणे त्यांना पटले होते. शिवाय 'मेरी आपल्याकडे ओलीस आहे' या कल्पनेमुळे स्कार्लेटीला सुरक्षित वाटेल, तो फारसा चिडणार नाही आणि त्या कुपीचा वापर करणार नाही अशी माझी अटकळ होती. ती अटकळ खरीच ठरली. आत्ता जर मेरी येथे नसती तर त्याने चिडून ती कुपी फोडलीही असती किंवा बेधडक चोरलेल्या सर्व कुप्या फोडून लंडन शहरावरती सारे विषाणू व विष पसरवून दिले असते. संपूर्ण शहराचे स्मशान बनण्यास मग कितीसा वेळ लागला असता. लक्षावधी निरपराधांचे जीव वाचवण्यात मी यशस्वी झालो होतो.

पाच मिनिटांनी तो वैमानिक शुद्धीवरती आला. दिसायला जसा तो चिवट वाटत होता तसाच तो प्रत्यक्षात होता. शुद्धीवर येत असताना व शुद्धीवर आल्यावरही तो मला विरोध करीत होता, आपले अंग घुसळून मला हटवू पहात

होता. पण जेव्हा त्याच्या मानेवरती स्कार्लेटीने पिस्तूल टेकवले तेव्हा त्याला कळले की, आपल्याला शुद्धीवर आणणारा माणूस वेगळा आहे. त्याने मागे वळून स्कार्लेटीकडे पाहिले, त्याला ओळखले व काही शब्द त्याला उद्देशून उच्चारत राहिला. त्याच्या उच्चारावरून मला समजले की, तो मूळचा आयर्लंडमधला आहे. त्याने जे शब्द उच्चारले ते सांगण्याजोगे नाहीत इतके असभ्य होते. त्या शिव्या होत्या, शाप होते. ते ऐकून स्कार्लेटीने चिडून त्याच्या तोंडावर आपले पिस्तूल टेकवले. मग मात्र त्याचे तोंड बंद झाले.

स्कार्लेटीने त्याला हुकूम सोडला, ''हे हेलिकॉप्टर ताबडतोब चालू करून उडव.''

''उडवायचे? पण तो अजून धड नीट शुद्धीवर आला नाही. त्याला कसे हेलिकॉप्टर चालवता येईल? उलट त्यामुळे आपण सारेच संकटात सापडू.''

पण माझ्याकडे दुर्लक्ष करीत स्कार्लेटीने पुन्हा त्या वैमानिकाला दरडावून म्हटले, ''मी सांगितलेले ऐकू आले नाही का? चल, इंजिन चालू कर.''

''मला तसे अजिबात करता येणार नाही.'' वैमानिकाचा चेहरा दुर्मुखलेला होता आणि क्षणभर तिथे हिंस्रपणा प्रगट झालेला होता. ''हे हेलिकॉप्टर आधी बाहेर ओढत न्यावे लागते. येथे हॅन्गरमध्ये चालू केले तर इंजिनाचा धूर इथे साठून श्वास घेणे मुश्कील होईल. शिवाय ते आगीच्या नियमांच्या विरुद्धही आहे. म्हणून ते येथे चालू करता येणार नाही.''

स्कार्लेटी यावर चिडून म्हणाला, ''खड्ड्यात गेले तुमचे नियम. हेलिकॉप्टर स्वत:च्या ताकदीवर बाहेर पडू शकते. अरे मूर्खा, मला सारे ठाऊक झाले आहे. मी आधी खात्री करून घेतली आहे. चल, चालू कर.''

आपल्यापुढे दुसरा कोणताही पर्याय नाही हे वैमानिकाला कळून चुकले. त्याने हेलिकॉप्टरची सर्व इंजिने चालू केली. घरघराटीचा एक महाप्रचंड आवाज होऊ लागला. कारण ती जागा बंदिस्त होती व सारा आवाज परावर्तन पावून आमच्याकडेच येत होता. कानठळ्या बसवणाऱ्या त्या आवाजाने मी एकदम डोळे मिटून घेतले. येथे हॅन्गरमध्ये असे काही करणे हे अत्यंत धोकादायक आहे हे त्याला चांगले ठाऊक होते. तो सावधगिरीने प्रयत्न करीत होता. इंजिन पूर्ण क्षमतेने चालू झाल्यावर त्याने हेलिकॉप्टरच्या वरचे दोन पंखे चालू केले. ते स्वत:भोवती गरगरा फिरू लागले. हळूहळू त्यांच्या पात्यांनी वेग घेतला. मग त्याने पंखे किंचित पुढे झुकवले. हेलिकॉप्टरच्या चाकांचे ब्रेक्स काढले. आता ते हेलिकॉप्टरचे अवजड धूड आपल्या जागेवरून हळूहळू पुढे सरकू लागले.

नंतर तीस सेकंदांत आम्ही वर हवेत उडालो. आता स्कार्लेटीला बरेच हायसे वाटू लागले. तो जिथे उभा होता तिथे मागच्या बाजूला वरती एक फडताळ होते.

त्याने त्यात हात घालून एक चौकोनी धातूची पेटी बाहेर काढली व माझ्याकडे दिली. पुन्हा त्याने फडताळात हात घातला व एक विणलेली पिशवी काढून माझ्याकडे दिली.

तो मला परखडपणे म्हणाला, ''ती पेटी उघड आणि त्यातील सामान त्या पिशवीत ठेव. मात्र अत्यंत जपून हे काम कर. पेटी उघडल्यावर कळेलच तुला ते.''

पेटीचे झाकण उघडल्यावरती मला काय ते समजायच्याऐवजी आधीच अंदाज आला. मी अत्यंत काळजीपूर्वक व सावधगिरीने पेटी उघडू लागलो. आतमध्ये गवताच्या पॅकिंगमध्ये पाच पोलादी फ्लास्क होते. त्यांच्यावरती क्रोमियमचे प्लेटिंग केल्यामुळे ते चकाकत होते. त्याने सांगितल्याप्रमाणे मी एकेक फ्लास्क उघडत गेलो. प्रत्येक फ्लास्कमध्ये एकेक कुपी होती. अत्यंत अलगदपणे मी प्रत्येक कुपी पिशवीत ठेवीत गेलो. त्यातील दोन कुप्यांना निळी झाकणे होती. तर उरलेल्या तीन कुप्यांना लाल झाकणे होती. निळी झाकणे असलेल्या कुप्यांत सैतानी विषाणू असलेला द्रव होता, तर उरलेल्या तिन्ही कुप्यांत बॉट्युलिनस जंतूंचे विष होते. स्कार्लेटीने आपल्या खिशातून निळे झाकण असलेली कुपी बाहेर काढून माझ्याकडे दिली. म्हणजे आता एकूण सहा कुप्या झाल्या. मी तीही कुपी पिशवीत ठेवून दिली. त्या पिशवीचे तोंड एक फासा ओढून आवळून टाकले आणि ती स्कार्लेटीच्या हवाली केली. हे सारे करताना केबिनमधल्या थंड हवेतही मला दरदरून घाम फुटला होता. जणू काही मी स्टीम बाथ घेत होतो. माझे थरथरणारे हात स्थिर ठेवण्यासाठी मोठ्या कष्टाने मला संयम करावा लागत होता. ते काम करत असताना मी वैमानिकाकडे मधेच एक दृष्टिक्षेप टाकला. तोही माझी कृती पहात होता. त्याच्याही चेहऱ्यावरती नाराजी पसरली होती. ठीक आहे, शेवटी त्यालाही सारा प्रकार समजून चुकला.

''एक्सलंट!'' असे म्हणून स्कार्लेटीने ती पिशवी माझ्या हातून घेतली व तेथल्या एका आसनावरती ती ठेवली. तो पुढे म्हणाला, ''आता आमचे ते खाली असलेले पोलीस-मित्र आहेत त्यांना तू चांगले पटवून देशील की, मी नुसतीच धमकी देत नाही तर ती खरोखरच अमलात आणायला कचरत नाही.''

''तू काय व कशाबद्दल बोलतो आहेस ते मला समजले नाही.''

''समजेल, समजेल. तू आता वायरलेस सेट चालू कर. तुझ्या सासरे महाशयांना बोलावून घे आणि माझा एक निरोप दे.''

मी म्हणालो, ''पण... पण मला तो वायरलेस सेट कसा चालवायचा ते ठाऊक नाही.''

मग तो समजावणीच्या सुरात म्हणाला, ''नाही, तुला ठाऊक आहे ते. फक्त तू विसरला आहेस. तू पोलिसांच्या इंटेलिजन्स खात्यात, गुप्त माहिती खात्यात,

सारे आयुष्य काढलेले आहेस आणि तुला साधा वायरलेस सेट चालवता येत नाही? तरीही तू नाही म्हणालास तर मी इथून मागच्या पॅसेन्जर केबिनमध्ये जाईन. मग तुला तुझ्या बायकोच्या किंकाळ्या ऐकू येतील. तसे झाले की, मग तुला तो वायरलेस सेट कसा चालवायचा ते आपोआपच आठवेल. हो ना?''

''तुला माझ्याकडून काय काम करून घ्यायचे आहे?'' मी हिंस्रपणे विचारले.

''तू पोलिसांच्या वेव्ह-लेन्थवरती जा. ती वेव्ह-लेन्थ मला ठाऊक नाही, पण तुला ठाऊक असायलाच पाहिजे. तुझ्या सासरेबुवांना सांग की, माझी पकडलेली सारी माणसे ताबडतोब सोडून द्यावीत. त्यांच्याकडे असलेले बॅन्केतील पैसेही त्यांना देऊन टाकावेत. मग ते कितीका असेना. असे नाही केले तर बॉट्युलिनसचे विष आणि ते सैतानी विषाणू लंडनवर टाकायला मला नाईलाजाने भाग पडेल. ते कुठे पडतील त्याची मला कल्पना नाही आणि त्याची मी पर्वाही करीत नाही. जर नंतर माझ्या माणसांचा किंवा माझा माग काढत पाठलाग करण्याचा किंवा पकडण्याचा प्रयत्न केला तरीही मी ते विषाणू व विष खाली सोडून देईन. मग भले त्याचे काहीही परिणाम होवोत. बोल कॅव्हेल, तुला माझ्या या योजनेत कुठे कच्चा दुवा दिसतो? काही त्रुटी जाणवतात? आहे काही दोष?''

यावर मी एकदम काहीही बोललो नाही. मी समोरच्या काचेतून बाहेर रोखून पहात होतो. बाहेर जोरदार पाऊस चालू होता. अजून पहाटेपूर्वीचा काळोख भरून राहिलेला होता. काचेवरती वेगाने फिरणारे वायपर्स काच स्वच्छ ठेवीत होते. शेवटी मी त्याला म्हणालो, ''नाही बुवा. मला या योजनेत कुठेच दोष दिसत नाही.''

तो आता कळकळीने सांगू लागला, ''कॅव्हेल, मी एक बेभान झालेला माणूस आहे. जेव्हा त्यांनी माझी अमेरिकेतून बाहेर हकालपट्टी केली तेव्हा त्यांना वाटले की, चला, संपली ही कटकट एकदाची, सुटलो आपण. पण अमेरिकेबाहेर पडल्यावरती मी त्यांना हसलो, मोठमोठ्याने हसलो. मी तेव्हाच ठरवले की, त्यांचा हा विचार कसा चुकला आहे हे त्यांना दाखवून द्यायचे. जगातील सर्वांत मोठा असलेला एखादा गुन्हेगारीचा कट रचून आपण तो यशस्वी करून दाखवायचा. जेव्हा काल संध्याकाळी पोलिसांच्या गाडीने मला अडवले तेव्हा मी जे काही बोललो त्यातले बरेचसे खोटे होते. पण मी आत्ता हे जे तुम्हाला सांगतो आहे ते मात्र खरे आहे. काय वाटेल ती किंमत द्यावी लागली तरी चालेल, मी मेलो तरी चालेल, पण माझी ही महत्त्वाकांक्षी योजना आज मी पुरी करणारच. मी काही अभिनय करत नाही. आता मला पृथ्वीवरील कोणीही व काहीही अडवू शकत नाही. या शेवटच्या क्षणी माझी योजना अजिबात उलटून लावली जाऊ शकत नाही. एके काळी ते एन्झो स्कार्लेटीला हसले. पण आता मी अत्यंत कडवा, खतरनाक व कट्टर गुन्हेगार बनलो आहे. कॅव्हेल, तुला काय वाटते? माझे

बोलणे तुला पटते आहे का?''

"होय बाबा. मला पटले आहे आता.''

"मी जी धमकी दिली ती तंतोतंत अमलात आणायला अजिबात कचरणार नाही. तू ही गोष्ट त्यांना वायरलेसवरती पटवून दे.''

"तू मला तुझी बाजू, तुझा हेतू, तुझा निश्चय पटवून दिला आहेस. पण मी कसे दुसऱ्याला ते पटवून देऊ शकेन? अशा गोष्टी फक्त वकिलांना जमतात. मी थोडाच वकील आहे?''

"प्रयत्न कर. तुला यश मिळेल असे मला वाटते.''

अन् मी वायरलेस सेट चालू केला. प्रथम मी थोडा वेळ खुडबूड करीत बसलो. वायरलेस सेटवरती डायल सारखी मागेपुढे फिरवित होतो. मधेच एकदा मला ती पोलिसांची वायरलेसवरची वेव्ह-लेन्थ सापडली. मी वायरलेसवर जनरल व हार्डेन्जर हवेत म्हणून सांगितले. मग निरनिराळ्या प्रक्षेपकांकडून माझा निरोप जात जात शेवटी फोनच्या मार्गाने तो कळवला गेला. शेवटी मला सुपरिन्टेन्डन्ट हार्डेन्जरचा आवाज ऐकू आला.

मी म्हणालो, "कॅव्हेल हिअर. मी हेलिकॉप्टरमधून बोलतो आहे–''

"हेलिकॉप्टर? त्याचा आवाज ऐकू येतो आहे. अगदी आमच्या डोक्यावरतीच ते आहे. पण काय काय झाले आहे–''

"आधी ऐकून घ्या. हेलिकॉप्टरमध्ये मी, मेरी, इंटरसिटी लाईन्सचा वैमानिक एक लेफ्टनंट–'' शेजारी बसलेल्या वैमानिकाकडे मी पाहिले.

"बकले.'' त्या वैमानिकाने माझे वाक्य पुरे करीत म्हटले.

"होय, लेफ्टनंट बकले. स्कार्लेटीने शेवटी आम्हावरती मात केलीच. त्याने जनरल साहेबांसाठी एक निरोप दिलेला आहे.''

"म्हणजे कॅव्हेल, शेवटी तू सारा विचका केलासच. तरी मी तुला सांगत होतो की–'' हार्डेन्जर चिडून बोलत होता.

मग मीही चिडून बोललो, "गप्प बसा. हा त्याचा निरोप आहे. माझा नाही. आधी तो निरोप नीट ऐकून घ्या.'' मग मला जे बोलायला सांगितले होते ते मी जसेच्या तसे सांगितले. थोडा वेळ पलीकडून कसलाच प्रतिसाद आला नाही. नंतर जनरलचा आवाज माझ्या कानावर पडला. त्यांच्या आवाजात कसलाही खेद नव्हता, दु:ख नव्हते. बोलताना ते वेळ वाचवू पहात होते.

ते म्हणाले, "तो माणूस जे सांगतो आहे त्या कितपत थापा आहेत?''

"अजिबात नाहीत. तो अत्यंत गंभीरपणे बोलतो आहे. वेळ आली तर लंडन शहराची निम्मी लोकसंख्या निपटून काढायचा त्याचा पक्का निर्धार आहे. कित्येक लाख लोकांच्या जिवापुढे बॅन्केतील नोटा व सोन्याच्या चिपा यांना काय किंमत आहे?''

जनरल हळुवारपणे म्हणाले, ''असे दिसते की तुम्ही घाबरला आहात.''

''होय सर. पण मी माझ्यासाठी घाबरलो नाही.''

''मला समजते ते. मी काही मिनिटांत तुमच्याशी पुन्हा संपर्क साधेन.''

कानावर चढवलेले हेडफोन्स दूर करीत मी म्हणालो, ''त्यांना उत्तर तयार करण्यास थोडा वेळ लागेल. इतरांशी सल्लामसलत करायची आहे.''

''मी समजू शकतो ते,'' असे म्हणून तो बेफिकिरीने मधल्या मार्गातील भिंतीला टेकून उभा राहिला; परंतु त्याच्या हातातील पिस्तूल मात्र घट्ट धरले गेले होते. त्यावरची त्याची पकड ढिली झाली नव्हती. आपल्या योजनेतून आपल्याला हवे ते प्राप्त होणार याची त्याला आता खात्री पटली होती. तो मला म्हणाला, ''कॅव्हेल, आत्ता सारे पत्ते माझ्या हातात आहेत. मीच हा डाव जिंकणार.''

त्याच्या या म्हणण्यात कसलीही अतिशयोक्ती नव्हती. त्याच्या हातात सारी पाने गेली होती खरी. पण हुषारीने कसे खेळायचे हे त्याला ठाऊक नव्हते. ती पाने टाकून डाव जिंकणे त्याला परवडणारे नव्हते. माझ्या मनाच्या एका कोपऱ्यात एक छोटासा आशेचा किरण उदयास येऊ लागला. तो शेवटच्या क्षणी हरणार होता, असे मला वाटू लागले. मला जी आशा वाटत होती ती कित्येक लाख भागातील एक भाग होती. किती दुर्मिळ होती. पण कितीही दुर्मिळ असली तरी ती शेवटी एकमेव आशा असल्याने, निराशेच्या गर्तेत कोसळलो होतो तरी, मी तिला घट्ट चिकटून राहिलो. परंतु प्रत्यक्षात अपेक्षित ते घडवण्यासाठी अनेक अगम्य व अतर्क्य घटकांची मदत लागणार होती. ही गोष्ट मात्र माझ्या हातात नव्हती. पण तरीही मला हा जुगार खेळायलाच पाहिजे. नाहीतर माझी हार होणार होती व लक्षावधी जीवांना आपल्या प्राणास मुकावे लागणार होते. स्कार्लेटीच्या मनाची अवस्था, त्याचा आत्मविश्वास आणि त्याचे आत्ताचे तात्पुरते ढिले पडणे यावरून मला कळून चुकले की, शेवटी आजचा दिवस त्याचा आहे. वैमानिक लेफ्टनंट बकले याचे तीव्र व सूक्ष्म अवलोकन, त्याची तीक्ष्ण बुद्धिमत्ता व त्याचे सहकार्य ही एक माझी जमेची बाजू होती. पण शेवटी मी किती वेगाने हालचाली करू शकतो यावरती सारे यश अवलंबून होते. अन् सारे काही करताना 'जर' आणि 'तर' हे दोन शब्द महत्त्वाचे ठरत होते. जर स्कार्लेटीला वयस्कर व व्याधिग्रस्त माणसाशी कसे वागावे, त्यांचे बोलणे कसे मनावर घेऊ नये, हे जमू शकत असेल तर मग त्याला माझ्याशी तशा पद्धतीचे वागणे जमेल. निदान मला तशी आशा होती.

इअरफोनमध्ये आवाज आला. मी ते पुन्हा कानावरती चढवले. जनरल बोलत होते. प्रस्तावना न करता ते बोलले, ''त्या स्कार्लेटीला सांग की, आम्हाला त्याच्या मागण्या मान्य आहेत.''

''येस, सर. हे जे सारे घडले त्याबद्दल मला अत्यंत वाईट वाटते आहे.''

“तुम्हाला जे शक्य होते ते तुम्ही सर्व काही केलेत. आता संपले सारे. आता आपले पहिले कर्तव्य हे आहे की, सर्व निष्पाप जीवांचे प्राण वाचवणे. अपराध्याला शिक्षा करणे हे नाही.”

माझ्या कानावरचा एक इअरफोन हिसकावून काढला गेला. तो कानाला लावून स्कार्लेटी ऐकत होता. जनरलचे शेवटचे वाक्य त्याने ऐकले व तो खुषीत येऊन म्हणाला, “वेल, वेल, वेल!”

मी स्कार्लेटीला म्हणालो, “त्यांनी सारे मान्य केले आहे.”

“याचीच मी अपेक्षा करीत होतो. बाकी दुसऱ्या कशाचीही अपेक्षा नव्हती. माझी माणसे व त्यांनी जमवलेली लूट किती वेळात तुम्ही मुक्त कराल, हे त्यांना विचार. या भागातून पोलीस केव्हा हटवले जातील, हेही त्यांना विचार.”

मी त्याप्रमाणे विचारले व पलीकडून आलेले उत्तर त्याला सांगितले, “त्यासाठी अर्धा तास लागेल.”

“उत्तम! झकास! आता तो वायरलेस सेट बंद करून टाक. आपण आता तेवढा वेळ येथे हवेतच चकरा मारत बसू आणि मग खाली उतरू.” एवढे म्हणून पुन्हा तो पॅसेन्जर केबिनकडे जाण्याच्या मार्गात भिंतीला टेकून आरामात उभा राहिला. चिंचोळ्या बोळात वैमानिकाची केबिन व पॅसेन्जर केबिन जोडणारा एक बोळ होता. दोन्ही बाजूला फक्त भिंती होत्या. मग प्रथमच त्याच्या चेहऱ्यावरती स्मितहास्य उमटले. तो म्हणाला, “कॅव्हेल, माझी योजना राबवताना एक छोटासाच अडथळा आला, पण शेवटी मला हवे तसेच होते आहे. उद्याच्या अमेरिकी वृत्तपत्रांत या बातमीचे जे मथळे उमटतील ते पहाण्याची मला खूप उत्सुकता आहे. जे मला तुच्छतेने एक नगण्य गुन्हेगार समजत होते तीच वृत्तपत्रे आता बघा आपलीच पूर्वीची माझ्याबद्दलची प्रतिक्रिया कशी मागे घेतील. तो मजकूर वाचताना मोठी मजा येईल.”

मी त्याच्याकडे मलूलपणे पाहिले आणि तो प्रसन्नपणे हसला. हस बेट्या, असेच हस, असे मी मनात म्हणालो. तो जितका हसण्याच्या मन:स्थितीत रहील तितका तो बेसावध राहील. अन् तितके माझ्या दृष्टीने चांगले होते. मी माझ्या आसनात खचून बसलो. मग हताशपणे त्याला म्हणालो, “मला एक सिगारेट ओढायला दिली तर बरे पडेल.”

“काही हरकत नाही.” असे म्हणून त्याने आपले पिस्तूल खिशात घातले आणि मला एक सिगारेट व आगपेटी दिली. देताना तो म्हणाला, “कॅव्हेल, माझ्याकडून तुला ही शुभेच्छापूर्वक भेट!”

“खरे म्हणजे, हेर मंडळी जशा स्फोट पावणाऱ्या सिगारेट जवळ बाळगतात तसे मी करायला हवे होते.” मी गुरगुरत बोललो.

तो आता खूपच खुषीत आला होता. पराभव व्यक्त करणारी माझी भाषा

ऐकून तर त्याला आणखीनच आनंद झाला होता. तो म्हणाला, "कॅव्हेल, त्याची काहीही जरुरी नाही." एवढे बोलून तो पुन्हा प्रसन्नपणे हसला. आजच्याएवढा आनंदाचा दिवस खरोखरच त्याच्या आयुष्यात आजवर कधीही उजाडला नसेल. तो बोलू लागला, "कॅव्हेल, अरे तुझ्या तोंडचे उद्गार ऐकून मला किती बरे वाटते आहे म्हणून सांगू. आज मला फार फार समाधान लाभले आहे. त्यातून तुझ्यासारख्या हुषार माणसावर मी मात केली, बाजी मारली याचे तर भलतेच समाधान आहे. अरे, तू तर मला खूप त्रास दिलास. माझी योजना बऱ्याचदा तू हाणून पाडीत होतास. तुझ्यासारखा माणूस मला यापूर्वी कधीच भेटला नाही."

"का बरे? अमेरिकेतील इन्कमटॅक्स इन्स्पेक्टरने शेवटी तुझी जिरवलीच ना! स्कार्लेटी, तू नरकात जाऊन पडशील बघ." मी म्हणालो.

मग तो हसला. अगदी मुक्तपणे हसला. यानंतर मी माझ्या सिगारेटचा खोल झुरका घेतला. तो संकेत वैमानिकाला कळला. तत्क्षणी ते हेलिकॉप्टर हिंदकळले. जणू काही वर येणाऱ्या एखाद्या उबदार हवेच्या झोतात सापडल्याप्रमाणे ते हिंदकळले. मी याचा फायदा घेऊन मागे वळून त्याला म्हणालो, "स्कार्लेटी, तू कृपा करून खाली आसनात बस. एखाद्या एअर-पॉकेटमध्ये हे हेलिकॉप्टर जर परत सापडले तर मला भीती वाटते की, तू तोल जाऊन कुप्या ठेवलेल्या पिशवीवर पडशील."

पण माझ्या या बोलण्याचा त्याच्यावर काहीही परिणाम झाला नाही. उलट तो जादा आत्मविश्वासाने म्हणाला, "रिलॅक्स मॅन, रिलॅक्स. असा घाबरू नकोस." तो आरामशीरपणे भिंतीला टेकून उभा राहिला. आपले दोन्ही पाय त्याने एकमेकांवर फुली मारल्यासारखे जुळवले. खिशातले पिस्तूल काढून हातात घेतले. तो म्हणत होता, "या असल्या हवेत कधीही एअर-पॉकेट्स असत नाहीत."

पण मी त्याच्या बोलण्याकडे लक्ष देत नव्हतो. तो काय बोलतो आहे हे मला ऐकायचे नव्हते. अन् मी त्याच्याकडे पहातसुद्धा नव्हतो. मी वैमानिकाकडे पहात होतो आणि तोही माझ्याकडे पहात होता. त्याच्याकडे पहाण्यासाठी मी कोणतीही हालचाल केली नव्हती. माझे डोकेही हलवले नव्हते. नुसते डोळे फिरवून मी दृष्टिक्षेप केला होता. आमच्या दोघांच्या पाठी स्कार्लेटीकडे होत्या. वैमानिकाने आपला एक डोळा हळूच, अगदी किंचित झाकला व पापणी वर केली. त्या वैमानिकाला माझे संकेत फार झटपट कळत होते. त्याने कंट्रोलवरचा आपला एक हात अगदी सहज काढून घेतला व मांडीवर ठेवला. हे सारे सहज घडले असे त्याने भासवले. त्याने तो हात पुढे सरकवून आणि गुडघ्याच्या वाटीवरती आणून आपली बोटे पसरवली. मग त्याची बोटे एकदम खाली झुकली. त्या बोटांनी काही तरी त्याने सूचकपणे दर्शवले होते. मला त्याच्या भावी योजनेची कल्पना आली.

मी त्यावर दोनदा माझी मान 'समजले' या अर्थी हलवली. पण अत्यंत सावकाश हलवली. त्या वेळी मी समोरच्या काचेतून बाहेर पहातो आहे असे दाखवले. अति संशयखोर माणसालासुद्धा माझी ती हालचाल उमगणे शक्य नव्हते. त्यातून स्कार्लेटी हा आता अत्यंत हर्षभरित झाला होता, जादा आत्मविश्वासाने भारून गेला होता. त्याला आपल्या मार्गात कुठेही अडथळे दिसत नव्हते. स्पर्धेमध्ये सतत अडथळ्यांवर मात करीत जिंकत जाणारी माणसे असतात. शेवटच्या काही सेकंदांत त्यांना कळते की, आता विजय आपलाच आहे. कोणीही आपल्याला पराभूत करू शकणार नाही. अशावेळी त्या शेवटच्या सेकंदांत असे काही घडते की, विजय त्याच्या हातून निसटतो. स्कार्लेटीच्या दृष्टिपथातील विजय हा काही मिनिटांवरती आला तरी त्याची अवस्था आजवर शेवटच्या क्षणी हरलेल्या माणसांसारखी होऊ शकत होती. मी वैमानिकाकडे पाहिले. त्याने तोंडातून एक अक्षरही न उच्चारता केवळ ओठांच्या हालचालीने Now हा शब्द व्यक्त केला. मी मान किंचित हलवली व तयारीत राहिलो.

स्कार्लेटी आपल्या एका पायाचा भार हा दुसऱ्या पायावर टाकत असल्याचे मी माझ्या डोळ्यांच्या कोपऱ्यातून पाहिले. वैमानिकाने त्याच वेळी आपले हेलिकॉप्टर थोडेसे वर उचलले. स्कार्लेटीने आपल्या पायाची केलेली कात्री अजूनही उघडली नव्हती. अचानक वैमानिकाने पंख्यांची फिरणारी पाती उजवीकडे पुढे झुकवली. त्याच वेळी त्याने एक तीव्र वळण घ्यायला सुरुवात केली. हेलिकॉप्टरने भिरभिरत खाली सूर मारत जायला सुरुवात केली होती. अशा परिस्थितीत स्कार्लेटीचा तोल एकदम गेला. तो एकदम धडपडत पुढे येऊन माझ्या अंगावरती सरळ पडला.

मी वळून अर्धवट उभा राहिलो. स्कार्लेटी झोकांड्या खात होता. माझ्या उठण्यामुळे माझे डोके वर गेले, त्याची छाती माझ्या डोक्यावर आल्याने माझ्या डोक्याची त्याच्या बरगड्यांना धडक बसली. त्याच्या हातातले पिस्तूल उडाले आणि ते वैमानिकाच्या इन्स्ट्रूमेन्ट पॅनेलवर खणखणत आपटून समोरच्या खिडकीच्या काचेवर पडले.

स्कार्लेटीला काय करावे ते कळेना. तो एकदम वेडापिसा झाला. तो माझ्याशी झगडू लागला. आत्ताच्या क्षणाला तो नि:शस्त्र होता. त्याच्याकडे पिस्तूल नव्हते की, कुपी नव्हती. मी त्याच्यावर मात केली तर तो सारे काही गमावणार होता. आपले हात, पाय, गुडघे, हाताच्या मुठी, हाताची कोपरे, दात, डोके माझ्याविरुद्ध वापरू लागला. त्यांचा मारा माझ्यावरती करू लागला. मीही त्याच्यावर तसल्याच प्रहारांचा वर्षाव करू लागलो. पण त्यांची पर्वा न करता तो मला माझ्या आसनात दाबू पहात होता. तो मधेच एखाद्या जखमी जनावरासारखे गुरगुरत होता, ओरडत होता. मी त्याला देत असलेल्या माराची, प्रहाराची तो पर्वा करीत नव्हता. त्याच्या अंगात फार

मोठे बळ संचारले होते. तो कमालीचा बेभान झाला होता. शिवाय तो एवढ्या वेगाने तडाखे देत होता की, जणू काही एक यंत्र माझ्याशी झगडते आहे असे मला वाटत होते. मी त्याच्यापेक्षा वीस वर्षांनी लहान होतो आणि दहा किलोने माझे वजन त्याच्यापेक्षा जास्त होते. पण तरी मला तो आवरता येत नव्हता. त्याला पकडून ठेवता येत नव्हते. माझ्या कानातून आता रक्त वाहू लागल्याचे मला जाणवू लागले. माझी छाती वर्कशॉपमधील मोठ्या व्हाइसमध्ये, शेगड्यामध्ये पकडून आवळली जात आहे असे मला वाटू लागले. आता कोणत्याही क्षणी आपण बेशुद्ध पडणार असे मला वाटू लागले. पण काही सेकंदांत माझ्यावरचा मारा अचानक थांबला. त्याचे तडाखे संपले. तो एकदम नाहीसा झाला.

अर्धवट शुद्धीत, रक्त वहात असताना, वेदना होत असताना मी कसाबसा त्या आसनातून उठलो आणि त्याच्या मागे मी गेलो. हेलिकॉप्टरने अजूनही सूर मारण्याची स्थिती धारण केली होती. स्कार्लेटी एका आसनाला धरून वरती उठण्याचा प्रयत्न करीत होता. गुरुत्वाकर्षणाच्या विरुद्ध उठू पहात होता. तो एकच हात वापरू शकत होता. त्याच्या दुसऱ्या हातात ती पिशवी होती. तीच ती भयानक विषाणू व विष यांच्या कुप्या ठेवलेली ती पिशवी. तो क्षणभर भ्रमिष्ट झाला होता. पण कुठेतरी त्याच्या मनाच्या कोपऱ्यात काहीतरी विचार चालू होता. तो त्या कुप्यांची धमकी आता आम्हाला देऊ शकत नव्हता. जर त्याने त्या कुप्या फोडल्या तर मग वैमानिक मरून जाणार होता. मग हेलिकॉप्टरचा अध:पात व आमचा सर्वांचा अंत अटळ होता. स्कार्लेटीसकट ते हेलिकॉप्टर लंडनच्या रस्त्यात कोसळणार होते. यातूनही जर स्कार्लेटी जिवंत राहिला तर हेलिकॉप्टरच्या गुंत्यात तो अडकून रहाणार होता.

मी त्याच्याकडे अर्ध्या वाटेवर पोचण्याच्या आत तो पॅसेन्जर केबिनच्या दरवाजापाशी पोचला होता. त्याने दाराचे हॅन्डल धरून ते सरकवण्याचा प्रयत्न केला. पण भिरभिरत खाली जाणाऱ्या हेलिकॉप्टरच्या गतीपुढे त्याला अधिक जोर लावून ते उघडता येईना. मग त्याने तिथल्या एका आसनाला आपला पाय लावून जोर केला. त्याचा रापलेला चेहरा आता लाल झाला. हळूहळू का होईना, ते दार आता इंचाइंचाने सरकू लागले. मी अजूनही त्याच्यापासून सहा फूट अंतरावरती होतो. अचानक हेलिकॉप्टरचे खाली भिरभिरत सूर मारण्याचे थांबले. वैमानिकाने पुन्हा हेलिकॉप्टर जमिनीला समांतर केले होते. त्यामुळे एकदम पॅसेन्जर केबिनचे बाहेर जाणारे दार उघडले गेले आणि त्या धक्क्याने स्कार्लेटी मागे आपटला. दुसऱ्याच क्षणाला मी त्याच्या उरावर बसलो होतो.

मला स्कार्लेटीची काळजी नव्हती. मला त्याच्या हातातील पिशवीची भीती वाटत होती. मी त्याच्या हातून ती पिशवी क्रूरपणे ओरबाडून घेतली. त्या वेळी

त्याचे एक बोट पिशवीत अडकल्याने मोडले. मग तो उठून उभा राहिला. माझ्याशी झगडू लागला. मीही जिवाच्या कराराने त्याच्याशी झगडू लागलो. कारण त्याला ती पिशवी हिसकावून घ्यायची होती व ती बाहेर फेकून द्यायची होती. त्यामुळे निम्मे लंडन शहर मृत होणार होते. जाता जाता त्याला हा सूड उगवायचा होता. पण आता मला एका हाताने त्याच्याशी झगडावे लागत होते.

तो आता शांतपणे झगडत होता. म्हणजे त्याने काहीतरी नक्की ठरवले असावे. त्याचा चेहरा मात्र वेड्या माणसाच्या चेहऱ्यासारखा दिसू लागला होता. त्याने माझा गळा पकडून मला मागे ढकलायला सुरुवात केली. मी माझा डावा पाय मागे कशाला तरी टेकवून त्याच्या ढकलण्याला प्रतिरोध करू लागलो. शिवाय त्याला ढकलायचाही प्रयत्न करू लागलो. एवढ्यात मेरी किंचाळली. माझ्या पायाला मागे कोणताच आधार राहिला नाही. मागे काहीच नव्हते. तिथे फक्त उघडे दार होते. मला ते जाणवल्यावर मी एकदम माझे दोन्ही हात आडवे करून खांदा व शरीर ताठ केले. त्या दाराच्या दोन्ही बाजूंच्या पत्र्याच्या कडा वर आलेल्या होत्या व त्या जराशा धारदार होत्या. माझी कोपरे व मनगटे यामधील हाताच्या भागांनी ते दार जेव्हा अडवले गेले तेव्हा त्या धारदार कडांनी माझ्या हाताला जखमा केल्या. माझी मान तर दाराच्या वरच्या कडेला लागली होती. तिथली धारदार कड ही तर गिलोटीनसारखी मला वाटली. क्षणभर माझ्या डोळ्यांसमोर लालसर धुके पसरत गेले. असंख्य व प्रखर प्रकाशबिंदू चमकले. ते जेव्हा नाहीसे झाले तेव्हा मला समोरच्या आसनात बसलेली मेरी दिसली. तिच्या डोळ्यांत मूर्तिमंत भीती उभी राहिली होती. तिचा चेहरा पांढराफटक पडला होता. स्कार्लेटीने अजूनही माझा गळा पकडला होता. माझ्या चेहऱ्यापासून त्याचा चेहरा काही इंचावरती आला होता.

तो घोगरट आवाजात म्हणाला, "कॅव्हेल, मी तुला आधीच सांगितले होते की, उद्या लंडनमधील कित्येक लाख लोक मरण पावणार आहेत. आता त्या लोकांच्या मरणाला तू जबाबदार रहाणार आहेस, मी नाही. तूच त्यांचा संहार करणार आहेस. फक्त तूच." मग त्याने आपली बोटे वाकडी करून माझ्या गळ्यात रुतवायला सुरुवात केली आणि तो मला बाहेरच्या अंधारात हवेत ढकलून देऊ लागला.

मी आता काहीही करू शकत नव्हतो. माझ्या एका हातानेही मी त्याच्याशी लढा देऊ शकत नव्हतो. मी जरा जरी माझा हात आधार घेण्यासाठी हलवला तरी मी बाहेर ढकलला जाऊ शकत होतो. मी ताठ केलेले माझे हात आता हळूहळू आतल्या बाजूला वाकू लागले होते. ते दाराच्या कडांवर घासले जात होते. स्कार्लेटी जसजसा मला ढकलत जात होता तसतसा मी आणखी बाहेरच्या दिशेने सरकला जात होतो. आता माझ्या शरीराला बाहेरचा थंड वारा जाणवू लागला. माझ्या पाठीवर पावसाचा मारा होऊ लागला. काही माणसांचा मृत्यू

असाच होत असावा. माझ्या डाव्या हाताची बोटे त्या जाळीदार पिशवीत अडकली होती आणि ती पिशवी दरवाजाच्या कोणत्यातरी फटीत अडकली होती.

मेरी भीतीने जणू काही गोठून गेली होती. पण अचानक तिच्या अंगात धैर्य संचारले व तिची भीतीमधून सुटका झाली. जरी तिचे हात बांधले होते तरी तिचे पाय मोकळे होते. तिने आपल्या पायात टोकदार टाचा असलेले बूट घातलेले होते. तिने दोन्ही पायांच्या लाथा स्कार्लेटीवर जोरात झाडल्या. त्या टोकदार टाचांच्या बुटांनी आपले काम चोख केले. मला तसले बूट कधीच आवडले नव्हते. पण आज त्याच बुटांनी मी वाचलो. स्कार्लेटीच्या गुडघ्यावर तो तडाखा बसला आणि तो वेदनेने कळवळला. त्याच्या पायातले बळ निघून गेले. माझ्या गळ्यावरची त्याची पकड सैल झाली. मग मी उसळी मारून पुढे सरकलो आणि डावा पाय वर करून त्याला एक सणसणीत लाथ मारली. स्कार्लेटी भेलकांडत मागे गेला. मी दारापासून आत आलो, वेगाने त्याच्या अंगावर धावून गेलो. तो ऐन वेळी बाजूला सरकला. आलेल्या वेगाने मी तसाच पुढे गेलो.

पण मी फार पुढे गेलो नाही. आपले आसन सोडून वैमानिक माझ्याकडे येत होता. त्याच्या हातात एक पिस्तूल होते. तेच ते स्कार्लेटीचे उडवले गेलेले पिस्तूल होते. ऑटो पायलट चालू करून तो वैमानिक आसन सोडून येऊ शकत होता. जेव्हा त्याने सूर मारत खाली जाणारे हेलिकॉप्टर सरळ केले तेव्हाच त्याने तो ऑटो पायलट चालू केला. मग ते पिस्तूल शोधून काढून ते घेऊन तो माझ्याकडे आला. म्हणजे हा सारा अवघ्या काही सेकंदांचा खेळ होता. पण मला तो काळ कित्येक युगांचा वाटला होता.

त्याने माझ्याकडे ते पिस्तूल फेकले. मी ते झेलले. झेलतानाही मी ते पिस्तूल माझ्या डाव्या हातातील पिशवीला लागणार नाही याची खबरदारी घेतली होती. आता पिस्तूल माझ्या हातात आल्यावर स्कार्लेटी मला भिडणार नव्हता. मी त्याच्याकडे वळलो.

तो केबिनला जोडणाऱ्या बोळात उभा होता. शांतपणे ताठ उभा रहात तो मला म्हणाला, "कॅव्हेल, उगाच ते पिस्तूल झाडण्याचे श्रम घेऊ नकोस."

"ठीक आहे. मी पिस्तूल झाडणार नाही."

तो अगदी सहजगत्या म्हणाला, "शेवटी एका स्वप्नाचा चक्काचूर झाला." उघड्या दारातून वारा व पाऊस आत घुसत होता. त्याच्यावर त्याचा मारा होत होता. पण त्याला ते समजत नव्हते. तो म्हणत होता, "माझ्यासारख्या लोकांची स्वप्ने अशीच भंग पावत असतात." मग माझ्याकडे गूढ नजरेने पहात तो म्हणाला, "पण कॅव्हेल, तू मला कोर्टात उभे करू शकणार नाहीस."

"होय. मी तसे कधीच करणार नाही. माझा तसला इरादा कधीच नव्हता."

"फाशी होऊ शकणारा माझ्यासारखा माणूस तू कधी पाहिला आहेस?"

"नाही. तुझ्यासारखा तूच एकमेव असा आहेस."

त्याने मग आपली मान डोलवली. माझ्या उत्तराने त्याचे समाधान झाले असावे. तो उघड्या दारापाशी गेला व मागे वळून मला म्हणाला, "पण न्यूयॉर्क टाइम्स वृत्तपत्रात माझ्याबद्दल जे छापून येईल ते मला वाचायला मिळाले असते तर बरे झाले असते." त्याच्या आवाजात ओतप्रोत दु:ख भरलेले होते. मग त्याने माझ्याकडे पाठ फिरवली आणि उघड्या दारातून बाहेरच्या अंधारात त्याने सरळ पाऊल टाकले.

मी मेरीचे बांधलेले हात सोडवले. ते काळेनिळे पडले होते. थोडा वेळ चोळल्यावर तिथला रक्तपुरवठा सुरळीत झाला. तो वैमानिक आपल्या जागेवर गेला आणि पोलिसांशी संपर्क साधू लागला. पोलिसांची विमाने हेलिकॉप्टरच्या मागे येणार होती. ती योजना आता रद्द झाली. थोड्या वेळाने तो आपले हेलिकॉप्टर पुन्हा मूळच्या जागेकडे नेऊ लागला. मी वायरलेसवरून जनरलशी संपर्क साधला. त्यांना थोडक्यात सारे काही सांगितले.

जनरल म्हणाले, "म्हणजे आता मेरी सुरक्षित आहे."

"होय सर. ती आता पूर्ण सुरक्षित आहे."

"अन् स्कार्लेटी संपला तर!"

"होय सर. तो संपला. तो सरळ हेलिकॉप्टरमधून आपण होऊन बाहेर गेला."

एकदम मधेच हार्डेन्जरचा आवाज आला. त्याने विचारले, "कॅव्हेल, तो आपण होऊन गेला की, तुम्ही त्याला बाहेर ढकलले?"

"तो आपण होऊन बाहेर गेला." एवढे बोलून मी संपर्क तोडला. हा हार्डेन्जर प्रत्येक गोष्ट कायदे, नियम यात बसते आहे का ते पहात असतो. शेवटी तो एक हाडाचा सरकारी नोकर होता.

www.ingramcontent.com/pod-product-compliance
Lightning Source LLC
LaVergne TN
LVHW092347220825
819400LV00031B/256
*9788184980714*